새로운 도서
다양한 자료
동양북스
홈페이지에서
만나보세요!

www.dongyangbooks.com
m.dongyangbooks.com

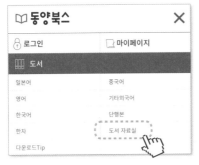

미래와 통하는 책

가장 쉬운 독학
일본어 첫걸음
14,000원

버전업! 굿모닝
독학 일본어 첫걸음
14,500원

일단 합격하고 오겠습니다
JLPT 일본어능력시험 N3
26,000원

일본어 100문장 암기하고
왕초보 탈출하기
13,500원

가장 쉬운 독학
중국어 첫걸음
14,000원

가장 쉬운 중국어
첫걸음의 모든 것
14,500원

일단 합격 新HSK
한 권이면 끝! 4급
24,000원

중국어
지금 시작해
14,500원

영어를 해석하지 않고
읽는 법
15,500원

미국식
영작문 수업
14,500원

세상에서 제일 쉬운
10문장 영어회화
13,500원

영어회화
순간패턴 200
14,500원

가장 쉬운 독학
베트남어 첫걸음
15,000원

가장 쉬운 독학
프랑스어 첫걸음
16,500원

가장 쉬운 독학
스페인어 첫걸음
15,000원

가장 쉬운 독학
독일어 첫걸음
17,000원

동양북스 베스트 도서

THE
GOAL 1
22,000원

인스타
브레인
15,000원

직장인, 100만 원으로
주식투자 하기
17,500원

당신의 어린 시절이
울고 있다
13,800원

놀면서 스마트해지는 두뇌 자극
플레이북 딴짓거리 EASY
12,500원

죽기 전까지
병원 갈 일 없는 스트레칭
13,500원

가장 쉬운 독학
이세돌 바둑 첫걸음
16,500원

누가 봐도 괜찮은 손글씨 쓰는
법을 하나씩 하나씩 알기 쉽게
13,500원

가장 쉬운 초등 필수 파닉스
하루 한 장의 기적
14,000원

가장 쉬운 알파벳 쓰기
하루 한 장의 기적
12,000원

가장 쉬운 영어 발음기호
하루 한 장의 기적
12,500원

가장 쉬운 초등한자 따라쓰기
하루 한 장의 기적
9,500원

세상에서 제일 쉬운
엄마표 생활영어
12,500원

세상에서 제일 쉬운
엄마표 영어놀이
13,500원

창의쑥쑥 환이맘의
엄마표 놀이육아
14,500원

동양북스
www.dongyangbooks.com
m.dongyangbooks.com

일단 합격하고 오겠습니다

OPIc
베트남어
START IM3 공략

초판 1쇄 발행 | 2022년 9월 5일

지은이 | 홍빛나
발행인 | 김태웅
편집주간 | 박지호
편 집 | 김현아
마케팅 | 나재승
제 작 | 현대순

발행처 | (주)동양북스
등 록 | 제 2014-000055호
주 소 | 서울시 마포구 동교로22길 14 (04030)
구입 문의 | 전화 (02)337-1737 팩스 (02)334-6624
내용 문의 | 전화 (02)337-1762 이메일 dybooks2@gmail.com

ISBN 979-11-5768-611-7 13730

ⓒ 2022, 홍빛나

▶ 본 책은 저작권법에 의해 보호를 받는 저작물이므로 무단 전재와 복제를 금합니다.
▶ 잘못된 책은 구입처에서 교환해드립니다.
▶ (주)동양북스에서는 소중한 원고, 새로운 기획을 기다리고 있습니다.
  http://www.dongyangbooks.com

머리말

베트남어에 관심을 가지고 계신 분이라면 이미 알고 있듯, 베트남어의 수요는 날이 갈수록 늘어가고 있습니다. 양국의 경제적 협력 관계가 발전함에 따라 한국 기업의 베트남 진출과 국가 차원의 투자가 베트남에 집중되고 있기 때문입니다.

이에 따라 많은 기업과 기관들이 베트남어 활용 능력을 요구하고 있습니다. 그 중에서도 특히 베트남어 OPIc 시험은 베트남어 검증 시험 중 단연코 가장 인기 있고 공신력 있는 시험이 되었습니다. 그러나 베트남어 OPIc을 준비하는 것은 쉬운 과정이 아닙니다.

1. 문법 공부하고 읽기도 힘든데 스피킹 시험을 준비하는 것은 너무 어려운 과제입니다.
2. 실제로 한국에서 성조와 발음을 공부하고, 시험을 준비하기 또한 조건이 열악합니다.
3. 막상 시험을 진지하게 준비하고 싶은데 OPIc 자료를 체계적으로 제공하는 곳이 없습니다.

이렇게 베트남어 OPIc 시험이 막막하고 두려운 분들께 도움을 드리고자 이 책을 출판했습니다.

1. OPIc에 필요한 주제만 엄선

복잡하고, 광범위한 시험에서 가장 많이 나오고, 실용적인 주제들만 모았습니다. 이 주제들만 준비한다면 대부분의 상황에서 문제에 답할 수 있습니다.

2. OPIC에서 사용 가능한 패턴들

실용적인 문장 패턴을 제공해서, 시험 주제로 어떠한 것이 나오더라도 즉시 응용해서 대답할 수 있습니다.

3. 동영상 강의 제공

책으로만 준비하는 데 어려움을 느끼시는 분들을 위해 저자 직강 동영상 강의를 무료로 제공합니다.

베트남어 OPIc 시험, 이제 막막하지 않습니다.
다년간의 OPIc 강의 노하우를 통해 여러분께 더 쉽고 효과적으로 시험을 준비할 수 있도록 도움을 드리겠습니다. 이 책과 함께 알차게 시험을 준비해 봅시다!

차례

PART 1	자기소개

PART 2	설문 주제(서베이 주제)

PART 3   일반 주제

PART 4   롤플레이

OPIc 시험 소개

① 오픽(OPIc(Oral Proficiency Interview-Computer))은

OPIc은 면대면 인터뷰인 OPI를 최대한 실제 인터뷰와 가깝게 만든 iBT 기반의 응시자 친화형 외국어 말하기 평가로서, 단순히 문법이나 어휘 등을 얼마나 많이 알고 있는가를 측정하는 시험이 아니라 실제 생활에서 얼마나 효과적이고 적절하게 언어를 사용할 수 있는가를 측정하는 객관적인 언어 평가도구입니다. 국내에서는 2007년 시작되어 현재 약 1,700여 개 기업 및 기관에서 OPIc을 채용과 인사고과 등에 활발하게 활용하고 있습니다.

② 관련 정보

출제 기관	ACTFL(American Council on the Teaching of Foreign Languages)
시험 형태	iBT (Internet Based Test)
평가 언어	영어, 중국어, 스페인어, 러시아어, 한국어, 일본어, 베트남어
시험 시간	60분 (오리엔테이션 20분 + 본시험 40분)
출제 문항수	12~15문항 (Self Assessment 선택 단계에 따라 개인별 차등 적용)
문항 유형	• Background Survey를 통한 개인 맞춤형 문제출제 • 직업, 여가 생활, 취미, 관심사, 스포츠, 여행에 대한 주제
시험 특징	• 개인 맞춤형 평가(Background Survey, Self Assessment) • 실제 인터뷰 상황 구현을 통한 응시자 긴장 완화 • 문항별 성취도 측정이 아닌 종합적 회화 능숙도 평가 • 신속한 성적 처리
평가 등급	9개 등급(Novice Low~Advanced Low) *OPIc은 IM 등급을 세분화하여 제공합니다. 　(IM 1< IM 2< IM 3)
평가 영역	• Global Tasks/Functions • Context/Content • Accuracy/Comprehensibility • Text Type

③ 평가 영역

OPIc은 응시자가 외국어를 활용해 어떤 일을 할 수 있는지, 실생활의 목적들과 연관하여 언어 기술을 사용할 수 있는지를 측정하는 시험입니다. 따라서 OPIc은 응시자가 얼마나 오랫동안 외국어를 학습했는지, 언제, 어디에서, 어떤 이유로 어떻게 언어 능력을 습득하였는지보다는 응시자의 본질적인 언어 활용 능력을 측정합니다.

OPIc은 4개 영역(–Global Tasks/Functions, Context/Content, Accuracy/Comprehensibility, Text Type)에 걸쳐 언어 능력을 측정하게 되며 Grammar, Vocabulary, Pronunciation 등의 요소는 위 평가영역 중 한 영역에 포함된 요소에 불과합니다.

이렇듯 OPIc은 특정 분야에 치우치지 않은 총체적이고 다면적인 언어 수행 능력을 평가하는 시험이라고 할 수 있습니다.

④ 평가 방식

OPIc은 절대평가 방식으로 측정됩니다.

응시자의 녹음 내용은 ACTFL 공인 평가자에게 전달되며 이는 'ACTFL Proficiency Guidelines Speaking (Revised 2012)' 말하기 기준에 따라 절대평가되어 Novice Low에서 Advanced Low까지의 등급을 부여받게 됩니다.

⑤ 시험 진행 절차

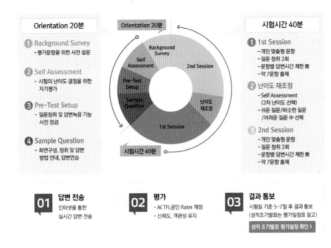

⑥ OPIc 평가 등급체계

OPIc의 평가는 ACTFL Proficiency Guidelines-Speaking에 따라 절대평가로 진행되며, 이는 말하기 능숙도(Oral Proficiency)에 대한 ACTFL의 공식 언어능력 기준입니다.

ACTFL의 40년 이상 노하우가 집적된 ACTFL Guidelines를 통해 OPIc은 일상생활에서 해당 언어를 얼마나 효과적이고 적절하게 구사할 수 있는가를 측정하는 공신력 있는 평가를 운영하고 있습니다.

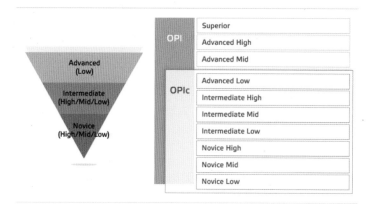

⑦ 오픽 배경설문 - 서베이

배경설문(Background Survey, 서베이)에서 무엇을 선택하느냐에 따라 시험의 문제와 내용이 달라집니다. 목표 등급에 따라 전략적으로 서베이 주제와 난이도를 선택해야 합니다.

＊목표 등급 IM3까지는 서베이에서 선택한 주제가 시험 출제 비중에 매우 높게 반영됩니다.

OPIc 시험의 질문은 주제별로 매우 다양하고 그 양이 방대하기 때문에 어떤 질문이 출제될지 예측하기 힘듭니다. 그러므로 서베이를 통해 시험 준비 범위를 효과적으로 줄이는 것이 우선적인 목표입니다. 아래의 서베이를 참고하여 어떤 항목을 선택할 지 먼저 정하고, 만약 시험을 준비할 시간이 제한적이라면 미리 정한 주제를 중점으로 학습해야 합니다. 또한 지금까지 쌓여온 데이터를 바탕으로 자신에게 맞는 서베이 항목을 선택하는 것이 IM3 등급을 목표로 하는 초급 OPIc 시험 대비에 유리합니다.

● 서베이 전략 1 : 직장인

직업에서 직장인 관련 서베이 항목입니다. 이 서베이 항목에 따라 직업/회사 등에 관련한 질문이 시험 문제로 구성됩니다. 그러므로 초급자는 〈일 경험 없음〉을 선택하는 것이 더 유리합니다. 만약 직업/회사 관련 주제로 충분한 베트남어 말하기 시험 준비가 되어있을 경우에는 본인에게 익숙하고 쉬운 항목을 선택하는 것이 제일 좋습니다.

● 서베이 전략 2 : 학생

다음은 현재 학생인지 묻는 서베이입니다. 이 서베이 항목에 따라 학교/수업 등에 관련한 질문이 시험 문제를 구성하니 초급자는 〈아니요〉을 선택하는 것이 유리합니다. 만약 학교/수업 관련 주제로 충분한 베트남어 말하기 시험 준비가 되어 있을 경우 〈예〉를 선택하는 것도 좋습니다.

〈아니요〉를 선택하면 최근 선택한 강의에 대한 서베이 항목이 나옵니다. 준비해야 하는 시험 범위를 줄이기 위해 〈수강 후 5년 이상 지남〉 항목을 선택하여 '학교/수업/학교에서 수행하는 프로젝트'의 출제 가능성을 낮추는 것도 하나의 전략입니다.

● 서베이 전략 3 : 거주지

다음은 현재 거주지를 묻는 서베이입니다. 이 서베이 항목에 따라 사는 곳에 관련한 질문이 시험 문제를 구성합니다. 이와 연관해서 친구/룸메이트, 가족 소개, 그들과의 관계, 활동, 학교 기숙사 시설, 군대 관련 경험, 군 시절 있었던 여러 관계들, 군대 시설 등 다양한 주제의 문제가 출제됩니다. 그러므로 초급자는 〈개인주택이나 아파트에 홀로 거주〉를 선택하는 것이 유리합니다. 만약 사는 곳, 동네뿐만 아니라 친구 및 가족 관련 주제로 충분한 베트남어 말하기 시험 준비가 되어 있을 경우 본인에게 익숙하고 쉬운 항목을 선택하는 것도 좋습니다.

● 서베이 전략 4 : 여가활동, 취미/관심사, 운동, 휴가 및 출장

Background Survey

질문을 읽고 정확히 답변해 주시기 바랍니다. 설문에 대한 응답을 기초로 개인별 문항이 출제됩니다.

Part 4 of 4

아래의 설문에서 총 12개 이상의 항목을 선택하십시오.

귀하는 여가 활동으로 주로 무엇을 하십니까? (두 개 이상 선택)

☐ 영화보기
☐ 클럽/나이트클럽 가기
☐ 공연보기
☐ 콘서트보기
☐ 박물관가기
☐ 공원가기
☐ 캠핑하기
☐ 해변가기
☐ 스포츠 관람
☐ 주거 개선

귀하의 취미나 관심사는 무엇입니까? (한 개 이상 선택)

☐ 아이에게 책 읽어주기
☐ 음악 감상하기
☐ 악기 연주하기
☐ 혼자 노래부르거나 합창하기
☐ 춤추기
☐ 글쓰기(편지, 단문, 시 등)
☐ 그림 그리기
☐ 요리하기
☐ 애완동물 기르기

귀하는 주로 어떤 운동을 즐기십니까?(한개 이상 선택)

☐ 농구
☐ 야구/소프트볼
☐ 축구
☐ 미식축구
☐ 하키
☐ 크리켓
☐ 골프
☐ 배구
☐ 테니스
☐ 베드민턴
☐ 탁구
☐ 수영
☐ 자전거
☐ 스키/스노우보드
☐ 아이스 스케이트
☐ 조깅
☐ 걷기
☐ 요가
☐ 하이킹/트레킹
☐ 낚시
☐ 헬스
☐ 운동을 전혀 하지 않음

귀하는 어떤 휴가나 출장을 다녀온 경험이 있습니까?(한개 이상 선택)

☐ 국내출장
☐ 해외출장
☐ 집에서 보내는 휴가
☐ 국내 여행
☐ 해외 여행

< Back

12개의 항목을 선택해야 하는 〈여가활동, 취미/관심사, 운동, 휴가 및 출장〉 파트입니다. 여기서 선택하는 주제로 본격적인 시험을 응시하게 됩니다. 앞 파트의 서베이처럼 본인에게 익숙하고 베트남어로 말하기 쉬운 주제들을 선택해야 합니다.

Tip! 비슷한 주제를 고르기

'공연보기'를 골랐다면 비슷한 '콘서트 보기'도 함께, '캠핑하기'를 골랐다면 '해변 가기'도 함께 선택하여 해변에서 캠핑하는 내용으로 스크립트를 구성하는 것이 유리합니다!

여가활동, 취미/관심사, 운동, 휴가 및 출장 파트 12개 선택 추천 항목(1)

☑ 영화보기　　☑ 공원 가기　　☑ 캠핑하기　　☑ 해변 가기
☑ 음악감상하기　☑ 악기연주하기　☑ 조깅　☑ 걷기
☑ 운동을 전혀 하지 않음
☑ 집에서 보내는 휴가　　☑ 국내여행　　☑ 해외여행

여가활동, 취미/관심사, 운동, 휴가 및 출장 파트 12개 선택 추천 항목(2)

☑ 영화보기　　☑ 공원 가기　　☑ 캠핑하기　　☑ 해변 가기
☑ 공연보기　　☑ 콘서트 보기　☑ 조깅　☑ 걷기
☑ 운동을 전혀 하지 않음
☑ 집에서 보내는 휴가　　☑ 국내여행　　☑ 해외여행

---

⑧ 오픽 난이도 설정

배경 설문이 끝나면 난이도를 설정하게 됩니다. 샘플을 청취하고 본인에게 적합한 난이도를 설정합니다. 오픽 공식 웹사이트 안내에 따르면 목표 등급에 따라 IL 등급은 난이도 3, IM 등급은 난이도 4, IH 등급은 난이도 5를 선택하는 것을 권장합니다.

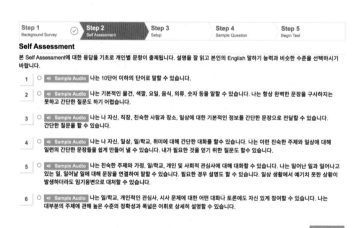

⑨ 오디오/마이크 테스트

Step 3과 Step 4 단계에서는 오디오와 마이크 테스트를 진행합니다.

| Step 1 | Step 2 | Step 3 | Step 4 | Step 5 |
| Background Survey | Self Assessment | Setup | Sample Question | Begin Test |

시험 진행 안내

유의사항을 읽고 각 체크박스를 선택하여 주십시오.

시험화면을 벗어나지 마십시오.

시험 중 다른 웹사이트나 프로그램 실행 시 시험창이 자동 종료되고 로그인 화면으로 다시 이동하게 됩니다.

새로고침, 뒤로가기 금지

시험 중 화면을 새로고침하거나 브라우저의 뒤로가기 버튼을 누르는 경우, 시험창이 자동 종료되고 로그인 화면으로 다시 이동하게 됩니다.

말하기

각 질문의 내용에 부합하여 최대한 자세하게 답변하되, 너무 큰소리로 말해 다른 수험자에게 방해가 되지 않도록 주의 바랍니다.

시험 시간 엄수

시험 제한 시간은 40분입니다. 반드시 감독관의 시작 안내가 있은 후 **Begin**을 누르고 시험을 시작하십시오.

ⓘ 기술적인 문제 발생 시, 당황하지 마시고 즉시 감독관에게 보고 바랍니다. 재접속 시 문제가 있었던 부분부터 다시 진행하며, 추가시간을 부여합니다.

준비되셨나요?

Begin ›

모든 준비가 완료되면 시험 진행 유의사항을 숙지한 후 시험을 시작합니다.

OPIc 실전 공략법

OPIc 시험은 오리엔테이션과 본 시험으로 구성되며 오리엔테이션은 총 20분으로 본 시험 시작 전에 진행됩니다. 본 시험은 40분입니다.

1) 오리엔테이션(총 20분)

Background survey 사전 설문	→	Self-Assessment 시험 난이도 설정	→	오픽 Overview 시험 진행	→	샘플 질문

2) 본 시험(총 40분) : 15 문제로 구성

사전 설문과 최초 설정한 난이도를 바탕으로 먼저 약 7개의 문제가 출제된 후 (Session 1) 난이도를 다시 조정할 수 있습니다. IM3 등급을 위해서는 3-3, 4-4, 3-4 난이도로 진행하는 것이 좋습니다. (예시 : 3-4 → Session 1에서 3 선택 후 Session 2에서 4를 선택) 난이도 조정 후에는 선택한 난이도에 따라 약 5-8문항이 출제됩니다.

■ 난이도 설정을 3-4로 했을 때 시험 흐름 한눈에 보기

		문항1	자기소개	
Session 1	콤보1	문항2	현재시제로 장소나 인물, 종류 묘사	서베이 주제 또는 일반 주제
		문항3	현재시제로 활동, 습관, 단계 등 묘사	
		문항4	최초 혹은 최근의 경험 설명/ 과거와 현재 비교 및 변화 설명	
	콤보2	문항5	현재시제로 장소나 인물, 종류 묘사	서베이 주제 또는 일반 주제
		문항6	현재시제로 활동, 습관, 단계 등 묘사	
		문항7	최초 혹은 최근의 경험 설명/ 과거와 현재 비교 및 변화 설명	
시험 난이도 재설정				

		문항8	현재시제로 장소나 인물, 종류 묘사	서베이 주제
	콤보3	문항9	최초 혹은 최근의 경험 설명/ 과거와 현재 비교 및 변화 설명	또는 일반 주제
		문항10	가장 기억에 남는 경험 설명	
Session 2	콤보4	문항11	롤플레이: 주어진 상황에 대해 질문/ 전화로 질문하기	롤플레이
		문항12	롤플레이: 해결 방안 제시	
		문항13	가장 기억에 남는 경험 설명/ 위 롤플레이 상황과 비슷한 다른 문제 해결 경험 설명	롤플레이 응용
	콤보5	문항14	현재시제로 장소나 인물, 종류 묘사	서베이 주제 또는 일반 주제
		문항15	면접관에게 질문하기	롤플레이

■ 시험 전략

문제 두 번 듣기	문제는 두 번 들어도 불이익이 없으니 정확한 질문 파악을 위해 반드시 두 번씩 듣습니다. 두 번째로 청취하는 동안 답변 구조를 머리 속에 떠올릴 수 있습니다.
시간 배분	질문 청취 및 문항 사이의 시간이 약 10분(각 문항 2회 청취 시)으로 실제 답변 시간은 30분입니다. 총 15 문제를 다루어야 하니 한 문제당 평균적으로 2분씩 배분하여 연습합니다. 이때 문제에 따라 간단한 문항에는 1분~1분 30초, 답변을 충분히 할 수 있는 문제에는 2분~2분 30초 정도로 답변하여 시간 배분을 유연하게 구성하는 것도 좋습니다.

■ 기출문제로 보는 OPIc시험

		문항1	자기소개	
Session 1	콤보1	문항2	집에 있는 가구를 설명해주세요. 좋아하는 가구는 무엇이고 그 가구를 좋아하는 이유를 말해주세요.	일반 주제 – 가구
		문항3	집에 있는 가구의 특징을 말해주세요.	
		문항4	최근에 집에서 가구가 망가지거나 부서진 경험에 대해 말해주세요.	
	콤보2	문항5	당신이 살고 있는 집을 묘사하세요.	서베이 주제 – 집
		문항6	당신이 집에서 주로 하는 활동에 대해 자세히 말해주세요.	
		문항7	당신이 예전에 살았던 집과 현재 사는 집을 비교해주세요. 무엇이 변화했나요?	
시험 난이도 재설정				
Session 2	콤보3	문항8	당신이 좋아하는 음악 장르는 무엇인가요? 왜 그 음악 장르를 좋아하나요?	서베이 주제 – 음악
		문항9	당신은 주로 언제 어떻게 얼마나 자주 음악을 듣나요? 당신의 음악 듣기 활동에 대해 말해주세요.	
		문항10	당신의 음악 감상에 관해 가장 기억에 남는 경험을 말해주세요.	
	콤보4	문항11	롤플레이: 당신은 주말에 친구와 시간을 보내고 싶습니다. 그에게 전화하여 영화를 보러 갈 약속을 잡으세요.	롤플레이 – 주어진 상황에 대해 전화로 질문 하기 + 해결 방안 제시
		문항12	롤플레이: 당신은 친구와 영화를 보러 가기로 했지만 당신의 가족이 아픕니다. 친구에게 상황을 설명하고 해결 방안을 제시하세요.	
		문항13	가족을 돕기 위해 친구와의 약속을 취소한 경험을 이야기해주세요.	롤플레이 응용
	콤보5	문항14	당신이 좋아하고 자주 가는 공원을 묘사해주세요.	서베이 주제 – 공원 가기
		문항15	저도 공원에 가는 것을 좋아합니다. 제가 가는 공원에 대하여 3~4가지 질문을 해주세요.	롤플레이 – 면접관에게 질문하기

도서 미리 보기

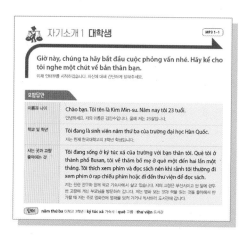

◐ **파트1/파트2** 파트별, 주제별 자주 나오는 질문과 모범답안을 제공합니다. 알아 두어야 할 핵심 단어는 모범답안 하단에 따로 정리했습니다. 모든 질문과 답변은 원어민이 녹음한 MP3 음원으로 제공합니다.

MP3 음원 듣기 ▶

MP3 파일은 QR코드를 스캔하여 바로 듣거나 다운받을 수 있고, 동양북스 홈페이지 자료실에서도 다운로드 받으실 수 있습니다. (www.dongyangbooks.co.kr)

동양북스 자료실 ▶

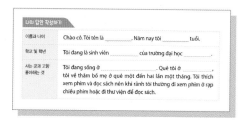

◑ 앞에서 배운 내용으로 나의 답안을 작성해볼 수 있습니다. 실제 시험에서 활용할 수 있는 나만의 답안을 완성해서 소리 내어 읽고 외워보세요.

◐ **패턴연습** 코너에서는 OPIc 시험에서 자주 활용되는 베트남어 필수 패턴 표현을 제공합니다. 간략한 문법 포인트와 대체표현을 함께 제시했습니다. 예시답안을 공부하고 나의 답안을 작성하여 소리 내어 읽고 외워보세요.

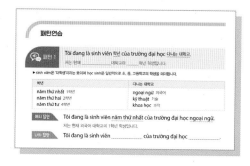

파트3 일반 주제에서는 모범 답안 아래에 시험에서 활용 가능한 다양한 대체 표현을 제공합니다. 자연스러운 베트남어 표현을 익히고 답안을 작성할 때 적용해 보세요.

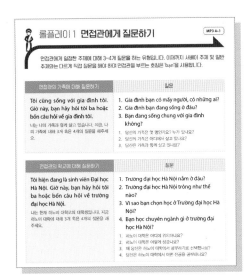

파트4 롤플레이는 실제 시험에서 자주 등장하는 주제를 수록하여 활용도를 높였습니다. 면접관과 응시생의 대사를 상세하게 제시하였고, 모든 질문과 답변을 녹음하여 MP3 파일로 제공합니다.

실전 모의고사 3회분을 통해 시험의 시작부터 끝까지 어떻게 진행되는지 알아볼 수 있습니다. OPIc 시험은 하나의 선택 주제가 연계되어 콤보 형식으로 문제가 출제되므로 이러한 시험 흐름을 알아두는 것이 중요합니다. 모의고사 질문에 나만의 답변을 작성하고 외워보세요.

실전 모의고사 1회

	유형	질문
1	자기소개	Giờ này, chúng ta hãy bắt đầu cuộc phỏng vấn nhé. Hãy kể cho tôi nghe một chút về bản thân bạn. 이제 면접을 시작하겠습니다. 자신에 대해 간단하게 말해주세요.
2	거주지 (1)	Trong bản khảo sát, bạn nói rằng bạn đang sống ở nhà riêng hoặc căn hộ chung cư. Hãy miêu tả về ngôi nhà của bạn. Trông bên ngoài nhà bạn thế nào? Bên trong nhà có những phòng nào? Hãy miêu tả thật chi tiết. 당신은 설문에서 단독주택 혹은 아파트에서 산다고 했습니다. 당신의 집에 대해 묘사해 세요. 집의 외관이 어떻게 생겼나요? 집 내부에 어떤 방들이 있나요? 상세히 묘사하세요.
3	거주지 (2)	Để giữ nhà cửa sạch sẽ, bạn thường làm những việc nhà nào? Bạn hãy cho tôi biết về những việc mà bạn thường làm để giữ sạch các phòng trong nhà bạn. 집을 깨끗하게 유지하기 위해서 당신은 어떤 집안일들을 하나요? 당신의 집의 각 방을 깨끗하게 유지하기 위해 당신이 주로 하는 일에 대해 자세히 말해주세요.

OPIc
베트남어
START

자기소개

Giờ này, chúng ta hãy bắt đầu cuộc phỏng vấn nhé. Hãy kể cho tôi nghe một chút về bản thân bạn.

이제 인터뷰를 시작하겠습니다. 자신에 대해 간단하게 말해주세요.

자기소개 1 **대학생**

MP3 1-1

Giờ này, chúng ta hãy bắt đầu cuộc phỏng vấn nhé. Hãy kể cho tôi nghe một chút về bản thân bạn.

이제 인터뷰를 시작하겠습니다. 자신에 대해 간단하게 말해주세요.

모범답안

이름과 나이	Chào bạn. Tôi tên là Kim Min-su. Năm nay tôi 23 tuổi.
	안녕하세요. 저의 이름은 김민수입니다. 올해 저는 23살입니다.
학교 및 학년	Tôi đang là sinh viên năm thứ ba của trường đại học Hàn Quốc.
	저는 현재 한국대학교의 3학년 학생입니다.
사는 곳과 고향 좋아하는 것	Tôi đang sống ở ký túc xá của trường với bạn thân tôi. Quê tôi ở thành phố Busan, tôi về thăm bố mẹ ở quê một đến hai lần một tháng. Tôi thích xem phim và đọc sách nên khi rảnh tôi thường đi xem phim ở rạp chiếu phim hoặc đi đến thư viện để đọc sách.
	저는 친한 친구와 함께 학교 기숙사에서 살고 있습니다. 저의 고향은 부산시이고 한 달에 한두 번 고향에 계신 부모님을 방문하러 갑니다. 저는 영화 보는 것과 책을 읽는 것을 좋아해서 한가할 때 저는 주로 영화관에 영화를 보러 가거나 독서하러 도서관에 갑니다.

단어 **năm thứ ba** 대학교 3학년 | **ký túc xá** 기숙사 | **quê** 고향 | **thư viện** 도서관

나의 답안 작성하기

이름과 나이	Chào cô. Tôi tên là _____. Năm nay tôi _____ tuổi.
학교 및 학년	Tôi đang là sinh viên _____ của trường đại học _____.
사는 곳과 고향 좋아하는 것	Tôi đang sống ở _____. Quê tôi ở _____, tôi về thăm bố mẹ ở quê một đến hai lần một tháng. Tôi thích xem phim và đọc sách nên khi rảnh tôi thường đi xem phim ở rạp chiếu phim hoặc đi thư viện để đọc sách.

패턴연습

 패턴 1

Tôi đang là sinh viên <u>학년</u> của trường đại học <u>다니는 대학교</u>.

저는 현재 _____ 대학교의 _____ 학년 학생입니다.

▶ sinh viên은 '대학생'이라는 뜻이며 học sinh은 일반적으로 초, 중, 고등학교의 학생을 의미합니다.

학년	다니는 대학교
năm thứ nhất 1학년 năm thứ hai 2학년 năm thứ tư 4학년	ngoại ngữ 외국어 kỹ thuật 기술 khoa học 과학

예시 답안

Tôi đang là sinh viên <u>năm thứ nhất</u> của trường đại học <u>ngoại ngữ</u>.

저는 현재 외국어 대학교의 1학년 학생입니다.

나의 답안

Tôi đang là sinh viên _____ của trường đại học _____.

 패턴 2

Tôi đang sống ở <u>사는 곳과 함께 사는 사람</u>.

저는 _____ 에서 살고 있습니다.

▶ ở는 장소 앞에 위치하는 전치사로 '~에서, ~에'라고 해석하며 동사로 쓰일 때는 '~에 있다'라는 뜻입니다.

사는 곳과 함께 사는 사람
gần trường với gia đình 가족과 함께 학교 근처 nhà trọ một mình 혼자서 자취집(셋집) trung tâm thành phố với em trai 남동생과 시내

예시 답안

Tôi đang sống ở <u>gần trường với gia đình</u>.

저는 가족과 학교 근처에서 살고 있습니다.

나의 답안

Tôi đang sống ở _____.

 패턴 3

Quê tôi ở <u>고향</u>.

저의 고향은 _____ 에 있습니다.(입니다)

▶ quê는 '고향'이라는 뜻으로 quê hương의 줄임말입니다.

고향	
thành phố Daegu 대구시 thủ đô Seoul 서울	đảo Jeju 제주도

예시 답안

Quê tôi ở <u>thành phố Daegu</u>.

저의 고향은 대구시입니다.

나의 답안

Quê tôi ở _____.

자기소개 2 **취업준비생**

> **Giờ này, chúng ta hãy bắt đầu cuộc phỏng vấn nhé. Hãy kể cho tôi nghe một chút về bản thân bạn.**
>
> 이제 인터뷰를 시작하겠습니다. 자신에 대해 간단하게 말해주세요.

모범답안

이름과 나이	Chào bạn. Tên tôi là Lee Min-a. Năm nay tôi 24 tuổi. 안녕하세요. 저의 이름은 이민아입니다. 올해 저는 24살입니다.
전공과 현재 구직하고 있는 분야	Tôi đã tốt nghiệp đại học mấy tháng trước. Tôi đang tìm việc làm. Chuyên ngành đại học của tôi là ngành du lịch. Vì thế tôi muốn tìm được việc làm liên quan đến chuyên ngành của tôi. 저는 몇 달 전에 대학교를 졸업했습니다. 저는 현재 일자리를 구하고 있습니다. 저의 대학 전공은 관광 분야입니다. 그래서 저의 전공과 관련된 일자리를 찾고 싶습니다.
나의 성격과 이루고 싶은 꿈	Tính cách tôi hoạt bát và cởi mở, thích giao lưu với mọi người. Từ khi nhỏ, tôi muốn trở thành hướng dẫn viên du lịch. Tôi muốn đi du lịch các nước trên thế giới và gặp nhiều người từ các nền văn hoá khác nhau, trải nghiệm một cuộc sống mới. 저의 성격은 활발하고, 오픈마인드이며 모두와 교류하는 것을 좋아합니다. 어릴 때부터 저는 관광가이드가 되고 싶었습니다. 저는 세계의 각국을 여행하고 여러 문화의 많은 사람을 만나고 새로운 삶을 체험하고 싶습니다.

단어 **tốt nghiệp** 졸업하다 | **tìm việc làm** 일자리를 찾다 | **chuyên ngành** 전공 | **ngành** 분야, 영역 | **liên quan đến** ~와 관련된 | **hoạt bát** 활발하다 | **cởi mở** 오픈마인드 | **giao lưu** 교류하다 | **nền** 문화, 경제, 역사 등의 단어 앞에 붙이는 종별사 | **văn hoá** 문화 | **trải nghiệm** 경험하다, 체험하다

나의 답안 작성하기

이름과 나이	Chào cô. Tôi tên là _____. Năm nay tôi _____ tuổi.
전공과 현재 구직하고 있는 분야	Tôi đã tốt nghiệp đại học mấy tháng trước. Tôi đang tìm việc làm. Chuyên ngành đại học của tôi là _____. Vì thế tôi muốn tìm được việc làm liên quan đến chuyên ngành tôi.
나의 성격과 이루고 싶은 꿈	Tính cách tôi _____. Từ khi nhỏ, tôi muốn trở thành _____. Tôi muốn đi du lịch các nước trên thế giới và gặp nhiều người từ các nền văn hoá khác nhau, trải nghiệm một cuộc sống mới.

패턴연습

 패턴 1

Chuyên ngành đại học của tôi là 대학 때 전공.
저의 대학 전공은 ＿＿＿＿＿＿＿＿입니다.

▶ chuyên ngành은 '전공'이라는 뜻으로 뒤에 đại học을 붙여 함께 쓰기도 합니다.

대학 때 전공
kỹ thuật điện-điện tử 전기–전자기술　　　　　　tiếng Trung Quốc 중국어 hoá học 화학

예시 답안　Chuyên ngành đại học của tôi là kỹ thuật điện-điện tử.

저의 대학 전공은 전기–전자기술입니다.

나의 답안　Chuyên ngành đại học của tôi là ＿＿＿＿＿＿＿＿＿＿＿＿.

 패턴 2

Tính cách tôi 나의 성격.
저의 성격은 ＿＿＿＿＿＿＿＿＿＿＿＿.

▶ tính cách은 '성격'이라는 뜻의 명사입니다.

나의 성격
tỉ mỉ, cẩn thận 꼼꼼하고 신중하다 vui tính, dễ gần 쾌활하고 사교적이다 chu đáo, thật thà 배려심이 깊고 솔직하다

예시 답안　Tính cách tôi tỉ mỉ, cẩn thận.

저의 성격은 꼼꼼하고 신중합니다.

나의 답안　Tính cách tôi ＿＿＿＿＿＿＿＿＿＿＿＿.

 패턴 3

Từ khi nhỏ, tôi muốn trở thành 나의 꿈.
어릴 때부터 저는 ＿＿＿＿＿＿＿＿가 되고 싶었습니다

▶ trở thành은 '～가 되다'라는 뜻으로 뒤에는 명사가 주로 위치합니다.

나의 꿈
kỹ sư 기술자　　　　　　　　　　chuyên gia ngoại giao 외교 전문가 nhà khoa học 과학자

예시 답안　Từ khi nhỏ, tôi muốn trở thành kỹ sư.

어릴 때부터 저는 기술자가 되고 싶었습니다.

나의 답안　Từ khi nhỏ, tôi muốn trở thành ＿＿＿＿＿＿＿＿＿＿＿＿.

자기소개 3 **직장인**

> **Giờ này, chúng ta hãy bắt đầu cuộc phỏng vấn nhé. Hãy kể cho tôi nghe một chút về bản thân bạn.**
>
> 이제 인터뷰를 시작하겠습니다. 자신에 대해 간단하게 말해주세요.

모범답안

이름과 나이	Chào bạn. Tôi tên là Park Jun-su. Tôi sinh năm 1988. 안녕하세요. 저의 이름은 박준수입니다. 저는 1988년생입니다.
회사와 직급	Tôi là nhân viên của một công ty thương mại. Tôi đã làm việc ở công ty này được 5 năm rồi. Tôi là trợ lý của bộ phận kinh doanh. Tôi hài lòng với công việc của tôi. 저는 한 무역회사의 직원입니다. 저는 이 회사에서 일한 지 5년이 되었습니다. 저는 영업 부서의 대리입니다. 저는 저의 일에 만족합니다.
가족	Gia đình tôi có 4 người: tôi, vợ tôi, một con gái và một con trai. Gia đình là trên hết trong cuộc sống của tôi. Vợ tôi là nội trợ còn các con tôi còn nhỏ nên đang đi nhà trẻ. Mỗi ngày tôi đều hết sức cố gắng làm việc vì hạnh phúc của gia đình. 저희 가족은 4명입니다: 저, 아내, 딸 한 명과 아들 한 명. 가족은 제 삶에서 최고입니다. 저의 아내는 가정주부이고 아이들은 아직 어려서 어린이집에 다닙니다. 매일 저는 가족의 행복을 위해서 최선을 다해 열심히 일합니다.

단어 **thương mại** 무역 | **trợ lý** 대리 | **bộ phận kinh doanh** 영업 부서 | **hài lòng** 만족하다 | **trên hết** 제일. 최고 | **nhà trẻ** 어린이집 | **hết sức cố gắng** 최선을 다해 열심히 노력하다

나의 답안 작성하기

이름과 나이	Chào cô. Tôi tên là _____. Tôi sinh năm _____.
회사와 직급	Tôi là nhân viên của một công ty _____. Tôi đã làm việc ở công ty này được _____ năm rồi. Tôi là _____. Tôi hài lòng với công việc của tôi.
가족	Gia đình tôi có _____ người: _____. Gia đình là trên hết trong cuộc sống của tôi. Vợ tôi là nội trợ còn các con còn nhỏ nên đang đi nhà trẻ. Mỗi ngày tôi đều hết sức cố gắng làm việc vì hạnh phúc của gia đình.

패턴연습

 패턴 1

Tôi là nhân viên của một công ty 다니는 회사.

저는 한 _____ 회사의 직원입니다.

▶ nhân viên은 '직원, 사원'이라는 뜻으로, 직업을 나타내는 명사입니다. nhân viên công ty는 '회사원'입니다.

다니는 회사	
bảo hiểm 보험	sản xuất linh kiện 부품 생산
quảng cáo 광고	

예시 답안 **Tôi là nhân viên của một công ty bảo hiểm.**

저는 한 보험회사의 직원입니다.

나의 답안 **Tôi là nhân viên của một công ty** _____.

 패턴 2

Tôi là 직급과 부서 .

저는 _____ 입니다.

▶ 직급에 대해 말할 때 chức trách/chức vụ của tôi là를 사용해도 됩니다. *chức trách/chức vụ 직급
또한 부서에 대해 말할 때 bộ phận 대신 phòng을 사용하기도 합니다.

직급과 부서
trưởng phòng marketing 마케팅 부서 부장(과장)
phó phòng chất lượng 품질 부서 차장
nhân viên mới của bộ phận nhân sự 인사 부서의 신입사원

예시 답안 **Tôi là trưởng phòng marketing.**

저는 마케팅 부서의 부장(과장)입니다.

나의 답안 **Tôi là** _____.

 패턴 3

Gia đình tôi có 가족 인원수 **người:** 가족 구성원.

저희 가족은 _____ 명입니다: _____.

가족 인원수	가족 구성원
3	chồng tôi, tôi và một con gái 남편, 나 그리고 딸 한 명
2	tôi và vợ tôi 나와 나의 아내
1	tôi còn độc thân 나는 아직 싱글이다

예시 답안 **Gia đình tôi có 3 người: chồng tôi, tôi và một con gái.**

우리 가족은 3명입니다: 저의 남편, 저 그리고 딸 한 명

나의 답안 **Gia đình tôi có** _____ **người:** _____.

나만의 자기소개 답안을 작성해보세요.

PART 2

설문 주제 (서베이 주제)

본 시험 시작 전 사전 설문에서 선택하게 되는 주제입니다. 서베이 주제라고도 부릅니다. 설문 주제는 OPIc시험에서 2~3개 콤보 형태로 출제되며 현재 시제로 장소나 인물, 종류 묘사/현재 시제로 활동, 습관, 단계 등 묘사/최초 혹은 최근의 경험 설명/과거와 현재 비교 및 변화 설명/가장 기억에 남는 경험 설명 등의 유형으로 출제됩니다. 가장 관심 있고 좋아하는 주제 또는 답변 준비가 수월한 주제들을 선택하여 준비해보세요.

주제 1 직업 – 직장인

* 회사 주제 대표 질문 리스트

① 회사 묘사

Trong bản khảo sát, bạn nói là bạn đang đi làm ở công ty. Hãy miêu tả về công ty của bạn. Tên công ty là gì? Công ty của bạn nằm ở đâu? Hãy nói thật chi tiết.

설문에서 당신은 회사에 다니고 있다고 했습니다. 당신의 회사에 대해 묘사하세요. 회사의 이름은 무엇입니까? 당신의 회사는 어디에 위치합니까? 아주 상세히 말해주세요.

② 회사의 상품 및 서비스

Công ty của bạn sản xuất sản phẩm hay cung cấp dịch vụ nào? Hãy kể cho tôi nghe về sản phẩm hoặc dịch vụ của công ty bạn.

당신의 회사는 어떤 제품을 생산하거나 어떤 서비스를 제공하나요? 당신 회사의 제품 혹은 서비스에 대해 말해주세요.

③ 점심시간에 하는 일

Người ta thường làm nhiều việc khác nhau trong giờ nghỉ trưa. Bạn thường làm gì trong giờ nghỉ trưa?

사람들은 점심시간에 다양한 많은 일을 합니다. 당신은 점심시간에 주로 무엇을 하나요?

질문 1 **회사 묘사**

MP3 2-1

Trong bản khảo sát, bạn nói là bạn đang đi làm ở công ty. Hãy miêu tả về công ty của bạn. Tên công ty là gì? Công ty của bạn được thành lập khi nào và nằm ở đâu? Hãy nói thật chi tiết.

설문에서 당신은 회사에 다니고 있다고 했습니다. 당신의 회사에 대해 묘사하세요. 회사의 이름은 무엇입니까? 당신의 회사는 어디에 위치합니까? 아주 상세히 말해주세요.

모범답안

회사의 이름과 설립연도, 위치	Tôi đang làm việc ở công ty điện tử Samsung. Công ty tôi được thành lập vào năm 1969 và nằm ở thành phố Suwon.
	저는 삼성전자에서 일하고 있습니다. 저의 회사는 1969년에 설립되었고 수원시에 위치하고 있습니다.
회사 묘사	Công ty tôi rất rộng lớn và có nhiều toà nhà. Vì công ty rất rộng nên khi di chuyển đến toà nhà khác thì đôi khi cần phải đi bằng xe buýt. Tôi đang làm việc ở một toà cao tầng trong khu công ty, văn phòng tôi vừa hiện đại vừa sạch sẽ. Tôi rất thích công ty tôi.
	저의 회사는 매우 크고 넓으며 많은 건물을 가지고 있습니다. 회사가 아주 넓기 때문에 다른 건물로 이동할 때 때때로 버스를 타고 가야만 합니다. 저는 회사 내의 한 고층 빌딩에서 일하고 있는데 저의 사무실은 현대적이면서 깨끗합니다. 저는 저의 회사를 매우 좋아합니다.

단어 **điện tử** 전자 | **thành lập** 설립하다 | **rộng lớn** 넓고 크다 | **toà nhà** 건물 | **di chuyển** 이동하다 | **toà cao tầng** 고층 빌딩 | **văn phòng** 사무실

나의 답안 작성하기

회사의 이름과 설립연도, 위치	Tôi đang làm việc ở _____. Công ty tôi được thành lập vào _____ và nằm ở _____.
회사 묘사	Công ty tôi rất rộng lớn và có nhiều toà nhà. Vì công ty rất rộng nên khi di chuyển đến toà nhà khác thì đôi khi cần phải đi bằng xe buýt. Tôi đang làm việc ở một toà cao tầng trong khu công ty, văn phòng tôi _____. Tôi rất thích công ty tôi.

패턴연습

 패턴 1

Tôi đang làm việc ở 회사 이름.

저는 _____에서 일하고 있습니다.

▶ làm việc은 '일하다'라는 뜻의 동사입니다. 명사인 việc làm(일, 일자리)과 헷갈리지 않도록 주의합니다.

회사이름
công ty giải trí CJ (CJ E&M) CJ 엔터테인먼트   công ty điện tử LG LG전자   công ty POSCO 포스코

예시 답안   Tôi đang làm việc ở <u>công ty giải trí CJ</u>.

저는 CJ 엔터테인먼트에서 일하고 있습니다.

나의 답안   Tôi đang làm việc ở _____.

 패턴 2

Công ty tôi được thành lập vào 회사 설립연도 và nằm ở 회사 위치.

저의 회사는 _____에 설립되었고 _____에 위치하고 있습니다.

▶ thành lập은 '설립하다'라는 뜻으로 이 문장에서는 'được'과 함께 쓰여 수동태로 해석합니다.

회사 설립연도	회사 위치
năm 2010 2010년 năm 1958 1958년 năm 1968 1968년	thành phố Seoul 서울시 thành phố Osan 오산시 thành phố Pohang 포항시

예시 답안   Công ty tôi được thành lập vào <u>năm 2010</u> và nằm ở <u>thành phố Seoul</u>.

저의 회사는 2010년 설립되었고 서울시에 위치하고 있습니다.

나의 답안   Công ty tôi được thành lập vào _____ và nằm ở _____.

 패턴 3

Văn phòng tôi 사무실 묘사.

저의 사무실은 _____.

▶ văn phòng은 '사무실'이라는 뜻의 명사입니다.

사무실 묘사
không rộng lắm nhưng rất yên tĩnh 그다지 넓지 않지만 매우 조용하다   rộng và sáng 넓고 환하다   được trang trí rất đơn giản 매우 간소하게 장식되어 있다

예시 답안   Văn phòng tôi <u>không rộng lắm nhưng rất yên tĩnh</u>.

저의 사무실은 그다지 넓지 않지만 매우 조용합니다.

나의 답안   Văn phòng tôi _____.

질문 2 **회사의 상품 및 서비스**

Công ty của bạn sản xuất sản phẩm hay cung cấp dịch vụ nào? Hãy kể cho tôi nghe về sản phẩm hoặc dịch vụ của công ty bạn.

당신의 회사는 어떤 제품을 생산하거나 어떤 서비스를 제공하나요? 당신 회사의 제품 혹은 서비스에 대해 말해주세요.

모범답안

간략한 회사 소개	Công ty tôi sản xuất các sản phẩm điện tử như đồ điện gia dụng, máy vi tính, điện thoại di động v.v...
	저의 회사는 가전제품, 컴퓨터, 휴대폰 등과 같은 전자제품을 생산합니다.
회사에서 생산하는 제품 혹은 제공하는 서비스	Các sản phẩm của công ty tôi chất lượng cao nên được khách hàng yêu thích. Vì thế tôi rất tự hào về các sản phẩm của công ty tôi. Hiện nay, sản phẩm của công ty tôi trở nên nổi tiếng ở nước ngoài, cũng được xuất khẩu nhiều.
	저희 회사의 제품들은 품질이 좋아서 고객에게 사랑받습니다. 그래서 저는 저희 회사의 제품들이 매우 자랑스럽습니다. 요즘에 저희 회사 상품이 해외에서 유행해서 또한 많이 수출됩니다.

단어 **sản xuất** 생산하다 | **sản phẩm** 제품, 상품 | **đồ điện gia dụng** 가전제품 | **chất lượng** 품질 | **khách hàng** 고객 | **tự hào** 자부심을 가지다. 자랑스럽다 | **xuất khẩu** 수출하다

나의 답안 작성하기

간략한 회사 소개	Công ty tôi _____.
회사에서 생산하는 제품 혹은 제공하는 서비스	_____ của công ty tôi _____ nên được khách hàng yêu thích. Vì thế tôi rất tự hào về các sản phẩm của công ty tôi. Hiện nay, sản phẩm của công ty tôi trở nên nổi tiếng ở nước ngoài, cũng được xuất khẩu nhiều.

패턴연습

Công ty tôi 회사가 생산하는 제품 또는 공급하는 서비스.

저의 회사는 _____.

▶ công ty는 '회사'라는 뜻이며 뒤에 회사 이름이 위치합니다. 📖 Công ty Apple 애플사

> **회사가 생산하는 제품 또는 공급하는 서비스**
>
> sản xuất sản phẩm từ sữa như sữa, phô mai, sữa chua 우유, 치즈, 요거트와 같은 유제품을 생산하다
> cung cấp dịch vụ truyền thông 통신 서비스를 제공하다
> cung cấp dịch vụ vận chuyển 운송 서비스를 제공하다

예시 답안 Công ty tôi sản xuất sản phẩm từ sữa như sữa, phô mai, sữa chua.

저의 회사는 우유, 치즈, 요거트와 같은 유제품을 생산합니다.

나의 답안 Công ty tôi _____.

상품 또는 서비스 **của công ty tôi** 상품 또는 서비스의 특징 **nên được khách hàng yêu thích.**

저희 회사의 제품들은 _____ 해서 고객에게 사랑받습니다.

▶ 'được + 주체 + 동사'는 '~에 의해 ~받다'라는 뜻으로, 수동구문의 주어가 있는 구문입니다.

상품 또는 서비스	상품 또는 서비스의 특징
sản phẩm 제품 dịch vụ 서비스 dịch vụ 서비스	giá hợp lý và đầy đủ chất dinh dưỡng 가격이 합리적이고 영양소가 충분하다 chất lượng cao 고품질이다 nhanh và đảm bảo an toàn 빠르고 안전을 보장한다

예시 답안 Sản phẩm của công ty tôi giá hợp lý và đầy đủ chất dinh dưỡng nên được khách hàng yêu thích.

저희 회사의 제품은 가격이 합리적이고 영양소가 충분하여 고객에게 사랑받습니다.

나의 답안 _____ của công ty tôi _____
nên được khách hàng yêu thích.

질문 3 점심시간에 하는 일

Người ta thường làm nhiều việc khác nhau trong giờ nghỉ trưa. Bạn thường làm gì trong giờ nghỉ trưa?

사람들은 점심시간에 다양한 많은 일을 합니다. 당신은 점심시간에 주로 무엇을 하나요?

모범답안

점심시간	Công ty tôi cho nhân viên nghỉ trưa từ 11 giờ rưỡi đến 1 giờ trưa. 저희 회사는 직원들에게 11시 30분부터 1시까지 점심 휴식을 하게 해줍니다.
점심시간에 주로 하는 일	Trong giờ nghỉ trưa, tôi thường đi ăn cơm ở căn tin trong công ty. Sau khi ăn trưa, tôi đi uống cà phê với đồng nghiệp. Đó là một thời gian thoải mái. Sau đó, tôi thường đi dạo một vòng để thư giãn. Sau khi về văn phòng tôi thường chuẩn bị cho công việc buổi chiều. 점심시간에 저는 주로 회사 내 식당에 밥을 먹으러 갑니다. 점심 식사 후에는 동료와 커피를 마시러 갑니다. 그것은 편안한 시간입니다. 그 후에 저는 보통 휴식을 위해 산책을 한 바퀴 합니다. 사무실로 돌아온 후에 저는 보통 오후 업무를 준비합니다.

단어 **căn tin** 구내식당, 카페테리아 | **vòng** 원, (몇) 바퀴 | **thư giãn** 긴장을 풀고 푹 쉬다 | **chuẩn bị** 준비하다

나의 답안 작성하기

점심시간	Công ty tôi cho nhân viên nghỉ trưa từ _____ đến _____.
점심시간에 주로 하는 일	Trong giờ nghỉ trưa, tôi thường _____. Sau khi ăn trưa, tôi _____. Đó là một thời gian _____. Sau đó, tôi thường đi dạo một vòng để thư giãn. Sau khi về văn phòng tôi thường chuẩn bị cho công việc buổi chiều.

패턴연습

 패턴 1

Trong giờ nghỉ trưa, tôi thường 점심 식사 방식.

점심시간에 저는 주로 _____.

▶ nghỉ는 '쉬다', trưa는 '점심'이라는 뜻입니다.

점심 식사 방식
đi đến quán ăn gần công ty để ăn trưa 점심을 먹기 위해 회사 근처 식당에 가다
ăn cơm hộp ở phòng nghỉ 휴게실에서 도시락을 먹다
gọi đồ ăn giao hàng để ăn trưa 점심을 먹기 위해 배달음식을 주문하다

예시 답안 **Trong giờ nghỉ trưa, tôi thường** đi đến quán ăn gần công ty để ăn trưa.

점심시간에 저는 주로 점심을 먹기 위해 회사 근처 식당에 갑니다.

나의 답안 **Trong giờ nghỉ trưa, tôi thường** _____.

 패턴 2

Sau khi ăn trưa, tôi 점심 식사 후 하는 일.

점심 식사 후에 저는 _____.

▶ sau khi는 서술어 앞에 위치하며 '~한 후에, ~하고 나서' 라는 뜻입니다.

점심 식사 후 하는 일
ngủ trưa một chút 잠시 낮잠을 자다
đi dạo trong công ty 회사에서 산책하다
nói chuyện với đồng nghiệp 동료와 이야기하다

예시 답안 **Sau khi ăn trưa, tôi** ngủ trưa một chút.

점심 식사 후에 나는 잠시 낮잠을 잡니다.

나의 답안 **Sau khi ăn trưa, tôi** _____.

 패턴 3

Đó là một thời gian 나의 느낌.

그것은 _____ 시간입니다.

▶ thời gian은 시간이라는 뜻으로 một thời gian는 '한 때, 한동안' 등 일정 기간을 나타냅니다.

나의 느낌	
thư giãn 푹 쉬다, 긴장을 풀다	vui vẻ 즐겁다
nạp năng lượng 에너지를 충전하다	

예시 답안 **Đó là một thời gian** thư giãn.

그것은 푹 쉬는 시간입니다.

나의 답안 **Đó là một thời gian** _____.

① 나의 업무
묘사

Công việc của bạn là gì? Sau khi đến công ty bạn thường làm gì vào buổi sáng? Hãy nói thật chi tiết.

당신의 업무는 무엇입니까? 오전에 회사에 출근한 후 당신은 보통 무엇을 합니까? 아주 상세히 말해주세요.

② 현재
진행 중인
프로젝트

Bạn có thể cho tôi biết về dự án mà bạn đang thực hiện cho công ty không? Dự án đó về cái gì và kéo dài bao lâu?

당신이 회사를 위해 현재 수행하고 있는 프로젝트에 대해 알려줄 수 있나요? 그 프로젝트는 무엇에 관한 것이고 얼마나 오래 지속되나요?

③ 근무 관련
발생한 문제

Tôi nghĩ rằng bạn chăm chỉ làm việc. Có lẽ bạn đã gặp vấn đề nào đó khi làm việc. Đó là vấn đề nào? Bạn đã giải quyết vấn đề đó như thế nào?

제 생각에 당신은 열심히 일합니다. 아마 당신은 일하는 중에 어떤 문제를 만났을 것 같습니다. 그것은 어떤 문제였나요? 당신은 그 문제를 어떻게 해결했나요?

 질문 1 **업무 묘사** MP3 2-4

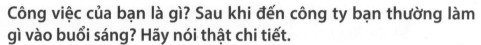

Công việc của bạn là gì? Sau khi đến công ty bạn thường làm gì vào buổi sáng? Hãy nói thật chi tiết.

당신의 업무는 무엇입니까? 오전에 회사에 출근한 후 당신은 보통 무엇을 합니까? 아주 상세히 말해주세요.

모범답안

업무	Công việc của tôi là quản lý nhân sự. Cụ thể hơn là tổ chức các chương trình đào tạo các nhân viên mới. 저의 업무는 인사관리입니다. 더 구체적으로는 신입사원 훈련 프로그램을 조직하는 것입니다.
오전에 하는 일	Sau khi đến công ty, tôi thường kiểm tra e-mail. Nếu có e-mail liên quan đến công việc thì tôi đọc kỹ và trả lời. Sau đó, tôi và các đồng nghiệp họp về dự án thực hiện. Tôi thường có nhiều việc phải làm vào buổi sáng nên cố gắng đến công ty sớm để chuẩn bị. 회사에 도착한 후 보통 이메일을 확인합니다. 만약 업무에 관련된 이메일이 있으면 꼼꼼히 읽고 답장을 씁니다. 그 후에 저와 동료들은 수행 중인 프로젝트에 관해 회의를 합니다. 저는 보통 오전에 해야 하는 일이 많아서 준비하기 위해 일찍 회사에 도착하려고 노력합니다.

단어 **quản lý** 관리하다 | **nhân sự** 인사 | **đào tạo** 훈련하다. 양성하다 | **liên quan đến** ~에 관련되다 | **họp** 회의하다 | **dự án** 사업. 프로젝트 | **thực hiện** 실현하다. 수행하다

나의 답안 작성하기

업무	Công việc của tôi là _____. Cụ thể hơn là _____.
오전에 하는 일	Sau khi đến công ty, tôi thường _____. Nếu có e-mail liên quan đến công việc thì tôi đọc kỹ và trả lời. Sau đó, tôi và các đồng nghiệp họp về dự án thực hiện. Tôi thường có nhiều việc phải làm vào buổi sáng nên cố gắng đến công ty sớm để chuẩn bị.

패턴연습

 패턴 1

Công việc của tôi là 나의 업무.

저의 업무는 _____ 입니다.

▶ công việc은 '일, 업무'라는 뜻의 명사입니다.

나의 업무
chăm sóc khách hàng 고객 관리   phát triển sản phẩm mới 신제품 개발 quản lý chất lượng 품질 관리

예시 답안   Công việc của tôi là chăm sóc khách hàng.

저의 업무는 고객 관리입니다.

나의 답안   Công việc của tôi là _____ .

 패턴 2

Cụ thể hơn là 구체적인 업무 설명.

더 구체적으로는 _____ 입니다.

▶ cụ thể는 '구체적인'이라는 뜻으로 상세한 설명을 할 때 cụ thể hơn là, cụ thể là 등의 형태로 사용합니다.

구체적인 업무 설명
lắng nghe ý kiến của khách hàng và cải thiện các vấn đề 고객의 의견을 청취하고 각 문제들을 개선하다 thiết kế sản phẩm mới theo kế hoạch 계획에 따라 신제품을 설계하다 kiểm tra thành phẩm và xử lý các vấn đề 완제품을 검사하고 각 문제를 해결하다

예시 답안   Cụ thể hơn là lắng nghe ý kiến của khách hàng và cải thiện các vấn đề.

더 구체적으로는 고객의 의견을 청취하고 문제를 개선하는 것입니다.

나의 답안   Cụ thể hơn là _____ .

 패턴 3

Sau khi đến công ty, tôi thường 오전에 하는 일.

회사에 도착한 후 저는 보통 _____ .

▶ đến은 '오다, 도착하다'라는 뜻의 동사입니다.

오전에 하는 일
xem xét các phản hồi từ khách hàng 고객으로부터 온 피드백을 검토하다 họp với nhóm phát triển 개발팀과 회의하다 làm báo cáo về sản phẩm có vấn đề 문제 있는 제품에 대한 보고를 작성하다

예시 답안   Sau khi đến công ty, tôi thường xem xét các phản hồi từ khách hàng.

회사에 도착한 후 저는 보통 고객으로부터 온 피드백을 검토합니다.

나의 답안   Sau khi đến công ty, tôi thường _____ .

Bạn có thể cho tôi biết về dự án mà bạn đang thực hiện cho công ty không? Dự án đó về cái gì và kéo dài bao lâu?

당신이 회사를 위해 현재 수행하고 있는 프로젝트에 대해 알려줄 수 있나요? 그 프로젝트는 무엇에 관한 것이고 얼마나 오래 지속되나요?

모범답안

현재 수행하고 있는 프로젝트	Hiện nay tôi đang thực hiện dự án về quảng cáo sản phẩm mới. 요즘에 저는 신제품 광고에 대한 프로젝트를 수행하고 있습니다.
프로젝트 내용과 진행 기간	Công ty của tôi sắp ra mắt sản phẩm mới nên bộ phận của tôi cũng đang lên kế hoạch quảng cáo mới cho sản phẩm mới. Dự án đó sẽ kéo dài trong một tháng nên mọi người trong bộ phận của tôi đều tập trung làm việc. Tôi mong rằng dự án này có hiệu quả và thành công. 저의 회사는 곧 신상품을 출시해서 저희 부서도 신제품을 위한 신규 광고를 기획하고 있습니다. 그 프로젝트는 한 달 동안 진행되어 부서의 모든 사람들이 다 집중해서 일합니다. 저는 이번 프로젝트가 효과가 있고 성공하기를 바랍니다.

단어   quảng cáo 광고하다 | sản phẩm mới 신제품 | ra mắt (상품을) 출시하다, 내놓다 | bộ phận 부서 | lên kế hoạch 계획을 세우다 | kéo dài 지속되다 | tập trung 집중하다 | mong 바라다, 희망하다 | thành công 성공

나의 답안 작성하기

현재 수행하고 있는 프로젝트	Hiện nay tôi đang thực hiện dự án về _____.
프로젝트 내용과 진행 기간	Công ty của tôi sắp ra mắt sản phẩm mới nên bộ phận của tôi cũng đang lên kế hoạch quảng cáo mới cho sản phẩm mới. Dự án đó sẽ kéo dài trong _____ nên mọi người trong bộ phận của tôi đều tập trung làm việc. Tôi mong rằng dự án này có hiệu quả và thành công.

패턴연습

Hiện nay tôi đang thực hiện dự án về 현재 수행하는 프로젝트.

요즘에 저는 _____에 대한 프로젝트를 수행하고 있습니다.

▶ dự án은 '프로젝트, 사업'이라는 뜻으로 회사 또는 국가, 단체 등의 프로젝트나 사업을 의미합니다.

현재 수행하는 프로젝트
đào tạo bồi dưỡng nhân viên 직원 양성 훈련
phân tích thị trường 시장 분석
phân tích sản phẩm lỗi 불량 제품 분석

예시 답안 Hiện nay tôi đang thực hiện dự án về <u>đào tạo bồi dưỡng nhân viên</u>.

요즘에 저는 직원 양성 훈련에 대한 프로젝트를 수행하고 있습니다.

나의 답안 Hiện nay tôi đang thực hiện dự án về _____.

Dự án đó sẽ kéo dài trong 프로젝트 수행 기간 nên mọi người trong bộ phận của tôi đều tập trung làm việc.

그 프로젝트는 _____동안 진행되어 부서의 모든 사람들이 다 집중해서 일합니다.

▶ bộ phận은 '회사, 기업 등의 부서'라는 뜻입니다. 회사/기업에 따라 phòng이라고 말하기도 합니다.

프로젝트 수행 기간		
3 tháng 3개월	2 tuần 2주	nửa năm 반년

예시 답안 Dự án đó sẽ kéo dài trong <u>3 tháng</u> nên mọi người trong bộ phận của tôi đều tập trung làm việc.

그 프로젝트는 3개월 동안 진행되어 부서의 모든 사람들이 다 집중해서 일합니다.

나의 답안 Dự án đó sẽ kéo dài trong _____ nên mọi người trong bộ phận của tôi đều tập trung làm việc.

Tôi nghĩ rằng bạn chăm chỉ làm việc. Có lẽ bạn đã gặp vấn đề nào đó khi làm việc. Đó là vấn đề nào? Bạn đã giải quyết vấn đề đó như thế nào?

제 생각에 당신은 열심히 일합니다. 아마 당신은 일하는 중에 어떤 문제를 만났을 것 같습니다. 그것은 어떤 문제였나요? 당신은 그 문제를 어떻게 해결했나요?

모범답안

근무 관련 발생한 문제	Tôi là một người tham công tiếc việc nên đôi khi làm việc quá sức. Vì thế sức khỏe tôi trở nên tồi tệ.
	저는 워커홀릭이라서 가끔씩 과로해서 일을 합니다. 그래서 저의 건강이 나빠졌습니다.
문제 해결 과정	Bình thường, tôi không để ý sức khỏe mà cứ chăm chỉ làm việc. Nhưng từ tháng trước tôi rất đau đầu khi làm việc. Tôi uống thuốc giảm đau mà vẫn tiếp tục đau nên tôi đã khám bác sĩ. Bác sĩ bảo là đầu óc của tôi không bao giờ được nghỉ nên bị căng thẳng nhiều. Ông ấy khuyên tôi nên nghỉ ngơi. Từ sau đó, tôi cố gắng chăm sóc sức khỏe và không làm việc quá sức.
	보통 저는 건강에 대해 신경 쓰지 않고 계속 열심히 일합니다. 하지만 지난달부터 저는 일 할 때 머리가 너무 아팠습니다. 진통제를 먹었지만 계속 아파서 의사에게 진찰을 받았습니다. 의사는 저의 머리(뇌)가 결코 쉬지 못해서 스트레스를 많이 받는다고 말했습니다. 그는 제가 쉬어야 한다고 충고했습니다. 그때부터 저는 건강을 돌보고 과로해서 일하지 않으려고 노력합니다.

단어 | **tham công tiếc việc** 워커홀릭, 일벌레 | **quá sức** 과로하다 | **trở nên** ~(어)지다, ~하게 되다 | **tồi tệ** 나쁘다 | **để ý** 신경 쓰다 | **thuốc giảm đau** 진통제 | **bảo** 말하다 | **đầu óc** 뇌, 두뇌 | **chăm sóc** 돌보다

나의 답안 작성하기

근무 관련 발생한 문제	Tôi là một người tham công tiếc việc nên đôi khi ＿＿＿＿＿＿＿. Vì thế ＿＿＿＿＿＿＿＿＿＿＿＿＿＿.
문제 해결 과정	Bình thường, tôi không để ý sức khỏe mà cứ chăm chỉ làm việc. Nhưng từ tháng trước tôi rất đau đầu khi làm việc. Tôi uống thuốc giảm đau mà vẫn tiếp tục đau nên tôi đã khám bác sĩ. Bác sĩ bảo là đầu óc của tôi không bao giờ được nghỉ nên bị căng thẳng nhiều. ＿＿＿＿＿＿＿ khuyên tôi nên＿＿＿＿＿＿＿. Từ sau đó, tôi cố gắng chăm sóc sức khỏe và không làm việc quá sức.

패턴연습

 패턴 1

Tôi là một người tham công tiếc việc nên đôi khi 일하면서 만난 문제.

저는 워커홀릭이라서 가끔씩 _____.

▶ tham công tiếc việc은 '워커홀릭'의 베트남 표현으로 tham은 '탐내다, 욕심내다', tiếc은 '안타까워 하다'라는 뜻입니다.

일하면서 만난 문제
không quan tâm đến bạn bè 친구에게 관심을 가지지 않는다
quên ăn quên uống 먹고 마시는 것을 잊는다
bị căng thẳng 스트레스를 받는다

예시 답안 Tôi là một người tham công tiếc việc nên đôi khi không quan tâm đến bạn bè.

저는 워커홀릭이라서 가끔씩 친구에게 관심을 가지지 않습니다.

나의 답안 Tôi là một người tham công tiếc việc nên đôi khi _____.

 패턴 2

Vì thế 야기된 결과.

그래서 _____.

▶ vì thế는 '그래서, 그리하여'라는 뜻의 결과를 나타내는 접속사입니다.

안 좋은 결과
mối quan hệ với bạn bè trở nên tồi tệ 친구와의 관계가 나빠지다
tôi bị nhập viện do suy dinh dưỡng 영양실조로 병원에 입원하다
tôi bị viêm dạ dày 위염에 걸리다

예시 답안 Vì thế mối quan hệ với bạn bè trở nên tồi tệ.

그래서 친구와의 관계가 나빠졌습니다.

나의 답안 Vì thế _____.

 패턴 3

충고해 준 사람 khuyên tôi nên 충고 내용.

_____는 제가 _____ 한다고 충고했습니다.

▶ khuyên은 '충고하다'라는 뜻으로 뒤에 '~하는 것이 좋다'라는 뜻의 조동사 nên이 함께 쓰이는 경우가 많습니다.

충고해 준 사람	내용
bố tôi 아버지	coi trọng mối quan hệ với bạn bè 친구 관계를 소중히 여기다
mẹ tôi 어머니	chăm sóc sức khỏe 건강을 돌보다
bạn tôi 친구	kiểm tra sức khỏe 건강검진을 받다

예시 답안 Bố tôi khuyên tôi nên coi trọng mối quan hệ với bạn bè.

아버지는 제가 친구 관계를 소중히 여겨야 한다고 충고했습니다.

나의 답안 _____khuyên tôi nên _____.

＊학교 주제 대표 질문 리스트

① 학교 묘사

Trong bản khảo sát, bạn nói rằng bạn đi học. Hãy kể cho tôi nghe về trường đại học của bạn trông như thế nào. Hãy miêu tả thật chi tiết.

설문에서 당신은 학교를 다닌다고 했습니다. 당신의 대학교가 어떻게 생겼는지 말해주세요. 아주 상세히 묘사하세요.

② 처음 학교에 갔던 때

Hãy miêu tả về ngày đầu tiên bạn đến trường đại học. Bạn đã đến bao giờ và đi với ai? Bạn đã làm gì ở đó? Ấn tượng đầu tiên của bạn đối với trường học đó như thế nào?

당신이 대학교에 갔던 첫날에 대해 묘사하세요. 당신은 언제, 누구와 함께 갔나요? 당신은 그곳에서 무엇을 했나요? 그 학교에 대한 당신의 첫인상은 어떠했나요?

③ 학교에서 기억에 남는 경험

Hãy kể cho tôi nghe về một trải nghiệm đáng nhớ mà bạn đã có khi học ở trường đại học chẳng hạn như một buổi lễ tốt nghiệp hoặc một chuyến đi thực tập.

예를 들면 졸업식 행사나 수학여행과 같은, 대학교에서 공부할 때 겪었던 기억에 남는 경험에 대해서 말해주세요.

Trong bản khảo sát, bạn nói rằng bạn đi học. Hãy kể cho tôi nghe về trường đại học của bạn trông như thế nào. Hãy miêu tả thật chi tiết.

설문에서 당신은 학교를 다닌다고 했습니다. 당신의 대학교가 어떻게 생겼는지 말해주세요. 아주 상세히 묘사하세요.

모범답안

다니는 학교	Tôi đang học ở một trường đại học ở Seoul. Trường đại học tôi nằm ở trung tâm thành phố. 저는 서울에 있는 한 대학교에서 공부합니다. 저희 대학교는 시내에 위치합니다.
학교 묘사	Trường tôi trông rất lớn và đẹp. Khi vào cổng trường, có thể thấy một đài phun nước rất đẹp và thư viện trung tâm rất to. Bên cạnh thư viện có các toà nhà của trường được sử dụng làm phòng học và ký túc xá. Toà nhà nào cũng rất đẹp và cao. 저희 학교는 아주 크고 아름답게 보입니다. 정문을 들어가면 매우 아름다운 분수와 매우 큰 중앙도서관을 볼 수 있습니다. 도서관 옆에는 강의실, 기숙사로 사용되는 학교 건물들이 있습니다. 건물들이 다 예쁘고 높습니다.
학교에 있는 것	Ở trường tôi, có nhiều tiện ích như bệnh viện, cửa hàng bán văn phòng phẩm. Vì thế các sinh viên rất hài lòng. 저희 학교에는 병원, 문구점과 같은 편의 시설이 많습니다. 그래서 학생들이 매우 만족합니다.

단어   **trung tâm thành phố** 시내 | **cổng trường** 정문 | **thấy** 보다, 보이다 | **đài phun nước** 분수 | **thư viện trung tâm** 중앙도서관 | **bên cạnh** 옆, 곁 | **toà nhà** 건물 | **phòng học** 강의실 | **ký túc xá** 기숙사 | **tiện ích** 편의 시설 | **văn phòng phẩm** 문구, 사무용품 | **hài lòng** 만족하다

나의 답안 작성하기

다니는 학교	Tôi đang học ở một trường đại học ở _____. Trường đại học tôi nằm ở _____.
학교 묘사	Trường tôi trông rất lớn và đẹp. Khi vào cổng trường, có thể thấy _____. Bên cạnh thư viện có các toà nhà của trường được sử dụng làm phòng học và ký túc xá. Toà nhà nào cũng rất đẹp và cao.
학교에 있는 것	Ở trường tôi, có nhiều tiện ích như _____. Vì thế các sinh viên rất hài lòng.

패턴연습

 패턴 1
Trường đại học tôi nằm ở 학교가 위치한 곳.

저희 대학교는 _____에 위치합니다.

▶ nằm는 무생물이 주어일 때 '위치하다, 놓여있다'라는 뜻입니다.

학교가 위치한 곳
trên núi 산 위 **ngoại ô** 교외 **gần ga tàu điện ngầm và trạm xe buýt** 지하철역과 버스정류장 가까이

예시 답안
Trường đại học tôi nằm ở trên núi.

저희 대학교는 산 위에 위치합니다.

나의 답안
Trường đại học tôi nằm ở _____.

 패턴 2
Khi vào cổng trường, có thể thấy 정문을 들어서면 보이는 것.

정문을 들어가면 _____을/를 볼 수 있습니다.

▶ cổng trường은 여러 건물로 이루어진 단지의 '큰 대문'을 나타내는 단어입니다. thấy는 지각동사로 눈에 들어오는, 눈에 보이는 것을 표현하며 해석은 '보다, 보이다'로 합니다.

정문을 들어서면 보이는 것
hội quán sinh viên 학생회관 **công trình xây dựng rất đẹp** 매우 아름다운 구조물 **tượng đài rất to** 매우 큰 동상

예시 답안
Khi vào cổng trường, có thể thấy hội quán sinh viên.

정문을 들어가면 학생회관을 볼 수 있습니다.

나의 답안
Khi vào cổng trường, có thể thấy _____.

 패턴 3
Ở trường tôi, có nhiều tiện ích như 학교 내에 있는 편의 시설.

저희 학교에는 _____와/과 같은 편의 시설이 많습니다.

▶ tiện ích은 '편의 시설'이라는 뜻으로 이 문장에서는 '편의를 제공하는 부대시설'이라는 의미로 사용되었습니다.

학교 내에 있는 편의 시설
cửa hàng tiện lợi, quán ăn sinh viên 편의점, 학생식당 **phòng tập gym, bể bơi** 헬스장, 수영장 **nhà sách, nhà thuốc** 서점, 약국

예시 답안
Ở trường tôi, có nhiều tiện ích như cửa hàng tiện lợi, quán ăn sinh viên.

우리 학교에는 편의점, 학생식당과 같은 편의 시설이 많습니다.

나의 답안
Ở trường tôi, có nhiều tiện ích như _____.

Hãy miêu tả về ngày đầu tiên bạn đến trường đại học. Bạn đã đến bao giờ và đi với ai? Bạn đã làm gì ở đó? Ấn tượng đầu tiên của bạn đối với trường học đó như thế nào?

당신이 대학교에 갔던 첫날에 대해 묘사하세요. 당신은 언제, 누구와 함께 갔나요? 당신은 그곳에서 무엇을 했나요? 그 학교에 대한 당신의 첫인상은 어떠했나요?

모범답안

처음 학교에 갔던 시간과 함께 갔던 사람	Tôi đã đến trường tôi lần đầu là khi tôi nhập học ở trường đại học đó. Tôi đã đến trường một mình. Ngày đó là ngày tổ chức lễ nhập học nên trường học được trang trí thật đẹp. Tôi đã tham gia lễ nhập học rồi đi tham quan trường một vòng. 제가 처음 저희 학교에 간 것은 그 대학교에 입학할 때였습니다. 저는 혼자서 학교에 갔습니다. 그 날은 입학식을 하는 날이라서 학교가 정말 아름답게 꾸며졌습니다. 저는 입학식에 참석하고 학교를 한 바퀴 구경했습니다.
첫인상	Toà nhà nào cũng hiện đại và đẹp cho nên tôi rất vui mừng. 건물들이 다 현대적이고 아름다워서 저는 매우 기뻤습니다.

단어 **lần đầu** 첫 번째, 처음 | **nhập học** 입학하다 | **lễ nhập học** 입학식 | **trang trí** 장식하다. 꾸미다 | **tham gia** 참가 하다 | **vòng** 원, (몇) 바퀴 | **vui mừng** 기쁘다

나의 답안 작성하기

처음 학교에 갔던 시간과 함께 갔던 사람	Tôi đã đến trường tôi lần đầu là khi _____. Tôi đã đến trường _____. Ngày đó là _____ nên trường học được trang trí thật đẹp. Tôi đã tham gia lễ nhập học rồi đi tham quan trường một vòng.
첫인상	_____ cho nên tôi rất vui mừng.

패턴연습

패턴 1

Tôi đã đến trường tôi lần đầu là khi <u>처음 학교에 간 때</u>.

제가 처음 저희 학교에 간 것은 _____때였습니다.

▶ lần đầu는 lần đầu tiên의 줄임말로 '처음, 첫 번째'라는 뜻입니다.

처음 학교에 간 때
tham gia chương trình định hướng cho sinh viên năm thứ nhất 신입생 오리엔테이션 프로그램에 참석하다
tham quan các trường đại học 각 대학교를 탐방하다
tham dự lễ tốt nghiệp của anh trai tôi 나의 형(오빠)의 졸업식에 참석하다

예시 답안

Tôi đã đến trường tôi lần đầu là khi <u>tham gia chương trình định hướng cho sinh viên năm thứ nhất.</u>

제가 처음 저희 학교에 간 것은 신입생 오리엔테이션 프로그램에 참석했을 때였습니다.

나의 답안

Tôi đã đến trường tôi lần đầu là khi _____.

패턴 2

Tôi đã đến trường <u>함께 학교에 간 사람</u>.

저는 _____와 학교에 갔습니다.

▶ '학교에 가다'는 관용적으로 đi học, đến trường으로 표현합니다.

함께 학교에 간 사람
với các bạn cùng khoa 같은 과 친구들과 함께
với các bạn cùng lớp 같은 반 친구들과 함께
với cả gia đình tôi 나의 온 가족과 함께

예시 답안

Tôi đã đến trường <u>với các bạn cùng khoa.</u>

저는 같은 과 친구들과 함께 학교에 갔습니다.

나의 답안

Tôi đã đến trường _____.

패턴 3

<u>학교의 첫인상</u> cho nên tôi rất vui mừng.

_____해서 저는 매우 기뻤습니다.

▶ vui mừng은 '기쁘다, 즐겁다'라는 뜻입니다.

학교의 첫인상
ở trường học, có nhiều cây và hoa đẹp 학교에 아름다운 나무와 꽃이 많이 있다
các công trình kiến trúc đều cổ điển 각 건축물이 다 클래식하다
khuôn viên trường rộng và đẹp 학교 캠퍼스가 넓고 아름답다

예시 답안

<u>Ở trường học, có nhiều cây và hoa đẹp</u> cho nên tôi rất vui mừng.

학교에 아름다운 나무와 꽃이 많이 있어서 저는 매우 기뻤습니다.

나의 답안

_____ cho nên tôi rất vui mừng.

질문 3 **학교에서 기억에 남는 경험**

Hãy kể cho tôi nghe về một trải nghiệm đáng nhớ mà bạn đã có khi học ở trường đại học chẳng hạn như một buổi lễ tốt nghiệp hoặc một chuyến đi thực tập.

예를 들면 졸업식 행사나 수학여행과 같은, 대학교에서 공부할 때 겪었던 기억에 남는 경험에 대해서 말해주세요.

모범답안

학교에서 기억에 남는 경험	Tôi nhớ đến khi lễ hội trường đại học được tổ chức ở trường học của tôi. 저는 저희 학교에서 대학교 축제가 열렸을 때를 기억합니다.
상황 설명	Trong lễ hội đó, có nhiều chương trình như cùng nấu ăn, vẽ tranh, chụp ảnh v.v... Thêm vào đó nhà trường mời ca sĩ nổi tiếng biểu diễn ở quảng trường nên có thể xem tận mắt ca sĩ nổi tiếng hát và nhảy. Tất cả các sinh viên đều có thời gian thật vui vẻ. 그 축제에는 함께 요리하기, 그림 그리기, 사진 찍기 등 많은 프로그램이 있었습니다. 또한 학교에서 유명한 가수를 초대해 광장에서 공연을 해서 유명한 가수가 노래하고 춤추는 것을 직접 눈으로 볼 수 있었습니다. 모든 학생들이 정말 즐거운 시간을 보냈습니다.
나의 느낌	Đó là một ngày rất vui vẻ nên tôi vẫn nhớ. 그날은 매우 즐거운 날이어서 저는 아직도 기억합니다.

단어 **lễ hội** 축제 | **chương trình** 프로그램 | **vẽ tranh** 그림 그리다 | **mời** 초청하다. 초대하다 | **biểu diễn** 공연하다 | **quảng trường** 광장 | **tận mắt** 직접 눈으로

나의 답안 작성하기

학교에서 기억에 남는 경험	Tôi nhớ đến khi ＿＿＿＿＿＿＿＿＿＿ ở trường học của tôi.
상황 설명	Trong ＿＿＿＿＿＿＿ đó, có nhiều chương trình như ＿＿＿＿＿ ＿＿＿＿＿＿＿＿＿ v.v... Thêm vào đó nhà trường mời ca sĩ nổi tiếng biểu diễn ở quảng trường nên có thể xem tận mắt ca sĩ nổi tiếng hát và nhảy. Tất cả các sinh viên đều có thời gian thật vui vẻ.
나의 느낌	Đó là một ngày rất ＿＿＿＿＿＿＿ nên tôi vẫn nhớ.

패턴연습

Tôi nhớ đến khi 학교에서 기억에 남는 경험 **ở trường học của tôi.**

저는 저희 학교에서 _____ 때를 기억합니다.

▶ 동사 nhớ 는 '기억하다, 외우다, 그리워하다'라는 뜻으로 nhớ đến khi 는 '~한 때를 기억하다'라는 뜻입니다.

학교에서 기억에 남는 경험
tổ chức ngày hội thể thao 체육대회를 열다
buổi lễ tốt nghiệp được diễn ra 졸업식이 진행되다
tổ chức buổi biểu diễn của các câu lạc bộ 각 동아리들의 공연을 개최하다

예시 답안 Tôi nhớ đến khi <u>tổ chức ngày hội thể thao</u> ở trường học của tôi.

저는 저희 학교에서 체육대회를 열었을 때를 기억합니다.

나의 답안 Tôi nhớ đến khi _____ ở trường học của tôi.

Trong 학교에서 기억에 남는 행사 **đó, có nhiều chương trình như** 프로그램 **v.v...**

그 _____ 에 _____ 등 많은 프로그램이 있었습니다.

▶ chương trình 은 '프로그램'이라는 뜻으로 각종 행사의 구체적인 활동을 나타냅니다.

학교에서 기억에 남는 행사	프로그램
ngày hội thể thao 체육대회 buổi lễ tốt nghiệp 졸업식 biểu diễn của các câu lạc bộ 각 동아리의 공연	bóng đá, bóng rổ, bóng chuyền 축구, 농구, 배구 trao bằng khen thưởng, biểu diễn chúc mừng 표창장, 상장 수여식, 축하 공연 hát và nhảy, ảo thuật 노래와 춤, 마술

예시 답안 Trong <u>ngày hội thể thao</u> đó, có nhiều chương trình như <u>bóng đá, bóng rổ, bóng chuyền</u> v.v...

그 체육대회에는 축구, 농구, 배구 등 많은 프로그램이 있었습니다.

나의 답안 Trong _____ đó, có nhiều chương trình như _____ v.v...

Đó là một ngày rất 나의 느낌 **nên tôi vẫn nhớ.**

그날은 매우 _____ 날이어서 저는 아직도 기억합니다.

▶ đó는 '그것'이라는 뜻으로 이 문장에서는 '그날'로 의역했습니다.

나의 느낌		
hào hứng 신나다	có ý nghĩa 의미가 있다	thú vị 재미있다

예시 답안 Đó là một ngày rất <u>hào hứng</u> nên tôi vẫn nhớ.

그 날은 매우 신난 날이어서 저는 아직도 기억합니다.

나의 답안 Đó là một ngày rất _____ nên tôi vẫn nhớ.

① 전공과 수강하는 과목

Chuyên ngành của bạn là gì? Vì sao bạn chọn học chuyên ngành đó? Bạn đang tham gia những lớp học nào? Hãy nói thật chi tiết.

당신의 전공은 무엇입니까? 왜 당신은 그 전공을 공부하기로 선택했습니까? 당신은 어떤 수업들을 듣고 있습니까? 아주 상세히 말해주세요.

② 학교에서 사용하는 기술

Công nghệ ngày càng đóng vai trò quan trọng trong giáo dục. Bạn có thể nói về công nghệ mà bạn sử dụng ở trường học không? Bạn sử dụng công nghệ để làm gì?

기술은 나날이 교육에서 중요한 역할을 하고 있습니다. 당신은 학교에서 당신이 사용하는 기술에 대해 말할 수 있습니까? 당신은 무엇을 하기 위해 기술을 사용하나요?

③ 수업 과제 (프로젝트) 중 발생한 문제

Có lẽ bạn đã gặp vấn đề khi thực hiện bài tập trong lớp học. Chuyện gì đã xảy ra? Vấn đề đó là gì? Bạn đã giải quyết vấn đề đó như thế nào?

아마 당신은 수업에서 과제(프로젝트) 수행 중에 문제를 만났을 수도 있습니다. 어떤 일이 일어났나요? 그 문제는 무엇인가요? 당신은 그 문제를 어떻게 해결했나요?

질문 1 전공과 수강하는 과목

Chuyên ngành của bạn là gì? Vì sao bạn chọn học chuyên ngành đó? Bạn đang tham gia những lớp học nào? Hãy nói thật chi tiết.

당신의 전공은 무엇입니까? 왜 당신은 그 전공을 공부하기로 선택했습니까? 당신은 어떤 수업들을 듣고 있습니까? 아주 상세히 말해주세요.

모범답안

전공	Chuyên ngành của tôi là quản trị kinh doanh. 저의 전공은 경영관리입니다.
전공 선택 이유	Sở dĩ tôi chọn học quản trị kinh doanh là vì học chuyên ngành này thì dễ tìm việc làm. 제가 경영관리를 공부하기로 선택한 것은 일자리를 구하기가 쉽기 때문입니다.
듣고 있는 수업	Tôi đang tham gia những lớp học như kế toán, quản lý tài vụ, quản lý nhân sự v.v… Tôi hài lòng với chuyên ngành và những lớp học đang tham gia, đặc biệt tôi thích những lớp yêu cầu thảo luận với nhau. 저는 회계, 재무관리, 인적자원 관리 등과 같은 수업을 듣고 있습니다. 저는 전공과 듣고 있는 수업들에 만족하고 있고 특히 서로 토론이 요구되는 수업들을 좋아합니다.

단어 **chuyên ngành** 전공 | **quản trị kinh doanh** 경영관리 | **sở dĩ~ là vì~** ~한 것은 ~ 때문이다 | **tìm việc làm** 일자리를 찾다 | **kế toán** 회계 | **tài vụ** 재무 | **nhân sự** 인사 | **hài lòng với** ~에 만족하다 | **yêu cầu** 요구하다 | **thảo luận** 토론하다

나의 답안 작성하기

전공	Chuyên ngành của tôi là _____.
전공 선택 이유	Sở dĩ tôi chọn học _____ là vì _____ _____ .
듣고 있는 수업	Tôi đang tham gia những lớp học như _____ _____ v.v… Tôi hài lòng với chuyên ngành và những lớp học đang tham gia, đặc biệt tôi thích những lớp yêu cầu thảo luận với nhau.

패턴연습

패턴 1

Chuyên ngành của tôi là 저의 전공.

저의 전공은 _____입니다.

▶ chuyên ngành은 대학교의 전공을 뜻하며 chuyên ngành đại học이라고 하기도 합니다.

전공
du lịch 관광   tâm lý học 심리학   hoá học 화학   sinh học 생물학   cơ điện tử 메카트로닉

예시 답안　Chuyên ngành của tôi là du lịch.

저의 전공은 관광입니다.

나의 답안　Chuyên ngành của tôi là _____.

패턴 2

Sở dĩ tôi chọn học 전공 là vì 이 전공을 선택한 이유.

제가 _____을/를 공부하기로 선택한 것은 _____ 때문입니다.

▶ sở dĩ A là vì B는 'A한 것은 B 때문이다'라는 뜻으로 결과가 원인보다 먼저 나오는 인과관계 구문입니다.

전공	전공을 선택한 이유
du lịch 관광 tâm lý học 심리학 cơ điện tử 메카트로닉스	ngành du lịch là ngành nghề rất được yêu thích 관광 분야가 매우 선호되는 직종이다 tôi quan tâm đến ngành này 나는 이 분야에 관심이 있다 tôi muốn trở thành kỹ sư 내가 기술자가 되고 싶다

예시 답안　Sở dĩ tôi chọn học du lịch là vì ngành du lịch là ngành nghề rất được yêu thích.

제가 관광을 공부하기로 선택한 것은 관광 분야가 매우 선호되는 직종이기 때문입니다.

나의 답안　Sở dĩ tôi chọn học _____ là vì _____.

패턴 3

Tôi đang tham gia những lớp học như 수강하는 과목.

저는 _____ 등과 같은 수업을 듣고 있습니다.

▶ tham gia는 '참여하다'라는 뜻으로 이 문장에서는 '수업에 참여하다, 수강하다'라는 뜻의 동사로 사용되었습니다.

수강하는 과목
marketing du lịch, nghiệp vụ hướng dẫn du lịch 관광마케팅, 관광가이드 업무 tâm lý học xã hội, chẩn đoán tâm lý 사회심리학, 심리진단 công nghệ rô-bốt, máy móc 로봇 기술, 기계

예시 답안　Tôi đang tham gia những lớp học như marketing du lịch, nghiệp vụ hướng dẫn du lịch v.v...

저는 관광마케팅, 관광가이드 업무 등과 같은 수업을 듣고 있습니다.

나의 답안　Tôi đang tham gia những lớp học như _____ v.v...

질문 2 **학교에서 사용하는 기술**

Công nghệ ngày càng đóng vai trò quan trọng trong giáo dục. Bạn có thể nói về công nghệ mà bạn sử dụng ở trường học không? Bạn sử dụng công nghệ để làm gì?

기술은 나날이 교육에서 중요한 역할을 하고 있습니다. 당신은 학교에서 당신이 사용하는 기술에 대해 말할 수 있습니까? 당신은 무엇을 하기 위해 기술을 사용하나요?

모범답안

도입	Hiện nay công nghệ càng ngày càng đóng vai trò rất quan trọng trong giáo dục. 오늘날 기술은 나날이 교육에서 매우 중요한 역할을 하고 있습니다.
학교에서 사용하는 기술	Trong trường của tôi, công nghệ được sử dụng nhiều như hệ thống ra vào thư viện tự động, hệ thống điểm danh điện tử v.v... Thêm vào đó, các thiết bị sử dụng công nghệ cũng rất cần thiết trong lớp học. Trong lớp học, máy vi tính và máy chiếu được sử dụng nhiều. 저희 학교에서는 도서관 출입 시스템, 전자 출석 시스템 등과 같은 기술이 많이 사용됩니다. 또한 기술을 사용한 기기 역시 수업에서 매우 필요합니다. 수업에서 컴퓨터와 프로젝터가 많이 사용됩니다.

단어 **công nghệ** 기술. 테크놀로지 | **đóng vai trò** 역할을 담당하다 | **quan trọng** 중요하다 | **giáo dục** 교육 | **hệ thống** 시스템, 체계 | **ra vào** 출입하다, 들고 나가다 | **điểm danh** 출석을 체크하다 | **điện tử** 전자 | **cần thiết** 필요하다 | **máy chiếu** 프로젝터

나의 답안 작성하기

도입	Hiện nay công nghệ càng ngày càng đóng vai trò rất quan trọng trong giáo dục.
학교에서 사용하는 기술	Trong trường của tôi, công nghệ được sử dụng nhiều như _____ v.v... Thêm vào đó, các thiết bị sử dụng công nghệ cũng rất cần thiết trong lớp học. Trong lớp học, _____được sử dụng nhiều.

패턴연습

 패턴 1

Trong trường của tôi, công nghệ được sử dụng nhiều như <u>학교에서 사용하는 기술</u> v.v...

저희 학교에서 _____ 등과 같은 기술이 많이 사용됩니다.

▶ 'được + 동사'는 주어에게 유리한 일이 발생한 수동태로 '(동사)되어지다, (동사)되다'등으로 해석하며 주어는 무생물도 가능합니다.

학교에서 사용하는 기술
hệ thống mạng không dây 무선 인터넷 시스템 hệ thống đăng ký học 수강신청 시스템 hệ thống quản lý sinh viên điện tử 전자 학생 관리 시스템

예시 답안　Trong trường của tôi, công nghệ được sử dụng nhiều như <u>hệ thống mạng không dây</u> v.v...

저희 학교에서 무선 인터넷 시스템 등과 같은 기술이 많이 사용됩니다.

나의 답안　Trong trường của tôi, công nghệ được sử dụng nhiều như _____

_____ v.v...

 패턴 2

Trong lớp học, <u>수업에서 사용하는 기기</u> được sử dụng nhiều.

수업에서 _____는 많이 사용됩니다.

▶ lớp học은 '수업, 교실'이라는 뜻으로 lớp으로 줄여서 써도 같은 뜻입니다.

수업에서 사용하는 기기		
máy in 프린터	tivi 텔레비전	máy tính 계산기

예시 답안　Trong lớp học, máy in được sử dụng nhiều.

수업에서 프린더기 많이 사용됩니다.

나의 답안　Trong lớp học, _____ được sử dụng nhiều.

질문 3 수업 과제(프로젝트) 중 발생한 문제 [MP3 2-12]

Có lẽ bạn đã gặp vấn đề khi thực hiện bài tập trong lớp học. Chuyện gì đã xảy ra? Vấn đề đó là gì? Bạn đã giải quyết vấn đề đó như thế nào?

아마 당신은 수업에서 과제(프로젝트) 수행 중에 문제를 만났을 수도 있습니다. 어떤 일이 일어났나요? 그 문제는 무엇인가요? 당신은 그 문제를 어떻게 해결했나요?

모범답안

수업 과제 (프로젝트) 중 발생한 문제	Vấn đề mà tôi gặp khi thực hiện bài tập trong lớp học là tài liệu khảo sát không chính xác. 제가 수업에서 과제 수행 중에 만난 문제는 조사 자료가 부정확했던 것입니다.
상황 설명	Khi tôi thực hiện bài tập <khảo sát về xu hướng người tiêu dùng> thì tôi đã tìm những tài liệu về sự thay đổi tâm lý của khách hàng. Nhưng tôi đã lấy tài liệu 10 năm trước nên khác với thực tế nhiều. Vì thế thầy giáo bảo tôi lấy tài liệu mới hơn. 〈소비자 트렌드 조사〉 과제를 수행할 때 저는 고객의 심리 변화에 대한 자료를 찾았습니다. 하지만 10년 전의 자료를 찾아서 실제와는 많이 달랐습니다. 그래서 교수님께서 더 최신 자료를 찾으라고 말씀하셨습니다.
해결	Tôi phải lấy tài liệu lại cho bài tập đó để giải quyết vấn đề đó. 저는 그 문제를 해결하기 위해 그 과제를 위한 자료를 다시 찾아야 했습니다.

단어 **thực hiện** 실현하다 | **bài tập** 과제, 숙제, 프로젝트 | **tài liệu** 자료 | **khảo sát** 조사하다 | **chính xác** 정확하다 | **xu hướng** 트렌드 | **người tiêu dùng** 소비자 | **thay đổi** 변화하다, 변경하다 | **tâm lý** 심리 | **thực tế** 실제 | **giải quyết** 해결하다

나의 답안 작성하기

수업 과제 (프로젝트) 중 발생한 문제	Vấn đề mà tôi gặp khi thực hiện bài tập trong lớp học là _____.
상황 설명	Khi tôi thực hiện bài tập <_____> thì tôi đã _____. Nhưng tôi đã lấy tài liệu 10 năm trước nên khác với thực tế nhiều. Vì thế thầy giáo bảo tôi lấy tài liệu mới hơn.
해결	Tôi phải _____ để giải quyết vấn đề đó.

패턴연습

 패턴 1

Vấn đề mà tôi gặp khi thực hiện bài tập trong lớp học là <u>수업 과제(프로젝트) 중 만난 문제</u>.

제가 수업에서 과제 수행 중에 만난 문제는 _____ 입니다.

▶ bài tập는 '숙제, 과제'라는 뜻의 명사입니다.

수업 과제(프로젝트) 중 만난 문제
do rất căng thẳng nên tôi phát biểu kém 매우 긴장해서 발표를 잘 못하다
không kịp hạn nộp báo cáo 보고서 제출 기한에 맞추지 못하다
cãi nhau với thành viên nhóm khác 다른 조원과 말다툼을 하다

예시 답안 Vấn đề mà tôi gặp khi thực hiện bài tập trong lớp học là <u>do rất căng thẳng nên tôi phát biểu kém</u>.

제가 수업에서 과제 수행 중에 만난 문제는 너무 긴장해서 발표를 잘 못한 것입니다.

나의 답안 Vấn đề mà tôi gặp khi thực hiện bài tập trong lớp học là _____ .

 패턴 2

Khi tôi thực hiện bài tập <<u>수행했던 프로젝트</u>> thì tôi đã <u>내가 한 일</u>.

제가 〈_____ 〉 과제를 수행할 때 저는 _____ .

▶ thực hiện은 '실현하다, 수행하다'라는 뜻의 동사입니다.

수행했던 프로젝트	내가 한 일
khảo sát về địa điểm du lịch trong nước 국내 관광지 조사	phụ trách phát biểu trước cả lớp 반 전체 앞에서 발표를 담당하다
tìm hiểu về lập trình máy tính 컴퓨터 프로그래밍에 대한 이해	viết báo cáo 보고서를 쓰다
tìm hiểu về tâm lý của người thụ động 소극적인 사람의 심리 이해	thực hiện khảo sát về các tình huống 각 상황에 대한 설문조사를 수행하다

예시 답안 Khi tôi thực hiện bài tập <khảo sát về địa điểm du lịch trong nước> thì tôi đã phụ trách phát biểu trước cả lớp.

제가 〈국내 관광지 조사〉 과제를 수행할 때 저는 반 전체 앞에서 발표를 담당했습니다.

나의 답안 Khi tôi thực hiện bài tập < _____ >
thì tôi đã _____ .

패턴 3   Tôi phải 문제를 해결하기 위해 한 일 để giải quyết vấn đề đó.

저는 그 문제를 해결하기 위해 _____ 해야 했습니다.

▶ giải quyết 은 '해결하다'라는 뜻의 동사로 뒤에는 vấn đề(문제), thắc mắc(의문점) 등의 단어가 자주 옵니다.

문제를 해결하기 위해 한 일
tìm người phát biểu khác 다른 발표자를 찾다
xin gia hạn nộp báo cáo 보고서 제출 기한 연장을 요청하다
tìm thành viên nhóm khác 다른 조원을 찾다

예시 답안   Tôi phải tìm người phát biểu khác để giải quyết vấn đề đó.

저는 그 문제를 해결하기 위해 다른 발표자를 찾아야 했습니다.

나의 답안   Tôi phải _____ để giải quyết vấn đề đó.

✻ 거주지(1) 주제 대표 질문 리스트

① 집 묘사

Trong bản khảo sát, bạn nói rằng bạn đang sống ở nhà riêng hoặc căn hộ chung cư. Hãy miêu tả về ngôi nhà của bạn. Trông bên ngoài nhà bạn thế nào? Bên trong nhà có những phòng nào? Hãy miêu tả thật chi tiết.

당신은 설문에서 단독주택 혹은 아파트에서 산다고 했습니다. 당신의 집에 대해 묘사하세요. 집의 외관이 어떻게 생겼나요? 집 내부에 어떤 방들이 있나요? 아주 상세히 묘사하세요.

② 집에서 하는 일

Tôi muốn biết về những việc mà bạn thường làm khi bạn ở nhà. Bạn thường làm những công việc nào khi ở nhà vào các ngày trong tuần? Còn những hoạt động nào bạn thường làm khi ở nhà vào cuối tuần? Hãy nói thật chi tiết.

당신이 집에 있을 때 당신이 주로 하는 일들에 대해 알고 싶습니다. 당신은 주중에 집에 있을 때 주로 어떤 일들을 하나요? 그리고 당신은 주말에 집에 있을 때 주로 어떤 활동들을 하나요? 아주 자세히 말해주세요.

③ 어릴 적 살았던 집과 현재 집 비교

Hãy nói cho tôi biết về ngôi nhà mà bạn đã sống khi bạn còn bé. So với ngôi nhà cũ thì ngôi nhà hiện tại bạn đang sống có gì khác? Có điểm gì giống nhau và khác nhau?

당신이 어렸을 때 살았던 집에 대해 말해주세요. 옛날 집에 비해 현재 당신이 살고 있는 집은 무엇이 다른가요? 공통점과 차이점은 무엇인가요?

질문 1 집 묘사

MP3 2-13

Trong bản khảo sát, bạn nói rằng bạn đang sống ở nhà riêng hoặc căn hộ chung cư. Hãy miêu tả về ngôi nhà của bạn. Trông bên ngoài nhà bạn thế nào? Bên trong nhà có những phòng nào? Hãy miêu tả thật chi tiết.

당신은 설문에서 단독주택 혹은 아파트에서 산다고 했습니다. 당신의 집에 대해 묘사하세요. 집의 외관이 어떻게 생겼나요? 집 내부에 어떤 방들이 있나요? 아주 상세히 묘사하세요.

모범답안

도입	Tôi đang sống ở một căn hộ chung cư cao tầng với gia đình tôi.
	저는 가족들과 함께 고층 아파트에서 살고 있습니다.
집의 외관과 구조	Bên ngoài nhà tôi trông rất mới và hiện đại. Nhà tôi có tất cả ba phòng ngủ, một phòng khách, một nhà bếp, hai nhà vệ sinh. Nhà tôi rộng khoảng 100 mét vuông.
	우리집의 외관은 매우 새롭고 현대적으로 보입니다. 우리집은 모두 세 개의 침실이 있고 거실 하나, 부엌 하나, 두 개의 화장실이 있습니다. 우리집의 면적은 약 100제곱미터입니다.
집 묘사	Trong các phòng ở nhà tôi, cả gia đình tôi thích ở phòng khách vì ở đó có tivi lớn, ghế sa-lông to và êm nên có thể xem tivi, nói chuyện với nhau.
	우리집에 있는 방들 중에서 우리 온 가족은 거실에 있는 것을 좋아하는데 그곳에 큰 TV가 있고 크고 푹신한 소파가 있어 TV를 보고 서로 대화할 수 있기 때문입니다.
마무리	Gia đình tôi rất thích sống ở căn hộ này.
	우리 가족은 이 아파트에서 사는 것을 매우 좋아합니다.

단어 **cao tầng** 고층 | **bên ngoài** 외부, 바깥쪽 | **ghế sa-lông** 소파 | **căn hộ** 아파트의 한 호실, 집

나의 답안 작성하기

도입	Tôi đang sống ở một căn hộ chung cư _____.
집의 외관과 구조	Bên ngoài nhà tôi trông _____. Nhà tôi có _____. Nhà tôi rộng khoảng _____ mét vuông.

집 묘사	Trong các phòng ở nhà tôi, cả gia đình tôi thích ở phòng khách vì_____.
마무리	Gia đình tôi rất thích sống ở căn hộ này.

패턴연습

 패턴 1

Tôi đang sống ở một căn hộ chung cư 어떤, 누구와 함께.

저는 _____와 함께 _____ 아파트에서 살고 있습니다.

▶ 자신이 살고 있는 집(아파트)에 대한 짧은 묘사와 누구와 거주하고 있는지 빈칸에 넣어 말해보세요.

어떤	누구와 함께
nhỏ 작은 đẹp 아름다운, 좋은 cao cấp 고급스러운 xinh xắn 예쁜, 산뜻한	với chồng/vợ tôi 남편/아내와 với chị gái/anh trai 언니(누나)/형(오빠)와 với bố mẹ 부모님과 một mình 혼자

예시 답안 Tôi đang sống ở một căn hộ chung cư <u>đẹp với vợ tôi</u>.

저는 아내와 함께 아름다운 아파트에서 살고 있습니다.

나의 답안 Tôi đang sống ở một căn hộ chung cư _____.

 패턴 2

Bên ngoài nhà tôi trông 집의 외관이 어떤지.

우리집의 외관은 _____(으)로 보입니다.

▶ trông 은 '~처럼 보이다' 라는 뜻으로 묘사하는 표현에 주로 쓰입니다.

집의 외관이 어떤지	
sạch sẽ 깨끗한, 깔끔한 sang trọng 고급스러운, 럭셔리한	đơn giản 간단한, 단순한 cũ 오래된

예시 답안 Bên ngoài nhà tôi trông <u>sạch sẽ</u>.

우리집 외관은 깨끗해 보입니다.

나의 답안 Bên ngoài nhà tôi trông _____.

 **패턴 3** Trong các phòng ở nhà tôi, cả gia đình tôi thích ở phòng khách vì 거실에 있기 좋아하는 이유.

우리집에 있는 방 중에서 우리 온 가족은 거실에 있는 것을 좋아하는데 _____ 때문입니다.

▶ cả는 집단명사 앞에 위치하여 그 집단 전체를 나타냅니다. 또한 '~에 머무르다, 있다'는 의미로 동사 ở를 사용하여 표현합니다.

거실에 있는 이유(집을 묘사함으로 표현)
có cửa sổ lớn nên tràn ngập ánh sáng 큰 창문이 있어 채광이 좋은
có phong cảnh nhìn từ cửa sổ rất tuyệt 창밖으로 보이는 풍경이 매우 환상적인
không gian đó tạo cảm giác yên bình 그 공간이 편안한 느낌을 주는
là nơi rộng và lớn nhất ở nhà tôi 우리집에서 제일 크고 넓은 공간인

예시 답안 Trong các phòng ở nhà tôi, cả gia đình tôi thích ở phòng khách vì <u>không gian đó tạo cảm giác yên bình.</u>

우리집에 있는 방 중에서 우리 온 가족은 거실에 있는 것을 좋아하는데 그 공간이 편안한 느낌을 주기 때문입니다.

나의 답안 Trong các phòng ở nhà tôi, cả gia đình tôi thích ở phòng khách vì

_____ .

질문 2 **집에서 하는 일**

MP3 2-14

Tôi muốn biết về những việc mà bạn thường làm khi bạn ở nhà. Bạn thường làm những công việc nào khi ở nhà vào các ngày trong tuần? Còn những hoạt động nào bạn thường làm khi ở nhà vào cuối tuần? Hãy nói thật chi tiết.

당신이 집에 있을 때 당신이 주로 하는 일들에 대해 알고 싶습니다. 당신은 주중에 집에 있을 때 주로 어떤 일들을 하나요? 그리고 당신은 주말에 집에 있을 때 주로 어떤 활동들을 하나요? 아주 자세히 말해주세요.

모범답안

주중 집안 활동	Trong tuần, tôi ít khi ở nhà vì bận công việc. Tôi thường ra khỏi nhà từ sớm và về nhà rất muộn. Tôi thấy tôi chỉ tắm rửa và ngủ ở nhà vào các ngày trong tuần. 주중에 저는 일이 바쁘기 때문에 집에 있는 때가 거의 없습니다. 저는 주로 일찍부터 집을 나서서 집에 매우 늦게 들어옵니다. 제가 보기에 저는 주중에 단지 씻고 잠만 자는 거 같습니다.
주말 집안 활동	Vào cuối tuần, tôi có nhiều thời gian rảnh rỗi ở nhà. Tôi thường dọn dẹp nhà cửa, giặt quần áo. Sau khi làm xong những việc nhà, tôi thường đọc sách hoặc xem tivi ở nhà. 주말에 저는 집에서 많은 여가시간이 있습니다. 저는 주로 집을 청소하고, 옷을 빨래합니다. 집안일을 마친 후에 저는 주로 집에서 책을 읽거나 TV를 봅니다.
특별한 활동	Thêm vào đó, khi rảnh tôi thường mời các bạn đến nhà tôi chơi. Chúng tôi thường cùng nhau xem bóng đá và uống bia ở nhà tôi. 또한 저는 주로 한가할 때 저의 집에 놀러 오라고 친구들을 초대합니다. 우리집에서 우리는 주로 함께 축구를 보고 맥주를 마십니다.
마무리	Tôi rất thích những lúc được ở nhà. 저는 집에 있는 시간들을 매우 좋아합니다.

단어 | **ra khỏi** ~을 벗어나서 나가다 | **tắm rửa** 샤워하다, 씻다 | **thời gian rảnh rỗi** 자유시간, 여가시간 | **dọn dẹp** 정리하다 | **nhà cửa** 집 | **giặt quần áo** 옷을 빨래하다 | **mời** 초대하다, 초청하다

주중 집안 활동	Trong tuần, tôi ít khi ở nhà vì _____. Tôi thường ra khỏi nhà từ sớm và về nhà rất muộn. Tôi thấy tôi chỉ tắm rửa và ngủ ở nhà trong tuần.
주말 집안 활동	Vào cuối tuần, tôi có nhiều thời gian rảnh rỗi ở nhà. Tôi thường _____. Sau khi làm xong những việc nhà, tôi thường _____ _____.
특별한 활동	Thêm vào đó, khi rảnh tôi thường mời các bạn đến nhà tôi chơi. Chúng tôi thường cùng nhau _____ ở nhà tôi.
마무리	Tôi rất thích những lúc được ở nhà.

패턴연습

 패턴 1

Trong tuần, tôi ít khi ở nhà vì <u>주중에 바쁜 이유</u>.

주중에 저는 _____ 때문에 집에 있는 때가 거의 없습니다.

▶ ít khi는 빈도부사로 서술어 앞이나 문장 앞에 위치하며 '좀처럼 ~하지 않는다, 거의 ~하지 않는다'로 해석합니다.

주중에 바쁜 이유	
phải đi làm ở công ty 회사에 출근해야 하다	tìm việc làm 구직활동을 하다
đi học và tham gia câu lạc bộ 학교에 가고 동아리 활동을 하다	ôn thi 시험 준비를 하다

예시 답안 Trong tuần, tôi ít khi ở nhà vì phải đi làm ở công ty.

주중에 저는 회사에 출근해야만 해서 집에 있는 때가 거의 없습니다.

나의 답안 Trong tuần, tôi ít khi ở nhà vì _____.

 패턴 2

Tôi thường <u>주말에 하는 집안일</u>.

저는 주로 _____를 합니다.

▶ thường 은 빈도부사로 '자주, 주로'라는 뜻이며 주로 서술어 앞에 위치합니다.

(주말에 하는) 집안일

mở cửa sổ ra và dùng máy hút bụi để dọn dẹp 창문을 열고 청소를 위해 청소기를 돌리다
mua đồ về để nấu ăn 요리를 하기 위해 장을 봐서 돌아오다
sắp xếp các đồ vật trong phòng 방 안의 물건들을 정리하다
ăn cơm rồi rửa bát 밥을 먹고 설거지를 하다

예시 답안   Tôi thường sắp xếp các đồ vật trong phòng.

저는 주로 방 안의 물건들을 정리합니다.

나의 답안   Tôi thường _____.

 패턴 3   Chúng tôi thường cùng nhau 친구들과 집에서 하는 활동 ở nhà tôi.

우리 집에서 우리는 주로 함께 _____.

▶cùng nhau는 부사로 서술어 앞 혹은 뒤에 쓰이며 '함께, 같이'라는 뜻입니다.

친구들과 집에서 하는 활동

xem phim lẻ hoặc phim bộ hay 재미있는 영화나 드라마를 보다
ăn gà rán và chơi game 치킨을 먹고 게임을 하다
nấu món ăn ngon 맛있는 음식을 요리하다

예시 답안   Chúng tôi thường cùng nhau xem phim lẻ hoặc phim bộ hay ở nhà tôi.

우리 집에서 우리는 주로 함께 재미있는 영화나 드라마를 봅니다.

나의 답안   Chúng tôi thường cùng nhau _____ ở nhà tôi.

질문 3 어릴 적 살았던 집과 현재 집 비교 MP3 2-15

Hãy nói cho tôi biết về ngôi nhà mà bạn đã sống khi bạn còn bé. So với ngôi nhà cũ thì ngôi nhà hiện tại bạn đang sống có gì khác? Có điểm gì giống nhau và khác nhau?

저에게 당신이 어렸을 때 살았던 집에 대해 말해주세요. 옛날 집에 비해 현재 당신이 살고 있는 집은 무엇이 다른가요? 공통점과 차이점은 무엇인가요?

모범답안

어렸을 때 집	Theo tôi nhớ, khi còn nhỏ, tôi đã sống ở một căn hộ cũ trong khu tập thể. Căn hộ đó ở tầng 2 và không có thang máy nên khá bất tiện. Nhà cũ rất nhỏ và hẹp. Gia đình tôi đã sống ở đó khá lâu nên chúng tôi có nhiều kỷ niệm đẹp. 제가 기억하기로는 어렸을 때 저는 연립주택의 오래된 집에서 살았습니다. 그 집은 2층에 있었고 엘리베이터가 없어 상당히 불편했습니다. 옛날 집은 매우 작고 좁았습니다. 저희 가족은 그곳에 꽤 오래 살았기 때문에 우리는 많은 아름다운 추억이 있습니다.
현재 집	Hiện tại, tôi sống ở một căn hộ trong chung cư cao tầng. Nhà tôi ở tầng 15 và có thang máy nên rất tiện lợi. Nhà hiện tại rất rộng và lớn. Mặc dù tôi mới sống ở đây 2 năm thôi nhưng tôi muốn sống ở đây lâu dài vì rất hài lòng. 현재 저는 고층 아파트에서 삽니다. 우리집은 15층에 있고 엘리베이터가 있어서 매우 편리합니다. 현재 집은 매우 넓고 큽니다. 비록 저는 여기서 겨우 2년밖에 살지 않았지만 매우 만족하기 때문에 오랫동안 여기에서 살고 싶습니다.
마무리	Tôi và gia đình tôi cảm thấy thoải mái hơn khi sống ở nhà hiện tại. 저와 우리 가족은 현재 집에서 살때 더 편안하게 느낍니다.

단어 **khu tập thể** 연립주택 | **thang máy** 엘리베이터 | **bất tiện** 불편하다 | **hẹp** 좁다 | **khá** 꽤 | **kỷ niệm** 추억, 기념 | **chung cư** 아파트 | **hài lòng** 만족하다

나의 답안 작성하기

어렸을 때 집	Theo tôi nhớ, khi còn nhỏ, tôi đã sống ở _____. Nhà cũ _____. Gia đình tôi đã sống ở đó khá lâu nên chúng tôi có nhiều kỷ niệm đẹp.
현재 집	Hiện tại, tôi sống ở _____. Nhà hiện tại _____. Mặc dù tôi mới sống ở đây _____ nhưng tôi muốn sống ở đây lâu dài vì rất hài lòng.

마무리	Tôi và gia đình tôi cảm thấy thoải mái hơn khi sống ở nhà hiện tại/ cũ.

패턴연습

 패턴 1

Theo tôi nhớ, khi còn nhỏ, tôi đã sống ở 어릴 적 살던 집.

제가 기억하기로는 어렸을 때 저는 _____에서 살았습니다.

▶ 'theo tôi + 동사'는 '내가 (동사)하는 바에 따르면'이라고 해석합니다. còn은 부사로 '아직'이라는 뜻이며, 어리다(nhỏ), 젊다(trẻ)라는 형용사와 자주 함께 쓰입니다.

어릴 적 살던 집	
nhà truyền thống Hàn Quốc 한국 전통집	căn nhà nhỏ 작은 집
ngôi nhà có sân trước 앞마당이 있는 집	ngôi nhà riêng có vườn 정원이 있는 단독주택

예시 답안 Theo tôi nhớ, khi còn nhỏ, tôi đã sống ở <u>nhà truyền thống</u>.

제가 기억하기로는 어렸을 때 저는 한국 전통집에서 살았습니다.

나의 답안 Theo tôi nhớ, khi còn nhỏ, tôi đã sống ở _____.

 패턴 2

Nhà cũ 옛날에 살던 집 특징.

옛날 집은 _____.

▶ cũ는 형용사로 '낡은, 오래된'이라는 뜻이지만 '옛, 오래된'이라는 뜻도 있습니다.

옛날에 살던 집 특징
rất cổ kính và đẹp 매우 고풍스럽고 아름다운
không đủ tiện nghi 옵션이 갖추어지지 않은, 시설이 좋지 않은
có sân trước rộng nên có thể chạy chơi ngoài sân 넓은 앞마당이 있어 마당에서 뛰어놀 수 있다
có nhiều hoa và cây trong vườn 정원에 많은 꽃과 나무가 있다

예시 답안 Nhà cũ rất cổ kính và đẹp.

옛날 집은 매우 고풍스럽고 아름다웠습니다.

나의 답안 Nhà cũ _____.

패턴 3

Nhà hiện tại 현재 사는 집 특징.

현재 집은 _____.

▶hiện tại는 '현재'라는 뜻입니다. '요즘'이라는 뜻의 hiện nay와 '현대, 현대적인'이라는 뜻의 hiện đại와 구별해야 합니다.

현재 집 특징
rất mới và hiện đại 매우 새것이며 현대적인
đầy đủ tiện nghi 옵션이 갖추어진, 시설이 좋은
không có sân riêng nhưng có sân chơi ở khu chung cư 개별 마당은 없지만 아파트 단지에 놀이터가 있다
có nhiều hoa và cây cảnh trong nhà 집 안에 조경 화초가 많다

예시 답안 Nhà hiện tại rất mới và hiện đại.

현재 집은 매우 새것이고 현대적입니다.

나의 답안 Nhà hiện tại _____.

① 집에서
제일 좋아하는
방 묘사

Trong nhà bạn, bạn thích phòng nào nhất? Vì sao bạn thích phòng đó nhất? Hãy mô tả thật chi tiết về phòng mà bạn thích nhất trong nhà mình.

당신의 집에서 당신은 어떤 방을 제일 좋아하나요? 왜 당신은 그 방을 제일 좋아하나요? 당신의 집에서 당신이 제일 좋아하는 방에 대해 상세히 묘사하세요.

② 집의 청결을
유지하기 위해
하는 일

Để giữ nhà cửa sạch sẽ, bạn thường làm những việc nhà nào? Bạn hãy cho tôi biết về những việc mà bạn thường làm để giữ sạch các phòng trong nhà bạn.

집을 깨끗하게 유지하기 위해서 당신은 어떤 집안일을 하나요? 당신의 집의 각 방을 깨끗하게 유지하기 위해 당신이 주로 하는 일에 대해 저에게 알려주세요.

③ 집에 준 변화

Hãy nói cho tôi biết về những thay đổi của nhà bạn. Nhà của bạn có những sự thay đổi gì và vì sao bạn muốn thay đổi như vậy? Nhà bạn trông như thế nào sau khi thay đổi? Cho tôi biết thật chi tiết.

당신의 집의 변화에 대해 저에게 말해주세요. 당신의 집은 어떤 변화가 있었고 왜 당신은 그렇게 바꾸고 싶었나요? 바꾼 후에 당신의 집은 어때 보였나요? 상세히 알려주세요.

질문 1 집에서 제일 좋아하는 방/장소 묘사 `MP3 2-16`

Trong nhà bạn, bạn thích phòng nào nhất? Vì sao bạn thích phòng đó nhất? Hãy mô tả thật chi tiết về phòng mà bạn thích nhất trong nhà mình.

당신의 집에서 당신은 어떤 방을 제일 좋아하나요? 왜 당신은 그 방을 제일 좋아하나요? 당신의 집에서 당신이 제일 좋아하는 방에 대해 상세히 묘사하세요.

제일 좋아하는 방/장소	Trong nhà tôi, tôi thích phòng mình nhất. 우리집에서 저는 제 방을 제일 좋아합니다.
좋아하는 이유	Bởi vì đó là không gian chỉ dành cho riêng mình tôi nên tôi cảm thấy thoải mái. 왜냐하면 그곳은 단지 저 자신만을 위한 공간이어서 제가 편안하게 느낍니다.
좋아하는 방/장소 묘사	Phòng tôi rộng khoảng 20 mét vuông, không rộng lắm. Trong phòng có cửa sổ lớn nên tôi có thể ngắm phong cảnh bên ngoài. Gần cửa sổ có giường màu trắng, bên cạnh đó là bộ bàn ghế, tủ sách. 제 방은 넓이가 약 20m²로 넓지 않습니다. 방 안에는 큰 창문이 있어 바깥 쪽 풍경을 볼 수 있습니다. 창문 가까이에 하얀색 침대가 있고 그 옆에 책걸상, 책장이 있습니다.
좋아하는 방/장소에서 하는 활동	Khi ở phòng mình, tôi thường đọc sách, nghỉ ngơi ở phòng này. Tôi rất hài lòng về không gian này và thích những giây phút ở nơi này. 제 방에 있을 때 저는 주로 이 방에서 .독서를 하고 휴식을 취합니다. 저는 이 공간에 매우 만족하고 이 곳에 있는 순간들을 좋아합니다.

단어 **không gian** 공간 | **dành cho** ~을 위해 할애하다 | **mét vuông** 제곱미터 | **cửa sổ** 창문 | **ngắm** 감상하다 | **bên ngoài** 외부 | **giường** 침대 | **tủ sách** 책장 | **hài lòng về** ~에 대해 만족하다

제일 좋아하는 방/장소	Trong nhà tôi, tôi thích phòng mình nhất.
좋아하는 이유	Bởi vì _____.

좋아하는 방/장소 묘사	Phòng tôi rộng khoảng _____ mét vuông, _____. Trong phòng _____.
좋아하는 방/장소에서 하는 활동	Khi ở phòng mình, tôi thường _____. Tôi rất hài lòng về không gian này và thích những giây phút ở nơi này.

패턴연습

Bởi vì 자신의 방을 제일 좋아하는 이유.

왜냐하면 _____.

▶ bởi vì 대신에 vì, lý do là vì 등을 사용하여 이유를 말할 수 있습니다.

자신의 방을 제일 좋아하는 이유
phòng tôi được trang trí rất đẹp 내 방이 매우 아름답게 꾸며져 있다 tôi có thể tận hưởng thời gian riêng tư ở đó 그곳에서 나는 개인 시간을 즐길 수 있다 Phòng tôi được trang bị tất cả thiết bị chơi game 내 방에 모든 게임 장비가 갖추어져 있다

예시 답안 Bởi vì tôi có thể tận hưởng thời gian riêng tư ở đó.

왜냐하면 그곳에서 저는 개인 시간을 즐길 수 있기 때문입니다.

나의 답안 Bởi vì _____.

Trong phòng 방 안에 어떠한 것들이 있는지(묘사).

방 안에는 _____.

▶ trong 은 위치/시간 전치사로 '~안에, ~동안에, ~중에'라는 뜻을 가지고 있으며 'trong + 명사' 형태로 사용합니다.

방 안에 어떠한 것들이 있는지(묘사)
có đủ đồ đạc như giường, bàn, ghế, tủ áo, được trang trí với phong cách Bắc Âu nên trông rất đẹp 침대, 책상, 의자, 옷장 등 충분한 가구가 있는데 북유럽풍으로 꾸며져 매우 아름답다 có tất cả đồ đạc cần thiết, đặc biệt, có ghế bập bênh riêng nên tôi thích ngồi nghỉ ngơi trên đó 필요한 가구들이 모두 있고 특히 개인 흔들의자가 있어서 나는 거기 앉아 쉬는 것을 좋아한다 có nhiều thứ, đặc biệt có màn hình 4k rộng 49 inch khiến tôi rất hài lòng khi chơi game 많은 것들이 있는데 29인치 4k 모니터가 있어 게임할 때 나를 매우 만족시킨다

예시 답안 Trong phòng <u>có tất cả đồ đạc cần thiết, đặc biệt, có ghế bập bênh riêng nên tôi thích ngồi nghỉ ngơi trên đó.</u>

방 안에는 필요한 가구들이 모두 있고 특히 개인 흔들의자가 있어서 저는 거기 앉아 쉬는 것을 좋아합니다.

나의 답안 Trong phòng _____

_____ .

 패턴 3 Khi ở phòng mình, tôi thường <u>방에 있을 때 주로 하는 활동.</u>

제 방에 있을 때 저는 주로 _____ .

▶ khi는 서술어(동사, 형용사) 앞에 쓰이며 '~할 때'라는 뜻입니다. khi가 나오면 반드시 뒤에 서술어가 나와야 하는 문법을 잊지마세요.

방에 있을 때 주로 하는 활동
học bài, lướt web, xem phim bộ 공부하고, 웹서핑하고, 드라마를 본다 chơi đàn ghi-ta hoặc xem netfilx trên điện thoại, nghe nhạc 기타를 치거나 핸드폰으로 넷플릭스를 보고 음악을 듣는다 chơi game suốt đêm ngày 밤낮으로 내내 게임을 한다

예시 답안 Khi ở phòng mình, tôi thường <u>chơi đàn ghi-ta hoặc xem netfilx trên điện thoại, nghe nhạc.</u>

저는 방에 있을 때 기타를 치거나 핸드폰으로 넷플릭스를 보거나 음악을 듣습니다.

나의 답안 Khi ở phòng mình, tôi thường _____

_____ .

질문 2 **집의 청결을 유지하기 위해 하는 일** MP3 2-17

Để giữ nhà cửa sạch sẽ, bạn thường làm những việc nhà nào? Bạn hãy cho tôi biết về những việc mà bạn thường làm để giữ sạch các phòng trong nhà bạn.

집을 깨끗하게 유지하기 위해서 당신은 어떤 집안일을 하나요? 당신의 집의 각 방을 깨끗하게 유지하기 위해 당신이 주로 하는 일에 대해 저에게 알려주세요.

모범답안

도입	Tôi thích nhà sạch nên tôi thường làm nhiều hoạt động để giữ nhà sạch.
	저는 깨끗한 집을 좋아하기 때문에 집을 깨끗하게 유지하기 위해 주로 많은 활동을 합니다.
집의 청결 유지 활동1	Đầu tiên tôi mở cửa sổ để đón không khí sạch. Sau đó dùng máy hút bụi để loại bỏ bụi bẩn rồi lau sàn nhà bằng khăn lau.
	먼저 저는 창문을 열어 깨끗한 공기가 들어오게 합니다. 그 다음에 먼지를 제거하기 위해 청소기를 사용한 다음 걸레로 바닥을 닦습니다.
집의 청결 유지 활동2	Mỗi khi ăn cơm xong, tôi cố gắng rửa bát ngay. Thêm nữa sau khi tắm xong tôi thường làm sạch phòng vệ sinh ngay. Bí quyết giữ nhà sạch của tôi là dùng xong thì sắp xếp gọn gàng ngay.
	밥을 다 먹을 때마다 저는 바로 설거지를 하려고 노력합니다. 또한 샤워를 다 한 후 저는 주로 바로 화장실 청소를 합니다. 우리집을 깨끗하게 유지하는 비결은 사용하고 나서 바로 깔끔하게 정리하는 것입니다.
마무리	Mặc dù khá vất vả để giữ nhà sạch mỗi ngày nhưng tôi vẫn cố gắng thực hiện.
	비록 매일 집을 깨끗하게 유지하기 위해서 꽤 고생스럽지만 저는 실현하려고 노력합니다.

단어 **sạch** 깨끗하다 | **giữ** 유지하다 | **loại bỏ** 제거하다 | **bụi bẩn** 먼지 | **lau sàn nhà** 마루바닥 | **khăn lau** 걸레 | **sắp xếp gọn gàng** 깔끔하게 정리하다

나의 답안 작성하기

도입	Tôi thích nhà sạch nên tôi thường làm nhiều hoạt động để giữ nhà sạch.
집의 청결 유지 활동1	Đầu tiên tôi _____. Sau đó _____.

집의 청결 유지 활동2	Mỗi khi ăn cơm xong, tôi cố gắng rửa bát ngay. Thêm nữa, _____. Bí quyết giữ nhà sạch của tôi là _____.
마무리	Mặc dù khá vất vả để giã nhà sạch mỗi ngày nhưng tôi vẫn cố gắng thực hiện.

패턴연습

 패턴 1

Sau đó 집의 청결 유지 활동1.

그 다음에 _____.

▶ sau đó는 접속사로 그 후에, 그 다음에 라는 뜻입니다. 문장과 문장 사이에 위치합니다.

집의 청결 유지 활동1

quét sạch tóc và lông thú cưng trên sàn nhà 바닥에 머리카락, (반려동물)털을 깨끗이 쓸어담는다
sử dụng cây lau nhà để lau sạch 밀대 걸레를 사용하여 깨끗하게 닦는다
sắp xếp vật dụng gọn gàng rồi mở robot hút bụi để quét nhà
깔끔하게 물건을 정리하고 로봇청소기를 켜서 집을 쓴다

예시 답안 ▶ Sau đó sử dụng cây lau nhà để lau sạch.

그 다음에 밀대 걸레를 사용하여 깨끗하게 닦습니다.

나의 답안 ▶ Sau đó _____.

 패턴 2

Thêm nữa 집의 청결 유지 활동2.

또한 _____.

▶ Thêm nữa 는 추가의 의미를 나타내는 접속사로 '게다가, 또한'이라고 해석하며 và lại와 비슷한 뜻입니다.

집의 청결 유지 활동2

tôi luôn mở máy lọc không khí 항상 공기청정기를 틀어놓는다
tôi cố gắng dọn phòng hai ngày một lần 이틀에 한 번 방 청소를 하려고 노력한다
tôi thực hiện tổng vệ sinh vào cuối tuần 주말에 대청소를 한다

예시 답안 ▶ Thêm nữa tôi cố gắng dọn phòng một lần hai ngày.

또한 저는 이틀에 한 번 방 청소를 하려고 노력합니다.

나의 답안 ▶ Thêm nữa _____.

패턴 3

Bí quyết giữ nhà sạch của tôi là 집을 깨끗하게 유지하는 비결.

우리집을 깨끗하게 유지하는 비결은 _____.

▶ bí quyết은 비결이라는 뜻으로 비(祕), 결(訣)의 한자어입니다. 베트남어에서 수식어가 길어질 때 한국어와 반대 어순으로 뒤에서부터 해석해야 합니다.

집을 깨끗하게 유지하는 비결
tính tôi rất chăm chỉ, siêng năng 부지런하고 근면한 나의 성격 sở thích của tôi chính là dọn dẹp nhà cửa 나의 취미인 집 청소 không mua những đồ vật không cần thiết 필요 없는 물건을 사지 않는 것

예시 답안

Bí quyết giữ nhà sạch của tôi là không mua những đồ vật không cần thiết.

우리집을 깨끗하게 유지하는 비결은 필요 없는 물건을 사지 않는 것입니다.

나의 답안

Bí quyết giữ nhà sạch của tôi là _____

_____.

질문 3 집에 준 변화

MP3 2-18

Hãy nói cho tôi biết về những thay đổi của nhà bạn. Nhà của bạn có những sự thay đổi gì và vì sao bạn muốn thay đổi như vậy? Nhà bạn trông như thế nào sau khi thay đổi? Cho tôi biết thật chi tiết.

당신의 집의 변화에 대해 저에게 말해주세요. 당신의 집은 어떤 변화가 있었고 왜 당신은 그렇게 바꾸고 싶었나요? 바꾼 후에 당신의 집은 어때 보였나요? 상세히 알려주세요.

모범답안

도입	Trong mấy tháng gần đây, nhà của tôi có khá nhiều thay đổi. 최근 몇 달간 우리 집은 꽤 많은 변화가 있었습니다.
집 변화 이전	Khi mới chuyển nhà đến nhà hiện tại, tôi không hài lòng về màu sơn tường ở phòng khách. Vì màu tường nhà hơi tối nên tôi cảm thấy không thoải mái. 현재 집으로 막 이사왔을 때 저는 거실의 벽 페인트 색깔에 만족하지 않았습니다. 왜냐하면 벽 색깔이 너무 어두워서 저는 편안하지 않았습니다.
집에 준 변화	Tôi quét sơn màu sáng hơn. Vì thế phòng khách trông rộng và sạch hơn. Thêm nữa, để trang trí phòng khách, tôi đã mua đồng hồ treo tường đẹp và vài bức tranh phong cảnh đẹp. 제가 더 밝은 색으로 페인트를 칠해서 거실은 더 넓고 깨끗해 보입니다. 또한 거실을 장식하기 위해서 저는 예쁜 벽걸이 시계와 예쁜 풍경화 그림 몇 점을 샀습니다.
마무리	Từ đó, phòng khách nhà tôi trở thành không gian được yêu thích nhất. 그 이후로 우리집 거실은 제일 사랑받는 공간이 되었습니다.

단어 | **thay đổi** 변화하다 | **chuyển nhà** 이사하다 | **sơn** 페인트 | **tường** 벽 | **tối** 어둡다, 저녁 | **quét sơn** 페인트칠을 하다 | **màu sáng** 밝은 색 | **trang trí** 장식하다 | **đồng hồ treo tường** 벽걸이 시계 | **bức tranh** 그림

나의 답안 작성하기

도입	Trong mấy tháng gần đây, nhà của tôi có khá nhiều thay đổi.
집 변화 이전	Khi mới chuyển nhà đến nhà hiện tại, tôi không hài lòng về _____ nên tôi cảm thấy không thoải mái.

집에 준 변화	Tôi_____. Vì thế _____. Thêm nữa _____.
마무리	Từ đó, _____trở thành không gian được yêu thích nhất.

패턴연습

 패턴 1

Tôi không hài lòng về 집에 만족하지 못한 점.

저는 _____에 대해 만족하지 않았습니다..

▶ hài lòng về는 숙어로 '~에 대해 만족하다'라는 뜻입니다. 같은 뜻으로 hài lòng với도 있으니 함께 외워두세요.

집에 만족하지 못한 점

các đồ điện gia dụng quá cũ 너무 낡은 가전제품들
phòng vệ sinh bị nấm mốc 곰팡이가 핀 화장실
rèm cửa sổ dày và ngột ngạt 답답하고 두꺼운 커튼
cấu trúc nhà bếp 부엌 구조

예시 답안 Tôi không hài lòng về các đồ điện gia dụng quá cũ.

저는 너무 낡은 가전제품들에 대해 만족하지 않았습니다.

나의 답안 Tôi không hài lòng về _____.

 패턴 2

Tôi 집에 준 변화.

저는 _____.

▶ 집에 준 변화에 대해 말해봅시다.

집에 준 변화

mua các đồ điện gia dụng đời mới nhất như TV, máy giặt v.v... TV, 세탁기 등 최신 가전제품을 사다
sửa chữa phòng vệ sinh 화장실을 수리하다
treo rèm cuốn 블라인드를 달다
cải tạo nhà bếp 부엌을 개조하다

예시 답안 Tôi mua các đồ điện gia dụng đời mới nhất như TV, máy giặt v.v...

저는 TV, 세탁기 등 최신 가전제품을 샀습니다.

나의 답안 Tôi _____.

패턴 3

Vì thế 변화된 사항.

그래서 _____.

▶ vì thế는 결과를 나타내는 접속사로 '그래서, 그리하여'라는 뜻이며 구어체에서 많이 쓰입니다. cho nên, vì vậy 등과 같은 뜻입니다.

변화된 사항
nhà tôi trở nên hiện đại, tiện nghi hơn 우리집은 더 현대적이고 편리하게 되다
phòng vệ sinh sạch sẽ và vệ sinh hơn 화장실이 더 깨끗해지고 위생적이다
nhà trông sáng và trở nên rộng rãi hơn 집이 더 밝아 보이고 더 널찍해지다
thích những giây phút nấu ăn 요리하는 순간들이 좋다

예시 답안 Vì thế nhà tôi trở nên hiện đại, tiện nghi hơn.

그래서 우리집은 더 현대적이고 편리하게 되었습니다.

나의 답안 Vì thế _____.

① 동네 묘사

Hãy mô tả về khu vực mà bạn đang sống. Khu vực bạn đang ở như thế nào? Người dân ở đó như thế nào? Hãy miêu tả về những toà nhà ở khu vực bạn đang sống. Hãy cho tôi biết thật chi tiết.

당신이 살고 있는 동네에 대해 묘사하세요. 당신의 동네는 어떠한가요? 그 곳에 주민들은 어떠한가요? 당신이 살고 있는 지역의 건물들에 대해서 묘사하세요. 아주 상세히 알려주세요.

② 동네의 장점

Bạn có thể cho tôi biết về những ưu điểm của khu vực bạn đang sống không? Khu vực mà bạn đang sống có gì đặc biệt? Có gì thuận tiện?

당신이 살고 있는 동네의 장점에 대해 알려줄 수 있나요? 당신이 살고 있는 동네는 특별한 것이 무엇이 있나요? 편리한 것이 무엇이 있나요?

③ 과거와 현재의 동네 비교

Khu vực mà bạn đang sống đã thay đổi như thế nào so với lúc bạn còn nhỏ? Hãy kể cho tôi thật chi tiết về quá khứ và hiện tại của khu vực bạn đang sống.

당신의 동네는 당신이 어렸을 때에 비해 어떻게 변했나요? 당신의 동네의 과거와 현재에 대해 아주 상세히 말해주세요.

질문 1 동네 묘사

MP3 2-19

Hãy mô tả về khu vực mà bạn đang sống. Khu vực bạn đang ở như thế nào? Người dân ở đó như thế nào? Hãy miêu tả về những toà nhà ở khu vực bạn đang sống. Hãy cho tôi biết thật chi tiết.

당신이 살고 있는 지역에 대해 묘사하세요. 당신이 거주하는 지역은 어떠한가요? 그곳에 주민들은 어떠한가요? 당신이 살고 있는 지역의 건물들에 대해서 묘사하세요. 아주 상세히 알려주세요.

모범답안

도입	Tôi đang sống ở một thành phố lớn. 저는 대도시에서 살고 있습니다.
동네의 위치와 특징	Khu vực tôi đang sống gần trung tâm thành phố nên giao thông rất tiện lợi. Thêm nữa, ở gần khu vực có núi và sông nên phong cảnh xung quanh đẹp tuyệt. 제가 살고 있는 지역은 도시 중심과 가까워서 교통이 매우 편리합니다. 또한 동네 근처에 산과 강이 있어 주변 풍경이 매우 아름답습니다.
동네의 사람들과 건물들	Theo tôi biết, nhiều thanh niên và vợ chồng trẻ thích sống ở khu vực này vì khu vực này có nhiều công ty và cơ quan. Hơn nữa xung quanh có nhiều tiện ích như bệnh viện, siêu thị v.v.. Các toà nhà ở khu vực này đều rất cao, trông rất hiện đại và mới. 제가 알기로는 많은 젊은이들과 젊은 부부들이 이 동네에 사는 것을 좋아하는데 이곳에 많은 회사와 기관이 있기 때문입니다. 또한 주변에 병원, 마트 등과 같은 많은 편의 시설이 있습니다. 이 동네의 건물들은 모두 매우 높고 현대적이고 새것으로 보입니다.
마무리	Tôi muốn sống ở khu vực này lâu dài. 저는 이 동네에서 오랫동안 살고 싶습니다.

단어 **giao thông** 교통 | **tiện lợi** 편리하다 | **núi** 산 | **xung quanh** 주변에 | **tuyệt** 대단히 | **thanh niên** 청년 | **vợ chồng** 부부 | **cơ quan** 기관 | **tiện ích** 편의 시설 | **toà nhà** 건물

나의 답안 작성하기

도입	Tôi đang sống ở _____.
동네의 위치와 특징	Khu vực tôi đang sống _____. Thêm nữa, ở gần khu vực có núi và sông nên phong cảnh xung quanh đẹp tuyệt.

동네의 사람들과 건물들	Theo tôi biết, _____ thích sống ở khu vực này vì khu vực này _____. Hơn nữa xung quanh có nhiều tiện ích như _____ _____. Các toà nhà ở khu vực này đều rất cao, trông rất hiện đại và mới.
마무리	Tôi muốn sống ở khu vực này lâu dài.

패턴연습

 패턴 1

Khu vực tôi đang sống 살고 있는 동네의 위치와 특징**.**

제가 살고 있는 지역은 _____.

▶ khu vực은 '지역, 동네'라는 뜻으로 miền, vùng보다는 작은 단위의 지역을 나타냅니다.

살고 있는 동네의 위치와 특징
nằm ở ngoại ô nên rất yên tĩnh 교외에 위치하여 매우 조용하다
ở ngay trung tâm thành phố nên hơi ồn ào 바로 도시 중심에 위치하여 약간 시끄럽다
ở nông thôn, xa trung tâm nên không khí trong lành 중심지에서 먼 농촌에 위치하여 공기가 맑다

예시 답안 Khu vực tôi đang sống nằm ở ngoại ô nên rất yên tĩnh.

제가 살고 있는 지역은 교외에 위치하여 매우 조용합니다.

나의 답안 Khu vực tôi đang sống _____.

 패턴 2

누가 살기 좋아하는지 **thích sống ở khu vực này vì khu vực này** 좋아하는 이유**.**

_____ 이/가 이 동네에 사는 것을 좋아하는데 여기에 _____ 때문입니다.

▶ 동사 thích은 다른 동사를 목적어로 취해 '~하기를 좋아하다'라고 해석합니다.

누가 살기 좋아하는지	좋아하는 이유
các sinh viên 대학생들	có nhiều trường đại học 많은 대학교가 있다
các nhân viên văn phòng, nhân viên ngân hàng 회사원, 은행원들	có nhiều công ty lớn và ngân hàng 많은 대기업과 은행이 있다
những người cao tuổi 고령자들	môi trường sạch sẽ và không ô nhiễm 환경이 깨끗하고 오염되지 않았다

Các sinh viên thích sống ở khu vực này vì khu vực này <u>có nhiều trường đại học.</u>

대학생들이 이 지역에 사는 것을 좋아하는데 이 지역에 많은 대학교가 있기 때문입니다.

_____ thích sống ở khu vực này vì khu vực này _____

_____.

패턴 3 Xung quanh có nhiều tiện ích như <u>주변의 편의 시설</u>.

주변에 _____와 같은 많은 편의 시설이 있습니다.

▶ như는 '~처럼/같이'라는 뜻이지만 '(예를 들면) ~와 같다'라는 뜻도 있습니다.

주변에 있는 편의 시설
thư viện công cộng, nhà sách lớn 공공도서관, 대형 서점
bể bơi trong nhà, nhà thể thao 실내 수영장, 체육관
rạp chiếu phim, trung tâm thương mại 영화관, 백화점

Xung quanh có nhiều tiện ích như thư viện công cộng, nhà sách lớn.

주변에 공공도서관, 대형 서점과 같은 많은 편의 시설이 있습니다.

Xung quanh có nhiều tiện ích như _____.

질문 2 **동네의 장점**

MP3 2-20

Bạn có thể cho tôi biết về những ưu điểm của khu vực bạn đang sống không? Khu vực mà bạn đang sống có gì đặc biệt? Có gì thuận tiện?

당신이 살고 있는 동네의 장점에 대해 알려줄 수 있나요? 당신이 살고 있는 동네는 특별한 것이 무엇이 있나요? 편리한 것이 무엇이 있나요?

모범답안

도입	Khu vực tôi đang sống là khu vực đáng sống nhất trong thành phố tôi. 제가 살고 있는 동네는 저의 도시에서 가장 살 만한 가치가 있는 동네입니다.
사는 동네의 장점 2가지	Khu vực tôi đang sống có nhiều tuyến xe buýt và tàu điện ngầm. Vì thế mọi người có thể đi lại rất thuận tiện. Thêm nữa, khu vực tôi đang sống có nhiều công viên cây xanh, công viên hồ nên có thể đi dạo thoải mái ở đó. 제가 살고 있는 동네는 많은 버스와 지하철 노선이 있습니다. 그래서 모두가 매우 편리하게 이동할 수 있습니다. 또한 제가 살고 있는 동네에는 푸른 나무가 있는 공원, 호수공원이 많이 있어서 그곳에서 편안하게 산책할 수 있습니다.
결론	Vì thế người dân trong khu vực tôi đang sống rất thích sống ở đây. 그래서 제가 살고 있는 동네 주민들은 여기서 사는 것을 매우 좋아합니다.

> **단어** **đáng sống** 살 만하다, 살 만한 가치가 있다 | **tàu điện ngầm** 지하철 | **thuận tiện** 편리하다 | **cây xanh** 푸른 나무 | **người dân** 주민

나의 답안 작성하기

도입	Khu vực tôi đang sống là khu vực đáng sống nhất trong thành phố tôi.
사는 동네의 장점 2가지	Khu vực tôi đang sống có _____. Vì thế mọi người có thể _____. Thêm nữa, khu vực tôi đang sống _____.
결론	Vì thế người dân trong khu vực tôi đang sống rất thích sống ở đây.

패턴연습

 패턴 1

Khu vực tôi đang sống có 살고 있는 동네의 장점1**.**

제가 살고 있는 동네는 _____이/가 있습니다.

▶ khu vực tôi đang sống 이 절에서 관계대명사 mà가 생략되었습니다.

> 참고 khu vực (mà) tôi đang sống
>   동네   내가 살고 있는

살고 있는 동네의 장점1

nhiều điểm du lịch nổi tiếng 많은 유명한 여행지
nhiều công ty và cơ quan 많은 회사와 기관
nhiều trường học chất lượng đào tạo tốt 교육 수준이 높은 많은 학교

예시 답안   **Khu vực tôi đang sống có nhiều điểm du lịch nổi tiếng.**

제가 살고 있는 동네는 유명한 여행지가 많이 있습니다.

나의 답안   **Khu vực tôi đang sống có** _____.

 패턴 2

Vì thế mọi người có thể 사람들이 누리는 장점**.**

그래서 모두가 _____ 할 수 있습니다.

▶ Mọi người는 '~을/를 포함한 모두'는 뜻으로 이 문장에서는 지역 주민을 나타냅니다.

사람들이 누리는 장점

đi tham quan vui chơi 관광하러 가고 즐겁게 논다
dễ tìm việc làm 일자리 구하기가 쉽다
được đào tạo tốt 좋은 교육을 받는다

예시 답안   **Vì thế mọi người có thể đi tham quan vui chơi.**

그래서 모두가 관광하러 가고 즐겁게 놀 수 있습니다.

나의 답안   **Vì thế mọi người có thể** _____.

 패턴 3

Thêm nữa, khu vực tôi đang sống 살고 있는 동네의 장점2 **nên** 살고 있는 동네의 장점2**.**

또한 제가 사는 동네에는 _____ 해서 _____.

살고 있는 동네의 장점2

có một số di tích lịch sử 역사유적지가 몇 군데 있다	tôi có thể tìm hiểu về lịch sử 내가 역사에 대해 알아볼 수 있다
đông dân 인구가 많다	có thể dễ kinh doanh 사업하기 쉽다
có nhiều trung tâm dạy thêm tốt 좋은 보습학원이 많다	học sinh được đào tạo tốt 학생들이 좋은 교육을 받는다

예시 답안 Thêm nữa, khu vực tôi đang sống <u>có một số di tích lịch sử</u> nên <u>tôi có thể tìm hiểu về lịch sử</u>.

또한 제가 살고 있는 동네에는 역사 유적지가 몇 군데 있어서 역사에 대해 알아볼 수 있습니다.

나의 답안 Thêm nữa, khu vực tôi đang sống _____ nên

_____.

질문 3 과거와 현재의 동네 비교

MP3 2-21

Khu vực mà bạn đang sống đã thay đổi như thế nào so với lúc bạn còn nhỏ? Hãy kể cho tôi thật chi tiết về quá khứ và hiện tại của khu vực bạn đang sống.

당신의 동네는 당신이 어렸을 때에 비해 어떻게 변했나요? 당신의 동네의 과거와 현재에 대해 아주 상세히 말해주세요.

모범답안

우리 동네의 과거	Khi tôi còn nhỏ, khu vực tôi sống còn chưa phát triển. Trước đây trong khu vực này không có siêu thị lớn chỉ có chợ nhỏ. Vì vậy rất bất tiện khi đi mua sắm.
	제가 어렸을 때 제가 사는 동네는 아직 발전하지 않았습니다. 예전에 이 동네에는 큰 마트가 없었으며 작은 시장만 있었습니다. 그래서 쇼핑하러 갈 때 매우 불편했습니다.
우리 동네의 현재	Nhưng hiện tại khu vực này rất phát triển nên dân số đang ngày một tăng lên. Hiện nay trong khu vực này có nhiều siêu thị lớn và trung tâm mua sắm.
	하지만 현재 이 동네는 매우 발전해서 인구가 날이 갈수록 많아지고 있습니다. 요즘에 이 동네에는 많은 큰 마트와 쇼핑몰이 있습니다.
마무리	Tôi rất hài lòng về sự phát triển của khu vực tôi đang sống.
	저는 제가 살고 있는 동네의 발전에 매우 만족합니다.

단어 **phát triển** 발전하다 | **trước đây** 예전에, 이전에 | **siêu thị** 마트 | **bất tiện** 불편하다 | **dân số** 인구 | **ngày một** 나날이 | **tăng** 증가하다 | **hài lòng về** ~에 대해 만족하다

나의 답안 작성하기

우리 동네의 과거	Khi tôi còn nhỏ, khu vực tôi sống còn chưa phát triển. Trước đây trong khu vực này _____.
우리 동네의 현재	Nhưng hiện tại khu vực này rất phát triển nên dân số đang ngày một tăng lên. Hiện nay trong khu vực này _____ _____.
마무리	Tôi rất hài lòng về sự phát triển của khu vực tôi đang sống.

패턴연습

 패턴 1

Trước đây trong khu vực này 과거 동네 특징(발전하지 않은 부분).

예전에 이 동네에는 _____.

▶ 'trong + 장소'는 '장소 내, '장소 안에'라는 뜻으로 문장 앞에 위치할 수 있습니다.

과거 동네 특징
giao thông còn lạc hậu nên đi lại hơi bất tiện 교통이 아직 낙후되어 이동이 좀 불편하다
chưa có trường trung học phổ thông nên phải đi học xa 고등학교가 없어서 멀리 학교를 다녀야 했다
không có nơi giải trí nên hơi buồn chán 여가를 즐길 수 있는 공간이 없어서 약간 심심했다

예시 답안 Trước đây trong khu vực này giao thông còn lạc hậu nên đi lại hơi bất tiện.

예전에 이 동네에는 교통이 아직 낙후되어 이동이 좀 불편했다.

나의 답안 Trước đây trong khu vực này _____

_____.

 패턴 2

Hiện nay trong khu vực này 현재 동네 특징(발전한 부분).

요즘에 이 동네에는 _____.

현재 동네 특징
có đủ phương tiện giao thông công cộng như xe buýt, tàu điện ngầm 버스와 지하철 같은 대중교통 수단이 충분히 있다
có hai trường trung học phổ thông tốt nên các học sinh không cần đi học xa 좋은 고등학교가 두 곳이 있어 학생들은 멀리 학교를 다니지 않아도 된다
có một số nơi giải trí như rạp chiếu phim, công viên nên gia đình tôi thường đến đó vui chơi, thư giãn. 영화관, 공원과 같은 몇몇 여가 공간이 생겨 우리 가족은 주로 그곳에 가서 즐겁게 놀고 쉰다.

예시 답안 Hiện nay trong khu vực này có đủ phương tiện giao thông công cộng như xe buýt, tàu điện ngầm.

요즘에 이 동네에는 버스와 지하철 같은 대중교통 수단이 충분히 있습니다.

나의 답안 Hiện nay trong khu vực này _____

_____.

① 이웃 묘사

Bạn có thể cho tôi biết về những người hàng xóm của bạn được không? Hàng xóm của bạn là những ai? Họ làm nghề gì? Bạn có thường gặp những người hàng xóm của bạn không?

당신의 이웃들에 대해 저에게 알려줄 수 있나요? 당신의 이웃들은 누구인가요? 그들은 무슨 일을 하나요? 당신은 이웃들을 자주 만나나요?

② 이웃과 만나서 한 일

Lần gần nhất bạn đã giao lưu với những người hàng xóm của bạn khi nào? Bạn hãy nói về những hoạt động bạn đã làm khi bạn gặp những người hàng xóm của bạn. Hãy nói thật chi tiết về các hoạt động của bạn và hàng xóm của bạn từ đầu đến cuối.

가장 최근에 당신은 언제 이웃들과 교류했나요? 당신이 이웃들과 만났을 때 했던 활동들에 대해서 말해보세요. 당신과 이웃의 활동에 대해 처음부터 끝까지 매우 상세하게 말해보세요.

질문 1 이웃 묘사

Bạn có thể cho tôi biết về những người hàng xóm của bạn được không? Hàng xóm của bạn là những ai? Họ làm nghề gì? Bạn có thường gặp những người hàng xóm của bạn không?

당신의 이웃들에 대해 저에게 알려줄 수 있나요? 당신의 이웃들은 누구인가요? 그들은 무슨 일을 하나요? 당신은 이웃들을 자주 만나나요?

모범답안

이웃 소개	Tôi sống ở một căn hộ chung cư, tôi có một gia đình hàng xóm thường gặp. Họ sống ở căn hộ bên cạnh.
	저는 아파트에서 살고 있고 자주 만나는 이웃 한 가족이 있습니다. 그들은 (아파트) 옆집에 삽니다.
이웃의 성격과 하는 일	Họ là những người tốt bụng và thân thiện. Trong gia đình đó, người chồng là kỹ sư còn người vợ là nội trợ. Họ có hai đứa con rất dễ thương, chúng là bạn học của các con tôi.
	그들은 성품이 좋고 친절한 사람들입니다. 그 가족 중에 남편은 기술자이고 아내는 가정주부입니다. 그들은 매우 귀여운 아이가 두 명 있으며 그 아이들은 우리 아이들의 학교 친구입니다.
이웃과 교류	Mặc dù cuộc sống bận rộn, chúng tôi cố gắng gặp nhau hai lần một tháng. Chúng tôi thường nói chuyện về cuộc sống của nhau và cùng nhau đi ăn ở nhà hàng.
	비록 삶이 바쁘지만 우리는 한 달에 두 번 만나려고 노력합니다. 우리는 주로 서로의 삶에 대해 이야기하고 함께 레스토랑에 밥을 먹으러 갑니다.

단어 **căn hộ** 아파트, 큰 건물의 한 호실 형태의 집 | **hàng xóm** 이웃 | **bên cạnh** 옆쪽 | **tốt bụng** 성품이 좋다 | **kỹ sư** 기술자

나의 답안 작성하기

이웃 소개	Tôi sống ở một căn hộ chung cư, tôi có _____ thường gặp. Họ sống ở _____.
이웃의 성격과 하는 일	Họ là những người _____. _____.
이웃과 교류	Mặc dù cuộc sống bận rộn, chúng tôi cố gắng gặp nhau hai lần một tháng. Chúng tôi thường nói chuyện về cuộc sống của nhau và cùng nhau đi ăn ở nhà hàng.

패턴연습

 패턴 1 Tôi có 자주 만나는 이웃 thường gặp. Họ sống ở 이웃이 사는 곳.

저는 자주 만나는 _____가 있습니다. 그들은 _____에서 삽니다.

▶ thường은 빈도부사로 '자주, 보통, 주로'라는 뜻입니다.

자주 만나는 이웃	이웃이 사는 곳
hai người bạn hàng xóm 이웃 친구 두 명 mấy người hàng xóm 이웃 몇 명 một số người láng giềng 이웃 몇 명	tầng trên 위층 tầng dưới 아래층 toà chung cư trước 아파트 앞 동

예시 답안 Tôi có hai người bạn hàng xóm thường gặp. Họ sống ở tầng trên.

나는 자주만나는 이웃 친구가 두 명 있습니다. 그들은 위층에서 삽니다.

나의 답안 Tôi có _____ thường gặp. Họ sống ở _____.

 패턴 2 Họ là những người 이웃의 성격. 하는 일.

그들은 _____한 사람들입니다.

▶ những은 người 앞에 위치하여 복수형을 만듭니다.

이웃의 성격	하는 일
hoạt bát, vui tính 활발하고 쾌활하다 dễ gần, cởi mở 친해지기 쉽고, 오픈마인드를 가졌다 nhiệt tình, thông minh 열정적이고 똑똑하다	Hai bạn hàng xóm đó đang làm việc ở một công ty du lịch 두 이웃 친구는 한 여행사에서 일하고 있다 Họ đều là nội trợ 그들은 모두 가정주부이다 Một người là giám đốc công ty còn một người khác là bác sĩ 한 명은 회사 사장이고 다른 한 사람은 의사이다

예시 답안 Họ là những người hoạt bát, vui tính. Hai bạn hàng xóm đó đang làm việc ở một công ty du lịch.

그들은 활발하고 쾌활한 (성격의) 사람들입니다. 두 이웃 친구들은 한 여행사에서 일하고 있습니다.

나의 답안 Họ là những người _____. _____

_____.

Lần gần nhất bạn đã giao lưu với những người hàng xóm của bạn khi nào? Bạn hãy nói về những hoạt động bạn đã làm khi bạn gặp những người hàng xóm của bạn. Hãy nói thật chi tiết về các hoạt động của bạn và hàng xóm của bạn từ đầu đến cuối.

가장 최근에 당신은 언제 이웃들과 교류했나요? 당신이 이웃들과 만났을 때 했던 활동들에 대해서 말해보세요. 당신과 이웃의 활동에 대해 처음부터 끝까지 매우 상세하게 말해보세요.

모범답안

최근에 이웃을 만난 때와 활동	Cuối tuần vừa qua, tôi và những người hàng xóm của tôi đã cùng nhau đi leo núi.
	지난주 주말 저와 이웃들은 함께 등산을 갔습니다.
구체적인 활동	Chúng tôi có cùng sở thích, đó là leo núi. Ở gần khu vực chúng tôi đang sống, có một núi cao khoảng 800m, có đường mòn dài khoảng 1 km. Chúng tôi đã xuất phát từ 9 giờ sáng và đến đỉnh núi lúc 12 giờ trưa. Sau khi ăn trưa ở đỉnh núi, ngắm phong cảnh một lúc, chúng tôi đã đi xuống núi.
	우리는 같은 취미가 있는데 그것은 등산하는 것입니다. 우리가 사는 동네 가까운 곳에 약 800m 높이의 산이 하나 있고 등산로는 약 1km입니다. 우리는 아침 9시부터 출발해서 정상에 낮 12시에 도착했습니다. 산 정상에서 점심을 먹은 후에 잠시 풍경을 감상하고 하산했습니다.
마무리	Chúng tôi đã có thời gian thật vui và thoải mái.
	우리는 아주 즐겁고 편안한 시간을 보냈습니다.

단어 **hàng xóm** 이웃 | **leo núi** 등산 | **cùng** 같은, 함께 | **khu vực** 동네, 지역 | **đường mòn** 등산로 | **xuất phát** 출발하다 | **đỉnh núi** 산 정상 | **ngắm** 감상하다

나의 답안 작성하기

최근에 이웃을 만난 때와 활동	_____, tôi và những người hàng xóm của tôi đã cùng nhau _____.
구체적인 활동	Chúng tôi có cùng sở thích, đó là _____. Ở gần khu vực chúng tôi đang sống, có một _____. Chúng tôi đã xuất phát từ 9 giờ sáng, _____ (lúc) 12 giờ trưa. Sau khi ăn trưa, ngắm phong cảnh một lúc, chúng tôi đã _____.
마무리	Chúng tôi đã có thời gian thật vui và thoải mái.

패턴연습

 패턴 1 최근에 이웃을 만난 때, **tôi và những người hàng xóm của tôi đã cùng nhau** 이웃을 만나서 한 활동.

_____에 저와 제 이웃들은 함께 _____.

▶ cùng nhau는 부사로 '함께, 같이'라는 뜻입니다. 서술어 앞, 뒤에 모두 위치할 수 있습니다.

이웃을 만나서 한 활동	
thứ bảy vừa qua 지난주 토요일	đi câu cá 낚시를 하러 가다
mấy ngày trước 며칠 전	đi mua sắm 쇼핑을 가다
chủ nhật vừa qua 지난주 일요일	đi xem phim ở rạp chiếu phim 영화관에 영화를 보러 가다

예시 답안 Thứ bảy vừa qua, tôi và những người hàng xóm của tôi đã cùng nhau đi câu cá.

지난주 토요일에 저와 제 이웃들은 함께 낚시를 하러 갔습니다.

나의 답안 _____, tôi và những người hàng xóm của tôi đã cùng nhau _____.

 패턴 2 Chúng tôi có cùng sở thích, đó là 이웃과 동일한 취미.

우리는 같은 취미가 있는데 그것은 _____ 것입니다.

▶ cùng + 명사는 '같은 (명사)'라는 뜻입니다.

이웃과 동일한 취미
câu cá 낚시하다
mua sắm 쇼핑하다
xem phim ở rạp chiếu phim 영화관에서 영화 보다

예시 답안 Chúng tôi có cùng sở thích, đó là câu cá.

우리는 같은 취미가 있는데 그것은 낚시하는 것입니다.

나의 답안 Chúng tôi có cùng sở thích, đó là _____.

 패턴 3 Ở gần khu vực chúng tôi đang sống, có một 이웃과 함께 활동한 장소 설명.

우리가 사는 동네 가까운 곳에 _____이/가 하나 있습니다.

▶ 'ở gần + 장소명사'는 '(장소명사) 가까운 곳에'라는 뜻입니다.

이웃과 함께 활동한 장소 설명
hồ câu cá khá lớn có nhiều cá 물고기가 많은 꽤 큰 낚시터
khu mua sắm lớn không thiếu thứ gì 없는 게 없는(모든 것이 다 있는) 큰 쇼핑몰
rạp chiếu phim mới mở cửa 새로 오픈한 영화관

Ở gần khu vực chúng tôi đang sống, có một <u>hồ câu cá khá lớn có nhiều cá</u>.

우리가 사는 동네 가까운 곳에 물고기가 많은 꽤 큰 낚시터가 하나 있습니다.

Ở gần khu vực chúng tôi đang sống, có một _____

_____ .

* 영화 보기 주제 대표 질문 리스트

① 좋아하는 영화 장르

Trong bản khảo sát, bạn nói rằng bạn thích xem phim. Hãy cho tôi biết bạn thích thể loại phim gì và lý do tại sao bạn thích thể loại phim đó.

설문에서 당신은 영화 보는 것을 좋아한다고 했습니다. 당신이 무슨 영화 장르를 좋아하고 왜 그 영화 장르를 좋아하는지 이유를 알려주세요.

---

② 좋아하는 영화배우나 감독

Diễn viên hay đạo diễn mà bạn yêu thích là ai? Diễn viên hay đạo diễn đó đã xuất hiện hay sản xuất bộ phim nào? Vì sao bạn thích diễn viên hay đạo diễn đó?

당신이 좋아하는 배우나 감독이 누구인가요? 그 배우나 감독이 어떤 영화에 출연하거나 감독했나요? 왜 그 배우나 감독을 좋아하나요?

---

③ 영화 보기 전후 활동

Bạn thường đi xem phim với ai? Vì sao bạn thường đi xem phim với những người đó? Trước khi xem phim bạn thường làm gì? Sau khi xem phim, bạn thường làm gì? Hãy nói về những hoạt động của bạn khi đi xem phim.

당신은 주로 누구와 함께 영화를 보러 가나요? 왜 당신은 주로 그 사람들과 영화를 보러 가나요? 영화를 보기 전에 당신은 주로 무엇을 하나요? 영화를 본 후에 당신은 주로 무엇을 하나요? 영화를 보러 갈 때 당신의 활동들에 대해 말해주세요.

---

④ 자주 가는 영화관 묘사

Hãy miêu tả về rạp chiếu phim mà bạn thường đến xem phim. Rạp chiếu phim đó trông như thế nào? Hãy nói thật chi tiết về rạp chiếu phim mà bạn thường đến.

당신이 자주 영화를 보러 가는 영화관에 대해 묘사해 주세요. 그 영화관은 어떻게 생겼나요? 당신이 자주 가는 영화관에 대해 아주 자세하게 말해주세요.

질문 1 **좋아하는 영화 장르**

MP3 2-24

Trong bản khảo sát, bạn nói rằng bạn thích xem phim. Hãy cho tôi biết bạn thích thể loại phim gì và lý do tại sao bạn thích thể loại phim đó.

설문에서 당신은 영화 보는 것을 좋아한다고 했습니다. 당신이 무슨 영화 장르를 좋아하고 왜 그 영화 장르를 좋아하는지 이유를 알려주세요.

모범답안

도입	Tôi thích xem phim nên mỗi cuối tuần tôi đều đi xem phim ở rạp chiếu phim. 저는 영화 보는 것을 좋아해서 매주 주말에 영화관에 영화를 보러 갑니다.
좋아하는 영화 장르	Trong các thể loại phim, tôi thích thể loại phim hành động nhất. 영화 장르 중에서 저는 액션영화 장르를 제일 좋아합니다.
이유	Bởi vì thể loại phim này thường có nhiều cảnh hành động đẹp mắt. Khi xem phim hành động, tôi chỉ tập trung vào các cảnh hành động và tạm quên đi những căng thẳng lo lắng thường ngày. 왜냐하면 이 영화 장르는 멋진 액션 장면이 많이 있기 때문입니다. 액션 영화를 볼 때 저는 액션 장면들에만 집중해서 일상의 걱정과 스트레스를 잠시 잊습니다.

단어 **thể loại** 종류, 장르 | **phim hành động** 액션영화 | **cảnh** 씬, 장면 | **đẹp mắt** 보기에 멋진, 아름다운 | **tập trung** 집중하다 | **tạm** 잠시 | **căng thẳng** 긴장하다, 스트레스 | **lo lắng** 걱정하다 | **thường ngày** 일상

나의 답안 작성하기

도입	Tôi thích xem phim nên mỗi cuối tuần tôi đều đi xem phim ở rạp chiếu phim.
좋아하는 영화 장르	Trong các thể loại phim, tôi thích thể loại ＿＿＿＿＿＿＿＿＿＿ nhất.
이유	Bởi vì thể loại phim này ＿＿＿＿＿＿＿＿＿＿＿. Khi xem ＿＿＿＿＿＿＿＿＿, tôi ＿＿＿＿＿＿＿＿＿ và tạm quên đi những căng thẳng lo lắng thường ngày.

패턴연습

 패턴 1

Trong các thể loại phim, tôi thích thể loại 가장 좋아하는 영화 장르 nhất.
영화 장르 중에서 저는 _____ 장르를 제일 좋아합니다.

▶ nhất은 '가장, 제일'이라는 뜻으로 비교급 중에서 최상급입니다.

가장 좋아하는 영화 장르		
phim hài 코미디 영화	phim tình cảm 로맨스 영화	phim kinh dị 공포 영화

예시 답안 Trong các thể loại phim, tôi thích thể loại <u>phim hài</u> nhất.

영화 장르 중에서 나는 코미디 영화 장르를 제일 좋아합니다.

나의 답안 Trong các thể loại phim, tôi thích thể loại _____ nhất.

 패턴 2

Bởi vì thể loại phim này 좋아하는 이유.
왜냐하면 이 영화 장르는 _____ 때문입니다.

▶ thể loại 는 '종류, 장르'라는 뜻입니다.

해당 영화 장르를 좋아하는 이유
khiến tôi cười nhiều khi tôi xem thể loại phim đó 그 영화 장르를 볼 때 많이 웃게 해준다
có nhiều cảnh lãng mạn đẹp 아름다운 낭만적인 장면들이 많다
làm tôi cảm thấy hồi hộp khi xem 볼 때 내가 스릴을 느끼게 해준다

예시 답안 Bởi vì thể loại phim này <u>khiến tôi cười nhiều khi tôi xem thể loại phim đó</u>.

왜냐하면 이 영화 장르는 제가 그 영화 장르를 볼 때 많이 웃게 해주기 때문입니다.

나의 답안 Bởi vì thể loại phim này _____.

 패턴 3

Khi xem 좋아하는 영화 장르, tôi 나의 느낌/상태.
_____ 를 볼 때 저는 _____.

▶ khi는 '~할 때'라는 뜻으로 시간, 때를 표현하는 절 앞에 사용합니다.

좋아하는 영화 장르를 볼 때	
phim hài 코미디 영화 phim tình cảm 로맨스 영화 phim kinh dị 공포 영화	có thể cười to thoải mái 편안하게 크게 웃을 수 있다 có thể tạm rời cuộc sống khó khăn, trải nghiệm một cuộc sống tốt đẹp 잠시 힘든 삶을 떠나 아름다운 삶을 체험할 수 있다 cảm thấy phấn khởi trong chốc lát 잠시 흥분을 느낀다

예시 답안 Khi xem phim hài, tôi <u>có thể cười to thoải mái</u>.

왜냐하면 이 영화 장르는 제가 그 영화 장르를 볼 때 많이 웃게 해주기 때문입니다.

나의 답안 Khi xem _____, tôi _____.

질문 2 **좋아하는 배우나 감독**

MP3 2-25

Diễn viên hay đạo diễn mà bạn yêu thích là ai? Diễn viên hay đạo diễn đó đã xuất hiện hay sản xuất bộ phim nào? Vì sao bạn thích diễn viên hay đạo diễn đó?

당신이 좋아하는 배우나 감독이 누구인가요? 그 배우나 감독이 어떤 영화에 출연하거나 감독했나요? 왜 그 배우나 감독을 좋아하나요?

모범답안

좋아하는 배우	Diễn viên mà tôi thích nhất là Tom Cruise, một trong những diễn viên điện ảnh nổi tiếng nhất trên thế giới. 제가 제일 좋아하는 배우는 세계적으로 가장 유명한 영화배우 중 한 명인 탐 크루즈입니다.
좋아하는 배우가 출연한 영화	Anh ấy đã xuất hiện trong loạt phim <Nhiệm vụ bất khả thi> rất nổi tiếng. Trong phim đó anh ấy là một điệp viên mạnh mẽ và xuất sắc và thực hiện được một nhiệm vụ vô cùng bất khả thi. 그는 매우 유명한 '미션임파서블' 영화 시리즈에 출연했습니다. 그 영화에서 그는 강하고 뛰어난 요원이며 매우 불가능한 임무를 실현했습니다.
좋아하는 이유	Tôi thích diễn viên đó vì anh ấy diễn xuất giỏi và đẹp trai. 저는 그가 연기를 잘하고 잘생겼기 때문에 그 배우를 좋아합니다.

단어 **diễn viên** 배우, 연예인 | **một trong những** ~중 하나 | **diễn viên điện ảnh** 영화배우 | **thế giới** 세계 | **xuất hiện** 출현하다, 나타나다, 출연하다 | **loạt phim** 시리즈 영화 | **xuất sắc** 뛰어나다, 훌륭하다 | **nhiệm vụ** 임무 | **bất khả thi** 불가능하다 | **diễn xuất** 연기하다

나의 답안 작성하기

좋아하는 배우	Diễn viên mà tôi thích nhất là _____, một trong những diễn viên điện ảnh nổi tiếng nhất _____.
좋아하는 배우가 출연한 영화	_____ đã xuất hiện trong phim <_____> rất nổi tiếng. Trong phim đó _____ là _____.
좋아하는 이유	Tôi thích diễn viên đó vì _____ diễn xuất giỏi và đẹp trai.

패턴연습

패턴 1

Diễn viên mà tôi thích nhất là 좋아하는 배우, một trong những diễn viên điện ảnh nổi tiếng nhất 유명한 영역.

제가 제일 좋아하는 배우는 _____ 가장 유명한 영화배우들 중 한 명인 _____입니다.

▶ 'một trong những + 명사'는 '(명사들) 중 하나'라고 해석합니다.

좋아하는 배우	
Song Gang-ho 송강호	ở Hàn Quốc 한국에서
Emma Watson 엠마왓슨	trên thế giới 세계적으로
Trần Nghĩa 쩐 응이아	ở Việt Nam 베트남에서

예시 답안

Diễn viên mà tôi thích nhất là Song Gang-ho, một trong những diễn viên điện ảnh nổi tiếng nhất ở Hàn Quốc.

제가 제일 좋아하는 배우는 한국에서 가장 유명한 영화배우들 중 한명인 송강호입니다.

나의 답안

Diễn viên mà tôi thích nhất là _____, một trong những diễn viên điện ảnh nổi tiếng nhất _____.

패턴 2

좋아하는 배우 đã xuất hiện trong 출연 영화 제목 rất nổi tiếng.

_____은/는 매우 유명한 _____에 출연했습니다.

▶ xuất hiện 은 '나타나다'라는 뜻으로 영화, 연극 등 배우의 출연을 나타내기도 합니다.

좋아하는 배우가 출연한 영화	
Anh ấy 그	phim <Ký sinh trùng> 영화 기생충
Cô ấy 그녀	loạt phim <Harry Potter> 시리즈 영화 해리포터
Anh ấy 그	phim <Mắt biếc> 비취색 눈

예시 답안

Anh ấy đã xuất hiện trong phim <Ký sinh trùng> rất nổi tiếng.

그는 매우 유명한 영화 〈기생충〉에 출연했습니다.

나의 답안

_____ đã xuất hiện trong _____ rất nổi tiếng.

패턴 3

Trong phim đó 좋아하는 배우 là 해당 배우의 역할/연기 등.

그 영화에서 _____.

좋아하는 배우의 영화 속 역할	
anh ấy 그	một nhân vật che giấu nhiều bí mật 많은 비밀을 숨기고 있는 인물
cô ấy 그녀	một nữ phù thuỷ thật thông minh và xuất sắc 똑똑하고 뛰어난 마녀
anh ấy 그	một nhân vật đầy tình cảm, chung thuỷ 사랑이 많고 일편단심인 인물

Trong phim đó <u>anh ấy</u> là <u>một nhân vật che giấu nhiều bí mật</u>.

그 영화에서 그는 많은 비밀을 숨기고 있는 인물입니다.

Trong phim đó _____ là _____.

질문 3 **영화 보기 전후 활동**

MP3 2-26

Bạn thường đi xem phim với ai? Vì sao bạn thường đi xem phim với những người đó? Trước khi xem phim bạn thường làm gì? Sau khi xem phim, bạn thường làm gì? Hãy nói về những hoạt động của bạn khi đi xem phim.

당신은 주로 누구와 함께 영화를 보러 가나요? 왜 당신은 주로 그 사람들과 영화를 보러 가나요? 영화를 보기 전에 당신은 주로 무엇을 하나요? 영화를 본 후에 당신은 주로 무엇을 하나요? 영화를 보러 갈 때 당신의 활동들에 대해 말해주세요.

모범답안

같이 영화 보러 가는 사람과 이유	Tôi thường đi xem phim với gia đình tôi. Vì cả gia đình tôi đều thích đi xem phim ở rạp chiếu phim. 저는 주로 가족과 함께 영화를 보러 갑니다. 우리 온 가족이 다 영화관에 영화를 보러 가는 것을 좋아하기 때문입니다.
영화를 보기 전의 활동	Trước khi xem phim, tôi thường mua bắp rang bơ và đồ uống. Vì tôi thích vừa ăn bắp rang bơ vừa xem phim. 영화를 보기 전에 저는 주로 팝콘과 음료수를 삽니다. 저는 영화를 보면서 팝콘을 먹는 것을 좋아하기 때문입니다.
영화를 보고 난 후의 활동	Sau khi xem phim, cả gia đình tôi thường đi ăn tối ở nhà hàng gần rạp chiếu phim. Chúng tôi thường vừa ăn cơm vừa nói chuyện về bộ phim vừa mới xem. 영화를 보고 나서 우리 가족은 영화관 근처의 레스토랑에 저녁을 먹으러 갑니다. 우리는 주로 밥을 먹으면서 방금 본 영화에 대해 이야기합니다.

단어 **bắp rang bơ** 팝콘 | **đồ uống** 음료수

나의 답안 작성하기

같이 영화 보러 가는 사람과 이유	Tôi thường đi xem phim với _____. Vì _____ đều thích đi xem phim ở rạp chiếu phim.
영화를 보기 전의 활동	Trước khi xem phim, _____. Vì _____.
영화를 보고 난 후의 활동	Sau khi xem phim, _____. _____.

패턴연습

Tôi thường đi xem phim với 영화를 같이 보는 사람.

저는 주로 _____와/과 함께 영화를 보러 갑니다.

▶với는 '함께, 같이'라는 뜻의 전치사입니다.

같이 영화 보러 가는 사람

các bạn thân của tôi 나의 친한 친구들
các đồng nghiệp của tôi 나의 (회사) 동료들
các thành viên trong câu lạc bộ xem phim 영화 감상 동호회 회원들

예시 답안 Tôi thường đi xem phim với các bạn thân của tôi.

저는 주로 저의 친한 친구들과 함께 영화를 보러 갑니다.

나의 답안 Tôi thường đi xem phim với _____.

Trước khi xem phim, 영화 보기 전에 하는 활동.

영화를 보기 전에 _____.

▶trước khi 는 서술어 앞에 쓰이며 '~하기 전에'라는 뜻입니다.

영화 보기 전에 하는 활동

chúng tôi thường chơi game ở khu chơi game trong rạp chiếu phim.
우리는 주로 영화관 안의 게임센터에서 게임을 한다.
chúng tôi thường ăn cơm và uống cà phê.
우리는 주로 밥을 먹고 커피를 마신다
chúng tôi thường mua vé xem phim và đi vệ sinh trước.
우리는 주로 영화표를 사고 미리 화장실에 간다

예시 답안 Trước khi xem phim, chúng tôi thường chơi game ở khu chơi game
trong rạp chiếu phim.

영화를 보기 전에 우리는 주로 영화관 안의 게임센터에서 게임을 합니다.

나의 답안 Trước khi xem phim, _____

_____.

패턴 3

Sau khi xem phim, 영화 본 후에 하는 활동.

영화를 보고 나서 _____.

▶ sau khi 는 서술어 앞에 쓰이며 '~한 후에'라는 뜻입니다.

영화본 후에 하는 활동
chúng tôi thường đi mua sắm hoặc đi uống bia. 우리는 주로 쇼핑하러 가거나 맥주를 마시러 간다. chúng tôi thường tìm đọc các cảm nhận về bộ phim đó. 우리는 그 영화에 대한 리뷰를 찾아 읽는다. chúng tôi thường viết các cảm nhận về phim vừa mới xem rồi đăng lên blog cá nhân. 우리는 주로 방금 본 영화에 대한 리뷰를 작성하여 개인 블로그에 올린다.

예시 답안   Sau khi xem phim, chúng tôi thường đi mua sắm hoặc đi uống bia.

영화를 보고 나서 우리는 주로 쇼핑하러 가거나 맥주를 마시러 갑니다.

나의 답안   Sau khi xem phim, _____.

MP3 2-27

Hãy miêu tả về rạp chiếu phim mà bạn thường đến xem phim. Rạp chiếu phim đó trông như thế nào? Hãy nói thật chi tiết về rạp chiếu phim mà bạn thường đến.

당신이 자주 영화를 보러 가는 영화관에 대해 묘사해 주세요. 그 영화관은 어떻게 생겼나요? 당신이 자주 가는 영화관에 대해 아주 자세하게 말해주세요.

모범답안

자주 가는 영화관	Tôi thường đi xem phim ở rạp chiếu phim Lotte gần nhà. 저는 집 근처의 롯데시네마에 자주 영화를 보러 갑니다.
영화관 묘사	Rạp chiếu phim đó ở tầng 7 và 8 của toà nhà trung tâm thương mại Lotte. Khi bước vào rạp chiếu phim, tôi có thể thấy quầy bán vé xem phim, nơi bán bắp rang bơ và đồ uống, nhà vệ sinh. Ở đó, có nhiều phòng chiếu phim lớn ở tầng 7 và 8. 그 영화관은 롯데백화점 건물 7층과 8층에 있습니다. 영화관으로 들어서면 영화표 판매소, 팝콘과 음료수를 파는 곳, 화장실을 볼 수 있습니다. 그곳에는 7층과 8층에 큰 영화 상영관이 많이 있습니다.
마무리	Rạp chiếu phim đó mới được mở cửa nên sạch sẽ, hiện đại và luôn đông người. 그 영화관은 막 문을 열었기 때문에 깨끗하고 현대적이며 항상 사람들이 붐빕니다.

단어 **toà nhà** 건물 | **trung tâm thương mại** 백화점 | **bước vào** 걸어 들어가다 | **quầy bán vé** 매표소 | **nhà vệ sinh** 화장실 | **phòng chiếu phim** 상영관 | **mở cửa** 오픈하다, 개장하다

나의 답안 작성하기

자주 가는 영화관	Tôi thường đi xem phim ở _____.
영화관 묘사	Rạp chiếu phim đó ở _____. Khi bước vào rạp chiếu phim, tôi có thể thấy _____ _____. Ở đó, có _____.
마무리	Rạp chiếu phim đó mới được mở cửa nên sạch sẽ , hiện đại và luôn đông người.

패턴연습

 패턴 1

Tôi thường đi xem phim ở <u>자주 가는 영화관</u>.

저는 _____ 에 자주 영화를 보러 갑니다.

▶ thường은 서술어 앞에 위치하여 '주로, 보통, 자주' 등으로 해석하는 빈도부사입니다.

자주 가는 영화관

rạp chiếu phim CGV trung tâm thành phố 시내 CGV 영화관
rạp chiếu phim dành cho người trên ô tô 자동차 영화관
rạp chiếu phim MegaBox gần công ty 회사 근처 메가박스 영화관

예시 답안　Tôi thường đi xem phim ở <u>rạp chiếu phim CGV trung tâm thành phố</u>.

저는 시내 CGV 영화관에 자주 영화를 보러 갑니다.

나의 답안　Tôi thường đi xem phim ở _____ .

 패턴 2

Khi bước vào rạp chiếu phim, tôi có thể thấy <u>영화관 묘사</u>.

영화관으로 들어서면 저는 _____ 을/를 볼 수 있습니다.

▶ bước vào '걸어 들어가다'라는 뜻입니다. 'bước'은 한걸음, 걷다 라는 뜻을 가지고 있습니다.

영화관 묘사

ở bên phải có quầy bán vé xem phim, ở bên trái có một số máy làm bắp rang bơ
오른쪽에서 영화표 매표소, 왼쪽에서 몇 개의 팝콘 만드는 기계
một màn hình rất to ở giữa 가운데에 있는 큰 화면
nhiều người trông rất hứng thú xếp hàng 신나 보이는 많은 사람들이 줄을 서 있는 것

예시 답안　Khi bước vào rạp chiếu phim, tôi có thể thấy <u>ở bên phải có quầy bán vé xem phim, ở bên trái có một số máy làm bắp rang bơ</u>.

영화관으로 들어서면 저는 오른쪽에서 영화표 매표소, 왼쪽에서 몇 개의 팝콘 만드는 기계를 볼 수 있습니다.

나의 답안　Khi bước vào rạp chiếu phim, tôi có thể thấy _____

_____ .

 패턴 3

Ở đó, có <u>영화관에 있는 것</u>.

그곳에는 _____ 이 있습니다.

영화관에 있는 것

phòng chiếu phim được trang bị những chiếc ghế rất êm 매우 푹신한 의자들을 갖춘 상영관
một số cửa hàng nhỏ bán thức ăn nhẹ và nhà vệ sinh 간식거리를 파는 작은 가게들 몇 개와 화장실
phòng chiếu phim được trang bị hệ thống âm thanh tốt 좋은 사운드 시스템을 갖춘 상영관

Ở đó, có <u>phòng chiếu phim được trang bị những chiếc ghế rất êm</u>.

그곳에는 매우 푹신한 의자들을 갖춘 상영관이 있습니다.

Ở đó, có _____.

① 좋아하는 공연

Trong bản khảo sát, bạn nói rằng bạn thích đi xem biểu diễn. Hãy cho tôi biết bạn thích đi xem loại hình biểu diễn gì và lý do tại sao bạn thích loại hình biểu diễn đó.

설문에서 당신은 공연을 보러 가는 것을 좋아한다고 했습니다. 어떤 공연 종류를 보러 가는 것을 좋아하고 왜 그 공연 종류를 좋아하는지 알려주세요.

② 공연 관람 전후에 하는 일

Bạn thường đi xem kịch mấy lần trong một tháng hoặc một năm? Bạn thường đi xem kịch với ai? Bạn thường làm gì trước và sau khi xem kịch?

당신은 주로 한달 혹은 1년에 몇 번 연극을 보러 갑니까? 당신은 주로 누구와 연극을 보러 가나요? 당신은 연극을 보기 전과 본 후에 주로 무엇을 합니까?

③ 최근에 콘서트에 간 경험

Trong bản khảo sát, bạn nói rằng bạn thích đi nghe hoà nhạc. Hãy nói cho tôi biết về buổi hoà nhạc gần đây nhất mà bạn đã đi nghe. Buổi hoà nhạc đó được tổ chức ở đâu và bạn đã đi nghe với ai? Bạn có thích buổi hòa nhạc đó không?

설문에서 당신은 콘서트 가는 것을 좋아한다고 했습니다. 당신이 가장 최근에 갔던 콘서트에 대해 말해주세요. 그 콘서트는 어디에서 열렸고 당신은 누구와 함께 갔나요? 당신은 그 콘서트가 좋았나요?

④ 가장 기억에 남는 콘서트

Hãy kể cho tôi nghe về một buổi hoà nhạc mà bạn nhớ nhất. Ai đã biểu diễn ở buổi hoà nhạc đó? Theo bạn, điều gì làm cho bạn nhớ nhất về buổi hoà nhạc đó?

당신의 기억에 가장 남는 콘서트에 대해 이야기해주세요. 누가 그 콘서트에서 공연했습니까? 어떤 점이 그 콘서트를 가장 기억에 남도록 했나요?

질문 1 좋아하는 공연

MP3 2-28

Trong bản khảo sát, bạn nói rằng bạn thích đi xem biểu diễn. Hãy cho tôi biết bạn thích đi xem loại hình biểu diễn gì và lý do tại sao bạn thích loại hình biểu diễn đó.

설문에서 당신은 공연을 보러 가는 것을 좋아한다고 했습니다. 어떤 공연 종류를 보러 가는 것을 좋아하고 왜 그 공연 종류를 좋아하는지 알려주세요.

모범답안

좋아하는 공연 유형	Tôi rất thích đi xem biểu diễn. Trong các loại hình biểu diễn, tôi thích nhất là xem kịch. 저는 공연을 보러 가는 것을 매우 좋아합니다. 공연 장르 중에서 제가 제일 좋아하는 것은 연극 감상입니다.
좋아하는 이유	Tôi thích xem kịch là vì tôi có thể xem các diễn viên kịch diễn trước mặt. Thêm nữa, khi xem kịch, tôi có thể quên những việc phức tạp và có thể thư giãn. Mỗi khi tôi xem kịch tôi đều cảm thấy rất vui vẻ và hạnh phúc. 제가 연극 보길 좋아하는 것은 바로 앞에서 연극배우들이 연기하는 것을 볼 수 있기 때문입니다. 또한 연극을 볼 때 저는 복잡한 일들을 잊을 수 있고 긴장을 풀 수 있습니다. 연극을 볼 때마다 저는 즐겁고 행복하게 느낍니다.

단어 **biểu diễn** 공연하다 | **loại hình** 장르, 유형 | **kịch** 연극 | **mặt** 얼굴 | **quên** 잊다, 잊어버리다 | **phức tạp** 복잡하다 | **thư giãn** 긴장을 풀고 푹 쉬다

나의 답안 작성하기

좋아하는 공연 유형	Tôi rất thích đi xem biểu diễn. Trong các loại hình biểu diễn, tôi thích nhất là _____.
좋아하는 이유	Tôi thích _____ là vì _____. Thêm nữa, khi xem _____. Mỗi khi tôi _____ tôi đều cảm thấy rất vui vẻ và hạnh phúc.

패턴연습

 패턴 1

Trong các loại hình biểu diễn, tôi thích nhất là <u>가장 좋아하는 공연 장르</u>.

공연 장르 중에서 제가 제일 좋아하는 것은 ＿＿＿＿＿＿＿＿＿＿＿＿＿＿입니다.

▶loại hình은 '유형, 장르'라는 뜻입니다.

좋아하는 공연 장르
biểu diễn ảo thuật 마술 공연   biểu diễn xiếc 서커스 공연 biểu diễn đường phố 거리 공연

예시 답안   Trong các loại hình biểu diễn, tôi thích nhất là <u>biểu diễn ảo thuật</u>.

공연 장르 중에서 제가 제일 좋아하는 것은 마술 공연입니다.

나의 답안   Trong các loại hình biểu diễn, tôi thích nhất là ＿＿＿＿＿＿＿＿＿＿.

 패턴 2

Tôi thích <u>공연 장르</u> là vì <u>좋아하는 이유</u>.

제가 ＿＿＿＿＿＿＿＿를 좋아하는 것은 ＿＿＿＿＿＿＿＿＿＿ 때문입니다.

▶~là vì 뒤에는 원인, 이유를 나타내는 절이 위치합니다.

해당 공연 장르를 좋아하는 이유	
biểu diễn ảo thuật 마술 공연	ảo thuật rất kỳ lạ, đầy thú vị 마술이 매우 신기하고 재미있다
biểu diễn xiếc 서커스 공연	biểu diễn xiếc rất đáng xem, vô cùng tuyệt vời 서커스는 매우 볼 만하고 매우 환상적이다
biểu diễn đường phố 거리 공연	có thể xem và nghe các màn trình diễn xuất sắc ngay tại chỗ 즉석에서 훌륭한 공연을 보고 들을 수 있다

예시 답안   Tôi thích biểu diễn ảo thuật là vì ảo thuật rất kỳ lạ, đầy thú vị.

제가 마술 공연을 좋아하는 것은 마술이 매우 신기하고 재미있기 때문입니다.

나의 답안   Tôi thích ＿＿＿＿＿＿＿＿＿ là vì ＿＿＿＿＿＿＿＿＿＿＿.

 패턴 3

Thêm nữa, khi xem <u>좋아하는 공연 장르를 볼 때</u> <u>내가 느끼는 점</u>.

또한 ＿＿＿＿＿＿＿＿을/를 볼 때 ＿＿＿＿＿＿＿＿＿＿＿.

▶khi는 '~할 때'라는 뜻으로 시간, 때를 표현하는 절 앞에 사용합니다.

좋아하는 공연 장르를 볼 때
biểu diễn ảo thuật, tôi có cảm giác hồi hộp, kích thích 마술 공연, 스릴과 흥분을 느낀다
biểu diễn xiếc, tôi có thể xem các con vật đu dây, nhảy qua vòng lửa 서커스, 동물들이 줄타기, 불타는 원을 뛰어넘는 것을 볼 수 있다
biểu diễn đường phố, tôi có thể nghe các ca sĩ và nhạc sĩ xuất sắc mới hát và chơi đàn 거리 공연, 새로운 뛰어난 가수들과 음악가들이 노래하고 악기를 연주하는 것을 들을 수 있다

예시 답안 Thêm nữa, khi xem biểu diễn ảo thuật, tôi có cảm giác hồi hộp, kích thích.

또한 마술 공연을 볼 때 저는 스릴과 흥분을 느낍니다.

나의 답안 Thêm nữa, khi xem_____

_____.

질문 2 공연 관람 전후에 하는 일

Bạn thường đi xem kịch mấy lần trong một tháng hoặc một năm? Bạn thường đi xem kịch với ai? Bạn thường làm gì trước và sau khi xem kịch?

당신은 주로 한 달 혹은 1년에 몇 번 연극을 보러 갑니까? 당신은 주로 누구와 연극을 보러 가나요? 당신은 연극을 보기 전과 본 후에 주로 무엇을 합니까?

모범답안

연극을 보러 가는 횟수와 함께 가는 사람	Tôi thường đi xem kịch một lần một tháng. Tôi thường đi xem kịch với các bạn tôi. 저는 주로 한 달에 한 번 연극을 보러 갑니다. 저는 주로 제 친구들과 연극을 보러 갑니다.
연극을 보러 가기 전에 하는 활동	Trước khi xem kịch, tôi thường đọc những cảm nhận về vở kịch đó, nếu cảm nhận tốt và muốn xem thì tôi thường mua vé xem kịch trước trên mạng. Sau đó đổi sang vé xem kịch thật ở rạp kịch. 연극을 보기 전에 저는 주로 그 연극에 대한 리뷰들을 읽어보고 만약 리뷰가 좋고 보고 싶다면 인터넷에서 연극표를 미리 구매합니다. 그 뒤에 극장에서 진짜 연극표로 바꿉니다.
연극을 본 후에 하는 활동	Sau khi xem kịch, tôi và các bạn tôi thường đi ăn cơm hoặc uống cà phê. Khi ăn cơm hoặc uống cà phê, chúng tôi thường nói chuyện về nội dung của vở kịch vừa mới xem. 연극을 보고 나서 저와 친구들은 주로 밥을 먹으러 가거나 커피를 마시러 갑니다. 밥을 먹거나 커피를 마실 때 우리는 주로 방금 본 연극 내용에 대한 이야기를 합니다.

단어 **cảm nhận** 리뷰 | **vở** 연극, 극 앞에 붙이는 종별사 | **mạng** 인터넷, 온라인 | **đổi sang** ~로 바꾸다 | **thật** 진짜 | **nội dung** 내용

나의 답안 작성하기

연극을 보러 가는 횟수와 함께 가는 사람	Tôi thường đi xem kịch _____. Tôi thường đi xem kịch với các bạn tôi.
연극을 보러 가기 전에 하는 활동	Trước khi xem kịch, tôi thường _____. Sau đó đổi sang vé xem kịch thật ở rạp kịch.
연극을 본 후에 하는 활동	Sau khi xem kịch, tôi và các bạn tôi thường _____ _____.

패턴연습

패턴 1

Tôi thường đi xem kịch <u>연극을 보러 가는 횟수</u>.

저는 주로 _____ 연극을 보러 갑니다.

연극 보러 가는 횟수

một lần một năm 일년에 한 번   mỗi tháng một lần 매달 한 번
mỗi cuối tuần 주말마다

예시 답안 Tôi thường đi xem kịch <u>một lần một năm</u>.

저는 주로 일년에 한 번 연극을 보러 갑니다.

나의 답안 Tôi thường đi xem kịch _____.

패턴 2

Trước khi xem kịch, tôi thường <u>연극 보기 전에 하는 활동</u>.

연극을 보기 전에 저는 주로 _____.

▶ trước khi 는 서술어 앞에 쓰이며 '~하기 전에'라는 뜻입니다.

연극 보기 전에 하는 활동

kiểm tra chỗ ngồi của tôi 나의 자리를 확인한다
tìm vé xem kịch đã đặt trước 미리 예약한 연극표를 찾는다
đi vệ sinh trước 미리 화장실에 간다

예시 답안 Trước khi xem kịch, tôi thường <u>kiểm tra chỗ ngồi của tôi</u>.

연극을 보기 전에 저는 주로 저의 자리를 확인합니다.

나의 답안 Trước khi xem kịch, tôi thường _____.

패턴 3

Sau khi xem kịch, tôi và các bạn tôi thường <u>연극을 본 후에 하는 활동</u>.

연극을 보고 나서 저와 친구들은 주로 _____.

▶ sau khi 는 서술어 앞에 쓰이며 '~한 후에'라는 뜻입니다.

연극을 본 후에 하는 활동

chụp ảnh kỷ niệm với các diễn viên kịch 연극 배우들과 기념사진을 찍는다
tìm đọc các cảm nhận về vở kịch đó để tìm hiểu thêm 더 이해하기 위해 그 연극에 대한 리뷰를 찾아 읽는다
viết các cảm nhận về kịch vừa mới xem rồi đăng lên blog cá nhân.
우리는 주로 방금 본 연극에 대한 리뷰를 작성하여 개인 블로그에 올린다

예시 답안 Sau khi xem kịch, tôi và các bạn tôi thường <u>chụp ảnh kỷ niệm với các diễn viên kịch</u>.

연극을 보고 나서 저와 친구들은 주로 연극 배우들과 기념사진을 찍습니다.

나의 답안 Sau khi xem kịch, tôi và các bạn tôi thường _____.

질문 3 최근에 콘서트에 간 경험

MP3 2-30

Trong bản khảo sát, bạn nói rằng bạn thích đi nghe hoà nhạc. Hãy nói cho tôi biết về buổi hoà nhạc gần đây nhất mà bạn đã đi nghe. Buổi hoà nhạc đó được tổ chức ở đâu và bạn đã đi nghe với ai? Bạn có thích buổi hòa nhạc đó không?

설문에서 당신은 콘서트 가는 것을 좋아한다고 했습니다. 당신이 가장 최근에 갔던 콘서트에 대해 말해주세요. 그 콘서트는 어디에서 열렸고 당신은 누구와 함께 갔나요? 당신은 그 콘서트가 좋았나요?

모범답안

콘서트를 간 시기	Mấy tháng trước, tôi đã đi nghe buổi hoà nhạc của ca sĩ K-will. 몇 달 전에 저는 케이윌이라는 가수의 콘서트에 갔습니다.
콘서트 장소 및 같이 간 사람	Buổi hoà nhạc đó được tổ chức ở sân khấu lớn Olympic. Tôi đã đi nghe với bạn tôi là người hâm mộ của ca sĩ K-will. 그 콘서트는 올림픽 대공연장에서 열렸습니다. 저는 가수 케이윌의 팬인 저의 친구와 함께 갔습니다.
콘서트에 대한 감상	Chúng tôi đã có một thời gian thật vui vẻ và hạnh phúc. Tôi đã trở thành người hâm mộ của ca sĩ đó. Nếu có dịp, tôi muốn đi nghe lại buổi hoà nhạc của K-will. 우리는 정말 즐겁고 행복한 시간을 보냈습니다. 저는 그 가수의 팬이 되었습니다. 만약 기회가 있다면 저는 케이윌의 콘서트에 또 가고 싶습니다.

단어 **buổi hoà nhạc** 콘서트 | **tổ chức** 개최하다, 조직하다 | **sân khấu** 공연장, 무대 | **người hâm mộ** 팬 | **dịp** 기회

나의 답안 작성하기

콘서트를 간 시기	_____, tôi đã đi nghe buổi hoà nhạc của _____.
콘서트 장소 및 같이 간 사람	Buổi hoà nhạc đó được tổ chức ở sân khấu lớn Olympic. Tôi đã đi nghe với _____.
콘서트에 대한 감상	Chúng tôi _____. Tôi đã trở thành người hâm mộ của ca sĩ đó. Nếu có dịp, tôi muốn đi nghe lại buổi hoà nhạc của _____.

패턴연습

 패턴 1

콘서트에 간 시기, **tôi đã đi nghe buổi hoà nhạc của** 콘서트 가수/그룹/음악가.

_____ 에, 저는 _____ 의 콘서트에 갔습니다.

▶ buổi hoà nhạc은 '콘서트, 음악회'라는 뜻이 있으며 베트남어에서는 콘서트를 '보다'가 아닌 '듣다(nghe)' 동사를 사용합니다.

콘서트 가수/그룹/음악가
nhóm nhạc BTS 그룹 BTS
nhà soạn nhạc kiêm nghệ sĩ piano Yiruma 작곡가 겸 피아니스트 이루마
dàn nhạc giao hưởng KBS KBS관현악단

예시 답안 **Tuần trước, tôi đã đi nghe buổi hoà nhạc của nhóm nhạc BTS.**

지난주에 저는 그룹 BTS의 콘서트에 갔습니다.

나의 답안 _____, **tôi đã đi nghe buổi hoà nhạc của** _____.

 패턴 2

Tôi đã đi nghe với 함께 콘서트에 간 사람.

저는 _____ 와/과 함께 갔습니다.

▶ với 는 전치사로 '~와 함께'라는 뜻입니다.

함께 콘서트에 간 사람
bạn Việt Nam là người hâm mộ của nhóm nhạc BTS 그룹 BTS의 팬인 베트남 친구
cả gia đình tôi 우리 온 가족
các đồng nghiệp công ty 회사 동료들

예시 답안 **Tôi đã đi nghe với bạn Việt Nam là người hâm mộ của nhóm nhạc BTS.**

저는 그룹 BTS의 팬인 베트남 친구와 함께 갔습니다.

나의 답안 **Tôi đã đi nghe với** _____.

 패턴 3

Chúng tôi 콘서트에 대한 감상.

우리는 _____.

콘서트에 대한 감상
cảm thấy buổi hoà nhạc đó rất thú vị 그 콘서트가 매우 재미있다고 느낀다
cảm thấy buổi biểu diễn đó thật hấp dẫn 그 공연이 매우 매력적이라고 느낀다

예시 답안 **Chúng tôi cảm thấy buổi hoà nhạc đó rất thú vị.**

우리는 그 콘서트가 매우 재미있다고 느꼈습니다.

나의 답안 **Chúng tôi** _____.

질문 4 가장 기억에 남는 콘서트

Hãy kể cho tôi nghe về một buổi hoà nhạc mà bạn nhớ nhất. Ai đã biểu diễn ở buổi hoà nhạc đó? Theo bạn, điều gì làm cho bạn nhớ nhất về buổi hoà nhạc đó?

당신의 기억에 가장 남는 콘서트에 대해 이야기해주세요. 누가 그 콘서트에서 공연했습니까? 어떤 점이 그 콘서트에 대해 당신이 가장 기억에 남도록 했나요?

모범답안

가장 기억에 남는 콘서트와 장소	Buổi hoà nhạc mà tôi nhớ nhất là buổi hoà nhạc của ca sĩ Yoon Do Hyun. Buổi hoà nhạc đó được tổ chức ở Trung tâm nghệ thuật Seoul. 저에게 가장 기억에 남는 콘서트는 가수 윤도현 콘서트입니다. 그 콘서트는 서울 예술의 전당에서 열렸습니다.
가장 기억에 남는 이유	Lý do tôi nhớ nhất buổi hoà nhạc đó là vì ca sĩ Yoon Do Hyun là ca sĩ tôi thích nhất. Lần đó là lần đầu tiên tôi được nghe tận nơi anh ấy biểu diễn. Tôi đã được ngồi ở chỗ gần sân khấu. Ca sĩ Yoon Do Hyun hát các bài hát mà tôi thích nhất. 그 콘서트가 가장 기억에 남는 이유는 윤도현이 제가 제일 좋아하는 가수이기 때문입니다. 그 때가 그가 공연하는 것을 실황으로 듣는 처음이었습니다. 저는 무대 근처에 좌석에 앉았습니다. 윤도현은 제가 제일 좋아하는 노래들을 불렀습니다.
마무리	Tôi sẽ không bao giờ quên được buổi hoà nhạc ngày hôm đó. 저는 절대로 그날의 콘서트를 잊지 못할 겁니다.

단어 **trung tâm nghệ thuật** 아트센터 | **lý do** 이유 | **tận nơi** 현장 | **bài hát** 노래

나의 답안 작성하기

가장 기억에 남는 콘서트와 장소	Buổi hoà nhạc mà tôi nhớ nhất là buổi hoà nhạc của _____. Buổi hoà nhạc đó được tổ chức ở _____.
가장 기억에 남는 이유	Lý do tôi nhớ nhất buổi hoà nhạc đó là vì _____. Lần đó là lần đầu tiên tôi được nghe tận nơi anh ấy biểu diễn. Tôi đã _____. _____hát các bài hát mà tôi thích nhất.
마무리	Tôi sẽ không bao giờ quên được buổi hoà nhạc ngày hôm đó.

패턴연습

패턴 1

Buổi hoà nhạc mà tôi nhớ nhất là buổi hoà nhạc của 가장 기억에 남는 콘서트.

저에게 가장 기억에 남는 콘서트는 _____ 콘서트입니다.

▶동사 nhớ 는 '기억하다, 외우다, 그리워하다'라는 뜻입니다.

> **가장 기억에 남는 콘서트**
>
> nhóm nhạc bạn gái 그룹 여자친구   các ca sĩ nhạc Trot 트로트 음악 가수들
> ca sĩ Mỹ Ariana Grande 미국 가수 아리아나 그란데

예시 답안

Buổi hoà nhạc mà tôi nhớ nhất là buổi hoà nhạc của **nhóm nhạc bạn gái**.

저에게 가장 기억에 남는 콘서트는 그룹 여자친구의 콘서트입니다..

나의 답안

Buổi hoà nhạc mà tôi nhớ nhất là buổi hoà nhạc của _____ _____.

패턴 2

Lý do tôi nhớ nhất buổi hoà nhạc đó là vì 그 콘서트가 가장 기억에 남는 이유.

그 콘서트가 가장 기억에 남는 이유는 _____ 이기 때문입니다.

▶lý do '이유, 원인'이라는 뜻입니다.

> **그 콘서트가 가장 기억에 남는 이유**
>
> tôi là người hâm mộ của nhóm nhạc bạn gái 내가 그룹 여자친구의 팬이다
> cả gia đình tôi cùng nhau đi nghe 온 가족이 들으러 간다
> ca sĩ đó hát thật hay 그 가수가 노래를 정말 잘한다

예시 답안

Lý do tôi nhớ nhất buổi hoà nhạc đó là vì **tôi là người hâm mộ của nhóm nhạc bạn gái**.

그 콘서트가 가장 기억에 남는 이유는 제가 그룹 여자친구의 팬이기 때문입니다.

나의 답안

Lý do tôi nhớ nhất buổi hoà nhạc đó là vì _____ _____.

패턴 3

Tôi đã 콘서트에서 한 활동.

저는 _____ 했습니다.

> **콘서트에서 한 활동**
>
> hát theo các thành viên nhóm nhạc bạn gái cùng với tất cả những người hâm mộ ở đó
> 그곳의 모든 팬들과 함께 여자친구 멤버들을 따라 노래를 부른다
> tận hưởng bầu không khí sôi động 들뜬 분위기를 즐긴다
> vừa la lớn vừa nhảy theo nhạc 크게 소리를 지르면서 음악에 따라 춤을 춘다

Tôi đã hát theo các thành viên nhóm nhạc bạn gái cùng với tất cả những người hâm mộ ở đó.

저는 그곳의 모든 팬들과 함께 여자친구 멤버들을 따라 노래를 불렀습니다.

Tôi đã _____

_____ .

✱ 공원 가기 주제 대표 질문 리스트

① 공원 묘사

Trong bản khảo sát, bạn nói rằng bạn thích đến công viên. Hãy nói cho tôi nghe về công viên mà bạn thường xuyên đến. Công viên đó trông như thế nào? Vì sao bạn thích công viên đó?

설문에서 당신은 공원 가기를 좋아한다고 했습니다. 당신이 자주 가는 공원에 대해 저에게 말해주세요. 그 공원은 어떻게 생겼나요? 왜 당신은 그 공원을 좋아하나요?

② 공원에서 하는 일

Bạn thường đến công viên vào ngày nào? Bạn thường làm gì ở công viên? với ai? Hãy kể cho tôi về hoạt động điển hình trong ngày của bạn ở công viên từ khi bắt đầu đến khi kết thúc.

당신은 주로 언제 공원에 갑니까? 당신은 주로 공원에서 무엇을 하나요? 누구와 하나요? 시작부터 끝까지 당신이 공원에서 하는 전형적인 하루 활동에 대해 말해주세요.

③ 최근에 공원에 다녀온 경험

Lần cuối cùng bạn đến công viên là khi nào? Bạn đã đến công viên với ai? Bạn đã làm gì ở công viên? Hãy nói thật chi tiết.

마지막으로 공원에 갔던 적은 언제입니까? 당신은 누구와 함께 갔습니까? 당신은 공원에서 무엇을 했습니까? 아주 자세히 말해주세요.

④ 공원에서의 뜻밖의 경험

Hãy kể cho tôi nghe về một trải nghiệm đáng nhớ mà bạn đã có khi ở công viên. Nó có thể là điều gì đó vui hoặc bất ngờ xảy ra. Điều đó xảy ra ở đâu, như thế nào, lúc đó bạn đã ở với ai?

공원에서 겪었던 기억에 남는 경험에 대해서 말해주세요. 그것은 즐거웠거나 혹은 예상치 못한 일이 발생한 것일 수 있습니다. 그 일은 어디에서 일어났고 어떻게 되었고 그때 당신은 누구와 있었나요?

Trong bản khảo sát, bạn nói rằng bạn thích đến công viên. Hãy nói cho tôi nghe về công viên mà bạn thường xuyên đến. Công viên đó trông như thế nào? Vì sao bạn thích công viên đó?

설문에서 당신은 공원가기를 좋아한다고 했습니다. 당신이 자주 가는 공원에 대해 저에게 말해주세요. 그 공원은 어떻게 생겼나요? 왜 당신은 그 공원을 좋아하나요?

모범답안

자주 가는 공원	Ở gần nhà tôi có một công viên nhỏ. Tôi thường đến công viên đó để đi dạo hoặc tập thể dục. 우리집 근처에 작은 공원이 하나 있습니다. 저는 자주 산책하거나 운동하기 위해 그 공원에 갑니다.
공원 묘사	Công viên đó rất đẹp và có nhiều cây xanh và hoa đẹp. Thêm nữa, có nhiều thiết bị tập thể dục nên có nhiều người sử dụng để giữ gìn sức khỏe. 그 공원은 매우 아름답고 많은 푸른 나무와 예쁜 꽃이 있습니다. 또한 많은 운동기구가 있어 건강을 지키기 위해 많은 사람들이 사용합니다.
공원을 좋아하는 이유	Ở công viên đó tôi có thể hít thở không khí trong lành và thư giãn. Vì thế tôi thích công viên đó. 그 공원에서 저는 맑은 공기를 호흡할 수 있고 편히 쉴 수 있습니다. 그래서 저는 그 공원을 좋아합니다.

단어 **đi dạo** 산책하다 | **cây xanh** 푸른 나무 | **thiết bị tập thể dục** 운동기구 | **giữ gìn** 유지하다, 지키다 | **hít thở** 호흡하다 | **trong lành** 깨끗하다 | **thư giãn** 긴장을 풀고 편히 쉬다

나의 답안 작성하기

자주 가는 공원	Ở gần nhà tôi có _____. Tôi thường đến công viên đó để đi dạo hoặc tập thể dục.
공원 묘사	Công viên đó _____. Thêm nữa, có nhiều thiết bị tập thể dục nên có nhiều người sử dụng để giữ gìn sức khỏe.
공원을 좋아하는 이유	Ở công viên đó tôi có thể _____. Vì thế tôi thích công viên đó.

패턴연습

 패턴 1

Ở gần nhà tôi có <u>자주 가는 공원</u>.

우리집 근처에 _____ 이 있습니다.

▶ gần nhà는 '집 근처'라는 뜻입니다.

자주 가는 공원
công viên hồ lớn 큰 호수공원
công viên sông Hàn 한강공원
công viên công dân nổi tiếng 유명한 시민공원

예시 답안 Ở gần nhà tôi có <u>một công viên hồ lớn</u>.

우리집 근처에 큰 호수공원이 하나 있습니다.

나의 답안 Ở gần nhà tôi có _____.

 패턴 2

Công viên đó <u>공원의 모습</u>.

그 공원은 _____ 입니다.

공원의 모습
rất lớn và đông người 매우 크고 사람이 많다
yên tĩnh và sạch sẽ 조용하고 깨끗하다
rộng rãi và thoáng mát 널찍하고 시원하다

예시 답안 Công viên đó <u>rất lớn và đông người</u>.

그 공원은 매우 크고 사람이 많습니다.

나의 답안 Công viên đó _____.

 패턴 3

Ở công viên đó tôi có thể <u>공원에서 할 수 있는 일(공원을 좋아하는 이유)</u>.

그 공원에서 저는 _____ 을(를) 할 수 있습니다.

▶ có thể는 동사 앞에 위치하는 조동사로 '~할 수 있다'라는 뜻입니다.

공원에서 할 수 있는 일
đi xe đạp và chơi thể thao 자전거를 타고 운동한다
vừa đi dạo vừa nghe nhạc 산책하면서 음악을 듣는다
đi dạo với con chó của tôi và chạy bộ 나의 강아지와 산책하고 조깅한다

예시 답안 Ở công viên đó tôi có thể <u>đi xe đạp và chơi thể thao</u>.

그 공원에서 저는 자전거를 탈 수 있고 운동을 할 수 있습니다.

나의 답안 Ở công viên đó tôi có thể _____.

질문 2 **공원에서 하는 일**

MP3 2-33

Bạn thường đến công viên vào ngày nào? Bạn thường làm gì ở công viên? với ai? Hãy kể cho tôi về hoạt động điển hình trong ngày của bạn ở công viên từ khi bắt đầu đến khi kết thúc.

당신은 주로 언제 공원에 갑니까? 당신은 주로 공원에서 무엇을 하나요? 누구와 하나요? 시작부터 끝까지 당신이 공원에서 하는 전형적인 하루 활동에 대해 말해주세요.

모범답안

공원에 가는 때와 같이 가는 사람	Tôi thường đến công viên vào cuối tuần. Tôi thích đến công viên một mình. 저는 주로 주말에 공원에 갑니다. 저는 혼자 공원에 가는 것을 좋아합니다.
공원에서 하는 일	Mỗi sáng thứ bảy tôi đều đến công viên núi Nam. Khi đến công viên, đầu tiên tôi đi bộ theo đường dạo để tập thể dục. Sau đó, khi lên đến đỉnh núi Nam, tôi thường chụp ảnh phong cảnh và uống cà phê ở đó. 매주 토요일 아침마다 저는 남산공원에 갑니다. 공원에 도착했을 때 먼저 저는 운동을 위해 산책로를 따라 걷습니다. 그 후에 남산 정상에 올라갔을 때 저는 주로 그곳에서 풍경 사진을 찍고 커피를 마십니다.
공원에서의 시간	Đó là những giây phút tôi có thể nghỉ ngơi và thư giãn trong cuộc sống bận rộn. 그때가 바쁜 생활 중에 제가 푹 쉬고 긴장을 풀 수 있는 시간입니다.

단어 **đường dạo** 산책로 | **đỉnh núi** 산 정상 | **chụp ảnh** 사진 찍다 | **giây phút** 순간

나의 답안 작성하기

공원에 가는 때와 같이 가는 사람	Tôi thường đến công viên vào _____. Tôi thích đến công viên _____.
공원에서 하는 일	Mỗi _____tôi đều đến công viên núi Nam. Khi đến công viên, đầu tiên tôi _____. Sau đó, _____.
공원에서의 시간	Đó là những giây phút tôi có thể nghỉ ngơi và thư giãn trong cuộc sống bận rộn.

패턴연습

 패턴 1

Tôi thường đến công viên vào 공원에 가는 때.

저는 주로 _____에 공원에 갑니다.

▶날짜, 요일 등의 시간명사 앞에 '~에'라는 뜻의 전치사 vào를 붙이기도 합니다.

공원에 가는 때	
mỗi buổi sáng 매일 아침	mỗi buổi tối 매일 저녁
chiều thứ sáu 금요일 오후	

예시 답안 Tôi thường đến công viên vào mỗi buổi sáng.

저는 주로 매일 아침 공원에 갑니다.

나의 답안 Tôi thường đến công viên vào _____.

 패턴 2

Khi đến công viên, đầu tiên tôi 공원에 도착해서 하는 활동.

공원에 도착했을 때 먼저 저는 _____

▶đầu tiên는 '먼저, 우선'이라는 뜻입니다.

공원에 도착해서 하는 활동
chạy bộ trong khoảng 20 phút 약 20분간 조깅을 한다
giãn cơ đơn giản 간단한 스트레칭을 한다
chơi với các con ở sân chơi của công viên 공원 놀이터에서 자녀들과 논다

예시 답안 Khi đến công viên, đầu tiên tôi chạy bộ trong khoảng 20 phút.

공원에 도착했을 때 먼저 저는 약 20분간 조깅을 합니다.

나의 답안 Khi đến công viên, đầu tiên tôi _____.

 패턴 3

Sau đó, tôi 공원에서 두 번째로 하는 활동.

그후에 저는 _____

▶sau đó 는 접속사이며 '그 후에, 그 다음에'라는 뜻입니다.

공원에서 두 번째로 하는 활동
vừa đi dạo vừa xem phong cảnh 산책하면서 풍경을 본다
dùng thiết bị tập thể dục để tập thể dục 운동기구를 사용하여 운동을 한다
đi xe đạp với các con theo đường dành cho xe đạp 자전거 전용도로를 따라 아이들과 자전거를 탄다

예시 답안 Sau đó tôi vừa đi dạo vừa xem phong cảnh.

그 후에 저는 산책하면서 풍경을 봅니다.

나의 답안 Sau đó tôi vừa đi dạo _____.

질문 3 최근에 공원에 다녀온 경험

MP3 2-34

Lần cuối cùng bạn đến công viên là khi nào? Bạn đã đến công viên với ai? Bạn đã làm gì ở công viên? Hãy nói thật chi tiết.

마지막으로 공원에 갔던 적은 언제입니까? 당신은 누구와 함께 갔습니까? 당신은 공원에서 무엇을 했습니까? 아주 자세히 말해주세요.

모범답안

마지막으로 공원에 갔던 때와 같이 간 사람	Cuối tuần vừa qua tôi đã đến công viên với gia đình tôi. 지난 주말에 저는 가족들과 함께 공원에 갔습니다.
공원에서 한 일	Đầu tiên, chúng tôi đã trải chiếu trên cỏ rồi ăn những món ăn đã chuẩn bị trước. Sau đó cùng nhau chơi bài Uno. Sau khi chơi bài xong, chúng tôi đi dạo theo đường ven hồ một lúc. Tôi và vợ tôi uống cà phê còn các con uống nước hoa quả. 먼저 우리는 풀밭에 돗자리를 깔고 미리 준비해 온 음식들을 먹었습니다. 그 후에 함께 우노 카드게임을 했습니다. 게임을 다 한 후에 우리는 잠시 호숫가 길을 따라 산책했습니다. 저와 아내는 커피를 마시고 아이들은 과일 주스를 마셨습니다.
느낌	Chúng tôi đã có một thời gian thật hạnh phúc. 우리는 매우 행복한 시간을 보냈습니다.

단어 **vừa qua** 막 지나다 | **trải** 펼치다 | **chiếu** 돗자리, 깔개 | **cỏ** 풀, 잔디 | **chơi bài** 카드게임 하다 | **ven hồ** 호숫가

나의 답안 작성하기

마지막으로 공원에 갔던 때와 같이 간 사람	_____ tôi đã đi công viên với _____.
공원에서 한 일	Đầu tiên, chúng tôi đã _____ rồi _____ _____. Sau đó cùng nhau _____. Sau khi _____ xong, chúng tôi _____. Tôi và _____ uống cà phê còn_____ uống nước hoa quả.
느낌	Chúng tôi đã có một thời gian thật hạnh phúc.

패턴연습

 패턴 1

Đầu tiên, chúng tôi đã <u>최근 공원에 가서 한 첫 번째 활동</u> **rồi** <u>이어서 한 활동</u>.

먼저 우리는 _____ 하고 나서 _____.

▶rồi는 접속사로 쓰일 때 절과 절 사이에 위치하며 '~을/를 하고 나서'라는 순차적인 연결의 뜻입니다.

공원에서 한 활동들	
ngồi trên băng ghế nghỉ một chút 벤치에 앉아서 잠시 쉬다 ngắm phong cảnh 풍경을 감상하다 ngồi ven hồ nói chuyện với nhau 호숫가에 앉아서 함께 이야기하다	ăn kimbab 김밥을 먹다 ăn trưa 점심을 먹다 ăn bánh 빵을 먹다

예시 답안 **Đầu tiên, chúng tôi đã** ngồi trên băng ghế nghỉ một chút **rồi** ăn kimbab.

먼저 우리는 벤치에 앉아서 잠시 쉬고 나서 김밥을 먹었습니다.

나의 답안 **Đầu tiên, chúng tôi đã** _____ **rồi** _____.

 패턴 2

Sau đó cùng nhau <u>함께 한 활동</u>.

그 후에 함께 _____.

▶cùng nhau는 부사로 '함께'라는 뜻입니다.

함께 한 활동	
đánh cầu lông 배드민턴을 치다 ngồi xích đu 그네를 타다	đá bóng 축구를 하다

예시 답안 **Sau đó cùng nhau** đánh cầu lông.

그 후에 함께 배드민턴을 쳤습니다.

나의 답안 **Sau đó cùng nhau** _____.

 패턴 3

Sau khi <u>이전 활동</u> **xong, chúng tôi** <u>이어서 한 활동</u>.

_____ 을/를 다 한 후에 우리는 _____.

▶xong은 동사 뒤에 위치하여 '(동사)하기를 끝내다, 종료하다'라는 뜻입니다.

이어서 한 활동	
đánh cầu lông 배드민턴을 치다 đá bóng 축구를 하다 ngồi xích đu 그네타다	nghỉ một chút và ăn bánh kẹo 조금 쉬면서 과자를 먹다 chụp ảnh kỷ niệm 기념사진을 찍다 mượn giày patin để trượt patin 롤러스케이트를 빌려 롤러스케이트를 타다

예시 답안 **Sau khi** đánh cầu lông **xong, chúng tôi** nghỉ một chút và ăn bánh kẹo.

배드민턴을 다 치고 우리는 조금 쉬면서 과자를 먹었습니다.

나의 답안 **Sau khi** _____ **xong, chúng tôi** _____.

 질문 4 **공원에서 뜻밖의 경험**

Hãy kể cho tôi nghe về một trải nghiệm đáng nhớ mà bạn đã có khi ở công viên. Nó có thể là điều gì đó vui hoặc bất ngờ xảy ra. Điều đó xảy ra ở đâu, như thế nào, lúc đó bạn đã ở với ai?

공원에서 겪었던 기억에 남는 경험에 대해서 말해주세요. 그것은 즐거웠거나 혹은 예상치 못한 일이 발생한 것일 수 있습니다. 그 일은 어디에서 일어났고 어떻게 되었고 그때 당신은 누구와 있었나요?

모범답안

공원에서 겪었던 경험	Tôi nhớ khi tôi bị mất ví tiền ở công viên mấy tuần trước. 저는 몇 주 전에 공원에서 지갑을 잃어버렸을 때를 기억합니다.
상황 설명	Lúc đó tôi đã chạy bộ một lúc rồi ghé vào cửa hàng tiện lợi để mua chai nước. Khi trả tiền tôi mới biết rằng ví của tôi không có ở trong túi. Tôi đã rất bất ngờ và lo lắng vì trong đó có chứng minh thư và thẻ tín dụng. Tôi liền quay lại để tìm ví. 그때 저는 잠시 조깅을 하고 물을 사기 위해 편의점에 들렀습니다. 돈을 지불할 때 저는 주머니에 지갑이 없다는 것을 알아챘습니다. 그 안에 신분증과 신용카드가 있기 때문에 매우 놀라고 걱정했습니다. 저는 지갑을 찾기 위해 곧바로 돌아갔습니다.
결말과 느낌	Cuối cùng tôi đã tìm được cái ví của tôi trên đường mà tôi đã chạy bộ. Tình huống đó khiến tôi bị sốc nên tôi không thể quên được đến giờ. 마침내 저는 조깅했던 길에서 지갑을 찾을 수 있었습니다. 그 상황은 저를 매우 놀라게 만들었으므로 저는 지금까지 잊을 수가 없습니다.

단어 **mất** 잃다, 잃어버리다 | **ví tiền** 돈 지갑 | **chạy bộ** 조깅하다 | **ghé vào** 들르다 | **cửa hàng tiện lợi** 편의점 | **bất ngờ** 예상치 못하다, 놀라다 | **lo lắng** 걱정하다 | **chứng minh thư** 주민등록증, 신분증 | **thẻ tín dụng** 신용카드 | **liền** 곧바로, 즉시 | **quay lại** 돌아가다 | **bị sốc** 쇼크받다, 너무 놀라다 | **quên** 잊다 | **đến giờ** 지금까지

나의 답안 작성하기

공원에서 겪었던 경험	Tôi nhớ khi _____ ở công viên _____.
상황 설명	Lúc đó tôi đã chạy bộ một lúc rồi ghé vào cửa hàng tiện lợi để mua chai nước. Khi trả tiền tôi mới biết rằng ví của tôi không có ở trong túi. Tôi đã rất _____. Tôi liền quay lại để tìm ví.

결말과 느낌	Cuối cùng tôi đã tìm được cái ví của tôi trên đường mà tôi đã chạy bộ. Tình huống đó khiến tôi _____ nên tôi không thể quên được đến giờ.

패턴연습

🔊 **패턴 1**

Tôi nhớ khi 공원에서 기억에 남는 경험 **ở công viên** 시기.

저는 _____ 공원에서 _____ 때를 기억합니다.

▶ 동사 nhớ는 '기억하다, 외우다, 그리워하다'라는 뜻으로 nhớ đến khi는 '~한 때를 기억하다'라는 뜻입니다.

공원에서 기억에 남는 경험	
tôi bị lạc đường 내가 길을 잃다	tháng trước 지난달
bị chó cắn 개에게 물리다	mấy năm trước 몇 년 전
chiêm ngưỡng khung cảnh hoàng hôn thật đẹp	mấy ngày trước 며칠 전
정말 아름다운 일몰 풍경을 감상하다	

예시 답안 Tôi nhớ khi tôi bị lạc đường ở công viên tháng trước.

저는 지난달에 공원에서 길을 잃었을 때를 기억합니다.

나의 답안 Tôi nhớ khi _____ ở công viên _____.

🔊 **패턴 2**

Tôi đã rất 그 경험에서의 느낌.

저는 매우 _____ 했습니다.

그 경험에서의 느낌
sợ và lo lắng 무섭고 걱정스럽다
hoảng sợ và thấy đau 공포스럽고 아프다
ngất ngây 황홀하다

예시 답안 Tôi đã rất sợ và lo lắng.

나는 매우 무서웠고 걱정스러웠습니다.

나의 답안 Tôi đã rất _____.

패턴 3 Tình huống đó khiến tôi <u>nào của feeling</u> nên tôi không thể quên được đến giờ.

그 상황이 저를 _____하게 만들었으므로 저는 지금까지 잊을 수가 없습니다.

▶ khiến은 사역동사로 '~을/를 ~하게 만들다'라고 해석합니다. ㉾ A khiến B : A는 B를 ~하게 만들다, ~하게 하다

나의 느낌		
bối rối 당황하다	sợ hãi 놀라고 무섭다	vô cùng hạnh phúc 매우 행복하다

예시 답안 Tình huống đó khiến tôi <u>bối rối</u> nên tôi không thể quên được đến giờ.

그 상황이 저를 당황하게 만들었으므로 저는 지금까지 잊을 수가 없습니다.

나의 답안 Tình huống đó khiến tôi _____ nên tôi không thể quên được đến giờ.

① 좋아하는 해변과 이유

Trong bản khảo sát, bạn nói rằng bạn thích đi đến bãi biển. Hãy kể cho tôi về bãi biển mà bạn thích nhất. Bãi biển đó nằm ở đâu và trông như thế nào? Vì sao bạn thích bãi biển đó?

설문에서 당신은 해변 가기를 좋아한다고 했습니다. 당신이 제일 좋아하는 해변에 대해 말해보세요. 그 해변은 어디에 위치하고 어떻게 보입니까? 왜 당신은 그 해변을 좋아합니까?

② 해변에서 하는 일

Những việc mà bạn thường làm khi đi đến bãi biển là gì? Hãy cho tôi biết về những hoạt động chính của bạn ở bãi biển khi bạn đi đến bãi biển. Hãy nói thật chi tiết.

당신이 해변에 갔을 때 주로 하는 일들은 무엇인가요? 당신이 해변에 갔을 때 해변에서 하는 주요 활동들에 대해 알려주세요. 자세히 말해주세요.

③ 캠핑 갈 때 준비물

Khi bạn đi cắm trại, bạn thường mang những đồ vật nào? Vì sao bạn mang đi những vật dụng đó? Hãy nói thật chi tiết.

캠핑을 갈 때 당신은 주로 어떤 물건들을 가져가나요? 왜 그 물건들을 가져가나요? 매우 상세하게 말해주세요.

④ 기억에 남는 캠핑

Hãy kể cho tôi nghe về một trải nghiệm đáng nhớ mà bạn đã có khi đi cắm trại. Chuyện gì đã xảy ra? Những điều nào làm cho chuyến đi cắm trại đó trở nên đáng nhớ?

캠핑에 갔을 때 겪었던 기억에 남는 경험에 대해서 말해주세요. 무슨 일이 일어났나요? 어떤 점들이 그 캠핑을 기억에 남도록 만들었나요?

질문 1 좋아하는 해변과 이유 MP3 2-36

Trong bản khảo sát, bạn nói rằng bạn thích đi đến bãi biển. Hãy kể cho tôi về bãi biển mà bạn thích nhất. Bạn có thường xuyên đi bãi biển đó không? Bãi biển đó nằm ở đâu và trông như thế nào? Vì sao bạn thích bãi biển đó?

설문에서 당신은 해변 가기를 좋아한다고 했습니다. 당신이 제일 좋아하는 해변에 대해 말해보세요. 당신은 그 해변에 자주 가나요? 그 해변은 어디에 위치하고 어떻게 보입니까? 왜 당신은 그 해변을 좋아합니까?

모범답안

좋아하는 해변과 이유	Bãi biển tôi thích nhất là bãi biển Gyeongpodae. Bãi biển Gyeongpodae là một trong những bãi biển đẹp nhất ở Hàn Quốc. 제가 제일 좋아하는 해변은 경포대 해변입니다. 경포대 해변은 한국에서 가장 아름다운 해변 중 하나입니다.
해변에 가는 빈도와 해변 묘사	Tôi thường đi đến bãi biển đó vào mỗi mùa hè và mùa đông. Bãi biển đó nằm ở thành phố Gangneung miền đông Hàn Quốc. Bãi biển đó rất rộng rãi, thoáng mát và có phong cảnh rất đẹp. 저는 여름과 겨울마다 그 해변에 갑니다. 그 해변은 한국의 동부 지역 강릉시에 위치하고 있습니다. 그 해변은 매우 널찍하고 시원하며 매우 아름다운 풍경을 가지고 있습니다.
해변을 좋아하는 이유	Bởi vì bãi biển đó có nước biển trong xanh và cát trắng cho nên tôi thích bãi biển đó. 그 해변에 푸른 바닷물과 백사장이 있기 때문에 저는 그 해변을 좋아합니다.

단어 **bãi biển** 해변 | **một trong những** ~중 하나 | **rộng rãi** 널찍하다, 넓다 | **thoáng mát** 시원하다, 바람이 잘 통해 시원하다 | **nước biển** 바닷물 | **trong xanh** 파랗고 투명하다 | **cát trắng** 백사장

나의 답안 작성하기

좋아하는 해변과 이유	Bãi biển tôi thích nhất là _____. Bãi biển _____ là một trong những bãi biển đẹp nhất ở Hàn Quốc.
해변에 가는 빈도와 해변 묘사	Tôi thường đi đến bãi biển đó _____. Bãi biển đó nằm ở thành phố _____. Bãi biển đó rất rộng rãi, thoáng mát và có phong cảnh rất đẹp.
해변을 좋아하는 이유	Bởi vì ở bãi biển đó _____ cho nên tôi thích bãi biển đó.

패턴연습

 패턴 1

Bãi biển/khu cắm trại tôi thích nhất là 좋아하는 해변/캠핑장.

제가 제일 좋아하는 해변/캠핑장은 _____입니다.

▶ khu는 '구역'이라는 뜻으로 khu cắm trại '캠핑장', khu vui chơi '놀이공원' 등의 단어에 쓰입니다.

좋아하는 해변/캠핑장
khu cắm trại sông Hàn 한강 캠핑장   khu cắm trại Mongsanpo 몽산포 캠핑장 bãi biển Haeundae 해운대 해변

예시 답안 ▶ Khu cắm trại tôi thích nhất là khu cắm trại sông Hàn.

제가 제일 좋아하는 캠핑장은 한강 캠핑장입니다.

나의 답안 ▶ Bãi biển/khu cắm trại tôi thích nhất là _____.

 패턴 2

Tôi thường đi đến bãi biển/khu cắm trại đó 좋아하는 해변/캠핑장에 가는 빈도.

저는 _____ 그 해변/캠핑장에 갑니다.

좋아하는 해변/캠핑장에 가는 빈도
một lần một tháng 한 달에 한 번   ba đến bốn lần trong một năm 일 년에 3~4번 vào mỗi kỳ nghỉ hè 여름 휴가 기간마다

예시 답안 ▶ Tôi thường đi đến khu cắm trại đó một lần một tháng.

저는 한 달에 한 번 그 캠핑장에 갑니다.

나의 답안 ▶ Tôi thường đi đến bãi biển/khu cắm trại đó _____.

 패턴 3

Bởi vì bãi biển/khu cắm trại đó 해변/캠핑장을 좋아하는 이유 cho nên tôi thích bãi biển/khu cắm trại đó.

그 해변/캠핑장이 _____ 때문에 저는 그 해변을 좋아합니다.

▶ bởi vì A cho nên B 는 'A하기 때문에 B하다'라는 뜻입니다.

해변/캠핑장을 좋아하는 이유
gần nhà tôi và có thể thuê lều với giá rẻ ở đó 우리집에서 가깝고 거기서 싼 가격으로 텐트를 빌릴 수 있다 có bãi tắm biển rất tuyệt vời và ở gần nơi đó có nhiều cửa hàng bán hải sản tươi ngon 환상적인 해수욕장이 있고 그곳 근처에 싱싱하고 맛있는 해산물을 파는 가게가 많다 rất yên tĩnh và bình yên 매우 조용하고 평화롭다

Bởi vì khu cắm trại đó <u>gần nhà tôi và có thể thuê lều với giá rẻ ở đó</u> cho nên tôi thích khu cắm trại đó.

그 캠핑장이 저희 집에서 가깝고 거기서 싼 가격으로 텐트를 빌릴 수 있어서 저는 그 캠핑장을 좋아합니다.

Bởi vì bãi biển/khu cắm trại đó _____

_____ cho nên tôi thích bãi biển/khu cắm trại đó.

질문 2 해변에서 하는 일

MP3 2-37

Những việc mà bạn thường làm khi đi đến bãi biển là gì? Hãy cho tôi biết về những hoạt động chính của bạn ở bãi biển khi bạn đi đến bãi biển. Hãy nói thật chi tiết.

당신이 해변에 갔을 때 주로 하는 일들은 무엇인가요? 당신이 해변에 갔을 때 해변에서 하는 주요 활동에 대해 알려주세요. 자세히 말해주세요.

모범답안

도입	Tôi rất thích đi bãi biển chơi với các bạn tôi.
	저는 제 친구들과 함께 해변에 가서 노는 것을 매우 좋아합니다.
해변에서 하는 일	Khi đến bãi biển, đầu tiên chúng tôi thuê ô dù bãi biển ở nơi thích hợp. Sau đó chúng tôi thay áo bơi ở phòng thay đồ rồi đi tắm biển. Sau khi tắm biển với các bạn cùng đi, chúng tôi thường nấu mì tôm hải sản để ăn. Chúng tôi nghỉ một lúc rồi chơi bóng chuyền bãi biển. Tối đến, chúng tôi thường đi dạo theo đường ven biển và nói chuyện với nhau.
	해변에 가면 우선 우리는 적당한 곳에 파라솔을 대여합니다. 그 후에 우리는 탈의실에서 수영복으로 갈아입고 해수욕을 하러 갑니다. 함께 간 친구들과 해수욕을 하고 나서 우리는 주로 해산물 라면을 끓여먹습니다. 우리는 잠시 쉬고 나서 비치발리볼을 합니다. 저녁이 되면 우리는 주로 해변가 길을 따라 산책하고 서로 이야기합니다.

단어 ô dù bãi biển 비치 파라솔 | thích hợp 적합하다 | thay áo bơi 수영복으로 갈아입다 | phòng thay đồ 탈의실 | tắm biển 해수욕하다 | mì tôm 라면 | hải sản 해산물 | bóng chuyền bãi biển 비치발리볼 | ven biển 해변가

나의 답안 작성하기

도입	Tôi rất thích đi biển chơi với các bạn tôi.
해변에서 하는 일	Khi đến bãi biển, đầu tiên tôi _____. Sau đó chúng tôi thay áo bơi ở phòng thay đồ rồi đi tắm biển. Sau khi tắm biển với các bạn cùng đi, chúng tôi thường nấu mì tôm hải sản để ăn. Chúng tôi nghỉ một lúc rồi _____. Tối đến, chúng tôi thường _____.

패턴연습

패턴 1

Khi đến bãi biển/khu cắm trại, đầu tiên chúng tôi 해변/캠핑장에 가서 제일 먼저 하는 일.

해변/캠핑장에 가면 우선 우리는 _____ 을/를 합니다.

▶đầu tiên는 '먼저, 우선'이라는 뜻입니다.

해변/캠핑장에 가서 제일 먼저 하는 일
dựng lều 텐트를 치다   trải chiếu 돗자리를 펴다
tìm hiểu khu vệ sinh công cộng và khu nấu ăn ở đâu 화장실 및 취사장 위치를 알아보다

예시 답안　Khi đến khu cắm trại, đầu tiên chúng tôi dựng lều.

캠핑장에 가면 우선 우리는 텐트를 칩니다.

나의 답안　Khi đến bãi biển/khu cắm trại, đầu tiên chúng tôi _____.

패턴 2

Chúng tôi nghỉ một lúc rồi 해변/캠핑장에서 하는 활동.

우리는 잠시 쉬고 나서 _____.

▶một lúc는 '한때, 잠시'라는 뜻입니다.

해변/캠핑장에서 하는 활동
nướng thịt ba chỉ để ăn 삼겹살을 구워 먹다   xây lâu đài cát 모래성을 쌓다
chơi nước ở suối 계곡에서 물놀이를 하다

예시 답안　Chúng tôi nghỉ một lúc rồi nướng thịt ba chỉ để ăn.

우리는 잠시 쉬고 나서 삼겹살을 구워 먹습니다.

나의 답안　Chúng tôi nghỉ một lúc rồi _____.

패턴 3

Tối đến, chúng tôi thường 저녁에 해변/캠핑장에서 하는 활동.

저녁이 되면 우리는 주로 _____.

▶tối đến는 '저녁이 되면'이라는 뜻입니다. 비슷한 뜻으로 về đêm은 '밤이 되면, 날이 저물면' 등으로 해석합니다.

저녁에 해변/캠핑장에서 하는 활동
vào lều kể chuyện hài hoặc ma cho nhau 텐트로 들어가 웃긴 이야기나 귀신 이야기를 서로에게 해주다
ngắm cảnh hoàng hôn trên bãi biển 해변에서 노을 풍경을 감상하다
tìm chòm sao trên bầu trời 하늘에서 별자리를 찾아보다

예시 답안　Tối đến, chúng tôi thường vào lều kể chuyện hài hoặc chuyện ma cho nhau.

저녁이 되면 우리는 주로 텐트로 들어가 웃긴 이야기나 귀신이야기를 서로에게 해줍니다.

나의 답안　Tối đến, chúng tôi thường _____.

질문 3 **캠핑갈 때 준비물**

Khi bạn đi cắm trại, bạn thường mang những đồ vật nào? Vì sao bạn mang những vật dụng đó đi? Hãy nói thật chi tiết.

캠핑을 갈 때 당신은 주로 어떤 물건들을 가져가나요? 왜 그 물건들을 가져가나요? 매우 상세하게 말해주세요.

모범답안

도입	Tôi thích đi cắm trại nên thường đi cắm trại. Khi đi cắm trại cần nhiều thứ. 저는 캠핑가는 것을 좋아해서 자주 캠핑을 갑니다. 캠핑을 갈 때는 많은 것들이 필요합니다.
캠핑갈 때 준비물	Tôi thường mang lều cắm trại, ghế ngoài trời, các dụng cụ ăn uống, đồ dùng cá nhân. Bởi vì một lần đi cắm trại thì tôi thường đi trong hai ngày một đêm hoặc ba ngày hai đêm. 저는 주로 캠핑용 텐트, 야외용 의자, 취사도구들, 개인용품을 가져갑니다. 한 번 캠핑을 갈 때 저는 주로 1박 2일이나 2박 3일을 가기 때문입니다.
마무리	Để có một chuyến đi cắm trại vui vẻ, tôi cố gắng mang theo đầy đủ những vật dụng cần thiết. 즐거운 캠핑을 위해서 저는 필요한 물건들을 충분히 챙겨 가려고 노력합니다.

단어) **cắm trại** 캠핑하다 | **lều cắm trại** 캠핑용 텐트 | **ngoài trời** 야외, 실외, 노천 | **mang theo** 가져가다, 챙겨 가다 | **đầy đủ** 충분하다 | **vật dụng** 물건 | **cần thiết** 필요하다

나의 답안 작성하기

도입	Tôi thích đi cắm trại nên thường đi cắm trại. Khi đi cắm trại cần nhiều thứ.
캠핑갈 때 준비물	Tôi thường mang _____. Bởi vì một lần đi cắm trại thì _____.
마무리	Để có một chuyến đi cắm trại vui vẻ, tôi cố gắng _____ _____.

패턴연습

Tôi thường mang 캠핑/해변갈 때 준비물.

저는 주로 _____을 가져갑니다.

▶ mang은 '가져가다, 챙겨 가다'라는 뜻의 동사입니다.

캠핑/해변갈 때 준비물

kem chống nắng, đồ bơi và khăn tắm choàng to 선크림과 수영복과 큰 비치타올
các thức ăn như thịt, rau quả, bánh kẹo và hộp thuốc cấp cứu 고기, 야채 과일, 과자와 구급상자
máy chụp ảnh và máy sạc pin 카메라와 충전기

예시 답안 Tôi thường mang kem chống nắng, đồ bơi và khăn tắm choàng to.

저는 주로 선크림과 수영복, 큰 비치타올을 가져갑니다.

나의 답안 Tôi thường mang _____.

Bởi vì đi cắm trại/đi đến bãi biển thì 준비물이 필요한 이유.

왜냐하면 캠핑/해변에 갈 때 _____하기 때문입니다.

▶ bởi vì는 문장 제일 앞에 쓰여 '왜냐하면~'이라는 뜻을 나타냅니다.

준비물이 필요한 이유

dễ bị bắt nắng và tôi muốn tắm biển ở đó
피부가 햇볕에 타기 쉽고 나는 그곳에서 수영을 하고 싶다
tôi thường tự nấu ăn và có thể bất ngờ bị thương hoặc bị ốm
나는 주로 스스로 요리를 하고 갑자기 다치거나 아플 수 있다
tôi thích chụp nhiều ảnh để giữ kỷ niệm
추억을 남기기 위해 많은 사진을 찍는 것을 좋아한다

예시 답안 Bởi vì đi đến bãi biển thì dễ bị bắt nắng và tôi muốn tắm biển ở đó.

왜냐하면 해변에 갈 때 피부가 햇볕에 타기 쉽고 저는 그곳에서 수영을 하고 싶기 때문입니다.

나의 답안 Bởi vì đi cắm trại/đi đến bãi biển thì _____.

Để có một chuyến đi cắm trại/đi đến bãi biển vui vẻ, tôi cố gắng
즐거운 캠핑/해변 가기를 위한 노력.

즐거운 캠핑/해변 가기를 위해서 저는 _____ 노력합니다.

즐거운 캠핑/해변 가기를 위한 노력

lập kế hoạch cụ thể 구체적인 계획을 세운다
tạo danh mục những đồ vật cần thiết khi đi cắm trại và kiểm tra nhiều lần
캠핑갈 때 필요한 물건 리스트를 만들고 여러 번 체크한다
chuẩn bị từ trước 미리 준비한다

Để có một chuyến đi đến bãi biển vui vẻ, tôi cố gắng <u>lập kế hoạch cụ thể</u>.

즐거운 해변 가기를 위해서 저는 구체적인 계획을 세우려고 노력합니다.

Để có một chuyến đi cắm trại/đi đến bãi biển vui vẻ, tôi cố gắng

_____ .

질문 4 기억에 남는 캠핑

Hãy kể cho tôi nghe về một trải nghiệm đáng nhớ mà bạn đã có khi đi cắm trại. Chuyện gì đã xảy ra? Những điều nào làm cho chuyến đi cắm trại đó trở nên đáng nhớ?

캠핑에 갔을 때 겪었던 기억에 남는 경험에 대해서 말해주세요. 무슨 일이 일어났나요? 어떤 점들이 그 캠핑을 기억에 남도록 만들었나요?

모범답안

캠핑 간 곳과 함께 간 사람	Chuyến đi cắm trại mà tôi nhớ nhất là chuyến đi cắm trại ở núi Jiri. Khi đó, tôi đã đi cắm trại với các bạn cùng trường đại học. 가장 기억에 남는 캠핑은 지리산에 캠핑 간 것입니다. 그때 저는 같은 대학교 친구들과 캠핑을 갔습니다.
기억에 남는 캠핑	Đến khu cắm trại, chúng tôi dựng lều cắm trại ở ven suối nhỏ và ngắm phong cảnh. Chúng tôi đã đi cắm trại vào mùa thu nên có nhiều lá phong, trông rất đẹp. Khi ngắm phong cảnh, chúng tôi đã nhìn thấy một con hươu nhỏ. 캠핑장에 도착해서 우리는 작은 냇가 근처에 텐트를 치고 풍경을 감상했습니다. 우리는 가을에 캠핑을 가서 많은 단풍이 있었고 매우 아름다워 보였습니다. 풍경을 감상할 때 우리는 작은 사슴 한 마리를 보았습니다.
느낌과 마무리	Đó là lần đầu tiên tôi nhìn thấy con hươu hoang dã nên đó là một kỷ niệm khó quên. 그것은 제가 야생 사슴을 본 처음이었기 때문에 그것은 잊기 어려운 추억입니다.

단어 **dựng lều** 텐트를 치다 | **ven** 변, 둘레, 주변 | **suối** 냇가, 개울, 샘 | **ngắm** 감상하다 | **lá phong** 단풍 | **nhìn** 보다, 바라보다 | **con hươu** 사슴 | **hoang dã** 야생

나의 답안 작성하기

캠핑 간 곳과 함께 간 사람	Chuyến đi cắm trại mà tôi nhớ nhất là chuyến đi cắm trại _____ _____. Khi đó, tôi đã đi cắm trại với các bạn cùng trường đại học.
기억에 남는 캠핑	Đến khu cắm trại, chúng tôi dựng lều cắm trại ở ven suối nhỏ và ngắm phong cảnh. Chúng tôi đã đi cắm trại vào _____ nên _____. Khi ngắm phong cảnh, chúng tôi đã nhìn thấy một con hươu nhỏ.

느낌과 마무리	Đó là lần đầu tiên tôi _____ nên đó là một kỷ niệm khó quên.

패턴연습

 패턴 1
Chuyến đi cắm trại/đi đến bãi biển mà tôi nhớ nhất là chuyến đi cắm trại/đi đến bãi biển 기억에 남는 캠핑/해변 가기.

가장 기억에 남는 캠핑/해변 가기는 _____ 캠핑/해변에 간 것입니다.

▶ chuyến은 이동을 나타내는 동사 đi, đến, du lịch 등의 앞에 붙어 명사화 합니다.

기억에 남는 캠핑/해변가기
Sao ở đảo Phú Quốc Việt Nam 베트남 푸꾸옥의 싸오 (해변)
Grand Canyon Mỹ 미국 그랜드캐년
Krabi Thái Lan 태국 크라비 (해변)

예시 답안
Chuyến đi đến bãi biển mà tôi nhớ nhất là chuyến đi đến bãi biển Sao ở đảo Phú Quốc Việt Nam.

가장 기억에 남는 해변 가기는 베트남 푸꾸옥의 싸오 해변에 간 것입니다.

나의 답안
Chuyến đi cắm trại/đi đến bãi biển mà tôi nhớ nhất là chuyến đi cắm trại/đi đến bãi biển _____.

 패턴 2
Chúng tôi đã đi cắm trại/đi đến bãi biển vào 캠핑/해변을 간 계절 nên đã thưởng thức được 즐겼던 것.

우리는 _____ 에 캠핑/해변을 가서 _____.

캠핑/해변을 간 계절	즐겼던 것
mùa hè 여름	có thể tắm biển 해수욕을 할 수 있다
mùa đông 겨울	có thể tận hưởng cảnh tuyết thần bí 신비한 설경을 누릴 수 있다
mùa thu 가을	có thể tham gia lễ hội truyền thống 전통 축제에 참여할 수 있다

예시 답안
Chúng tôi đã đi đến bãi biển vào mùa hè nên có thể tắm biển.

우리는 여름에 해변에 가서 해수욕을 할 수 있었습니다.

나의 답안
Chúng tôi đã đi cắm trại/đi đến bãi biển vào _____ nên _____.

패턴 3 Đó là lần đầu tiên tôi <u>đặc biệt한 첫 경험</u> nên đó là một kỷ niệm khó quên.

그것이 제가 _____ 처음이었기 때문에 그것은 잊기 어려운 추억입니다.

▶ lần은 '번, 횟수'라는 뜻으로 처음 경험한 일에 대해 말할 때 lần đầu tiên, lần đầu를 사용합니다.

특별한 첫 번째 경험
đi đến bãi biển Việt Nam 베트남 해변에 가다
đi cắm trại ở Mỹ 미국에서 캠핑을 가다
trải nghiệm một nền văn hoá mới 새로운 문화를 체험하다

예시 답안 Đó là lần đầu tiên tôi <u>đến bãi biển Việt Nam</u> nên đó là một kỷ niệm khó quên.

그것이 제가 베트남 해변에 간 처음이었기 때문에 잊기 어려운 추억입니다.

나의 답안 Đó là lần đầu tiên tôi _____ nên đó là một kỷ niệm khó quên.

① 좋아하는 SNS 종류와 이유

Trong bản khảo sát, bạn nói rằng bạn đăng bài lên các trang mạng xã hội. Bạn có thể cho tôi biết bạn thích loại trang mạng xã hội nào và vì sao bạn thích trang mạng xã hội đó nhất? Thêm nữa, mục đích sử dụng trang mạng xã hội đó của bạn là gì?

설문에서 당신은 SNS에 글을 올린다고 했습니다. 어떤 SNS 종류를 좋아하는지와 왜 그 SNS를 제일 좋아하는지 알려줄 수 있나요? 또한 당신의 해당 SNS 이용 목적은 무엇입니까?

② SNS 이용

Bạn thường đăng bài trên tài khoản mạng xã hội của bạn khi nào? Bạn có thường xuyên đăng bài lên không? Bạn thường đăng những loại bài nào lên các trang mạng xã hội?

당신은 주로 언제 당신의 SNS 계정에 게시물을 올리나요? 당신은 자주 게시물을 올리나요? 당신은 주로 SNS에 어떤 게시물을 올리나요?

③ 가장 기억에 남는 게시물

Tôi chắc rằng bạn có thể nhớ được một số bài đăng thú vị. Bạn nhớ bài đăng nào nhất? Bài đăng đó nói về gì? Đó là bài viết hay là tấm ảnh?

당신은 흥미로운 몇몇 게시물들을 기억하고 있을 것이라 확신합니다. 당신은 어떤 게시물이 가장 기억에 남나요? 그 게시물은 무엇에 관한 건가요? 그것은 글인가요? 사진이었나요?

④ SNS에서 다른 사람을 차단한 경험

Khi bạn sử dụng các trang mạng xã hội, bạn đã từng chặn ai đó trên các trang mạng xã hội bao giờ chưa? Vì sao bạn chặn người đó? Hãy nói thật chi tiết.

당신이 SNS를 이용할 때 SNS에서 누군가를 차단해 본 적이 있나요? 왜 그 사람을 차단했나요? 매우 상세하게 말해주세요.

질문 1 좋아하는 SNS 종류와 이유

MP3 2-40

Trong bản khảo sát, bạn nói rằng bạn đăng bài lên các trang mạng xã hội. Bạn có thể cho tôi biết bạn thích loại trang mạng xã hội nào và vì sao bạn thích trang mạng xã hội đó nhất? Thêm nữa, mục đích sử dụng trang mạng xã hội đó của bạn là gì?

설문에서 당신은 SNS에 글을 올린다고 했습니다. 어떤 SNS 종류를 좋아하는지와 왜 그 SNS를 제일 좋아하는지 알려줄 수 있나요? 또한 당신의 해당 SNS 이용 목적은 무엇입니까?

모범답안

좋아하는 SNS 종류	Tôi thích nhất twitter trong các trang mạng xã hội. 저는 SNS 중에서 트위터를 제일 좋아합니다.
이용하는 빈도와 때	Tôi thường vào twitter hơn 3 lần một ngày. Đặc biệt, sau khi thức dậy và trước khi đi ngủ, tôi luôn sử dụng trang mạng xã hội đó. 저는 보통 하루에 세 번 이상 트위터에 들어갑니다. 특히 기상하고 나서와 잠자기 전에 저는 항상 그 SNS를 사용합니다.
좋아하는 이유	Vì có thể lấy các thông tin cần thiết nhanh và dễ nên tôi thích twitter nhất. Thêm nữa, twitter rất dễ sử dụng và tôi có thể kiểm tra nhanh các phản ứng của mọi người về các bài tôi đăng lên. 빠르고 쉽게 필요한 정보들을 얻을 수 있기 때문에 저는 트위터를 제일 좋아합니다. 또한 트위터는 사용하기 쉽고 제가 올린 게시물에 대한 모두의 반응을 빨리 체크할 수 있습니다.

단어 | **trang** 웹사이트, 홈페이지 | **mạng xã hội** 소셜네트워크, SNS | **lần** 번, 횟수 | **thức dậy** 일어나다. 기상하다 | **lấy** 가지다. 취하다 | **thông tin** 정보 | **cần thiết** 필요하다 | **kiểm tra** 검사하다. 확인하다 | **phản ứng** 반응 | **bài** 게시물 | **đăng** (게시물 등을) 올리다, 게시하다

나의 답안 작성하기

좋아하는 SNS 종류	Tôi thích nhất ＿＿＿＿＿＿＿＿＿ trong các trang mạng xã hội.
이용하는 빈도와 때	Tôi thường vào ＿＿＿＿＿＿ hơn 3 lần một ngày. Đặc biệt, ＿＿＿＿＿＿＿＿＿＿, tôi luôn sử dụng trang mạng xã hội đó.
좋아하는 이유	Vì ＿＿＿＿＿＿＿＿＿＿＿ nên tôi thích＿＿＿＿ nhất. Thêm nữa, twitter rất dễ sử dụng và tôi có thể kiểm tra nhanh các phản ứng của mọi người về các bài tôi đăng lên.

패턴연습

패턴 1

Tôi thích nhất 좋아하는 SNS trong các trang mạng xã hội.

저는 SNS 중에서 _____을/를 제일 좋아합니다.

▶ mạng는 '그물, 망, 네트워크'라는 뜻으로 mạng xã hội는 소셜네트워크입니다.

좋아하는 SNS		
Facebook 페이스북	Instagram 인스타그램	Kakao talk 카카오톡

예시 답안

Tôi thích nhất Facebook trong các trang mạng xã hội.

저는 SNS 중에서 페이스북을 제일 좋아합니다.

나의 답안

Tôi thích nhất _____ trong các trang mạng xã hội.

패턴 2

SNS 이용하는 때, tôi luôn sử dụng trang mạng xã hội đó.

_____, 저는 항상 그 SNS를 사용합니다.

SNS 이용하는 때	
trong khi ăn cơm 밥을 먹는 동안에	trong thời gian đi lại 이동 시간에
khi tôi đang trên đường về nhà 귀가길에	

예시 답안

Trong khi ăn cơm, tôi luôn sử dụng trang mạng xã hội đó.

밥을 먹는 동안에 저는 항상 그 SNS를 사용합니다.

나의 답안

_____, tôi luôn sử dụng trang mạng xã hội đó.

패턴 3

Vì 해당 SNS를 좋아하는 이유 nên tôi thích SNS 종류 nhất.

_____ 때문에 저는 _____을/를 제일 좋아합니다.

▶ vì A nên B는 'A하기 때문에 B하다'라는 뜻입니다.

해당 SNS를 좋아하는 이유	SNS
các bạn tôi đều sử dụng Facebook 모든 친구들이 다 페이스북을 사용한다	Facebook 페이스북
dễ đăng các tấm ảnh và dễ sửa chữa được 쉽게 사진들을 올릴 수 있고 쉽게 수정할 수 있다	Instagram 인스타그램
có nhiều chức năng hữu dụng và thú vị như gửi món quà và chơi game 선물 보내기와 게임하기 등 유용하고 재미있는 기능이 많다	Kakao talk 카카오톡

예시 답안

Vì các bạn tôi đều sử dụng Facebook nên tôi thích Facebook nhất.

모든 친구들이 다 페이스북을 사용하기 때문에 저는 페이스북을 제일 좋아합니다.

나의 답안

Vì _____ nên tôi thích _____ nhất.

질문 2 SNS 이용

MP3 2-41

Bạn thường đăng bài trên tài khoản mạng xã hội của bạn khi nào? Bạn có thường xuyên đăng bài lên không? Bạn thường đăng những loại bài nào lên các trang mạng xã hội?

당신은 주로 언제 당신의 SNS 계정에 게시물을 올리나요? 당신은 자주 게시물을 올리나요? 당신은 주로 SNS에 어떤 게시물을 올리나요?

모범답안

SNS 계정에 게시물을 올리는 때	Tôi thích sử dụng twitter. Mỗi buổi sáng tôi đều đăng bài trên tài khoản mạng xã hội của tôi.
	저는 트위터를 이용하는 것을 좋아합니다. 저는 매일 아침마다 저의 SNS 계정에 게시물을 올립니다.
SNS 계정에 게시물을 올리는 빈도	Thông thường, tôi đăng một bài lên twitter mỗi ngày. Dạo này, tôi tự học vẽ kỹ thuật số cho nên tôi đăng tác phẩm của tôi lên. Vì tôi tò mò phản ứng của mọi người và muốn giao lưu với các bạn học vẽ kỹ thuật số khác.
	보통 저는 매일 트위터에 게시물 하나씩 올립니다. 요즘에 저는 디지털 페인팅을 독학하고 있어서 저의 작품을 올립니다. 모두의 반응이 궁금하고 다른 디지털 페인팅을 배우는 친구들과 교류하고 싶기 때문입니다.

단어 **đăng bài** 게시물을 올리다 | **tài khoản** 계정, 구좌 | **tự học** 독학하다 | **vẽ kỹ thuật số** 디지털 페인팅 | **tác phẩm** 작품 | **tò mò** 호기심이 있다. 궁금하다 | **giao lưu** 교류하다

나의 답안 작성하기

SNS 계정에 게시물을 올리는 때	Tôi thích sử dụng twitter. Mỗi _____ tôi đều đăng bài trên tài khoản mạng xã hội của tôi.
SNS 계정에 게시물을 올리는 빈도	Thông thường, tôi đăng _____ bài lên _____ mỗi ngày. Dạo này, tôi _____ cho nên tôi đăng _____ _____ lên. Vì tôi tò mò phản ứng của mọi người và muốn giao lưu với _____.

패턴연습

패턴 1   Mỗi 게시물을 올리는 때 tôi đều đăng bài trên tài khoản mạng xã hội của tôi.

매 _____마다 저는 저의 SNS 계정에 게시물을 올립니다.

▶'mỗi + 시간명사 + 주어 + đều + 서술어'는 '매 (시간명사)마다 모두 ~를 한다'라는 뜻의 구문입니다.

게시물을 올리는 때		
buổi tối 저녁	sáng thứ hai 월요일 아침	thứ bảy 토요일

예시 답안   Mỗi buổi tối tôi đều đăng bài trên tài khoản mạng xã hội của tôi.

매일 저녁마다 저는 저의 SNS 계정에 게시물을 올립니다.

나의 답안   Mỗi _____ tôi đều đăng bài trên tài khoản mạng xã hội của tôi.

패턴 2   Dạo này, tôi 나의 상황 cho nên tôi đăng 내가 올리는 게시물 lên.

요즘에 저는 _____ 해서 저는 _____ 을/를 올립니다.

▶đăng는 '업로드하다, 올리다'라는 뜻의 동사입니다.

나의 상황	내가 올리는 게시물
quan tâm đến nấu ăn 요리에 관심이 있다	clip về cách nấu ăn 레시피에 대한 동영상
học lái xe 운전을 배운다	bài về quá trình lấy bằng lái xe 운전면허증 취득 과정에 대한 게시물
muốn giới thiệu về du lịch Việt Nam 베트남 여행에 대해 소개하고 싶다	các tấm ảnh đã chụp khi du lịch ở Việt Nam 베트남 여행할 때 찍은 사진들

예시 답안   Dạo này tôi quan tâm đến nấu ăn cho nên tôi đăng clip về cách nấu ăn lên.

요즘에 저는 요리에 관심이 있어서 레시피에 대한 동영상을 올립니다.

나의 답안   Dạo này, tôi _____ cho nên tôi đăng _____ lên.

패턴 3   Vì tôi tò mò phản ứng của mọi người và muốn giao lưu với SNS에서 교류하고 싶은 사람들.

모두의 반응이 궁금하고 _____ 와/과 교류하고 싶기 때문입니다.

▶tò mò는 '궁금하다'라는 뜻입니다.

SNS에서 교류하고 싶은 사람들
các blogger nấu ăn 요리 블로거
những học viên định học lái xe và những người đã lấy được bằng lái xe 운전을 배울 예정인 학습자들과 이미 운전면허를 취득한 사람들
những người quan tâm đến Việt Nam 베트남에 관심이 있는 사람들

Vì tôi tò mò phản ứng của mọi người và muốn giao lưu với <u>các blogger nấu ăn</u>.

모두의 반응이 궁금하고 요리 블로거들과 교류하고 싶기 때문입니다

Vì tôi tò mò phản ứng của mọi người và muốn giao lưu với _____ _____.

Tôi chắc rằng bạn có thể nhớ được một số bài đăng thú vị. Bạn nhớ bài đăng nào nhất? Bài đăng đó nói về gì? Đó là bài viết hay là tấm ảnh?

당신은 흥미로운 몇몇 게시물들을 기억하고 있을 것이라 확신합니다. 당신은 어떤 게시물이 가장 기억에 남나요? 그 게시물은 무엇에 관한 건가요? 그것은 글인가요? 사진이었나요?

모범답안

도입	Bài đăng trên mạng xã hội mà tôi nhớ nhất là bài đăng về áo dài Việt Nam. 저에게 가장 기억에 남는 SNS 게시물은 베트남 아오자이에 관한 게시물입니다.
기억에 남는 게시물 설명	Hiện nay tôi quan tâm đến áo dài Việt Nam. Khi tôi tìm kiếm về nó, tôi tìm được một bài đăng nói về lịch sử áo dài và cách may áo dài bằng tiếng Hàn. Bài đăng đó có cả bài viết và các tấm ảnh. Vì bài đăng đó do chuyên gia soạn nên nội dung rất chuyên môn và bổ ích. 요즘에 저는 베트남 아오자이에 관심이 있습니다. 제가 그것에 대해 검색했을 때 한국어로 된 아오자이의 역사와 아오자이 만드는 법에 대한 게시물을 발견했습니다. 그 게시물은 글과 사진이 모두 있었습니다. 그 게시물은 전문가에 의해 쓰여졌기 때문에 내용이 매우 전문적이고 유익했습니다.
게시물을 통해 얻은 것	Nhờ bài đăng đó, tôi có thể tìm hiểu thêm về áo dài Việt Nam và có được nhiều thông tin về nó. 그 게시물 덕분에 저는 베트남 아오자이에 대해 더 알 수 있었고 그에 대한 많은 정보를 얻었습니다.

단어 **nhớ** 기억하다, 외우다 | **quan tâm đến** ~에 관심이 있다 | **tìm kiếm** 검색하다, 서치하다 | **lịch sử** 역사 | **may** (옷을) 짓다, 만들다 | **tấm** 사진, 액자 등 앞에 붙이는 종별사 | **ảnh** 사진 | **chuyên gia** 전문가 | **soạn** 작성하다, 쓰다 | **chuyên môn** 전문적이다 | **bổ ích** 유익하다 | **tìm hiểu** 알아보다, 이해하다

나의 답안 작성하기

도입	Bài đăng trên mạng xã hội mà tôi nhớ nhất là bài đăng về _____ _____.
기억에 남는 게시물 설명	Hiện nay tôi quan tâm đến _____. Khi tôi tìm kiếm về nó, tôi tìm được một bài đăng nói về _____. Bài đăng đó có cả bài viết và các tấm ảnh. Vì bài đăng đó do chuyên gia soạn nên nội dung rất chuyên môn và bổ ích.

게시물을 통해 얻은 것	Nhờ bài đăng đó, tôi có thể _____.

패턴연습

 패턴 1

Bài đăng trên mạng xã hội mà tôi nhớ nhất là bài đăng về 기억에 남는 게시물.

저에게 가장 기억에 남는 SNS 게시물은 _____에 관한 게시물입니다.

▶ bài đăng은 명사로 '올려진 글', 즉 '게시물'이라는 뜻입니다. đăng bài는 '글을 올리다'라는 뜻으로 '동사 + 목적어' 구조이니 두 단어를 혼동하지 않도록 주의합니다.

> **기억에 남는 게시물**
>
> **cách học tiếng Việt** 베트남어 학습법
> **mốt thời trang** 유행하는 패션
> **các cầu thủ bóng đá nổi tiếng** 유명한 축구선수들

예시 답안 Bài đăng trên mạng xã hội mà tôi nhớ nhất là bài đăng về <u>cách học tiếng Việt</u>.

저에게 가장 기억에 남는 SNS 게시물은 베트남어 학습법에 관한 게시물입니다.

나의 답안 Bài đăng trên mạng xã hội mà tôi nhớ nhất là bài đăng về _____
_____.

 패턴 2

Khi tôi tìm kiếm về nó, tôi tìm được một bài đăng nói về 게시물 내용.

제가 그것에 대해 검색했을 때 _____에 대한 게시물을 발견했습니다.

▶ tìm kiếm은 '검색하다'라는 뜻입니다.

> **게시물 내용**
>
> **cách học tiếng Việt dễ dàng và các tài liệu học** 베트남어를 쉽게 공부하는 방법과 학습 자료들
> **xu hướng thời trang mới nhất** 최신 패션 트렌드
> **phân tích kỹ thuật đá bóng của các cầu thủ giỏi** 뛰어난 선수들의 축구 기술 분석

예시 답안 Khi tôi tìm kiếm về nó, tôi tìm được một bài đăng nói về <u>cách học tiếng Việt dễ dàng và các tài liệu học</u>.

제가 그것에 대해 검색했을 때 베트남어를 쉽게 공부하는 방법과 학습 자료들에 대한 게시물을 발견했습니다.

나의 답안 Khi tôi tìm kiếm về nó, tôi tìm được một bài đăng nói về _____
_____.

패턴 3

Nhờ bài đăng đó, tôi có thể <u>게시물을 통해 얻은 것</u>.

그 게시물 덕분에 저는 _____을/를 할 수 있습니다.

게시물을 통해 얻은 것

hiểu rõ hơn về cách học tiếng Việt và sử dụng tài liệu đó để tiến bộ hơn
베트남어 공부법에 대해 더 명확히 이해할 수 있었고 더 발전하기 위해 그 자료를 사용한다

tìm hiểu về xu hướng mới và ứng dụng trong công việc của tôi
새로운 트렌드에 대해 알게되고 나의 일에 적용한다

biết thêm về các cầu thủ mà tôi yêu thích và thú vị hơn khi xem trận bóng đá
내가 좋아하는 선수들에 대해 더 알고 축구 경기를 볼 때 더 재미있다

예시 답안

Nhờ bài đăng đó, tôi có thể <u>hiểu rõ hơn về cách học tiếng Việt và sử dụng tài liệu đó để tiến bộ hơn</u>.

그 게시물 덕분에 저는 더 좋은 베트남어 공부법에 대해 이해할 수 있었고 더 발전하기 위해 그 자료를 사용합니다.

나의 답안

Nhờ bài đăng đó, tôi có thể _____

_____.

질문 4 SNS에서 다른 사람을 차단한 경험 MP3 2-43

Khi bạn sử dụng các trang mạng xã hội, bạn đã từng chặn ai đó trên các trang mạng xã hội bao giờ chưa? Vì sao bạn chặn người đó? Hãy nói thật chi tiết.

당신이 SNS를 이용할 때 SNS에서 누군가를 차단해 본 적이 있나요? 왜 그 사람을 차단했나요? 매우 상세하게 말해주세요.

모범답안

차단한 경험	Tôi đã chặn một người trên Instagram vì người đó liên tục nhắn tin Spam cho tôi. Tôi chưa bao giờ gặp người đó trước đây, vả lại, tôi không biết người đó là ai. 저는 인스타그램에서 한 사람을 차단했는데 그 사람이 지속적으로 스팸 메시지를 보냈기 때문입니다. 저는 이전에 그 사람을 만난적이 없으며 게다가 저는 그 사람이 누군지 모릅니다.
전개	Người đó cũng viết bình luận cho bài đăng của tôi nhưng nội dung đó không liên quan gì đến bài mà tôi đăng lên. Tôi mặc kệ người đó, nhưng người đó cứ làm như thế khiến tôi cảm thấy khó chịu. 그 사람은 또한 저의 게시물에도 댓글을 달았는데 그 내용은 제가 올린 글과는 전혀 연관이 없었습니다. 저는 그냥 그 사람을 무시했지만 그 사람이 계속 그렇게 하여 불편하게 느꼈습니다.
마무리	Sau khi tôi chặn người đó, tôi không cần để ý nữa nên cảm thấy thoải mái. 그 사람을 차단한 후에 저는 더 신경을 쓸 필요가 없어서 편안하게 느낍니다.

단어 **chặn** 차단하다 | **liên tục** 연속적으로, 지속적으로 | **nhắn** 메시지를 보내다 | **tin Spam** 스팸 메시지 | **chưa bao giờ** 한 번도 ~한 적이 없다 | **vả lại** 게다가, 또한 | **bình luận** 댓글, 코멘트 | **liên quan** 관련되다 | **mặc kệ** 무시하다 | **khó chịu** 짜증나다, 괴롭다 | **để ý** 신경 쓰다

나의 답안 작성하기

차단한 경험	Tôi đã chặn một người trên _____ vì _____. Tôi chưa bao giờ gặp người đó trước đây, vả lại, tôi không biết người đó là ai.
전개	Người đó cũng viết bình luận cho bài đăng của tôi nhưng nội dung đó không liên quan gì đến bài mà tôi đăng lên. Tôi mặc kệ người đó, nhưng người đó cứ làm như thế khiến tôi cảm thấy _____.

마무리	Sau khi tôi chặn người đó, tôi không cần để ý nữa nên cảm thấy _____.

패턴연습

 패턴 1

Tôi đã chặn một người trên 누군가를 차단한 SNS vì 이유.

저는 _____ 에서 한 사람을 차단했는데 _____ 때문입니다.

▶ chặn은 '막다', (인터넷상에서 누군가를) '차단하다'라는 뜻입니다.

차단한 SNS	이유
Facebook 페이스북	người đó có chửi tôi 그 사람이 나에게 욕을 하다
Twitter 트위터	người đó tiếp tục đăng bài nhạy cảm 그 사람이 계속해서 민감한 게시물을 올리다
Kakao talk 카카오톡	người đó tiếp tục nhắn tin quảng cáo 그 사람이 계속해서 광고 문자를 보내다

예시 답안 Tôi đã chặn một người trên Facebook vì người đó có chửi tôi.

저는 페이스북에서 한 사람을 차단했는데 그 사람이 저에게 욕을 했기 때문입니다.

나의 답안 Tôi đã chặn một người trên _____ vì _____

_____.

 패턴 2

Người đó cứ làm như thế khiến tôi cảm thấy 내가 느낀 부정적인 감정.

그 사람이 계속 그렇게 하여 _____ 느껴졌습니다.

▶ làm như thế에서 như thế는 '그렇다, 저렇다'라는 뜻으로 뒤에 지시사 -này, -kia 등과 함께 쓰일 수 있습니다.

내가 느낀 부정적인 감정	
bực mình 불쾌하다, 짜증나다	bực bội 화 나다, 짜증나다
phiền phức 귀찮다, 성가시다	

예시 답안 Người đó cứ làm như thế khiến tôi cảm thấy bực mình.

그 사람이 계속 그렇게 하여 불쾌하게 느껴졌습니다(짜증이 났습니다).

나의 답안 Người đó cứ làm như thế khiến tôi cảm thấy _____.

Sau khi tôi chặn người đó, tôi không cần để ý nữa nên cảm thấy 차단한 후 나의 감정.

그 사람을 차단한 후에 저는 더 신경을 쓸 필요가 없어서 _____ 느낍니다.

▶ để ý는 '신경 쓰다'라는 뜻입니다.

차단한 후 나의 감정	
bình yên 평안하다	yên tâm 안심하다
yên ổn nhẹ nhàng 홀가분하다	

예시 답안 Sau khi tôi chặn người đó, tôi không cần để ý nữa nên cảm thấy bình yên.

그 사람을 차단한 후에 저는 신경을 쓸 필요가 없어서 평화롭게 느낍니다.

나의 답안 Sau khi tôi chặn người đó, tôi không cần để ý nữa nên cảm thấy ____ _____ .

① 좋아하는 TV 프로그램과 이유

Trong bản khảo sát, bạn nói rằng bạn thích xem các chương trình truyền hình. Hãy kể cho tôi về chương trình truyền hình mà bạn thích xem nhất. Vì sao bạn thích xem những chương trình đó? Bạn có thường xuyên xem những chương trình đó không? Hãy nói thật chi tiết.

설문에서 당신은 TV 프로그램들을 보는 것을 좋아한다고 했습니다. 당신이 가장 보기 좋아하는 TV 프로그램에 대해 말해주세요. 왜 당신은 그 프로그램들을 보는 것을 좋아합니까? 당신은 그 프로그램들을 자주 봅니까? 상세히 말해주세요.

② 처음 정기적으로 시청한 프로그램

Chương trình truyền hình đầu tiên mà bạn thường xuyên xem là gì? Bạn bắt đầu xem chương trình đó từ khi nào? Vì sao chương trình đó thú vị?

당신이 처음으로 정기적으로 본 프로그램은 무엇입니까? 당신은 그 프로그램을 언제부터 보기 시작했나요? 왜 그 프로그램은 재미있나요?

③ 재미있게 본 리얼리티 쇼

Chắc hẳn bạn đã xem nhiều chương trình thực tế rồi. Chương trình thực tế nào làm cho bạn cảm thấy thú vị nhất? Tiêu đề chương trình đó là gì? Chương trình thực tế đó về điều gì? Vì sao bạn thấy chương trình thực tế đó hay?

아마 당신은 많은 리얼리티 쇼를 봤을 것입니다. 어떤 리얼리티 쇼가 당신이 제일 재미있다고 느끼게 했나요? 그 프로그램의 제목은 무엇입니까? 그 리얼리티 쇼는 무엇에 관한 것입니까? 왜 당신은 그 리얼리티 쇼가 재미있다고 느꼈습니까?

④ 리얼리티 쇼 방송 진행 장소

Chương trình thực tế mà bạn yêu thích được diễn ra ở nơi nào? Nơi đó trông như thế nào? Vì sao chương trình thực tế đó được quay ở nơi đó? Hãy cho tôi biết thật chi tiết.

당신이 좋아하는 리얼리티 쇼는 어디에서 진행됩니까? 그곳은 어떻게 보이나요? 왜 그 리얼리티 쇼는 그곳에서 촬영되나요? 아주 상세히 알려주세요.

질문 1 좋아하는 TV 프로그램과 이유

MP3 2-44

Trong bản khảo sát, bạn nói rằng bạn thích xem các chương trình truyền hình. Hãy kể cho tôi về chương trình truyền hình mà bạn thích xem nhất. Vì sao bạn thích xem những chương trình đó? Bạn có thường xuyên xem những chương trình đó không? Hãy nói thật chi tiết.

설문에서 당신은 TV 프로그램들을 보는 것을 좋아한다고 했습니다. 당신이 가장 보기 좋아하는 TV 프로그램에 대해 말해주세요. 왜 당신은 그 프로그램들을 보는 것을 좋아합니까? 당신은 그 프로그램들을 자주 봅니까? 상세히 말해 주세요.

모범답안

좋아하는 TV 프로그램	Trong các chương trình truyền hình tôi thích xem phim truyền hình nhất. TV 프로그램 중에서 저는 드라마를 보는 것을 가장 좋아합니다.
드라마를 좋아하는 이유	Tôi thích xem phim truyền hình là vì trong phim có nhiều diễn viên đẹp trai và xinh gái, nội dung rất hấp dẫn. Khi tôi xem phim truyền hình, tôi có thể trải nghiệm nhiều thứ như tình yêu, thành công, nỗi buồn v.v... như thế tôi ở trong một thế giới khác. 제가 드라마를 보는 것을 좋아하는 것은 드라마에 많은 잘생기고 예쁜 연기자들이 나오고 내용도 매우 매력적이기 때문입니다. 제가 드라마를 볼 때 마치 다른 세계에 온 것처럼 사랑, 성공, 슬픔 등 많은 것들을 체험할 수 있습니다.
보는 빈도	Mỗi ngày đều có chương trình phim truyền hình trên tivi nên tối nào tôi cũng xem phim truyền hình trên tivi. Nếu tôi bận không kịp xem thì tôi thường xem trên mạng. 매일 TV에서 드라마를 하기 때문에 저녁마다 저는 TV에서 드라마를 봅니다. 만약 바빠서 보는 것을 놓치면 나는 주로 인터넷에서 봅니다.

단어 | **chương trình** 프로그램 | **truyền hình** 텔레비전, TV | **diễn viên** 배우, 연기자 | **xinh gái** 예쁘다, 아름답다 | **nội dung** 내용 | **hấp dẫn** 매력적이다 | **trải nghiệm** 체험하다, 경험하다 | **thành công** 성공 | **nỗi buồn** 슬픔 | **thế giới** 세계 | **không kịp** 놓치다, 때에 맞추지 못하다 | **mạng** 인터넷

나의 답안 작성하기

좋아하는 TV 프로그램	Trong các chương trình truyền hình tôi thích xem _____ _____ nhất.

드라마를 좋아하는 이유	Tôi thích xem _____ là vì _____. Khi tôi xem phim truyền hình, tôi có thể trải nghiệm nhiều thứ như tình yêu, thành công, nỗi buồn v.v… như thể tôi ở trong một thế giới khác.
보는 빈도	Mỗi ngày đều có chương trình phim truyền hình trên tivi nên _____ nào tôi cũng xem _____ trên tivi. Nếu tôi bận không kịp xem thì tôi thường xem trên mạng.

패턴연습

 패턴 1

Trong các chương trình truyền hình tôi thích xem 좋아하는 TV 프로그램 nhất.

TV 프로그램 중에서 저는 _____을/를 보는 것을 가장 좋아합니다.

▶ chương trình truyền hình은 'TV 프로그램'이라는 뜻입니다. truyền hình은 vô tuyến truyền hình의 줄임말로 TV라는 뜻입니다.

좋아하는 TV 프로그램	
chương trình giải trí 예능 프로그램 chương trình ca nhạc 음악 프로그램	phim tài liệu 다큐멘터리

예시 답안

Trong các chương trình truyền hình tôi thích xem chương trình giải trí nhất.

TV 프로그램 중에서 저는 예능 프로그램을 보는 것을 가장 좋아합니다.

나의 답안

Trong các chương trình truyền hình tôi thích xem _____ _____ nhất.

 패턴 2

Tôi thích xem 좋아하는 TV 프로그램 là vì 좋아하는 이유.

제가 _____을/를 보는 것을 좋아하는 것은 _____ 때문입니다.

좋아하는 TV 프로그램	이유
chương trình giải trí 예능 프로그램	nội dung đầy hài hước, sinh động, thú vị 내용이 매우 웃기고 생동감이 있고 재미있다
phim tài liệu 다큐멘터리	tôi được cung cấp thông tin chuyên môn và mới mẻ 전문적이고 새로운 정보를 제공받는다
chương trình ca nhạc 음악 프로그램	tôi có thể xem và nghe các ca sĩ xuất sắc hát và nhảy 훌륭한 가수들이 춤추고 노래하는 것을 보고 들을 수 있다

Tôi thích xem <u>chương trình giải trí</u> là vì <u>nội dung đầy hài hước, sinh</u> <u>động, thú vị</u>.

제가 예능 프로그램을 보는 것을 좋아하는 것은 내용이 매우 웃기고 생동감이 있고 재미있기 때문 입니다.

나의 답안 Tôi thích xem _____ là vì _____

_____.

패턴 3 시청하는 시간, 때 nào tôi cũng xem 좋아하는 TV 프로그램 trên tivi.

_____ 마다 저는 _____ 를 봅니다.

시청하는 시간, 때	좋아하는 TV 프로그램
tối thứ bảy 토요일 저녁 sáng chủ nhật 일요일 아침 chiều thứ sáu 금요일 오후	chương trình giải trí 예능 프로그램 phim tài liệu 다큐멘터리 chương trình ca nhạc 음악 프로그램

예시 답안 Tối thứ bảy nào tôi cũng xem <u>chương trình giải trí</u> trên tivi.

토요일 저녁마다 저는 TV에서 예능 프로그램을 봅니다.

나의 답안 _____ tôi cũng xem _____ trên tivi.

질문 2 **처음 정기적으로 시청한 프로그램** MP3 2-45

Chương trình truyền hình đầu tiên mà bạn thường xuyên xem là gì? Bạn bắt đầu xem chương trình đó từ khi nào? Vì sao chương trình đó thú vị?

당신이 처음으로 정기적으로 본 프로그램은 무엇입니까? 당신은 그 프로그램을 언제부터 보기 시작했나요? 왜 그 프로그램은 재미있나요?

모범답안

처음으로 정기적으로 본 프로그램	Chương trình truyền hình đầu tiên mà tôi thường xuyên xem là chương trình phim hoạt hình. 제가 처음으로 정기적으로 본 프로그램은 만화 영화 프로그램입니다.
그 프로그램을 보기 시작한 때	Tôi đã bắt đầu xem chương trình đó từ khi tôi 10 tuổi. Vì hồi đó, tối nào cũng có chương trình phim hoạt hình trên tivi, tôi và các bạn tôi đã rất thích xem phim <Tom và Jerry>. Sau khi xem phim (hoạt hình) đó, chúng tôi rất vui khi nói chuyện về các tập phim (hoạt hình) vừa xem. 저는 그 프로그램을 제가 10살 때부터 보기 시작했습니다. 그 때에는 저녁마다 TV에서 만화 영화 프로그램을 했고 저와 제 친구들은 〈톰과 제리〉를 보는 것을 좋아했습니다. 그 (만화) 영화를 본 후 방금 본 (만화) 영화에 대해 이야기할 때 우리는 매우 즐거웠습니다.
그 프로그램이 재미있는 이유	Chương trình phim hoạt hình <Tom và Jerry> hay vì chú mèo Tom và chú chuột Jerry luôn đuổi nhau nhưng đôi khi lại giúp đỡ và làm hòa với nhau. Tôi và các bạn tôi thích xem họ chơi với nhau vui vẻ. 만화 영화 〈톰과 제리〉 프로그램이 재미있는 것은 고양이 톰과 쥐 제리가 항상 서로 쫓고 쫓기지만 때때로 서로 돕고 화해하기 때문입니다. 저와 친구들은 그들이 서로 즐겁게 노는 것을 보는 것을 좋아했습니다.

단어 **phim hoạt hình** 만화 영화, 애니메이션 | **hồi** 때, 시절 | **nói chuyện về** ~에 대해서 이야기하다 | **tập** 텔레비전 프로그램 앞에 붙는 종별사, (방송 드라마 등의) 회, 회차 | **chú** 동물 앞에 붙어 친근한 느낌을 주는 단어 | **chuột** 쥐 | **đuổi nhau** 서로 쫓다 | **giúp đỡ** 돕다 | **làm hòa** 화해하다 | **chơi** 놀다

나의 답안 작성하기

처음으로 정기적으로 본 프로그램	Chương trình truyền hình đầu tiên mà tôi thường xuyên xem là _____.

그 프로그램을 보기 시작한 때	Tôi đã bắt đầu xem chương trình đó từ _____. Vì hồi đó, tối nào cũng có chương trình _____ trên tivi, tôi _____ đã rất thích xem _____. Sau khi xem phim đó, chúng tôi rất vui khi nói chuyện về các tập phim vừa xem.
그 프로그램이 재미있는 이유	Chương trình _____ hay vì _____. Tôi và các bạn tôi thích xem họ chơi với nhau vui vẻ.

패턴연습

 패턴 1 Chương trình truyền hình đầu tiên mà tôi thường xuyên xem là <u>처음</u> <u>으로 정기적으로 본 프로그램</u>.

제가 처음으로 정기적으로 본 프로그램은 _____ 프로그램입니다.

▶ mà는 관계대명사로 '명사 + mà + 주어 + 동사' 형태로 쓰여 '(주어)가 (동사)한 명사'라고 해석합니다.

처음으로 정기적으로 본 프로그램	
hài kịch tình huống 시트콤 chương trình tọa đàm 토크쇼	chương trình giải trí 예능 프로그램

예시 답안 Chương trình truyền hình đầu tiên mà tôi thường xuyên xem là <u>hài kịch tình huống</u>.

제가 처음으로 정기적으로 본 프로그램은 시트콤입니다.

나의 답안 Chương trình truyền hình đầu tiên mà tôi thường xuyên xem là ____

_____.

 패턴 2 Tôi đã bắt đầu xem chương trình đó từ <u>그 프로그램을 보기 시작한 때</u>.

저는 그 프로그램을 _____부터 보기 시작했습니다.

▶ bắt đầu는 '시작하다'라는 뜻의 동사입니다.

그 프로그램을 보기 시작한 때
khi tôi còn là học sinh cấp 2 내가 중학생일 때 khi tôi là sinh viên năm thứ nhất 내가 대학교 1학년일 때 8 năm trước 8년 전

예시 답안 Tôi đã bắt đầu xem chương trình đó từ <u>khi tôi còn là học sinh cấp 2</u>.

저는 그 프로그램을 제가 중학생일 때부터 보기 시작했습니다.

나의 답안 Tôi đã bắt đầu xem chương trình đó từ _____.

 패턴 3

Chương trình <u>프로그램명</u> hay vì <u>재미있는 이유</u>.

_____ 프로그램이 재미있는 것은 _____ 하기 때문입니다.

▶ hay는 '재미있다, 잘하다, 좋다'라는 뜻입니다.

프로그램
hài kịch tình huống <Gia đình là số 1> 시트콤 〈거침없이 하이킥〉 giải trí <Thử thách Cực đại> 예능 프로그램 〈무한도전〉 tọa đàm <Không phải Hội nghị thượng đỉnh> 토크쇼 〈비정상회담〉

재미있는 이유
thể hiện cuộc sống vui buồn của một gia đình thật đặc biệt 한 특별한 가족의 기쁘고도 슬픈 삶을 표현한다 nó cho thấy quá trình một nhóm đặc biệt thử thách khó thực hiện 한 특별한 팀이 이루기 어려운 도전을 하는 과정을 보여준다 tôi có thể xem những người nước ngoài giỏi tiếng Hàn nói chuyện về một chủ đề đặc biệt 한국어를 잘하는 외국인들이 특별한 주제에 대해 이야기하는 것을 볼 수 있다

예시 답안 Chương trình <u>hài kịch tình huống <Gia đình là số 1></u> hay vì <u>thể hiện cuộc sống vui buồn của một gia đình thật đặc biệt</u>.

시트콤 〈거침없이 하이킥〉 프로그램이 재미있는 이유는 한 특별한 가족의 기쁘고도 슬픈 삶을 표현했기 때문입니다.

나의 답안 Chương trình _____ hay vì

_____.

질문 3 재미있게 본 리얼리티 쇼 `MP3 2-46`

Chắc hẳn bạn đã xem nhiều chương trình thực tế rồi. Chương trình thực tế nào làm cho bạn cảm thấy thú vị nhất? Tiêu đề chương trình đó là gì? Chương trình thực tế đó về điều gì? Vì sao bạn thấy chương trình thực tế đó hay?

아마 당신은 많은 리얼리티 쇼를 봤을 것입니다. 어떤 리얼리티 쇼가 당신이 제일 재미있다고 느끼게 했나요? 그 리 프로그램의 제목은 무엇입니까? 그 리얼리티 쇼는 무엇에 관한 것입니까? 왜 당신은 그 리얼리티 쇼가 재미있다고 느꼈습니까?

모범답안

도입	Như bạn đã biết, tôi thích xem các chương trình thực tế. Chương trình thực tế mà tôi cảm thấy thú vị nhất là Running Man.
	당신도 알고 있듯이 저는 리얼리티 쇼를 시청하는 것을 좋아합니다. 제가 가장 재미있다고 느 낀 리얼리티 쇼는 런닝맨입니다.
재미있게 본 리얼리티 쇼 설명	Chương trình này có 8 thành viên bao gồm những diễn viên, ca sĩ, MC v.v... tham gia các thử thách và nhiệm vụ mà chương trình đưa ra. Họ chơi game và luôn chạy đuổi theo nhau nên khán giả có thể cảm nhận được tốc độ và hồi hộp.
	이 프로그램은 연기자, 가수, MC 등으로 구성된 8명의 멤버가 프로그램이 제시한 과제 및 임무에 참가합니다. 그들은 게임을 하고 항상 서로를 뒤쫓아 뛰어다녀서 시청자들은 스피드 와 스릴을 느낄 수 있습니다.
리얼리티 쇼를 재미있다고 느낀 이유	Tôi thấy chương trình thực tế này hay vì mối quan hệ giữa các thành viên trong chương trình này gắn kết với nhau, tạo ra một không khí tự nhiên và thoải mái.
	제가 이 프로그램이 재미있다고 느낀 것은 이 프로그램의 멤버들 간의 관계가 서로 긴밀해서 자연스럽고 편안한 분위기를 만들기 때문입니다.

단어 **như** ~처럼, ~같이 | **chương trình thực tế** 리얼리티 프로그램 | **thành viên** 회원, 멤버, 구성원 | **bao gồm** 포 함하다 | **diễn viên** 연예인, 배우 | **ca sĩ** 가수 | **thử thách** 도전 | **nhiệm vụ** 임무 | **đưa ra** 제시하다 | **cảm nhận** 느끼다, 느낌을 받다 | **tốc độ** 속도 | **hồi hộp** 초조하다, 스릴있다 | **mối** 연결, 맞음 등의 뜻을 가진 단어 앞에 붙이는 단 어 | **quan hệ** 관계 | **gắn kết** 단결하다, 뭉치다, 결합하다 | **tạo ra** 만들어내다, 조성하다 | **tự nhiên** 자연스럽다

나의 답안 작성하기

도입	Như bạn đã biết, tôi thích xem các chương trình thực tế. Chương trình thực tế tôi cảm thấy thú vị nhất là _____.

재미있게 본 리얼리티 쇼 설명	Chương trình này có _____. Họ chơi game và _____ nên khán giả có thể cảm nhận được tốc độ và hồi hộp.
리얼리티 쇼를 재미있다고 느낀 이유	Tôi thấy chương trình thực tế này hay vì _____ _____.

패턴연습

 패턴 1

Chương trình thực tế tôi cảm thấy thú vị nhất là 재미있게 본 리얼리티 쇼.

제가 가장 재미있다고 느낀 리얼리티 쇼는 _____입니다.

▶ thực tế는 '실제'라는 뜻으로 chương trình thực tế는 리얼리티 쇼(리얼리티 프로그램)라는 뜻입니다.

재미있게 본 리얼리티 쇼	
Hai ngày một đêm 1박 2일 Cho tôi xem tiền 쇼미더머니	Luật rừng 정글의 법칙

예시 답안

Chương trình thực tế tôi cảm thấy thú vị nhất là Hai ngày một đêm.

제가 가장 재미있다고 느낀 리얼리티 쇼는 1박 2일입니다.

나의 답안

Chương trình thực tế tôi cảm thấy thú vị nhất là _____.

 패턴 2

Chương trình này có 리얼리티 쇼 설명.

이 프로그램은 _____.

리얼리티 쇼 설명
các thành viên đi du lịch trong hai ngày một đêm và chơi game mà chương trình đưa ra 멤버들이 1박 2일 동안 여행을 가고 프로그램에서 제시한 게임을 한다 các thành viên đi vào rừng để mạo hiểm và cố gắng sinh tồn 멤버들이 모험을 위해 정글로 들어가고 생존을 위해 노력한다 các ứng viên cạnh tranh trong trận chiến rap để giành giải thưởng 지원자들이 상금을 얻기 위해 랩 배틀을 한다

예시 답안

Chương trình này có các thành viên đi du lịch trong hai ngày một đêm và chơi game mà chương trình đưa ra.

이 프로그램은 멤버들이 1박 2일 동안 여행을 가고 프로그램에서 제시한 게임을 합니다.

나의 답안

Chương trình này có _____

_____.

패턴 3 Tôi thấy chương trình thực tế này hay vì 해당 리얼리티 쇼가 재미있는 이유.

제가 이 프로그램이 재미있다고 느낀 것은 _____기 때문입니다.

해당 리얼리티 쇼가 재미있는 이유

họ chơi game rất mới lạ và kết quả thì luôn không lường trước được
그들이 매우 참신한 게임을 하고 결과는 항상 미리 예측할 수 없다

có thể trải nghiệm gián tiếp một cuộc sống ở rừng thực tế
실제 정글에서의 삶을 간접적으로 체험할 수 있다

có thể nghe các bản rap đa dạng của nhiều ứng viên khác nhau và tiếp tục theo dõi xem ai giành được giải nhất
여러 지원자들의 다양한 랩을 들을 수 있고 누가 1등을 하는지 계속 지켜본다

예시 답안 Tôi thấy chương trình thực tế này hay vì họ chơi game rất mới lạ và kết quả thì luôn không lường trước được.

제가 이 프로그램이 재미있다고 느낀 것은 그들이 매우 참신한 게임을 하고 결과는 항상 미리 예측할 수 없기 때문입니다.

나의 답안 Tôi thấy chương trình thực tế này hay vì _____

_____.

Chương trình thực tế mà bạn yêu thích được diễn ra ở nơi nào? Nơi đó trông như thế nào? Vì sao chương trình thực tế đó được quay ở nơi đó? Hãy cho tôi biết thật chi tiết.

당신이 좋아하는 리얼리티 쇼는 어디에서 진행됩니까? 그곳은 어떻게 보이나요? 왜 그 리얼리티 쇼는 그곳에서 촬영되나요? 아주 상세히 알려주세요.

모범답안

리얼리티 쇼 촬영 장소	Chương trình thực tế mà tôi yêu thích <Running Man> được diễn ra ở đài truyền hình SBS, các toà cao tầng nổi tiếng, trường đại học lớn, viện bảo tàng v.v… 제가 좋아하는 리얼리티 쇼 런닝맨은 SBS 방송국, 유명한 고층 빌딩들, 큰 대학교, 박물관 등에서 진행되었습니다.
이유	Vì trong chương trình này các thành viên phải chạy đuổi theo nhau nên cần một không gian lớn. 왜냐하면 이 프로그램에서는 멤버들이 뛰어서 서로를 뒤쫓아야 하므로 큰 공간이 필요하기 때문입니다.
촬영 장소 묘사	Trong nhiều nơi quay chương trình thực tế đó, tôi ấn tượng nhất là đài truyền hình SBS, nơi đó trông rất hiện đại, rộng rãi, phong cách kiến trúc rất đẹp. 그 리얼리티 쇼의 여러 촬영장 중에서 가장 인상깊었던 것은 SBS 방송국이었는데 그곳은 매우 현대적이고 널찍하여 건축 방식이 매우 아름답게 보였습니다.

> **단어** **diễn ra** 열리다, 진행하다 | **đài truyền hình** 방송국 | **toà cao tầng** 고층 빌딩 | **viện bảo tàng** 박물관 | **không gian** 공간 | **nơi quay** 촬영장 | **ấn tượng** 인상적이다 | **rộng rãi** 널찍하다 | **phong cách** 방식, 스타일 | **kiến trúc** 건축

나의 답안 작성하기

리얼리티 쇼 촬영 장소	Chương trình thực tế mà tôi yêu thích ＿＿＿＿＿＿ được diễn ra ở ＿＿＿＿＿＿＿＿＿＿.
이유	Vì trong chương trình này ＿＿＿＿＿＿＿＿＿.
촬영 장소 묘사	Trong nhiều nơi quay chương trình thực tế đó, tôi ấn tượng nhất là ＿＿＿＿＿＿＿＿.

패턴연습

패턴 1

Chương trình thực tế mà tôi yêu thích 좋아하는 리얼리티 쇼 được diễn ra ở 촬영 장소.

제가 좋아하는 리얼리티 쇼 _____은 _____에서 진행되었습니다.

▶ diễn ra는 '진행하다, (일이) 전개되다' 등의 뜻입니다.

좋아하는 리얼리티 쇼	촬영 장소
Hai ngày một đêm 1박 2일 Luật rừng 정글의 법칙 Cho tôi xem tiền 쇼미더머니	các khu du lịch, khu cắm trại nội địa 국내 여행지, 캠핑장 những khu rừng nước ngoài nổi tiếng 유명한 해외 정글 Studio đặc biệt Isan 일산 특별 스튜디오

예시 답안

Chương trình thực tế mà tôi yêu thích <Hai ngày một đêm> được diễn ra ở các khu du lịch, khu cắm trại v.v...

제가 좋아하는 리얼리티 쇼 1박 2일은 여행지, 캠핑장에서 진행되었습니다.

나의 답안

Chương trình thực tế mà tôi yêu thích _____ được diễn ra ở _____.

패턴 2

Vì trong chương trình này 이유.

왜냐하면 이 프로그램에서는 _____.

리얼리티 쇼 촬영장 촬영지 선정 이유
các thành viên phải thực hiện các nhiệm vụ trong chuyến du lịch nội địa 멤버들이 국내 여행 중에 임무들을 실현해야 한다
các thành viên phải sinh tồn và thích nghi với cuộc sống ở rừng mới lạ 멤버들이 새롭고 낯선 숲에서 생존하고 삶에 적응해야 하기 때문이다
các ứng viên tham gia đại hội rap và biểu diễn ở sân khấu 지원자들이 랩 대회에 참가하고 무대에서 공연을 한다

예시 답안

Vì trong chương trình này, các thành viên phải thực hiện các nhiệm vụ trong chuyến du lịch nội địa.

왜냐하면 이 프로그램에서는 각 멤버들이 국내 여행 중에 임무들을 실현해야 하기 때문입니다.

나의 답안

Vì trong chương trình này, _____
_____.

Trong nhiều nơi quay chương trình thực tế đó, tôi ấn tượng nhất là 리얼리티 쇼 진행 장소 묘사.

리얼리티 쇼의 여러 촬영장 중에서 가장 인상깊었던 것은 _____.

▶ấn tượng은 '인상적인, 인상깊은'이라는 뜻입니다.

리얼리티 쇼 진행 장소 묘사
khu du lịch Bosung, ở đó có cánh đồng trà xanh rộng rãi, xanh mướt, trông rất kì diệu   보성 관광지. 그곳에는 넓고 푸른 녹차밭이 있어 매우 신비스럽게 보인다   Madagascar, ở đó có biển xanh và sa mạc khô hạn, trông rất đẹp mắt   마다가스카르, 그곳에는 푸른 바다와 건조한 사막이 있어 매우 아름답다   sân khấu cho vòng chung kết, được trang trí rất rực rỡ, phù hợp với màn biểu diễn của các rapper giỏi nhất   결승전을 위한 무대. 매우 화려하게 꾸며져서 가장 우수한 래퍼들의 무대와 어울렸다

예시 답안

Trong nhiều nơi quay chương trình thực tế đó, tôi ấn tượng nhất là khu du lịch Bosung, ở đó có cánh đồng trà xanh rộng rãi, xanh mướt ,trông rất kì diệu và đẹp.

리얼리티 쇼의 여러 촬영장 중에서 가장 인상깊었던 것은 보성 관광지였는데 그곳에는 넓고 푸른 녹차밭이 있어 신비하고 아름다워 보였습니다.

나의 답안

Trong nhiều nơi quay chương trình thực tế đó, tôi ấn tượng nhất là

_____

_____ .

1 자주 가는 상점과 이유

Trong bản khảo sát, bạn nói rằng bạn thường đi mua sắm. Bạn hãy kể cho tôi về cửa hàng mà bạn thường đi. Cửa hàng đó nằm ở đâu? Cửa hàng đó bán những gì? Vì sao bạn thường đi đến cửa hàng đó để mua sắm?

설문에서 당신은 자주 쇼핑하러 간다고 했습니다. 당신이 자주 가는 상점에 대해 말해보세요. 그 상점은 어디에 있나요? 그 상점은 무엇들을 파나요? 왜 그 상점에 자주 쇼핑하러 가나요?

2 최근에 간 쇼핑

Bạn đã đi mua sắm khi nào trong lần gần đây nhất? Bạn đã đi mua sắm ở đâu? Mua những gì? Bạn đã đi với ai? Hãy nói thật chi tiết về những hoạt động bạn đã làm khi bạn đi mua sắm từ đầu đến cuối.

최근에 당신은 언제 쇼핑하러 갔었나요? 당신은 어디에 쇼핑하러 갔나요? 무엇들을 구매했나요? 당신은 누구와 함께 갔나요? 당신이 쇼핑하러 갔을 때 당신이 했던 활동을 처음부터 끝까지 아주 상세하게 말해보세요.

3 기억에 남는 쇼핑 경험

Hãy kể cho tôi nghe về một trải nghiệm đáng nhớ mà bạn đã có khi bạn đi mua sắm.
Chuyện gì đã xảy ra? Những điều nào làm cho việc đi mua sắm đó trở nên đáng nhớ?

쇼핑에 갔을 때 겪었던 기억에 남는 경험에 대해서 말해주세요. 무슨 일이 일어났나요? 어떤 점들이 그 쇼핑 갔던 일을 기억에 남도록 만들었나요?

4 쇼핑하다 겪은 문제

Những khó khăn có thể bất ngờ xảy ra khi chúng ta đang mua sắm. Gần đây, vấn đề mà bạn gặp phải khi bạn mua sắm là gì? Bạn đã giải quyết vấn đề đó như thế nào? Hãy nói thật chi tiết trong phạm vi bạn có thể.

우리가 쇼핑하는 중에 갑자기 어려움이 발생할 수 있습니다. 최근에 당신이 쇼핑할 때 있었던 문제는 무엇인가요? 당신은 그 문제를 어떻게 해결했나요? 당신이 할 수 있는 만큼 상세히 말해주세요.

Trong bản khảo sát, bạn nói rằng bạn thường đi mua sắm. Bạn hãy kể cho tôi về cửa hàng mà bạn thường đi. Cửa hàng đó nằm ở đâu? Cửa hàng đó bán những gì? Vì sao bạn thường đi đến cửa hàng đó để mua sắm?

설문에서 당신은 자주 쇼핑하러 간다고 했습니다. 당신이 자주 가는 상점에 대해 말해보세요. 그 상점은 어디에 있나요? 그 상점은 무엇들을 파나요? 왜 그 상점에 자주 쇼핑하러 가나요?

모범답안

자주 가는 상점	Tôi thích đi mua sắm, tuần nào tôi cũng đi mua sắm. Tôi thường đi đến trung tâm thương mại Lotte để mua sắm. 저는 쇼핑가는 것을 좋아하고 매주 쇼핑하러 갑니다. 저는 주로 쇼핑하러 롯데백화점으로 갑니다.
이유	Vì trung tâm thương mại Lotte không những đầy đủ hàng hoá mà còn gần nhà tôi. Thêm nữa, các mặt hàng ở đó đều có chất lượng cao. 왜냐하면 롯데백화점은 상품이 충분히 있을 뿐만 아니라 저희 집에서 가깝기 때문입니다. 또한, 그곳의 물건들은 모두 품질이 좋습니다.
상점의 위치, 상점에서 파는 물건들	Trung tâm thương mại đó nằm ở ga Suwon, từ nhà tôi chỉ mất 20 phút thôi. Ở trung tâm thương mại Lotte tôi có thể tìm mua mọi thứ từ quần áo đến đồ điện gia dụng. 그 백화점은 수원역에 위치하고 저희 집에서 겨우 20분밖에 안 걸립니다. 롯데백화점에서 저는 옷부터 가전제품까지 모든 것을 찾아 구매할 수 있습니다.

단어 **mua sắm** 쇼핑하다 | **trung tâm thương mại** 백화점 | **không những~ mà còn~** ~할 뿐만 아니라 ~하다 | **đầy đủ** 충분하다 | **hàng hoá** 상품 | **mặt hàng** 상품, 물건, 품목 | **chất lượng** 품질 | **ga** (지하철, 기차)역 | **đồ điện gia dụng** 가전제품

나의 답안 작성하기

자주 가는 상점	Tôi thích đi mua sắm, tuần nào tôi cũng đi mua sắm. Tôi thường đi đến _____ để mua sắm.
이유	Vì _____ không những _____ mà còn _____. Thêm nữa, các mặt hàng ở đó đều có chất lượng cao.

| 상점의 위치,
상점에서 파는
물건들 | _____ nằm ở _____, từ nhà tôi chỉ mất
_____ thôi.
Ở _____ tôi có thể tìm mua mọi thứ từ _____
đến _____ . |

패턴연습

🔊 **패턴 1**   **Tôi thường đi đến** 자주 가는 상점 **để mua sắm.**

저는 주로 쇼핑하러 _____으로 갑니다.

▶ 'để + 동사'는 '~하기 위하여'라는 뜻으로 목적을 나타냅니다.

자주 가는 상점	
siêu thị Homeplus 홈플러스 cửa hàng Nike 나이키	cửa hàng SPAO 스파오

예시 답안   **Tôi thường đi đến** siêu thị Homeplus **để mua sắm.**

저는 주로 쇼핑하러 홈플러스로 갑니다.

나의 답안   **Tôi thường đi đến** _____ **để mua sắm.**

🔊 **패턴 2**   **Vì** 자주 가는 상점 **không những** 이유1 **mà còn** 이유2.

왜냐하면 _____은/는 _____뿐만 아니라 _____하기 때문입니다.

▶ không những A mà còn B는 'A할 뿐만 아니라 B하기까지 하다'라는 뜻입니다.

자주 가는 상점	이유1	이유2
siêu thị Homeplus 홈플러스	bán nhiều hàng hoá tôi cần 나에게 필요한 많은 상품을 판다	bán giá rẻ 싼 가격에 판다
cửa hàng SPAO 스파오	bán nhiều loại quần áo 많은 종류의 옷을 판다	bán quần áo hợp thời trang 유행하는 스타일의 옷을 판다
cửa hàng Nike 나이키	là thương hiệu mà tôi yêu thích 내가 선호하는 브랜드이다	bán các sản phẩm đảm bảo chất lượng 품질을 보증하는 제품들을 판다

예시 답안   **Vì** siêu thị Homeplus **không những** bán nhiều hàng hoá tôi cần **mà còn** bán giá rẻ.

왜냐하면 홈플러스는 저에게 필요한 많은 상품을 팔 뿐만 아니라 싼 가격에 팔기 때문입니다.

나의 답안   **Vì** _____ **không những** _____ **mà còn** _____ .

패턴 3 자주 가는 상점 nằm ở 위치, từ nhà tôi chỉ mất 집에서 소요 시간 thôi.

_____은/는 _____에 위치하고 저희 집에서 겨우 _____밖에 안 걸립니다.

▶ không những A mà còn B는 'A할 뿐만 아니라 B하기까지 하다'라는 뜻입니다.

자주 가는 상점	위치	소요 시간
siêu thị Homeplus 홈플러스 cửa hàng SPAO 스파오 cửa hàng Nike 나이키	ngay trước nhà tôi 우리집 바로 앞 gần nhà tôi 나의 회사 근처 trung tâm thành phố 시내	3 phút đi bộ 걸어서 3분 15 phút 15분 nửa tiếng 30분

예시 답안 Siêu thị Homeplus nằm ở ngay trước nhà tôi, từ nhà tôi chỉ mất 3 phút đi bộ thôi.

홈플러스는 저희 집 바로 앞에 위치하고 저희 집에서 걸어서 겨우 3분밖에 안 걸립니다.

나의 답안 _____ nằm ở _____, từ nhà tôi chỉ mất _____ thôi.

질문 2 최근에 간 쇼핑

MP3 2-49

Bạn đã đi mua sắm khi nào trong lần gần đây nhất? Bạn đã đi mua sắm ở đâu? Mua những gì? Bạn đã đi với ai? Hãy nói thật chi tiết về những hoạt động bạn đã làm khi bạn đi mua sắm từ đầu đến cuối.

최근에 당신은 언제 쇼핑하러 갔었나요? 당신은 어디에 쇼핑하러 갔나요? 무엇들을 구매했나요? 당신은 누구와 함께 갔나요? 당신이 쇼핑하러 갔을 때 당신이 했던 활동을 처음부터 끝까지 아주 상세하게 말해보세요.

모범답안

최근에 간 쇼핑 시기, 쇼핑하러 간 곳과 함께 간 사람	Tôi đã đi mua sắm cuối tuần vừa qua. Tôi đã đi đến khu mua sắm outlet ở thành phố I-cheon với vợ tôi. 저는 지난 주말에 쇼핑하러 갔습니다. 저는 이천시에 있는 아울렛 쇼핑몰에 아내와 함께 갔습니다.
쇼핑 일정 설명	Chúng tôi cần mua áo khoác. Đầu tiên chúng tôi đến cửa hàng bán quần áo phụ nữ cho vợ tôi. Nhưng ở đó không có áo mà vợ tôi thích mua nên chúng tôi không mua gì cả. Sau đó chúng tôi đi đến cửa hàng bán quần áo đàn ông, ở đó có một chiếc áo khoác vừa rẻ vừa có chất lượng tốt nên tôi quyết định mua. 우리는 코트를 살 필요가 있었습니다. 먼저 우리는 아내를 위한 여성복 매장에 갔습니다. 하지만 그곳에는 아내가 사고 싶어하는 옷이 없어서 우리는 아무것도 사지 않았습니다. 그 후에 우리는 남성복 매장으로 갔습니다. 그곳에 싸면서 품질도 좋은 코트가 하나 있어서 저는 사려고 결심했습니다.
마무리	Sau khi mua sắm, chúng tôi ăn tối rồi về nhà. Vì vợ tôi vẫn chưa tìm được áo hợp với mình nên chúng tôi định đi mua sắm lại vào cuối tuần tới. 쇼핑 후에 우리는 저녁을 먹고 집으로 돌아왔습니다. 아내가 여전히 자신에게 어울리는 옷을 찾지 못했기 때문에 우리는 이번주에 또 쇼핑을 갈 예정입니다.

단어 cuối tuần 주말 | áo khoác 코트, 겉옷, 점퍼 | cửa hàng 가게 | phụ nữ 여성 | không~ gì cả 아무것도 ~하지 않다 | chiếc 의류 앞에 붙는 종별사 | vừa~ vừa~ ~하면서 ~하다 | quyết định 결정하다 | hợp 맞다, 어울리다 | định ~할 예정이다 | cuối tuần tới 다음주

나의 답안 작성하기

최근에 간 쇼핑 시기, 쇼핑하러 간 곳과 함께 간 사람	Tôi đã đi mua sắm cuối tuần vừa qua. Tôi đã đi đến _____ với _____.

쇼핑 일정 설명	Chúng tôi cần mua áo khoác. Đầu tiên chúng tôi đến _____ _____ . Nhưng ở đó _____ nên tôi không mua gì cả. Sau đó chúng tôi đi đến _____ , ở đó _____ nên tôi quyết định mua.
마무리	Sau khi mua sắm, chúng tôi ăn tối rồi về nhà. Vì _____ vẫn chưa tìm được áo hợp với mình nên chúng tôi định đi mua sắm lại vào cuối tuần tới.

패턴연습

 패턴 1 Tôi đã đi đến <u>쇼핑하러 간 장소</u> với <u>함께 간 사람</u>.

저는 _____에 _____와/과 함께 갔습니다.

▶ với는 전치사로 '~와 함께, 같이'라는 뜻입니다.

쇼핑하러 간 장소	함께 간 사람
khu mua sắm MyeongDong 명동 trung tâm thương mại Shinsegae 신세계 백화점 đường mua sắm Hongdae 홍대 쇼핑 거리	các bạn tôi 내 친구들 mẹ tôi 나의 엄마 chị gái tôi 나의 언니(누나)

예시 답안 Tôi đã đi đến <u>khu mua sắm MyeongDong</u> với <u>các bạn tôi</u>.

저는 명동에 친구들과 함께 갔습니다.

나의 답안 Tôi đã đi đến _____ với _____ .

 패턴 2 Ở đó <u>물건을 사지 않은 이유</u> nên tôi không mua gì cả.

그곳에는 _____해서 저는 아무것도 사지 않았습니다.

▶ không ~ gì cả는 부정 강조 표현으로 '아무것도, 무엇도 ~하지 않다'라고 해석합니다.

쇼핑가서 물건을 사지 않은 이유
không có áo đẹp mà giá lại quá cao 예쁜 옷은 없는데 가격은 너무 비싸다 áo tôi muốn mua hết cỡ rồi 내가 사고 싶은 옷의 사이즈가 다 팔렸다 người bán hàng không thân thiện 판매원이 불친절하다

예시 답안 Ở đó <u>không có áo đẹp mà giá lại quá cao</u> nên tôi không mua gì cả.

그곳에는 예쁜 옷은 없는데 가격은 너무 비싸서 저는 아무것도 사지 않았습니다.

나의 답안 Ở đó _____ nên tôi không mua gì cả.

패턴 3

Ở đó <u>물건을 산 이유</u> **nên tôi quyết định mua.**

그곳에 _____ 해서 저는 사려고 결심했습니다.

▶ quyết định는 '결정하다'라는 뜻으로 동사 앞에 사용할 수 있습니다.

쇼핑가서 물건을 산 이유
có váy đẹp và hợp với tôi 예쁘고 나에게 잘 어울리는 치마가 있다
cái gì cũng được giảm giá 50% 무엇이든지 다 50% 할인을 한다
tôi tìm được quần jean mà tôi cứ tìm mãi 내가 계속 찾던 청바지를 발견했다

예시 답안

Ở đó <u>có váy đẹp và hợp với tôi</u> **nên tôi quyết định mua.**

그곳에 예쁘고 저에게 잘 어울리는 치마가 있어서 저는 사려고 결심했습니다.

나의 답안

Ở đó _____ **nên tôi quyết định mua.**

질문 3 **기억에 남는 쇼핑 경험**

Hãy kể cho tôi nghe về một trải nghiệm đáng nhớ mà bạn đã có khi bạn đi mua sắm. Chuyện gì đã xảy ra? Những điều nào làm cho việc đi mua sắm đó trở nên đáng nhớ?

쇼핑에 갔을 때 겪었던 기억에 남는 경험에 대해서 말해주세요. 무슨 일이 일어났나요? 어떤 점들이 그 쇼핑 갔던 일을 기억에 남도록 만들었나요?

모범답안

도입	Tôi nhớ nhất khi tôi đã mua iphone mới tung ra thị trường vào năm trước.
	저는 작년에 막 시장에 출시된 아이폰을 샀을 때가 가장 기억이 납니다.
기억에 남는 쇼핑 경험	Tôi đã cố gắng tiết kiệm tiền để mua iphone 13 trong một thời gian dài. Để mua được iphone mới trong ngày đầu tiên ra thị trường, tôi đến cửa hàng Apple 1 tiếng trước khi mở cửa. Khi tôi đến cửa hàng Apple, tôi rất ngạc nhiên vì trước cửa có rất nhiều người xếp hàng dài.
	저는 아이폰 13을 사기 위해서 긴 시간 동안 저축하려고 노력했습니다. 시장에 나온 첫날에 새 아이폰을 사기 위해서 저는 애플 매장에 오픈하기 1시간 전에 도착했습니다. 제가 애플 매장에 도착했을 때 문 앞에 매우 많은 사람들이 긴 줄을 서고 있어서 매우 놀랐습니다.
그 경험이 기억에 남는 이유	Tôi cũng xếp hàng và đợi rất lâu. Cuối cùng tôi mua được iphone mới, và lại tôi là người cuối cùng được mua iphone trong hàng đó.Vì thế trải nghiệm đó trở nên đáng nhớ.
	저도 줄을 서서 매우 오랫동안 기다렸습니다. 마침내 저는 새 아이폰을 살 수 있었습니다. 게다가 제가 그 줄에서 아이폰을 사게 된 마지막 사람이었습니다. 그래서 그 경험이 기억에 남게 되었습니다.

단어 **nhớ** 기억하다, 외우다 | **tung ra thị trường** 시장에 나오다, 출시하다 | **tiết kiệm** 절약하다, 저축하다 | **ngạc nhiên** 놀라다 | **xếp hàng** 줄을 서다 | **đợi** 기다리다 | **cuối cùng** 마지막 | **trở nên** ~게 되다(뒤에는 형용사가 위치) | **đáng nhớ** 기억에 남다, 기억할 만하다

도입	Tôi nhớ nhất khi tôi đã mua _____.
기억에 남는 쇼핑 경험	Tôi đã cố gắng tiết kiệm tiền để mua _____ trong một thời gian dài. Để mua được _____ trong ngày đầu tiên ra thị trường, tôi đến cửa hàng _____ 1 tiếng trước khi mở cửa. Khi tôi đến cửa hàng _____, tôi rất ngạc nhiên vì _____.
그 경험이 기억에 남는 이유	Tôi cũng xếp hàng và đợi rất lâu. Cuối cùng tôi mua được _____, và lại _____. Vì thế trải nghiệm đó trở nên đáng nhớ.

패턴연습

패턴 1 Tôi nhớ nhất khi tôi mua 기억에 남는 쇼핑.

저는 _____을 샀을 때가 가장 기억이 납니다.

▶ nhớ는 '기억하다, 외우다, 그리워하다'라는 뜻으로 nhớ nhất은 '가장 기억에 남는다'라고 해석합니다.

기억에 남는 쇼핑
giày thể thao phiên bản giới hạn 한정판 운동화   máy hút bụi Dyson 다이슨 청소기   túi xách hàng hiệu 명품 가방

예시 답안 Tôi nhớ nhất khi tôi mua giày thể thao phiên bản giới hạn.

저는 한정판 운동화를 샀을 때가 가장 기억이 납니다.

나의 답안 Tôi nhớ nhất khi tôi mua _____.

패턴 2

Tôi rất ngạc nhiên vì 내가 놀란 이유.

저는 _____ 해서 매우 놀랐습니다.

내가 놀란이유

ở một cửa hàng đại lý nhỏ có đôi giày thể thao phiên bản giới hạn mà tôi tìm mãi
한 작은 지점에 내가 계속 찾던 한정판 운동화가 있다

máy hút bụi Dyson được giảm giá tới 90% vào thứ sáu Đen
블랙 프라이데이에 다이슨 청소기가 90%까지 할인을 한다

Bố tôi nói là bố sẽ mua cho tôi một cái túi xách hàng hiệu
아버지가 나에게 명품 가방 한 개를 사줄 것이라고 말한다

예시 답안 ▶ Tôi rất ngạc nhiên vì <u>ở một cửa hàng đại lý nhỏ có đôi giày thể thao phiên bản giới hạn mà tôi tìm mãi</u>.

저는 한 작은 지점에 제가 계속 찾던 한정판 운동화가 있어서 매우 놀랐습니다.

나의 답안 ▶ Tôi rất ngạc nhiên vì _____

_____.

 패턴 3

Cuối cùng tôi mua được 쇼핑한 물건, và lại 기억에 남게된 이유.

마침내 저는 _____ 을/를 살 수 있었습니다. 게다가 _____.

쇼핑한 물건	기억에 남는 이유
giày thể thao phiên bản giới hạn 한정판 운동화	tôi còn mua được với giá rẻ hơn nhiều 나는 또한 훨씬 더 싼 가격으로 살 수 있다
máy hút bụi Dyson 다이슨 청소기	tôi còn được sử dụng coupon ưu đãi 나는 또한 우대 쿠폰을 사용하게 되었다
túi xách hàng hiệu 명품 가방	tôi còn được tặng ví từ cửa hàng đó 나는 또한 그 가게로부터 지갑을 증정받았다

예시 답안 ▶ Cuối cùng tôi mua được <u>giày thể thao phiên bản giới hạn</u>, và lại, <u>tôi còn mua được với giá rẻ hơn nhiều</u>.

마침내 저는 한정판 운동화를 살 수 있었습니다. 게다가, 저는 또한 훨씬 더 싼 가격으로 살 수 있었습니다.

나의 답안 ▶ Cuối cùng tôi mua được _____, và lại,

_____.

질문 4 쇼핑하다 겪은 문제

MP3 2-51

Những khó khăn có thể bất ngờ xảy ra khi chúng ta đang mua sắm. Gần đây, vấn đề mà bạn gặp phải khi bạn mua sắm là gì? Bạn đã giải quyết vấn đề đó như thế nào? Hãy nói thật chi tiết trong phạm vi bạn có thể.

우리가 쇼핑하는 중에 갑자기 어려움이 발생할 수 있습니다. 최근에 당신이 쇼핑할 때 있었던 문제는 무엇인가요? 당신은 그 문제를 어떻게 해결했나요? 당신이 할 수 있는 만큼 상세히 말해주세요.

모범답안

쇼핑하다 겪은 문제	Vấn đề mà tôi gặp phải khi tôi mua sắm là khi trả tiền ở cửa hàng, tôi mới nhận ra rằng tôi không mang ví theo. 제가 쇼핑할 때 만났던 문제는 가게에서 돈을 지불할 때가 되어서야 지갑을 가져오지 않았다는 사실을 알아차린 것입니다.
문제 해결책	Khi đó, tôi đã định mua mỹ phẩm. Tôi rất bối rối nhưng cố gắng giải thích tình huống cho nhân viên bán hàng. Tôi đã nói với người bán hàng là tôi để quên ví ở nhà nên không thể trả tiền bây giờ, ngày mai tôi sẽ quay lại mua đồ mỹ phẩm mà tôi đã chọn. 그때 저는 화장품을 사려고 했습니다. 저는 매우 당황했지만 판매원에게 열심히 상황을 설명했습니다. 저는 판매원에게 집에 지갑을 두고 와서 지금 결제를 할 수 없고 내일 다시 와서 제가 고른 화장품을 사겠다고 말했습니다.
해결과 그 경험을 통해 배운 것	Nhân viên bán hàng chấp nhận nên một ngày sau đó tôi mới mua được đồ mỹ phẩm đó. Kinh nghiệm đó khiến tôi phải kiểm tra trước xem tôi mang ví hay không khi đi mua sắm. 판매원이 받아들여줘서 그 다음 날에 저는 비로소 그 화장품을 살 수 있었습니다. 그 경험은 제가 쇼핑을 하러 갈 때 지갑을 챙겼는지 아닌지를 미리 체크하도록 만들었습니다.

단어 **vấn đề** 문제 | **동사 + phải** ~해버리다 | **trả tiền** 돈을 지불하다 | **nhận ra** 인식하다. 알아채다 | **mang theo** 가져가다 | **ví** 지갑 | **mỹ phẩm** 화장품 | **bối rối** 당황하다 | **giải thích** 설명하다 | **tình huống** 상황 | **để quên** 두고 오다. 놓고 깜박 잊다 | **quay lại** 돌아오다 | **chọn** 선택하다 | **chấp nhận** 받아들이다 | **kinh nghiệm** 경험 | **kiểm tra** 확인하다

나의 답안 작성하기

쇼핑하다 겪은 문제	Vấn đề mà tôi gặp phải khi tôi mua sắm là _____ _____.

문제 해결책	Khi đó, tôi đã định mua _____. Tôi rất bối rối nhưng cố gắng giải thích tình huống cho nhân viên bán hàng. Tôi đã nói với nhân viên bán hàng là_____ _____.
해결과 그 경험을 통해 배운 것	Người bán hàng chấp nhận nên một ngày sau đó tôi mới mua được đồ mỹ phẩm đó. Kinh nghiệm đó làm cho tôi _____.

패턴연습

 패턴 1

Vấn đề mà tôi gặp phải khi tôi mua sắm là 쇼핑하다 겪은 문제**.**

제가 쇼핑할 때 만났던 문제는 _____ 입니다.

▶ 동사 + phải는 동사의 결과가 부정적인 것을 나타냅니다. 여기서 phải는 '～해버리다' 등으로 해석하거나 해석하지 않습니다.
동사 + phải의 용법은 모든 동사에 사용하지 않고 gặp, lấy, ăn 등의 특정 동사와 사용합니다.

쇼핑하다 겪은 문제
tôi yêu cầu hoàn tiền khi tôi mất hoá đơn 영수증을 잃어버렸을 때 환불을 요청했다
tôi đã nhận được món hàng khác với món hàng mà tôi đã mua 구입한 상품과 다른 상품을 받았다
nhân viên bán hàng tính tiền sai 판매원이 계산을 잘못했다

예시 답안 Vấn đề mà tôi gặp phải khi tôi mua sắm là tôi yêu cầu hoàn tiền khi tôi mất hoá đơn.

제가 쇼핑할 때 만났던 문제는 영수증을 잃어버렸을 때 환불을 요청했다는 것입니다.

나의 답안 Vấn đề mà tôi gặp phải khi tôi mua sắm là _____
_____.

패턴 2

Tôi đã nói với nhân viên bán hàng là 문제를 해결하기 위해 판매원에게 한 말.

저는 판매원에게 _____ 라고 말했습니다.

▶ 동사 뒤의 목적어가 절이나 문장이 될 때는 là 또는 rằng을 사용하여 연결합니다.

> **문제를 해결하기 위해 판매원에게 한 말**
>
> mặc dù tôi không có hoá đơn nhưng có thể kiểm tra nội dung thanh toán thẻ tín dụng của tôi được sử dụng ở cửa hàng này, giúp tôi kiểm tra nó
> 비록 영수증은 없지만 이 상점에서 사용된 나의 신용카드 결제 내역을 조회할 수 있고 나를 도와 그것을 확인해달라고
>
> kiểm tra xem món hàng mà tôi mua trên hoá đơn này có đúng với món hàng tôi vừa nhận
> 이 영수증의 내가 구매한 상품이 내가 방금 받은 상품이 맞는지 확인해달라고
>
> có lẽ tính tiền sai, số tiền tôi phải trả nhiều hơn thực tế nên kiểm tra lại
> 아마도 결제가 잘못되었고 내가 지불해야 하는 금액이 실제보다 많으니 다시 확인해 달라고

예시 답안 Tôi đã nói với nhân viên bán hàng là <u>mặc dù tôi không có hoá đơn nhưng có thể kiểm tra nội dung thanh toán thẻ tín dụng của tôi được sử dụng ở cửa hàng này, giúp tôi kiểm tra nó.</u>

저는 판매원에게 비록 영수증은 없지만 이 상점에서 사용된 나의 신용카드 결제 내역을 조회할 수 있고 저를 도와 그것을 확인해달라고 말했습니다.

나의 답안 Tôi đã nói với nhân viên bán hàng là _____

_____

_____ .

 패턴 3

Kinh nghiệm đó làm cho tôi 그 경험을 통해 배운 것.

그 경험은 _____ 하도록 만들었습니다.

▶ A làm cho B는 'A는 B를 ~하게 만든다'라는 뜻입니다.

> **그 경험을 통해 배운 것**
>
> cẩn thận để không mất hoá đơn
> 영수증을 잃어버리지 않도록 조심하다
>
> kiểm tra lại hàng đã mua sau khi trả tiền
> 돈을 지불하고 구매한 상품을 다시 확인하다
>
> theo dõi nhân viên bán hàng tính đúng số tiền hay không khi trả tiền
> 돈을 지불할 때 판매원이 금액을 맞게 계산하는지 지켜본다

예시 답안 Kinh nghiệm đó làm cho tôi <u>cẩn thận để không mất hoá đơn.</u>

그 경험은 제가 영수증을 잃어버리지 않도록 조심하게 만들었습니다.

나의 답안 Kinh nghiệm đó làm cho tôi _____ .

① 좋아하는
카페 묘사

Trong bản khảo sát, bạn nói rằng bạn thích đi đến quán cà phê. Bạn hãy miêu tả về quán cà phê mà bạn yêu thích. Quán cà phê đó nằm ở đâu? Quán cà phê đó trông như thế nào? Bạn hãy miêu tả thật chi tiết trong phạm vi bạn có thể.

설문에서 당신은 카페에 가는 것을 좋아한다고 했습니다. 당신이 좋아하는 카페에 대해 묘사하세요. 그 카페는 어디에 있나요? 그 카페는 어때 보이나요? 당신이 할 수 있는 만큼 상세히 묘사하세요.

② 카페에서
좋아하는
메뉴

Khi đến quán cà phê, bạn thường thích uống những loại đồ uống nào? Hãy kể cho tôi về những loại đồ uống mà bạn yêu thích khi bạn đi đến quán cà phê.

카페에 갈 때 당신은 주로 어느 종류의 음료수를 마시는 것을 좋아하나요? 카페에 갈 때 당신이 좋아하는 음료수 종류들에 대해 말해주세요.

③ 카페에서
하는 일

Khi bạn đi đến quán cà phê, bạn thường làm gì? Bạn thường đi đến quán cà phê với ai? Hãy kể cho tôi về những hoạt động bạn thường làm ở quán cà phê.

카페에 갈 때 당신은 주로 무엇을 하나요? 당신은 주로 누구와 함께 카페에 가나요? 카페에서 당신이 주로 하는 활동들에 대해 말해주세요.

④ 카페에서 있었던
기억에 남는
경험

Hãy kể cho tôi nghe về một trải nghiệm đáng nhớ mà bạn đã có khi bạn đi đến quán cà phê. Chuyện gì đã xảy ra? Những điều nào làm cho việc đi đến quán cà phê đó trở nên đáng nhớ?

카페에 갔을 때 겪었던 기억에 남는 경험에 대해서 말해주세요. 무슨 일이 일어났나요? 어떤 점들이 그 카페에 갔던 일을 기억에 남도록 만들었나요?

Trong bản khảo sát, bạn nói rằng bạn thích đi đến quán cà phê. Bạn hãy miêu tả về quán cà phê mà bạn yêu thích. Quán cà phê đó nằm ở đâu? Quán cà phê đó trông như thế nào? Bạn hãy miêu tả thật chi tiết trong phạm vi bạn có thể.

설문에서 당신은 카페에 가는 것을 좋아한다고 했습니다. 당신이 좋아하는 카페에 대해 묘사하세요. 그 카페는 어디에 있나요? 그 카페는 어때 보이나요? 당신이 할 수 있는 만큼 상세히 묘사하세요.

모범답안

좋아하는 카페	Quán cà phê mà tôi yêu thích và thường đến là quán cà phê Ediya. 제가 좋아하고 자주 가는 카페는 이디야 카페입니다.
카페 묘사	Quán cà phê đó ở gần công ty tôi. Quán cà phê đó không rộng lắm nhưng không bao giờ đông khách. Khi bước vào quán cà phê này, bên phải là khu pha các loại cà phê, trà, nước hoa quả, nơi bán các loại bánh như bánh gato, bánh quy v.v.., bên trái có bàn ghế dành cho khách hàng. Các bức tranh đẹp được treo trên tường. Quán cà phê này trông rất hiện đại, ấm cúng. 그 카페는 저희 회사 근처에 있습니다. 그 카페는 그다지 넓지 않지만 결코 사람이 붐비지 않습니다. 카페에 들어서면 오른쪽은 각종 커피, 차, 과일 주스들을 만드는 곳과 케이크, 쿠키 등 각종 베이커리를 파는 곳이고 왼쪽은 손님을 위한 테이블과 의자들이 있습니다. 벽에는 아름다운 그림들이 걸려있습니다. 그 카페는 매우 현대적이고 편안해 보입니다.
나의 느낌	Tôi rất thích không gian này nên thường đến để vừa uống cà phê vừa đọc sách. 저는 이 공간을 좋아해서 자주 와서 커피를 마시면서 책을 읽습니다.

단어 **không bao giờ** 절대로 ~하지 않다 | **đông khách** 손님이 붐비다 | **bước vào** ~로 걸어 들어가다 | **pha** (커피, 차 등을)타다 | **nước hoa quả** 과일주스 | **bánh gato** 케이크 | **bánh quy** 쿠키 | **dành cho** ~를 위한 | **bức tranh** 그림 | **treo** 걸다 | **ấm cúng** 편안하다

나의 답안 작성하기

좋아하는 카페	Quán cà phê mà tôi yêu thích và thường đến là _____ _____.
카페 묘사	Quán cà phê đó ở _____. Quán cà phê đó _____.

	Khi bước vào quán cà phê này, bên phải là _____ _____, bên trái có _____ _____. Các bức tranh đẹp được treo trên tường. Quán cà phê đó trông rất _____.
나의 느낌	Tôi rất thích không gian này nên thường đến để vừa uống cà phê vừa đọc sách.

패턴연습

 패턴 1 Quán cà phê mà tôi yêu thích và thường đến là 좋아하는 카페.

제가 좋아하고 자주 가는 카페는 _____입니다.

▶ yêu thích은 '좋아하다, 선호하다'라는 뜻입니다.

좋아하는 카페	
quán cà phê Starbucks 스타벅스 카페	quán cà phê Hollys 할리스 카페
quán cà phê Namu 나무 카페	

예시 답안 Quán cà phê mà tôi yêu thích và thường đến là quán cà phê Starbucks.

제가 좋아하고 자주 가는 카페는 스타벅스 카페입니다.

나의 답안 Quán cà phê mà tôi yêu thích và thường đến là _____.

 패턴 2 Quán cà phê đó 좋아하는 카페 묘사.

그 카페는 _____.

▶ yêu thích은 '좋아하다, 선호하다'라는 뜻입니다.

좋아하는 카페 묘사
rất rộng và được trang trí rất đẹp, rực rỡ
매우 넓으며 매우 아름답고 화려하게 장식되어 있다
có hai tầng, luôn đông người, có tiếng nhạc rất hay
2층으로 되어 있고, 항상 사람이 붐비며 아주 좋은 노래 소리가 있다
được trang trí nội thất bằng gỗ, ít đông đúc, rất sáng sủa
나무로 인테리어 되어 있고, 사람이 많이 없고, 매우 밝다

예시 답안 Quán cà phê đó rất rộng và được trang trí rất đẹp, rực rỡ.

그 카페는 매우 넓고 매우 아름답고 화려하게 장식되어 있습니다.

나의 답안 Quán cà phê đó _____.

패턴 3

Quán cà phê đó trông rất 좋아하는 카페에 대한 나의 느낌 묘사.

그 카페는 매우 현대적이고 편안해 보입니다.

▶ trông은 '~인 것처럼 보인다'라는 뜻으로 눈으로 보며 묘사할 때 주로 쓰입니다.

좋아하는 카페에 대한 나의 느낌 묘사
sang trọng và lộng lẫy 고급스럽고 화려하다
sôi động và náo nhiệt 활기차고 시끌벅적하다
thanh bình và yên tĩnh 평온하고 조용하다

예시 답안 Quán cà phê đó trông rất <u>sang trọng và lộng lẫy</u>.

그 카페는 매우 고급스럽고 화려해 보입니다.

나의 답안 Quán cà phê đó trông rất _____.

180 **OPIc 베트남어 START**

질문 2 카페에서 좋아하는 메뉴

Khi đến quán cà phê, bạn thích uống những loại đồ uống nào? Hãy kể cho tôi về những loại đồ uống mà bạn yêu thích khi bạn đi đến quán cà phê.

카페에 갈 때 당신은 주로 어느 종류의 음료수를 마시는 것을 좋아하나요? 카페에 갈 때 당신이 좋아하는 음료수 종류들에 대해 말해주세요.

모범답안

좋아하는 카페 메뉴와 이유	Khi đến quán cà phê, tôi thích uống cà phê sữa đá. Vì cà phê sữa đá có vị ngọt và mát. 카페에 갈 때 저는 아이스 카페라테를 마시는 것을 좋아합니다. 아이스 카페라테는 달고 시원하기 때문입니다.
카페에 있는 추가 메뉴들	Ngoài ra, tôi còn thích ăn miếng bánh gato ở quán cà phê. Ở quán cà phê có bầu không khí tốt, vừa uống cà phê sữa đá vừa ăn miếng bánh gato kem tươi là khoảng thời gian vui vẻ nhất của tôi. Thêm nữa, quán cà phê tôi thường đến còn có thực đơn bữa nửa buổi nữa. Vì thế mỗi khi tôi thức dậy muộn, tôi đến quán cà phê này để ăn bữa nửa buổi. 그밖에 저는 또한 카페에서 조각 케이크를 먹는 것도 좋아합니다. 분위기 좋은 카페에서 아이스 카페라테를 마시며 생크림 조각 케이크를 먹는 것은 저의 가장 즐거운 시간입니다. 또한 제가 자주 가는 카페에는 브런치 메뉴도 있습니다. 그래서 제가 늦잠을 잘 때마다 브런치를 먹기 위해 이 카페에 갑니다.

단어 **cà phê sữa đá** 아이스 카페라테 | **vị** 맛 | **ngọt** 달다 | **mát** 시원하다 | **miếng** 조각 | **bầu không khí** 분위기 | **kem tươi** 생크림 | **khoảng thời gian** 시간, 기간 | **bữa nửa buổi** 브런치

나의 답안 작성하기

좋아하는 카페 메뉴와 이유	Khi đến quán cà phê, tôi thích uống _____. Vì _____.
카페에 있는 추가 메뉴들	Ngoài ra, tôi còn thích _____ ở quán cà phê. Ở quán cà phê có bầu không khí tốt, vừa uống _____ vừa ăn _____ là khoảng thời gian vui vẻ nhất của tôi. Thêm nữa, quán cà phê tôi thường đến còn có thực đơn bữa nửa buổi nữa. Vì thế mỗi khi tôi thức dậy muộn, tôi đến quán cà phê này để ăn bữa nửa buổi.

패턴연습

패턴 1

Khi đến quán cà phê, tôi thích uống 좋아하는 카페 메뉴.

카페에 갈 때 저는 _____을/를 마시는 것을 좋아합니다.

▶ quán 는 '가게'라는 뜻으로 각종 명사/동사와 결합하여 '어떤 가게'라는 표현을 만들 수 있습니다.

예 quán ăn 식당 quán rượu 술집

좋아하는 카페 메뉴

cà phê đen nóng 따뜻한 아메리카노   trà xanh(Matcha) đá xay 그린티 프라푸치노
trà sữa 밀크티

예시 답안 Khi đến quán cà phê, tôi thích uống cà phê đen nóng.

카페에 갈 때 저는 따뜻한 아메리카노를 마시는 것을 좋아합니다.

나의 답안 Khi đến quán cà phê, tôi thích uống _____.

패턴 2

Vì 좋아하는 카페 메뉴 이유.

왜냐하면 _____은/는 _____ 때문입니다.

좋아하는 이유

cà phê đen nóng thơm ngon và giá rẻ 따뜻한 아메리카노는 향긋하고 맛있으며 가격이 싸다
trà xanh đá xay có vị vừa ngọt vừa đắng một chút 그린티 프라푸치노는 달면서 약간의 쓴 맛이 있다
trà sữa có vị ngọt tuyệt vời và đậm đà 밀크티는 환상적인 단맛이 있고 진하다

예시 답안 Vì cà phê đen nóng thơm ngon và giá rẻ.

따뜻한 아메리카노는 향긋하고 맛있으며 가격이 싸기 때문입니다.

나의 답안 Vì _____.

패턴 3

Ngoài ra, tôi còn thích 추가로 좋아하는 메뉴 ở quán cà phê.

그밖에 저는 또한 카페에서 _____도 좋아합니다.

▶ ngoài ra는 '게다가, 또한'이라는 뜻으로 추가의 의미를 나타내는 접속사입니다.

추가로 좋아하는 메뉴

ăn bánh Tiramisu và sô-cô-la 티라미수와 초콜릿을 먹는다
uống trà hương thảo và hồng trà 로즈마리 차와 홍차를 마신다
ăn đá bào đậu đỏ và uống sinh tố 팥빙수를 먹고 생과일 주스를 마신다

예시 답안 Ngoài ra, tôi còn thích ăn bánh Tiramisu và sô-cô-la ở quán cà phê.

그밖에 저는 또한 카페에서 티라미수와 초콜릿을 먹는 것을 좋아합니다.

나의 답안 Ngoài ra, tôi còn thích _____ ở quán cà phê.

질문 3 카페에서 하는 일

MP3 2-54

Khi bạn đi đến quán cà phê, bạn thường làm gì? Bạn thường đi đến quán cà phê với ai? Hãy kể cho tôi về những hoạt động bạn thường làm ở quán cà phê.

카페에 갈 때 당신은 주로 무엇을 하나요? 당신은 주로 누구와 함께 카페에 가나요? 카페에서 당신이 주로 하는 활동들에 대해 말해주세요.

모범답안

카페에 가는 빈도수	Tôi thích đi đến quán cà phê nên thường đi đến quán cà phê ít nhất hai lần trong một tuần. 저는 카페에 가는 것을 좋아해서 일주일에 최소 두 번은 카페에 갑니다.
함께 가는 사람과 하는 일	Tôi thường đến quán cà phê một mình. Ở quán cà phê, tôi thường đọc sách hoặc làm bài tập. Đó là một thói quen từ lâu của tôi. Tôi dễ tập trung ở quán cà phê hơn ở nhà. Vì chỉ ở nhà mãi thì buồn chán và có nhiều việc nhà phải làm nên mất tập trung. 저는 주로 카페에 혼자서 갑니다. 카페에서 저는 주로 책을 읽거나 과제를 합니다. 그것은 저의 오랜 습관입니다. 저는 집에서보다 카페에서 더 쉽게 집중합니다. 왜냐하면 계속 집에서만 있으면 지루하고 해야 하는 집안일이 많아 집중력을 잃기 쉽기 때문입니다.
마무리	Ở xung quanh nhà tôi có rất nhiều quán cà phê nên tôi thỉnh thoảng đi đến quán cà phê cho vui. 저희 집 근처에는 많은 카페가 있어 저는 때때로 재미로 카페에 갑니다.

단어 **ít nhất** 최소 | **một mình** 혼자서 | **thói quen** 습관 | **từ lâu** 오래된 | **tập trung** 집중하다 | **mãi** 계속 | **buồn chán** 지루하다 | **xung quanh** 주변에 | **thỉnh thoảng** 가끔씩

나의 답안 작성하기

카페에 가는 빈도수	Tôi thích đi đến quán cà phê nên thường đi đến quán cà phê _____.
함께 가는 사람과 하는 일	Tôi thường đến quán cà phê _____. Ở quán cà phê, tôi thường _____. Đó là một thói quen từ lâu của tôi. Tôi dễ tập trung ở quán cà phê hơn ở nhà. Vì chỉ ở nhà mãi thì buồn chán và có nhiều việc nhà phải làm nên mất tập trung.
마무리	Ở xung quanh nhà tôi có rất nhiều quán cà phê nên tôi _____ _____.

패턴연습

패턴 1

Tôi thường đến quán cà phê <u>함께 카페에 가는 사람</u>.

저는 주로 카페에 _____ 갑니다.

함께 카페에 가는 사람

với các bạn cùng trường 같은 학교 친구들과 함께
với bạn trai/bạn gái/chồng/vợ 남자친구/여자친구/남편/아내와 함께
với các đồng nghiệp 동료들과 함께

예시 답안

Tôi thường đến quán cà phê <u>với các bạn cùng trường</u>.

저는 주로 카페에 같은 학교 친구들과 함께 갑니다.

나의 답안

Tôi thường đến quán cà phê _____.

패턴 2

Ở quán cà phê, tôi thường <u>카페에서 하는 일</u>.

카페에서 저는 주로 _____을/를 합니다.

카페에서 하는 일

trò chuyện với các bạn 친구들과 이야기하다
uống cà phê sau bữa ăn 식사 후에 커피를 마시다
thư giãn hoặc giết thời gian 휴식을 취하거나 시간을 보내다

예시 답안

Ở quán cà phê, tôi thường <u>trò chuyện với các bạn</u>.

카페에서 저는 주로 친구들과 이야기를 합니다.

나의 답안

Ở quán cà phê, tôi thường _____.

패턴 3

Ở xung quanh nhà tôi có rất nhiều quán cà phê nên tôi thỉnh thoảng đi đến quán cà phê <u>카페에 가는 목적</u>.

저희 집 근처에는 많은 카페가 있어 저는 _____ 때때로 카페에 갑니다.

▶ thỉnh thoảng은 '가끔씩, 때때로'라는 뜻의 빈도부사입니다.

카페에 가는 목적

để tán gẫu với bạn thân tôi 친한 친구와 수다를 떨러
để ăn vặt 간식을 먹으러(간단히 요기하러)
để học tiếng Việt 베트남어 공부하러

예시 답안

Ở xung quanh nhà tôi có rất nhiều quán cà phê nên tôi thỉnh thoảng đi đến quán cà phê <u>để tán gẫu với bạn thân tô</u>.

저희 집 근처에는 많은 카페가 있어 저는 친한 친구와 수다를 떨러 때때로 카페에 갑니다.

나의 답안

Ở xung quanh nhà tôi có rất nhiều quán cà phê nên tôi thỉnh thoảng đi đến quán cà phê_____.

질문 4 카페에서 있었던 기억에 남는 경험 `MP3 2-55`

Hãy kể cho tôi nghe về một trải nghiệm đáng nhớ mà bạn đã có khi bạn đi đến quán cà phê. Chuyện gì đã xảy ra? Những điều nào làm cho việc đi đến quán cà phê đó trở nên đáng nhớ?

카페에 갔을 때 겪었던 기억에 남는 경험에 대해서 말해주세요. 무슨 일이 일어났나요? 어떤 점들이 그 일을 기억에 남도록 만들었나요?

모범답안

도입	Tôi nhớ nhất khi tôi đã đến quán cà phê <Cộng cà phê> trong chuyến du lịch Hà Nội. 저는 하노이 여행 중에 〈꽁 커피〉라는 카페에 갔을 때가 가장 기억에 남습니다.
기억에 남는 경험	Khi đó, tôi đã rất muốn đến quán cà phê <Cộng cà phê> một lần vì quán cà phê đó rất nổi tiếng. Đồ uống tiêu biểu ở quán đó là <cà phê cốt dừa>. Tôi đã gọi cà phê đó. Nhưng tôi ngạc nhiên vì loại cà phê đó không giống như tôi đã nghĩ. Cà phê cốt dừa không đậm ngọt như tôi mong đợi nhưng cũng khá là đáng thử. 그때 저는 〈꽁 커피〉 카페에 한 번 꼭 가고 싶었는데 그 카페가 매우 유명했기 때문입니다. 그 카페의 대표 음료는 〈코코넛 커피〉입니다. 저는 그 커피를 주문했습니다. 하지만 그 커피는 제가 생각했던 것과 달라서 놀랐습니다. 코코넛 커피는 제가 기대했던 것만큼 진하고 달지 않았지만 꽤 시도해볼 만했습니다.
그 경험이 기억에 남는 이유	Quán cà phê đó xinh xắn và mang đậm nét văn hoá Việt Nam nên việc đi đến quán cà phê đó trở nên đáng nhớ. 그 카페가 예쁘고 베트남 문화적 특징이 잘 드러나 있어 그 카페에 갔던 것은 기억에 남았습니다.

단어 **chuyến** 여행, 이동 등을 나타내는 단어 앞에 붙는 종별사 | **đồ uống** 음료 | **tiêu biểu** 대표하다 | **cốt** 즙, 액기스 | **dừa** 코코넛 | **gọi** 주문하다 | **ngạc nhiên** 놀라다 | **nghĩ** 생각하다 | **đậm ngọt** 진하고 달다 | **đáng thử** 시도해볼 만하다 | **xinh xắn** 예쁘다 | **trở nên** ~하게 되다 | **đáng nhớ** 기억에 남다

나의 답안 작성하기

도입	Tôi nhớ nhất khi tôi đã _____.
기억에 남는 경험	Khi đó, tôi đã rất muốn đến quán cà phê _____ một lần vì quán cà phê đó rất nổi tiếng. Đồ uống tiêu biểu ở quán đó là _____. Tôi đã gọi cà phê đó. Nhưng tôi ngạc nhiên vì _____. Cà phê _____ không đậm ngọt như tôi mong đợi nhưng cũng khá là đáng thử.

그 경험이 기억에 남는 이유	_____ nên việc đi đến quán cà phê đó trở nên đáng nhớ.

패턴연습

Tôi nhớ nhất khi tôi đã 카페에서 기억에 남는 경험.

저는 _____ 했을 때가 가장 기억에 남습니다.

▶ nhớ는 '기억하다, 외우다, 그리워하다'라는 뜻으로 nhớ nhất은 '가장 기억에 남는다'라고 해석합니다.

카페에서 기억에 남는 경험
lỡ tay đổ cà phê ở quán cà phê Starbucks 스타벅스 카페에서 (손의 실수로) 커피를 쏟다
gọi sai loại cà phê khác 다른 커피로 잘못 주문하다
uống cà phê phin lần đầu 핀 커피를 처음으로 마시다

예시 답안   Tôi nhớ nhất khi tôi đã lỡ tay đổ cà phê ở quán cà phê Starbucks.

나는 스타벅스 카페에서 (손의 실수로) 커피를 쏟았을 때가 가장 기억에 남습니다.

나의 답안   Tôi nhớ nhất khi tôi đã _____.

Tôi ngạc nhiên vì 내가 놀란 이유.

저는 _____ 해서 놀랐습니다.

▶ ngạc nhiên은 '놀라다'라는 뜻의 동사입니다.

내가 놀란 이유
nhân viên pha cà phê dọn giúp tôi và pha cho tôi một cốc cà phê mới
카페 직원이 나를 도와서 치워주고 새로 커피 한 잔을 만들어 준다
cốc cà phê gọi sai thơm ngon hơn
잘못 주문한 커피가 더 향긋하고 맛있다
loại cà phê phin không những dễ pha mà còn vị đậm hơn
핀커피가 커피를 타기(내리기) 쉬울 뿐만 아니라 맛이 더 깊다

예시 답안   Tôi ngạc nhiên vì nhân viên pha cà phê dọn giúp tôi và pha cho tôi một cốc cà phê mới.

카페 직원이 저를 도와서 치워주고 새로 커피 한 잔을 만들어 주어서 놀랐습니다.

나의 답안   Tôi ngạc nhiên vì _____

_____.

패턴 3 그 카페에서 경험이 기억에 남는 이유 nên việc đi đến quán cà phê đó trở nên đáng nhớ.

_____ 해서 그 카페에 갔던 것은 기억에 남았습니다.

▶ việc은 절 앞에 위치하여 명사화시킵니다. 'trở nên + 형용사'는 '~하게 되다' 라는 뜻입니다.

그 카페에서의 경험이 기억에 남는 이유

Tôi được phục vụ tốt mặc dù tôi mắc lỗi 내가 실수했음에도 좋은 서비스를 받는다
Tôi được trải nghiệm một loại cà phê mới lạ 새로운 커피를 경험하다
Lần đầu tiên tôi được uống cà phê phin 처음으로 핀 커피를 마시게 되었다

예시 답안 Tôi được phục vụ tốt mặc dù tôi mắc lỗi nên việc đi đến quán cà phê đó trở nên đáng nhớ.

제가 실수했음에도 좋은 서비스를 받아서 그 카페에 갔던 것은 기억에 남았습니다.

나의 답안 _____ nên việc đi đến quán cà phê đó trở nên đáng nhớ.

*음악 감상하기 주제 대표 질문 리스트

① 좋아하는 가수나 음악가

Trong bản khảo sát, bạn nói rằng bạn thích đi nghe nhạc. Bạn thích nghe thể loại nhạc gì? Ca sĩ hoặc nhà soạn nhạc yêu thích của bạn là ai? Điều gì đặc biệt trong âm nhạc của anh ấy hoặc cô ấy?

당신은 음악을 듣는 것을 좋아한다고 했습니다. 당신은 어떤 음악 장르를 듣기를 좋아하나요? 당신이 좋아하는 가수나 작곡가는 누구인가요? 그의 음악은 어떤 점이 특별한가요?

② 음악을 듣는 장소, 시간, 방법

Bạn thường nghe nhạc ở đâu và khi nào? Bạn sử dụng gì để nghe nhạc? Vì sao bạn nghe nhạc? Hãy nói thật chi tiết.

당신은 주로 어디서 그리고 언제 음악을 듣나요? 당신은 음악을 듣기 위해 무엇을 사용하나요? 왜 당신은 음악을 듣나요? 아주 상세하게 말해주세요.

③ 좋아하는 노래와 그 노래와 관련된 추억

Bài hát mà bạn yêu thích nhất là gì? Vì sao bài hát đó đặc biệt với bạn? Bạn có kỷ niệm nào đó liên quan đến bài hát đó không?

당신이 가장 좋아하는 노래는 무엇입니까? 왜 그 노래가 당신에게 특별합니까? 당신은 그 노래와 관련된 어떤 추억이 있습니까?

④ 음악에 관심을 갖게 된 계기 및 음악 취향 변화

Hãy kể cho tôi về lần đầu tiên bạn quan tâm đến âm nhạc. Bạn đã nghe thể loại nhạc gì khi bạn còn nhỏ? Âm nhạc đó khác với âm nhạc mà bạn nghe hiện nay như thế nào? Mối quan tâm của bạn đối với âm nhạc đã thay đổi thế nào trong những năm qua?

처음 음악에 관심을 갖게 된 것에 대해 말해주세요. 당신이 어렸을 때는 어떤 종류의 음악을 들었나요? 그 음악은 요즘 듣는 음악과 어떻게 다른가요? 수년간 음악에 대한 당신의 관심은 어떻게 변화해왔나요?

Trong bản khảo sát, bạn nói rằng bạn thích đi nghe nhạc. Bạn thích nghe thể loại nhạc gì? Ca sĩ hoặc nhà soạn nhạc yêu thích của bạn là ai? Điều gì đặc biệt trong âm nhạc của anh ấy hoặc cô ấy?

당신은 음악을 듣는 것을 좋아한다고 했습니다. 당신은 어떤 음악 장르를 듣기를 좋아하나요? 당신이 좋아하는 가수나 작곡가는 누구인가요? 그의 음악은 어떤 점이 특별한가요?

모범답안

좋아하는 음악 장르	Tôi rất thích nghe nhạc, đặc biệt tôi rất thích nghe nhạc trữ tình. 저는 음악 듣는 것을 매우 좋아하는데 특히 저는 발라드를 듣는 것을 매우 좋아합니다.
좋아하는 가수와 이유	Ca sĩ yêu thích của tôi là ca sĩ Park Hyo-shin. Vì tôi nghĩ là anh ấy hát hay nhất ở Hàn Quốc. Thêm vào đó, giọng hát anh ấy đầy cảm xúc và xuất sắc. Vì thế ai cũng thích ca sĩ đó. 제가 좋아하는 가수는 박효신입니다. 왜냐하면 그가 한국에서 제일 노래를 잘한다고 생각하기 때문입니다. 또한 그의 음색은 감정이 풍부하고 훌륭합니다. 그래서 누구나 다 그 가수를 좋아합니다.
마무리	Các bài hát anh ấy cũng rất hay và làm cho người nghe cảm động. 그의 노래들은 매우 좋고 듣는 사람들을 감동시킵니다.

단어 | **nhạc trữ tình** 발라드 | **yêu thích** 선호하다 | **hát hay** 노래를 잘하다 | **giọng hát** 노래하는 목소리 | **đầy cảm xúc** 감정이 풍부하다 | **xuất sắc** 훌륭하다 | **làm cho** ~하게 하다 | **cảm động** 감동하다

나의 답안 작성하기

좋아하는 음악 장르	Tôi rất thích nghe nhạc, đặc biệt tôi rất thích nghe _____.
좋아하는 가수와 이유	Ca sĩ yêu thích của tôi là _____. Vì tôi nghĩ là _____. Thêm vào đó, giọng hát _____ đầy cảm xúc và xuất sắc. Vì thế ai cũng thích ca sĩ đó.
마무리	Các bài hát _____ cũng rất hay và làm cho người nghe cảm động.

패턴연습

 패턴 1

Tôi rất thích nghe nhạc, đặc biệt tôi rất thích nghe 좋아하는 음악 장르.

저는 음악 듣는 것을 매우 좋아하는데 특히 저는 _____을/를 듣는 것을 매우 좋아합니다.

▶đặc biệt은 '특히, 특별히'라는 뜻으로 강조하며 구체적으로 말할 때 사용됩니다.

좋아하는 음악 장르		
nhạc cổ điển 클래식	nhạc Pop 팝 음악	nhạc Kpop 케이팝 음악

예시 답안

Tôi rất thích nghe nhạc, đặc biệt tôi rất thích nghe nhạc cổ điển.

저는 음악 듣는 것을 매우 좋아하는데 특히 저는 클래식을 듣는 것을 매우 좋아합니다.

나의 답안

Tôi rất thích nghe nhạc, đặc biệt tôi rất thích _____.

 패턴 2

Ca sĩ/nhóm nhạc/nhà soạn nhạc yêu thích của tôi là 좋아하는 가수/작곡가.

제가 좋아하는 가수/그룹/작곡가는 _____입니다.

좋아하는 가수/작곡가	
nhạc sĩ Mozart 음악가 모차르트	ca sĩ Taylor Swift 가수 테일러 스위프트
nhóm nhạc BTS 그룹 BTS	

예시 답안

Nhà soạn nhạc yêu thích của tôi là nhạc sĩ Mozart.

제가 좋아하는 작곡가는 음악가 모차르트 입니다.

나의 답안

Ca sĩ nhóm nhạc/nhà soạn nhạc yêu thích của tôi là _____.

 패턴 3

Vì tôi nghĩ là 가수/작곡가를 좋아하는 이유.

왜냐하면 _____라고 생각하기 때문입니다.

▶nghĩ는 '생각하다'라는 뜻으로 절이 목적어로 올 때 là, rằng으로 연결합니다.

가수/작곡가를 좋아하는 이유
các bản nhạc của Mozart rất hay và hoàn hảo, giúp tôi dễ tập trung 모차르트의 곡들은 좋고 완벽하며 내가 쉽게 집중할 수 있게 도와준다
giọng hát của cô ấy mang cho tôi cảm giác bình yên 그녀의 목소리는 나에게 편안한 느낌을 준다
các bài hát của họ giai điệu dễ nghe và họ nhảy rất đẹp 그들의 노래는 멜로디가 듣기 쉽고 그들은 매우 멋진 춤을 춘다

예시 답안

Vì tôi nghĩ là các bản nhạc của Mozart rất hay và hoàn hảo, giúp tôi dễ tập trung.

왜냐하면 모차르트의 곡들은 좋고 완벽하며 제가 쉽게 집중할 수 있게 도와줍니다.

나의 답안

Vì tôi nghĩ là _____.

질문 2 **음악을 듣는 장소, 시간, 방법 질문** MP3 2-57

Bạn thường nghe nhạc ở đâu và khi nào? Bạn sử dụng gì để nghe nhạc? Vì sao bạn nghe nhạc? Hãy nói thật chi tiết.

당신은 주로 어디서 그리고 언제 음악을 듣나요? 당신은 음악을 듣기 위해 무엇을 사용하나요? 왜 당신은 음악을 듣나요? 아주 상세하게 말해주세요.

모범답안

음악을 듣는 장소와 시간	Tôi thường nghe nhạc trên xe buýt. Vì tôi thường đi làm bằng xe buýt. Mỗi khi đi làm tôi đều nghe nhạc cho đỡ buồn chán. 저는 주로 버스에서 음악을 듣습니다. 저는 주로 버스로 출근하기 때문입니다. 출근할 때마다 저는 덜 지루하도록 음악을 듣습니다.
음악을 듣기 위해 사용하는 것	Tôi thường dùng điện thoại thông minh để nghe nhạc. Qua điện thoại thông minh, tôi có thể nghe các bài hát hay trên youtube. Hiện nay trên youtube có nhiều bài hát được tổng hợp theo thể loại, sở thích, ca sĩ nên tôi dễ tìm các bài hát hay. 저는 주로 음악을 듣기 위해 스마트폰을 사용합니다. 스마트폰으로 저는 유튜브의 좋은 노래들을 들을 수 있습니다. 요즘에 유튜브에는 많은 노래들이 장르, 취향, 가수별로 모아져 있어서 좋은 노래들을 쉽게 찾을 수 있습니다.
음악을 듣는 이유	Khi tôi nghe nhạc, tâm trạng tôi trở nên vui hơn nên tôi thường nghe nhạc. 저는 주로 음악을 들을 때 기분이 좋아져서 음악을 듣습니다.

단어 **xe buýt** 버스 | **đỡ** 덜 ~하다 | **buồn chán** 지루하다 | **điện thoại thông minh** 스마트폰 | **bài hát** 노래 | **tổng hợp** 종합하다, 모으다 | **thể loại** 종류 | **sở thích** 취향, 취미 | **tâm trạng** 기분 | **trở nên** ~하게 되다

나의 답안 작성하기

음악을 듣는 장소와 시간	Tôi thường nghe nhạc _____. Vì tôi thường _____. Mỗi khi _____ tôi đều nghe nhạc _____.
음악을 듣기 위해 사용하는 것	Tôi thường _____ để nghe nhạc. Qua _____, tôi có thể nghe các bài hát hay trên youtube. Hiện nay trên youtube có nhiều bài hát được tổng hợp theo thể loại, sở thích, ca sĩ nên tôi dễ tìm các bài hát hay.
음악을 듣는 이유	Khi tôi nghe nhạc, tâm trạng tôi trở nên vui hơn nên tôi thường nghe nhạc.

패턴연습

Tôi thường nghe nhạc <u>주로 음악을 듣는 장소</u>.

저는 주로 _____에서 음악을 듣습니다.

▶ nghe는 '듣다', nhạc은 '음악'이라는 뜻입니다.

주로 음악을 듣는 장소
trên tàu điện ngầm 지하철에서   ở văn phòng của tôi 사무실에서 ở phòng gym 헬스장에서

예시 답안   Tôi thường nghe nhạc <u>trên tàu điện ngầm</u>.

나는 주로 지하철에서 음악을 듣습니다.

나의 답안   Tôi thường nghe nhạc _____.

Mỗi khi <u>음악을 듣는 시간</u> tôi đều nghe nhạc <u>음악을 듣는 목적</u>.

_____ 할 때마다 저는 _____ 음악을 듣습니다.

▶ mỗi khi는 '～할 때마다'라는 뜻으로 습관이나 반복 동작이 이루어지는 때를 나타냅니다.

음악을 듣는 시간	목적
đi lại 이동하다 làm việc 일하다 tập thể dục 운동하다	cho vui 즐겁도록 để dễ tập trung 쉽게 집중하도록 để tạo động lực hơn 더 힘을 내도록

예시 답안   Mỗi khi <u>đi lại</u> tôi đều nghe nhạc <u>cho vui</u>.

이동할 때마다 저는 즐겁도록 음악을 듣습니다.

나의 답안   Mỗi khi _____ tôi đều nghe nhạc _____.

Tôi thường dùng <u>음악을 듣기 위해 사용하는 것</u> để nghe nhạc.

저는 주로 음악을 듣기 위해 _____을/를 사용합니다.

▶ dùng은 '사용하다'라는 뜻으로 sử dụng과 같은 뜻입니다.

음악을 듣기 위해 사용하는 것
máy vi tính 컴퓨터   máy audio 오디오 máy nghe nhạc MP3 mp3 플레이어

예시 답안   Tôi thường dùng <u>máy vi tính</u> để nghe nhạc.

저는 주로 음악을 듣기 위해 컴퓨터를 사용합니다.

나의 답안   Tôi thường dùng _____ để nghe nhạc.

질문 3
좋아하는 노래와 그 노래에 관련된 추억

Bài hát mà bạn yêu thích nhất là gì? Vì sao bài hát đó đặc biệt với bạn? Bạn có kỷ niệm nào đó liên quan đến bài hát đó không?

당신이 가장 좋아하는 노래는 무엇입니까? 왜 그 노래가 당신에게 특별합니까? 당신은 그 노래와 관련된 어떤 추억이 있습니까?

모범답안

가장 좋아하는 노래	Bài hát mà tôi yêu thích nhất là bài hát \<Anh Hùng Hero\> của ca sĩ \<Mariah Carey\>. 제가 가장 좋아하는 노래는 가수 머라이어 캐리의 히어로라는 노래입니다.
그 노래가 특별한 이유	Bài hát đó rất đặc biệt với tôi vì tôi cảm động rơi mắt khi tôi nghe bài hát đó lần đầu. Lúc đó, tôi rất buồn và mất tự tin nhưng nghe bài hát đó, lời bài hát đó đã giúp tôi mạnh mẽ lên và tôi khắc phục được tâm trạng buồn. 제가 그 노래를 처음 들었을 때 감동하여 눈물을 흘렸기 때문에 그 노래는 저에게 매우 특별합니다. 그때 저는 매우 슬펐고 자신감을 잃었었지만 그 노래를 듣고 노래 가사가 저를 더 강해지게 도와줬고 저는 슬픈 기분을 극복했습니다.
마무리	Kể từ đó, mỗi khi tôi cảm thấy buồn, tôi nghe bài hát đó để khắc phục. 그때부터 제가 슬프다고 느낄 때마다 저는 극복하기 위해 그 노래를 듣습니다.

단어 **anh Hùng** 영웅 | **đặc biệt** 특별하다 | **rơi mắt** 눈물을 흘리다 | **lần đầu** 첫 번째, 처음 | **mất tự tin** 자신감을 잃다 | **lời bài hát** 가사 | **mạnh mẽ** 강하다 | **khắc phục** 극복하다 | **tâm trạng** 기분

나의 답안 작성하기

가장 좋아하는 노래	Bài hát mà tôi yêu thích nhất là bài hát _____.
그 노래가 특별한 이유	Bài hát đó rất đặc biệt với tôi vì _____. Lúc đó, tôi rất _____ nhưng nghe bài hát đó, lời bài hát đó đã giúp tôi _____.
마무리	Kể từ đó, mỗi khi _____, tôi nghe bài hát đó để _____.

패턴연습

패턴 1

Bài hát mà tôi yêu thích nhất là bài hát <u>가장 좋아하는 노래</u>.

제가 가장 좋아하는 노래는 ＿＿＿＿＿＿＿＿＿＿＿＿라는 노래입니다.

▶ bài hát은 명사로 '노래'라는 뜻이고 ca khúc과 같은 뜻입니다.

가장 좋아하는 노래

<Hakuna Matata> trong phim <Vua sư tử> 〈라이온 킹〉의 〈하쿠나 마타타〉
<My love> của nhóm nhạc <West life> 웨스트 라이프의 〈마이 러브〉
<Bạn> của ca sĩ <An Jae-uk> 가수 안재욱의 〈친구〉

예시 답안

Bài hát mà tôi yêu thích nhất là bài hát <u><Hakuna Matata> trong phim <Vua sư tử></u>.

제가 가장 좋아하는 노래는 〈라이온 킹〉의 〈하쿠나 마타타〉라는 노래입니다.

나의 답안

Bài hát mà tôi yêu thích nhất là bài hát ＿＿＿＿＿＿＿＿＿＿

＿＿＿＿＿＿＿＿＿＿＿＿＿.

패턴 2

Bài hát đó rất đặc biệt với tôi vì <u>그 노래가 특별한 이유</u>.

그 노래는 ＿＿＿＿＿＿＿＿＿＿＿ 때문에 저에게 매우 특별합니다.

▶ đặc biệt은 '특별히, 특히'라는 뜻으로 본 문장에서는 형용사로 쓰여 '특별하다'라는 뜻입니다.

그 노래가 특별한 이유

tôi được 100 điểm ở quán karaoke 내가 노래방에서 100점을 받다
bạn trai tôi hát cho tôi vào ngày sinh nhật của tôi 내 생일에 나의 남자친구가 불러주다
tôi hát cùng với các bạn tôi khi biểu diễn ở trường đại học
대학교에서 공연할 때 내가 친구들과 함께 불렀다

예시 답안

Bài hát đó rất đặc biệt với tôi vì <u>tôi được 100 điểm ở quán karaoke</u>.

그 노래는 제가 노래방에서 100점을 받았던 노래이기 때문에 나에게 특별합니다.

나의 답안

Bài hát đó rất đặc biệt với tôi vì ＿＿＿＿＿＿＿＿＿＿＿＿＿.

패턴 3

Kể từ đó, mỗi khi <u>그 노래를 듣는 때</u>, tôi nghe bài hát đó để <u>그 노래를 듣는 목적</u>.

그때부터 제가 ＿＿＿＿＿＿＿ 때마다 저는 ＿＿＿＿＿＿＿위해 그 노래를 듣습니다.

▶ kể từ đó에서 từ는 '~부터'라는 뜻으로 kể từ đó는 '그 다음부터'라고 해석합니다.

그 노래를 듣는 때	목적
cảm thấy buồn chán 심심하다고 느끼다	trở nên vui vẻ 즐거워지다
nhớ bạn trai 남자친구가 그립다	giữ lại kỷ niệm đó 그 추억을 간직하다
gặp các bạn của tôi 나의 친구를 만나다	nhớ đến tình bạn 우정을 기억하다

Kể từ đó, mỗi khi <u>cảm thấy buồn chán</u>, tôi nghe bài hát đó để <u>trở nên vui vẻ</u>.

그때부터 제가 심심하다고 느낄 때마다 저는 즐거워지기 위해 그 노래를 듣습니다.

Kể từ đó, mỗi khi _____, tôi nghe bài hát đó để _____
_____.

질문 4
음악에 관심을 갖게 된 계기 및 음악 취향 변화

Hãy kể cho tôi về lần đầu tiên bạn quan tâm đến âm nhạc. Bạn đã nghe thể loại nhạc gì khi bạn còn nhỏ? Âm nhạc đó khác với âm nhạc mà bạn nghe hiện nay như thế nào? Mối quan tâm của bạn đối với âm nhạc đã thay đổi thế nào trong những năm qua?

처음 음악에 관심을 갖게 된 것에 대해 말해주세요. 당신이 어렸을 때는 어떤 종류의 음악을 들었나요? 그 음악은 요즘 듣는 음악과 어떻게 다른가요? 수년간 음악에 대한 당신의 관심은 어떻게 변화해왔나요?

모범답안

음악에 관심을 갖게 된 계기	Khi tôi 8 tuổi, mẹ tôi cho tôi học piano cho nên tôi bắt đầu quan tâm đến âm nhạc từ khi đó. 제가 8살 때 저의 어머니는 제가 피아노를 배우게 해서 저는 그때부터 음악에 관심을 갖기 시작했습니다.
어렸을 때 들었던 음악 종류	Khi tôi còn nhỏ, tôi thường nghe thể loại nhạc cổ điển như Mozart, Bach v.v... Nhưng sở thích về âm nhạc của tôi dần dần thay đổi. 어릴 때 저는 주로 모차르트, 바흐 등과 같은 클래식 음악을 들었습니다. 하지만 저의 음악 취향은 점점 변화했습니다.
음악 취향 변화	Khi tôi là học sinh thì tôi thích nghe nhạc Pop như nhóm nhạc Westlife, Nsync v.v… do chịu ảnh hưởng từ các bạn cùng lớp. Hiện nay tôi đam mê nhạc Jazz vì nhạc Jazz rất đa dạng và phong phú. 제가 학생일 때는 같은 반 친구들의 영향으로 웨스트 라이프, 엔싱크 등과 같은 팝 음악을 듣는 것을 좋아했습니다. 요즘에 저는 재즈 음악에 빠져 있는데 재즈 음악은 다양하고 풍부하기 때문입니다.

단어 | **bắt đầu** 시작하다 | **quan tâm đến** ~에 관심이 있다 | **âm nhạc** 음악 | **nhạc cổ điển** 클래식 음악 | **dần dần** 점점 | **thay đổi** 변화하다 | **nhóm nhạc** 그룹 | **chịu ảnh hưởng** 영향을 받다 | **bạn cùng lớp** 같은 반 친구 | **đam mê** ~을/를 열렬히 좋아하다, 빠지다

나의 답안 작성하기

음악에 관심을 갖게 된 계기	Khi tôi _____, _____ cho nên tôi bắt đầu quan tâm đến âm nhạc từ khi đó.

어렸을 때 들었던 음악 종류	Khi tôi còn nhỏ, tôi thường nghe thể loại _____. Nhưng sở thích về âm nhạc của tôi dần dần thay đổi.
음악 취향 변화	Khi tôi là học sinh thì tôi thích nghe nhạc Pop như nhóm nhạc Westlife, Nsync v.v…do chịu ảnh hưởng từ các bạn cùng lớp. Hiện nay tôi đam mê _____ vì _____.

패턴연습

패턴 1

Khi tôi <u>음악에 관심을 갖게 된 시기와 계기</u> cho nên tôi bắt đầu quan tâm đến âm nhạc từ khi đó.

제가 _____ 때 _____ 해서 그때부터 음악에 관심을 갖기 시작했습니다.

▶ quan tâm đến는 '~에 관심을 갖다'라는 뜻으로 여기서 đến은 '~에'라는 뜻의 전치사로 사용되었습니다.

음악에 관심을 갖게 된 시기와 계기
10 tuổi, tôi bắt đầu học thanh nhạc 10살 때 성악을 배우기 시작하다 là học sinh, tôi cùng các bạn tôi đi nghe hoà nhạc 학생 때 친구들과 오케스트라를 들으러 가다 còn nhỏ, tôi đã xem biểu diễn của ca sĩ Kpop trên tivi 어렸을 때 TV에서 케이팝 가수의 공연을 봤다

예시 답안

Khi tôi <u>10 tuổi, tôi bắt đầu học thanh nhạc</u> cho nên tôi bắt đầu quan tâm đến âm nhạc từ khi đó.

제가 10살 때 성악을 배우기 시작해서 그때부터 음악에 관심을 갖기 시작했습니다.

나의 답안

Khi tôi _____ cho nên tôi bắt đầu quan tâm đến âm nhạc từ khi đó.

패턴 2

Khi tôi còn nhỏ, tôi thường nghe thể loại <u>어렸을 때 들었던 음악</u>.

제가 아직 어릴 때 저는 주로 _____ 음악을 들었습니다.

▶ còn은 부사로 '아직'이라는 뜻입니다. 과거의 시점을 나타낼 때 'khi + 주어 + còn + 서술어' 형태로 사용되어 '주어가 (아직) ~할 때'라고 해석합니다.

어렸을 때 들었던 음악
nhạc thiếu nhi 어린이 음악   nhạc nhẹ 경음악   nhạc Kpop 케이팝 음악

예시 답안

Khi tôi còn nhỏ, tôi thường nghe thể loại <u>nhạc thiếu nhi</u>.

제가 아직 어릴 때 저는 주로 어린이 음악(동요)을 들었습니다.

나의 답안

Khi tôi còn nhỏ, tôi thường nghe thể loại _____.

패턴 3

Hiện nay tôi đam mê <u>요즘에 좋아하는 음악 종류</u> vì <u>이유</u>.

요즘에 저는 _____에 빠져 있는데 _____ 때문입니다.

▶ đam mê는 '~를 매우 좋아하다', '~에 빠지다'라는 뜻입니다. 앞에 niềm을 붙이면 명사형이 되어 좋아하는 것, 취미라는 뜻입니다.
  ◎ niềm đam mê 빠져 있는 것, 취미

요즘에 좋아하는 음악 종류	이유
nhạc R&B R&B 음악	nhạc R&B dễ nghe và có giai điệu êm dịu R&B 음악은 듣기 쉽고 부드러운 멜로디를 가지고 있다
nhạc Rock 락 음악	khi nghe nhạc Rock tôi trở nên hào hứng 락 음악을 들을 때 나는 흥이 난다
nhạc piano không lời 가사 없는 피아노 음악	khi nghe nhạc piano không lời, tôi cảm thấy thư giãn và được nghỉ ngơi 가사 없는 피아노 음악을 들을 때 나는 편안하게 느끼고 푹 쉬게 된다

예시 답안
Hiện nay tôi đam mê nhạc R&B vì nhạc R&B dễ nghe và có giai điệu êm dịu.

요즘에 저는 R&B 음악에 빠져 있는데 R&B 음악은 듣기 쉽고 부드러운 멜로디를 가지고 있기 때문입니다.

나의 답안
Hiện nay tôi đam mê _____ vì _____
_____.

① 자신이
다루는 악기

Trong bản khảo sát, bạn nói rằng bạn chơi nhạc cụ. Bạn chơi loại nhạc cụ nào? Vì sao bạn thích chơi nhạc cụ đó? Hãy nói thật chi tiết.

당신은 설문에서 악기를 연주한다고 했습니다. 당신은 어떤 종류의 악기를 연주하나요? 왜 당신은 그 악기를 연주하는 것을 좋아하나요? 아주 상세히 말해주세요.

② 악기를
연주하는 장소,
시간 및
연습 빈도수

Bạn thường chơi nhạc cụ ở đâu và khi nào? Bạn thường tập nhạc cụ đó mấy lần trong một tuần?

당신은 주로 언제 그리고 어디서 악기를 연주하나요? 당신은 주로 그 악기를 일주일에 몇 번 연습하나요?

③ 악기 연주를
시작한 때

Bạn đã bắt đầu chơi nhạc cụ đó từ bao giờ? Ai dạy cho bạn chơi nhạc cụ đó? Bạn đã học chơi nhạc cụ đó ở đâu? Vì sao bạn bắt đầu quan tâm đến nhạc cụ đó?

당신은 그 악기 연주를 언제부터 시작했나요? 누가 당신에게 그 악기 연주를 가르쳤나요? 당신은 그 악기 연주를 어디에서 배웠나요? 왜 당신은 그 악기에 관심을 가지기 시작했나요?

④ 기억에 남는
악기 연주
경험

Hãy kể cho tôi nghe về một trải nghiệm đáng nhớ mà bạn có được khi chơi nhạc cụ. Có lẽ bạn đã chơi nhạc cụ trước nhiều người và điều gì thú vị hoặc bất ngờ đã xảy ra. Hãy nói thật chi tiết.

당신의 악기를 연주할 때 있었던 기억에 남는 경험에 대해 말해주세요. 아마 당신은 많은 사람들 앞에서 악기를 연주했을 것이고 재미있는 일이나 예상치 못한 일이 일어났을 것입니다. 아주 상세히 말해주세요.

질문 1 자신이 다루는 악기

MP3 2-60

Trong bản khảo sát, bạn nói rằng bạn chơi nhạc cụ. Bạn chơi loại nhạc cụ nào? Vì sao bạn thích chơi nhạc cụ đó? Hãy nói thật chi tiết.

당신은 설문에서 악기를 연주한다고 했습니다. 당신은 어떤 종류의 악기를 연주하나요? 왜 당신은 그 악기를 연주하는 것을 좋아하나요? 아주 상세히 말해주세요.

모범답안

다루는 악기	Tôi thích chơi nhạc cụ và chơi được đàn piano.
	나는 악기 연주를 좋아하고 피아노를 칠 수 있습니다.
그 악기 연주를 좋아하는 이유	Tôi đã bắt đầu chơi piano từ khi nhỏ. Khi mới bắt đầu học piano thì tôi không thích tập lắm nên rất lười tập. Nhưng giờ này tôi nghĩ là rất là may mắn vì tôi chơi được piano. Khi tôi chơi piano thì tôi cảm thấy rất bình yên và vui vẻ cho nên tôi thích chơi đàn piano.
	저는 어렸을 때부터 피아노 연주를 시작했습니다. 피아노를 막 배우기 시작했을 때 저는 연습하는 것을 그다지 좋아하지 않아서 매우 게으르게 연습했습니다. 하지만 지금은 피아노를 칠 수 있어서 매우 행운이라고 생각합니다. 피아노를 칠 때 편안하고 즐겁게 느껴서 저는 피아노 치는 것을 좋아합니다.
악기 연습 목적	Mặc dù cuộc sống bận rộn nhưng tôi vẫn cố gắng tập piano để chơi được các bản nhạc mà tôi thích.
	비록 삶이 바쁘지만 제가 좋아하는 곡들을 연주할 수 있기 위해 피아노를 연습하려고 노력합니다.

단어 **nhạc cụ** 악기 | **đàn** 악기 앞에 붙이는 종별사 | **tập** 연습하다 | **lười** 게으르다 | **giờ này** 지금 | **may mắn** 행운이다 | **bình yên** 편안하다 | **mặc dù~ nhưng~** 비록 ~하지만 ~하다 | **bản nhạc** 곡

나의 답안 작성하기

다루는 악기	Tôi thích chơi nhạc cụ và chơi được _____.
그 악기 연주를 좋아하는 이유	Tôi đã bắt đầu chơi _____ từ khi nhỏ. Khi mới bắt đầu học _____ thì tôi không thích tập lắm nên rất lười tập. Nhưng giờ này tôi nghĩ là rất là may mắn vì tôi chơi được _____. Khi tôi chơi _____ thì _____ cho nên tôi thích chơi _____.

악기 연습 목적	Mặc dù cuộc sống bận rộn nhưng tôi vẫn cố gắng tập _____ _____ để _____.

패턴연습

 패턴 1

Tôi thích chơi nhạc cụ và chơi được 다루는 악기.

저는 악기 연주를 좋아하고 _____을/를 연주할 수 있습니다.

▶ chơi는 '놀다, (악기를) 연주하다, (스포츠를) 하다'라는 뜻입니다.

다루는 악기
đàn vĩ cầm(vi-ô-lông) 바이올린   đàn ghi-ta 기타   sáo flute 플루트

예시 답안 Tôi thích chơi nhạc cụ và chơi được **đàn vĩ cầm**.

저는 악기 연주를 좋아하고 바이올린을 연주할 수 있습니다.

나의 답안 Tôi thích chơi nhạc cụ và chơi được _____.

 패턴 2

Khi tôi chơi 다루는 악기 thì 그 악기 연주를 좋아하는 이유 cho nên tôi thích chơi 다루는 악기.

제가 _____을/를 연주할 때 _____해서 저는 _____을/를 좋아합니다.

▶ đàn은 악기류 앞에 붙는 종별사로 'đàn + 악기 이름' 형태로 쓰이며 해석은 하지 않습니다.

다루는 악기	그 악기 연주를 좋아하는 이유
đàn vĩ cầm(vi-ô-lông) 바이올린 đàn ghi-ta 기타 sáo flute 플루트	tiếng vĩ cầm mang cho tôi cảm giác bình yên 바이올린 소리가 편안한 느낌을 준다 tôi có thể vừa chơi vừa hát 치면서 노래를 부를 수 있다 tâm trạng tôi trở nên vui hơn 기분이 더 즐거워진다

예시 답안 Khi tôi chơi đàn vĩ cầm thì tiếng vĩ cầm mang cho tôi cảm giác bình yên cho nên tôi thích chơi đàn vĩ cầm.

제가 바이올린을 연주할 때 바이올린 소리가 편안한 느낌을 줘서 바이올린 연주하는 것을 좋아합니다.

나의 답안 Khi tôi chơi _____ thì _____ _____cho nên tôi thích chơi _____.

패턴 3 Mặc dù cuộc sống bận rộn nhưng tôi vẫn cố gắng tập <u>다루는 악기</u> để <u>악기를 연습하는 목적</u>.

비록 삶이 바쁘지만 저는 _____하기 위해 _____을/를 연습하려고 노력합니다.

▶ mặc dù A nhưng B는 '비록 A하지만 B하다'라는 뜻으로 A절과 B절에는 상반된 내용이 옵니다.

다루는 악기	그 악기를 연습하는 목적
đàn vĩ cầm 바이올린	**chơi vĩ cầm trước đám đông** 많은 사람들 앞에서 바이올린을 연주하다
đàn ghi-ta 기타	**hoạt động trong câu lạc bộ ghi-ta** 기타 동호회에서 활동하다
sáo flute 플루트	**biểu diễn vào ngày Giáng sinh** 크리스마스에 공연하다

예시 답안 Mặc dù cuộc sống bận rộn nhưng tôi vẫn cố gắng tập <u>đàn vĩ cầm</u> để <u>chơi vĩ cầm trước đám đông</u>.

비록 삶이 바쁘지만 저는 많은 사람들 앞에서 바이올린을 연주하기 위해 바이올린을 연습하려고 노력합니다.

나의 답안 Mặc dù cuộc sống bận rộn nhưng tôi vẫn cố gắng tập _____ để_____.

질문 2
악기를 연주하는 장소, 시간 및 연습 빈도수

Bạn thường chơi nhạc cụ ở đâu và khi nào? Bạn thường tập nhạc cụ đó mấy lần trong một tuần?

당신은 주로 언제 그리고 어디서 악기를 연주하나요? 당신은 주로 그 악기를 일주일에 몇 번 연습하나요?

모범답안

악기를 연주하는 장소	Tôi thường chơi đàn piano ở nhà vì ở nhà tôi có đàn piano điện riêng. Đàn piano đó tôi được bố mẹ tặng vào ngày sinh nhật của tôi. Tôi cũng có tai nghe cho đàn piano điện nên tôi có thể thoải mái chơi piano mà không lo lắng về tiếng ồn. 저는 주로 집에서 피아노를 치는데 집에 개인 디지털 피아노가 있기 때문입니다. 그 피아노는 저의 생일에 부모님께 선물로 받았습니다. 저는 또한 디지털 피아노용 헤드폰도 가지고 있어서 소음에 대한 걱정 없이 편하게 피아노를 칠 수 있습니다.
악기를 연주하는 시간	Tôi thường chơi piano lúc nhàn rỗi. Khi tôi cảm thấy buồn chán thì tôi chơi piano, như vậy thì tâm trạng tôi trở nên vui hơn. 저는 주로 한가할 때 피아노를 칩니다. 심심하다고 느낄 때 피아노를 치는데 그러면 기분이 더 즐거워집니다.
악기 연습 빈도수	Dạo này tôi tập các bản nhạc của Mozart, những bản nhạc này khá khó nên tôi cố gắng tập mỗi ngày. 요즘에 저는 모차르트의 곡들을 연습하는데 이 곡들이 꽤 어려워서 저는 매일 연습하려고 노력합니다.

단어 **đàn piano điện** 전자 피아노, 디지털 피아노 | **tặng** 증정하다, 선물하다 | **tai nghe** 헤드폰, 이어폰 | **lo lắng** 걱정하다 | **tiếng ồn** 소음 | **buồn chán** 지루하다 | **tâm trạng** 기분 | **khá** 꽤

나의 답안 작성하기

악기를 연주하는 장소	Tôi thường chơi _____ ở _____ vì _____. Đàn _____ đó tôi được bố mẹ tặng vào ngày sinh nhật của tôi. Tôi cũng có tai nghe cho _____ nên tôi có thể thoải mái chơi _____ mà không lo lắng về tiếng ồn.
악기를 연주하는 시간	Tôi thường chơi _____ _____. Khi tôi cảm thấy buồn chán thì tôi chơi _____, như vậy thì tâm trạng tôi trở nên vui hơn.

악기 연습 빈도수	Dạo này tôi tập các bản nhạc của _____, những bản nhạc này khá khó nên tôi cố gắng tập _____ _____.

패턴연습

 패턴 1 Tôi thường chơi 다루는 악기 ở 악기 연주 장소 vì 이유.

저는 주로 _____에서 _____을/를 연주하는데 _____ 때문입니다.

악기 연주 장소	이유
đàn vĩ cầm / trung tâm âm nhạc 바이올린/음악 학원	ở đây có phòng tập riêng 이곳에 개인 연습실이 있다
đàn ghi-ta / phòng tôi 기타/내 방	tôi cần vừa xem youtube vừa chơi 유튜브를 보면서 연주할 필요가 있다
sáo flute / phòng tập trong trường 플루트/학교 연습실	tôi để tránh gây tiếng ồn 소음 발생을 피한다

예시 답안 Tôi thường chơi đàn vĩ cầm ở trung tâm âm nhạc vì ở đây có phòng tập riêng.

저는 주로 음악 학원에서 바이올린을 연주하는데 이곳에 개인 연습실이 있기 때문입니다.

나의 답안 Tôi thường chơi _____ ở _____ vì _____ _____.

 패턴 2 Tôi thường chơi 다루는 악기 연주하는 때.

저는 주로 _____ _____ 피아노를 칩니다.

▶ chơi는 '놀다, (악기를) 연주하다, (스포츠를) 하다'라는 뜻입니다.

악기	악기를 연주하는 때
đàn vĩ cầm(vi-ô-lông) 바이올린 đàn ghi-ta 기타 sáo flute 플루트	thứ hai, thứ tư và thứ sáu 월, 수, 금요일에 khi nào tôi muốn 내가 원하는 때 vào cuối tuần 주말에

예시 답안 Tôi thường chơi đàn vĩ cầm vào thứ hai, thứ tư và thứ sáu.

저는 주로 월, 수, 금요일에 바이올린을 연주합니다.

나의 답안 Tôi thường chơi _____ _____.

패턴 3　Dạo này tôi tập các bản nhạc của <u>요즘 연습하는 곡</u>, những bản nhạc này khá khó nên tôi cố gắng tập <u>연습하는 빈도수</u>.

요즘에 저는 _____의 곡들을 연습하는데 이 곡들이 꽤 어려워서 저는 _____
_____ 연습하려고 노력합니다.

▶ tập은 '연습하다'라는 뜻으로 luyện과 같은 뜻입니다.

요즘 연습하는 곡	연습하는 빈도
Chopin 쇼팽 Bach 바흐 Vivaldi 비발디	5 ngày trong một tuần 일주일에 5일 3 lần trong một tuần 일주일에 3번 thứ ba, thứ năm và thứ bảy 화, 목, 토요일

예시 답안　Dạo này tôi tập các bản nhạc của Chopin, những bản nhạc này khá khó nên tôi cố gắng tập 5 ngày trong một tuần.

요즘에 저는 쇼팽의 곡들을 연습하는데 이 곡들이 꽤 어려워서 저는 일주일에 5일 연습하려고 노력합니다.

나의 답안　Dạo này tôi tập các bản nhạc của _____ , những bản nhạc này khá khó nên tôi cố gắng tập _____.

질문 3 악기 연주를 시작한 때 MP3 2-62

Bạn đã bắt đầu chơi nhạc cụ đó từ bao giờ? Ai dạy cho bạn chơi nhạc cụ đó? Bạn đã học chơi nhạc cụ đó ở đâu? Vì sao bạn bắt đầu quan tâm đến nhạc cụ đó?

당신은 그 악기 연주를 언제부터 시작했나요? 누가 당신에게 그 연주를 가르쳤나요? 당신은 그 악기 연주를 어디에서 배웠나요? 왜 당신은 그 악기에 관심을 가지기 시작했나요?

모범답안

악기 연주를 시작한 때	Tôi đã bắt đầu chơi đàn piano từ khi tôi 12 tuổi. 저는 12살 때부터 피아노를 연주하기 시작했습니다.
악기 연주를 가르친 사람과 배운 장소	Khi mới bắt đầu, mẹ tôi dạy tôi chơi piano. Mẹ là giáo viên âm nhạc nên có thể dạy tôi cách chơi cơ bản. Khi tôi bắt đầu chơi bản nhạc Czerny, mẹ tôi cho tôi đến trung tâm âm nhạc gần nhà. Kể từ đó, tôi đã học piano ở trung tâm âm nhạc trong khoảng 5 năm. 막 시작했을 때 어머니께서 저에게 피아노 연주를 가르쳐주셨습니다. 어머니는 음악 선생님이셨기 때문에 기본 연주 방법을 저에게 가르칠 수 있었습니다. 제가 체르니 곡을 치기 시작했을 때 어머니는 저를 집 근처 음악 학원에 보냈습니다. 그때부터 저는 음악 학원에서 약 5년간 피아노를 배웠습니다.
악기 연습 목적	Do chịu ảnh hưởng từ mẹ tôi là giáo viên âm nhạc nên tôi đã bắt đầu quan tâm đến nhạc cụ. Cuộc sống bây giờ của tôi rất phong phú vì có thể chơi được piano. 음악 선생님인 어머니로부터 영향을 받아 저는 악기에 관심을 가지기 시작했습니다. 피아노를 칠 수 있기 때문에 지금 제 삶은 매우 풍요롭습니다.

단어 **dạy** 가르치다 | **cơ bản** 기본 | **trung tâm âm nhạc** 음악 학원 | **chịu ảnh hưởng** 영향을 받다 | **cuộc sống** 삶. 생활 | **phong phú** 풍부하다

나의 답안 작성하기

악기 연주를 시작한 때	Tôi đã bắt đầu chơi đàn _____ từ _____.
악기 연주를 가르친 사람과 배운 장소	Khi mới bắt đầu, _____ dạy tôi chơi _____. Mẹ là giáo viên âm nhạc nên có thể dạy tôi cách chơi cơ bản. Khi tôi bắt đầu chơi bản nhạc _____, mẹ tôi cho tôi đến trung tâm âm nhạc gần nhà. Kể từ đó, tôi đã học _____ ở trung tâm âm nhạc trong _____.

| 악기 연습 목적 | Do _____ nên tôi đã bắt đầu quan tâm đến nhạc cụ. Cuộc sống bây giờ của tôi rất phong phú vì có thể chơi được _____. |

패턴연습

패턴 1

Tôi đã bắt đầu chơi 다루는 악기 từ 악기 연주를 시작한 때.

저는 _____ 때부터 _____ 을/를 연주하기 시작했습니다.

▶ bắt đầu은 '시작하다'라는 뜻입니다.

악기	악기 연주를 시작한 때
đàn vĩ cầm 바이올린 đàn ghi-ta 기타 sáo flute 플루트	khi tôi là học sinh cấp 1 초등학생일 때 hai năm trước 2년 전 mấy tháng trước 몇 달 전

예시 답안 Tôi đã bắt đầu chơi đàn vĩ cầm từ khi tôi là học sinh cấp 1.

저는 초등학생 때부터 바이올린을 연주하기 시작했습니다.

나의 답안 Tôi đã bắt đầu chơi _____ từ _____.

패턴 2

악기를 가르쳐준 사람 dạy tôi chơi 다루는 악기.

_____이/가 저에게 피아노 연주를 가르쳐 주셨습니다.

▶ dạy는 '가르치다'라는 뜻의 동사입니다.

악기를 가르쳐준 사람	악기
giáo viên ở trung tâm âm nhạc 음악 학원 선생님 anh họ tôi 사촌 형(오빠) giáo sư nhạc viện 음대 교수님	đàn vĩ cầm 바이올린 đàn ghi-ta 기타 sáo flute 플루트

예시 답안 Giáo viên ở trung tâm âm nhạc dạy tôi chơi đàn vĩ cầm.

음악 학원 선생님이 저에게 바이올린 연주를 가르쳐주셨습니다.

나의 답안 _____ dạy tôi chơi _____.

패턴 3

Do 악기에 관심을 가지기 시작한 계기 nên tôi đã bắt đầu quan tâm đến nhạc cụ.

_____해서 저는 악기에 관심을 가지기 시작했습니다.

▶ do A nên B는 'A로 인해서 B하다'라는 뜻으로 vì A nên B, bởi vì A cho nên B와 비슷한 뜻입니다.

악기에 관심을 가지기 시작한 계기
đi nghe dàn nhạc giao hưởng với bố mẹ thường xuyên 부모님과 정기적으로 오케스트라 공연에 가다
chịu ảnh hưởng từ bạn thân thích chơi ghi-ta 기타 연주를 좋아하는 친한 친구의 영향을 받다
xem một bộ phim tài liệu về sáo flute 플루트에 대한 다큐멘터리 한 편을 보다

예시 답안　Do đi nghe dàn nhạc giao hưởng với bố mẹ thường xuyên nên tôi đã bắt đầu quan tâm đến nhạc cụ.

부모님과 정기적으로 오케스트라 공연에 가서 저는 악기에 관심을 가지기 시작했습니다.

나의 답안　Do _____
nên tôi đã bắt đầu quan tâm đến nhạc cụ.

Hãy kể cho tôi nghe về một trải nghiệm đáng nhớ mà bạn có được khi chơi nhạc cụ. Có lẽ bạn đã chơi nhạc cụ trước nhiều người và điều gì thú vị hoặc bất ngờ đã xảy ra. Hãy nói thật chi tiết.

악기를 연주할 때 있었던 기억에 남는 경험에 대해 말해주세요. 아마 당신은 많은 사람들 앞에서 악기를 연주했을 것이고 재미있는 일이나 예상치 못한 일이 일어났을 것입니다. 아주 상세히 말해주세요

가장 기억에 남는 때	Tôi nhớ nhất khi tôi chơi đàn piano trước các bạn cùng lớp trong lớp âm nhạc. 저는 음악 수업 중에 같은 반 친구들 앞에서 피아노를 연주했을 때가 가장 기억에 남습니다.
기억에 남는 포인트	Khi đó, tôi rất căng thẳng và toàn thân run lên vì đó là lần đầu tiên tôi chơi piano trước nhiều người. Tuy mắc sai lầm ở mấy chỗ nhưng tôi vẫn chơi hết bản nhạc tôi đã chuẩn bị. Khi tôi chơi xong bản nhạc đó, các bạn đã vỗ tay nhiệt liệt khiến tôi trở nên tự tin hơn. 그때 저는 매우 긴장했고 온몸이 다 떨렸는데 그때가 많은 사람들 앞에서 피아노를 연주한 처음이었기 때문입니다. 비록 몇 군데에서 실수를 했지만 저는 준비한 곡을 다 연주했습니다. 제가 그 곡을 다 연주했을 때 친구들은 열렬하게 박수를 쳐주어서 저는 더 자신감이 생겼습니다.
기억에 남는 이유	Vì kỷ niệm đó luôn động viên tôi khi tôi mất tự tin nên tôi khó quên những giây phút đó. 그 기억은 제가 자신감을 잃을 때 저를 응원해주기 때문에 그 순간을 잊기 어렵습니다.

단어 **bạn cùng lớp** 같은 반 친구 | **lớp** 반, 수업 | **căng thẳng** 긴장하다 | **toàn thân** 온몸 | **run** 떨다 | **mắc sai lầm** 실수를 범하다 | **chuẩn bị** 준비하다 | **vỗ tay** 박수를 치다 | **nhiệt liệt** 열렬하다 | **kỷ niệm** 추억 | **động viên** 응원하다 | **khó quên** 잊기 어렵다 | **giây phút** 순간

가장 기억에 남는 때	Tôi nhớ nhất khi tôi _____.
기억에 남는 포인트	Khi đó, tôi rất căng thẳng và toàn thân run lên vì đó là lần đầu tiên tôi chơi _____ trước nhiều người. Tuy _____ _____ nhưng tôi vẫn _____. Khi tôi chơi xong bản nhạc đó, các bạn đã vỗ tay nhiệt liệt khiến tôi trở nên tự tin hơn.

기억에 남는 이유	Vi _____ nên tôi khó quên những giây phút đó.

패턴연습

패턴 1

Tôi nhớ nhất khi tôi <u>가장 기억에 남는 때</u>.

제가 _____ 때가 가장 기억에 남습니다.

▶ nhớ는 '기억하다, 외우다, 그리워하다'라는 뜻입니다.

가장 기억에 남는 때

chơi đàn vĩ cầm trong hội diễn văn nghệ 문화예술제에서 바이올린을 연주하다
chơi đàn ghi-ta trong lễ hội trường 학교 축제 때 기타를 연주하다
chơi sáo flute trong buổi biểu diễn Giáng sinh 크리스마스 공연에서 플루트를 연주하다

예시 답안

Tôi nhớ nhất khi tôi <u>chơi đàn vĩ cầm trong hội diễn văn nghệ</u>.

제가 문화예술제에서 바이올린을 연주했을 때가 가장 기억에 남습니다.

나의 답안

Tôi nhớ nhất khi tôi _____.

패턴 2

Tuy <u>겪었던 어려움</u> nhưng tôi vẫn <u>해결</u>.

비록 _____ 했지만 저는 _____.

▶ tuy A nhưng B는 '비록 A하지만 B하다'라는 뜻으로 mặc dù A nhưng B와 비슷합니다.

겪었던 어려움	해결
bản nhạc rất khó chơi 곡은 연주하기 매우 어렵다	cố gắng chơi đàn vĩ cầm với dàn nhạc của tôi 우리 악단과 함께 바이올린을 열심히 연주하다
thiết bị âm thanh bị hỏng 음향 설비가 고장나다	chơi đàn ghi-ta trên sân khấu 무대에서 기타를 연주하다
rất căng thẳng vì độc tấu 독주였기 때문에 매우 긴장하다	không sai lầm gì cả 하나도 틀리지 않다

예시 답안

Tuy bản nhạc rất khó chơi nhưng tôi vẫn <u>cố gắng chơi đàn vĩ cầm với dàn nhạc của tôi</u>.

비록 곡은 연주하기 매우 어려웠지만 저는 악단과 함께 바이올린을 열심히 연주했습니다.

나의 답안

_____ nhưng tôi vẫn _____

_____.

패턴 3 Vì 기억에 남는 이유 nên tôi khó quên những giây phút đó.

_____ 때문에 저는 그 순간을 잊기 어렵습니다.

▶ khó quên는 '잊기 어렵다'라는 뜻입니다. khó + 동사는 '~하기 어렵다'라는 뜻입니다.

기억에 남는 이유
dàn nhạc tôi được giải thưởng dàn nhạc yêu thích nhất   우리 악단이 가장 인기 있는 악단상을 받는다   mọi người đều vỗ tay nồng nhiệt   모두가 열화와 같은 박수갈채를 주다   bố mẹ, các bạn đều khen tôi chơi giỏi   부모님과 친구들이 모두 내가 잘 연주한다고 칭찬하다

예시 답안 Vì dàn nhạc tôi được giải thưởng dàn nhạc yêu thích nhất nên tôi khó quên những giây phút đó.

저희 악단이 가장 인기 있는 악단상을 받았기 때문에 저는 그 순간을 잊기 어렵습니다.

나의 답안 Vì _____

nên tôi khó quên những giây phút đó.

① 그리는 그림

Trong bản khảo sát, bạn nói rằng bạn thường vẽ tranh. Bạn thích thể loại tranh nào và thường vẽ những thể loại tranh nào? Vì sao bạn thích thể loại tranh đó?

당신은 설문에서 자주 그림을 그린다고 했습니다. 당신은 어떤 종류의 그림을 좋아하며 주로 어떤 종류의 그림을 그립니까? 왜 그 종류의 그림을 좋아하나요?

② 그림을 그리는 도구와 과정

Bạn thường sử dụng những dụng cụ vẽ nào để vẽ tranh? Bạn đã mua những dụng cụ vẽ đó ở đâu? Thêm vào đó, bạn thường vẽ tranh như thế nào? Hãy kể cho tôi nghe về các bước mà bạn thực hiện khi bạn vẽ tranh. Hãy nói thật chi tiết.

당신은 그림을 그리기 위해서 주로 어떤 미술 도구들을 사용하나요? 당신은 그 미술 도구들을 어디에서 샀나요? 또한 당신은 그림을 어떻게 그리나요? 당신이 그림을 그릴 때 수행하는 단계에 대해 저에게 말해주세요. 아주 상세히 말해주세요.

③ 그림 그리기를 시작한 때

Bạn đã bắt đầu vẽ tranh từ bao giờ? Ai dạy cho bạn cách vẽ tranh? Bạn đã học vẽ tranh ở đâu? Vì sao bạn quan tâm đến vẽ tranh?

당신은 언제부터 그림을 그리기 시작했나요? 누가 당신에게 그림 그리기를 가르쳤나요? 당신은 어디에서 그림 그리기를 배웠나요? 왜 당신은 그림 그리기에 관심을 가지나요?

④ 기억에 남는 그림 그리기 경험

Hãy kể cho tôi nghe về một trải nghiệm đáng nhớ mà bạn có được khi vẽ tranh. Có lẽ điều gì làm cho bạn tự hào hoặc bất ngờ xảy ra. Hãy nói thật chi tiết.

그림을 그릴 때 있었던 기억에 남는 경험에 대해 말해주세요. 아마 당신을 자랑스럽게 한 일이나 예상치 못한 일이 일어났을 것입니다. 아주 상세히 말해주세요.

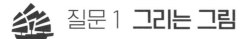

MP3 2-64

Trong bản khảo sát, bạn nói rằng bạn thường vẽ tranh. Bạn thích thể loại tranh nào và thường vẽ những thể loại tranh nào? Vì sao bạn thích thể loại tranh đó?

당신은 설문에서 자주 그림을 그린다고 했습니다. 당신은 어떤 종류의 그림을 좋아하며 주로 어떤 종류의 그림을 그립니까? 왜 그 종류의 그림을 좋아하나요?

모범답안

좋아하는 그림 종류	Khi rảnh, tôi thường vẽ tranh. Thể loại tranh yêu thích của tôi là tranh phong cảnh.
	한가할 때 저는 주로 그림을 그립니다. 제가 좋아하는 그림 종류는 풍경화입니다.
그 그림 종류를 좋아하는 이유	Bởi vì khi xem bức tranh phong cảnh đẹp, tôi có cảm giác như lạc vào một thế giới mới khác. Thêm vào đó, trong mỗi bức tranh phong cảnh tôi có thể xem các phong cảnh mà thực tế khó gặp, điều đó giúp tôi phát triển trí tưởng tượng. Khi đến các nơi có phong cảnh đẹp, tôi thường chụp ảnh phong cảnh ở đó và tôi vẽ tranh phong cảnh đó để giữ lại kỷ niệm.
	왜냐하면 아름다운 풍경화를 볼 때 마치 새로운 다른 세계로 떨어진 것 같은 느낌이 들기 때문입니다. 또한 각 풍경화에서 실제 삶에서는 만나기 힘든 풍경들을 볼 수 있어서 그것은 제가 상상력을 발전시키는 데 도움을 줍니다. 아름다운 풍경이 있는 장소에 갔을 때 저는 주로 그곳의 풍경을 사진으로 찍고 추억을 간직하기 위해 그 풍경을 그립니다.
그림을 그릴 때 나의 느낌	Khi tôi vẽ tranh, tôi cảm thấy rất vui vì tôi có thể sáng tạo ra một hình ảnh mới.
	그림을 그릴 때 제가 새로운 이미지를 창조해낼 수 있어서 매우 기쁩니다.

단어 **vẽ tranh** 그림 그리다 | **thể loại** 종류 | **bức** 그림, 사진 앞에 붙이는 종별사 | **cảm giác** 느낌, 감각 | **lạc** 길을 잃다 | **thế giới** 세계 | **thực tế** 실제 | **trí tưởng tượng** 상상력 | **chụp ảnh** 사진 찍다 | **giữ** 지키다, 유지하다 | **kỷ niệm** 기억, 추억 | **sáng tạo** 창조 | **hình ảnh** 이미지

나의 답안 작성하기

좋아하는 그림 종류	Khi rảnh, tôi thường vẽ tranh. Thể loại tranh yêu thích của tôi là _____.

그 그림 종류를 좋아하는 이유	Bởi vì _____. Thêm vào đó, trong mỗi bức tranh tôi có thể xem các _____ mà thực tế khó gặp, điều đó giúp tôi phát triển trí tưởng tượng. Khi đến các nơi có _____, tôi thường chụp ảnh phong cảnh ở đó và tôi vẽ _____ để _____.
그림을 그릴 때 나의 느낌	Khi tôi vẽ tranh, tôi cảm thấy rất _____ vì _____ _____.

패턴연습

 패턴 1

Thể loại tranh yêu thích của tôi là 좋아하는 그림 종류.

제가 좋아하는 그림 종류는 _____입니다.

▶ thể loại는 '종류, 장르'라는 뜻입니다.

좋아하는 그림 종류
tranh màu nước 수채화   tranh nhân vật 인물화   tranh sơn dầu 유화

예시 답안 ▸ **Thể loại tranh yêu thích của tôi là** tranh màu nước.

제가 좋아하는 그림 종류는 수채화입니다.

나의 답안 ▸ **Thể loại tranh yêu thích của tôi là** _____.

 패턴 2

Bởi vì 그 그림 종류를 좋아하는 이유.

왜냐하면 _____ 하기 때문입니다.

▶ bởi vì는 '왜냐하면'이라는 뜻으로 문장 앞에 와서 원인이나 이유를 나타내는 절을 이끕니다.

그 그림 종류를 좋아하는 이유
tranh màu nước mang cho tôi cảm giác sạch sẽ, nhẹ nhàng và tươi sáng 수채화는 깨끗하고 가볍고 밝은 느낌을 준다 tôi có thể tìm hiểu về vẻ đẹp của con người 사람의 아름다움에 대해 탐구할 수 있다 tranh sơn dầu miêu tả tỉ mỉ hơn và biểu hiện màu đậm nét hơn 유화는 더 세밀하게 묘사하고 색을 더 깊이 표현한다

예시 답안 ▸ **Bởi vì** tranh màu nước mang cho tôi cảm giác sạch sẽ, nhẹ nhàng và tươi sáng.

왜냐하면 수채화는 깨끗하고 가볍고, 밝은 느낌을 주기 때문입니다.

나의 답안 Bởi vì _____

_____ .

 패턴 3 Khi tôi vẽ tranh, tôi cảm thấy rất <u>그림 그릴 때 나의 느낌</u> vì <u>이유</u>.

그림을 그릴 때 _____ 해서 매우 _____ .

▶ cảm thấy는 '느끼다'라는 뜻입니다.

그림 그릴 때 나의 느낌	이유
thoải mái 편안하다	đó là khoảng thời gian vui nhất với tôi 그것이 나에게 가장 기쁜 시간이다
thích thú 만족하다	tôi tạo ra một tác phẩm của mình 나만의 작품을 만들어내다
thư giãn 긴장을 풀고 쉬다	tôi có thể giải toả căng thẳng bằng việc vẽ tranh 그림을 그리는 것으로 스트레스를 풀 수 있다

예시 답안 Khi tôi vẽ tranh, tôi cảm thấy rất <u>thoải mái</u> vì <u>đó là khoảng thời gian vui nhất với tôi</u>.

그림을 그릴 때 그것이 저에게 가장 즐거운 시간이기 때문에 매우 편안합니다.

나의 답안 Khi tôi vẽ tranh, tôi cảm thấy rất _____ vì _____

_____ .

질문 2 그림을 그리는 도구과 과정

MP3 2-65

Bạn thường sử dụng những dụng cụ vẽ nào để vẽ tranh? Bạn đã mua những dụng cụ vẽ đó ở đâu? Thêm vào đó, bạn thường vẽ tranh như thế nào? Hãy kể cho tôi nghe về các bước mà bạn thực hiện khi bạn vẽ tranh. Hãy nói thật chi tiết.

당신은 그림을 그리기 위해서 주로 어떤 미술 도구들을 사용하나요? 당신은 그 미술 도구들을 어디에서 샀나요? 또한 당신은 그림을 어떻게 그리나요? 당신이 그림을 그릴 때 수행하는 단계에 대해 저에게 말해주세요. 아주 상세히 말해주세요.

모범답안

그림을 그리는 도구와 미술 도구 구입처	Tôi vẽ tranh trên giấy vẽ bằng bút chì, màu nước vẽ v.v… Tôi đã mua dụng cụ vẽ ở cửa hàng bán họa cụ gần nhà. 저는 종이에 연필과 물감 등으로 그림을 그립니다. 저는 미술 도구를 집 근처 미술용품 판매점에서 샀습니다.
그림 그리는 방법	Nói về quá trình vẽ tranh thì đầu tiên tôi vẽ phác họa trên giấy bằng bút chì. Sau khi hoàn thành phác họa, tôi tô màu bằng màu nước. Khi tô màu thì tô màu sáng trước, tô màu tối sau để biểu hiện bóng tối và ánh sáng. 그림 그리는 과정에 대해 말하자면 먼저 저는 종이에 연필로 밑그림을 그립니다. 밑그림을 완성한 후에 물감으로 색을 칠합니다. 색칠할 때는 그림자와 빛을 표현하기 위해 밝은 색을 먼저 칠하고 나중에 어두운 색을 칠합니다.
그림을 그린 후 활동	Sau khi vẽ tranh xong, tôi thường chụp ảnh tranh mà tôi đã vẽ rồi gửi cho các bạn xem và nói chuyện về tranh đó. 저는 주로 그림을 다 그린 후에 제가 그린 그림을 사진 찍어서 친구들에게 보내서 보여주고 그 그림에 대해 이야기합니다.

단어 | **giấy vẽ** 도화지 | **bút chì** 연필 | **màu nước vẽ** 물감 | **dụng cụ** 용품. 도구 | **họa cụ** 화구. 미술 도구 | **quá trình** 과정 | **phác họa** 밑그림 | **tô màu** 색칠하다 | **màu sáng** 밝은 색 | **màu tối** 어두운 색 | **bóng tối** 그림자 | **ánh sáng** 빛

나의 답안 작성하기

그림을 그리는 도구와 미술 도구 구입처	Tôi vẽ tranh trên _____ bằng _____. Tôi đã mua dụng cụ vẽ ở _____.

그림 그리는 방법	Nói về quá trình vẽ tranh thì đầu tiên tôi vẽ phác họa trên _____ _____ bằng _____. Sau khi hoàn thành phác họa, tôi tô màu bằng _____. Khi tô màu thì tô màu sáng trước, tô màu tối sau để biểu hiện bóng tối và ánh sáng.
그림을 그린 후 활동	Sau khi vẽ tranh xong, tôi thường _____.

패턴연습

 패턴 1 Tôi vẽ tranh trên <u>그림 그리는 도구1(바탕)</u> **bằng** <u>그림 그리는 도구2</u>.

저는 _____에 _____으로 그림을 그립니다.

▶ bằng은 '도구, 수단, 방법, 재료'를 나타내는 명사 앞에 붙어 '~로, ~으로'라는 뜻을 나타냅니다.

그림그리는 도구1	그림그리는 도구2
màn hình máy tính 컴퓨터 화면 máy tính bảng ipad 아이패드 vải canvas 캔버스 천	phần mềm vẽ tranh, tức là vẽ kỹ thuật số 그림 그리기 소프트 웨어, 즉 디지털 페인팅 ứng dụng vẽ tranh 그림 그리기 어플 sơn dầu 유화용 물감

예시 답안 Tôi vẽ tranh trên <u>màn hình máy tính</u> bằng <u>phần mềm vẽ tranh, tức là vẽ kỹ thuật số.</u>

저는 컴퓨터 화면에 페인팅 소프트웨어로 그림을 그리는데, 즉 디지털 페인팅입니다.

나의 답안 Tôi vẽ tranh trên _____ bằng _____

_____.

 패턴 2 Tôi đã mua dụng cụ vẽ ở <u>미술 도구를 구매한 곳</u>.

저는 미술 도구를 _____에서 샀습니다.

▶ dụng cụ는 '용품, 도구'라는 뜻입니다.

미술도구를 구매한 곳	
cửa hàng văn phòng phẩm 문구점 cửa hàng online 온라인 상점	cửa hàng bán bảng vẽ 타블렛 판매점

예시 답안 Tôi đã mua dụng cụ vẽ ở <u>cửa hàng văn phòng phẩm.</u>

저는 미술 도구를 문구점에서 샀습니다.

나의 답안 Tôi đã mua dụng cụ vẽ ở _____.

패턴 3

Sau khi vẽ tranh xong, tôi thường <u>그림을 그리고 난 후 하는 활동</u>.

그림을 다 그린 후에 저는 주로 _____.

▶ sau khi는 '~한 후에'라는 뜻으로 뒤에 반드시 동사, 형용사 등의 서술어가 와야 합니다.

그림을 그린 후 활동
đăng lên trang blog của mình 내 블로그 페이지에 게시하다
xếp tranh vào khung ảnh 액자에 그림을 넣는다
xin nhận xét của giáo viên mỹ thuật 미술 선생님의 평가를 요청한다

예시 답안

Sau khi vẽ tranh xong, tôi thường **đăng lên trang blog của mình.**

그림을 다 그린 후에 저는 주로 저의 블로그에 게시합니다.

나의 답안

Sau khi vẽ tranh xong, tôi thường _____.

Bạn đã bắt đầu vẽ tranh từ bao giờ? Ai dạy cho bạn cách vẽ tranh?
Bạn đã học vẽ tranh ở đâu? Vì sao bạn quan tâm đến vẽ tranh?

당신은 언제부터 그림을 그리기 시작했나요? 누가 당신에게 그림 그리기를 가르쳤나요? 당신은 어디에서 그림 그리기를 배웠나요? 왜 당신은 그림 그리기에 관심을 가지나요?

모범답안

그림 그리기를 시작한 때	**Tôi đã bắt đầu vẽ tranh từ khi tôi 8 tuổi.** 저는 8살 때부터 그림을 그리기 시작했습니다.
그림 그리기를 가르친 사람과 배운 장소	**Khi tôi còn nhỏ, mẹ tôi luôn chơi với tôi. Mẹ tôi thích vẽ tranh và vẽ rất giỏi. Mẹ tôi dạy cho tôi cách vẽ tranh. Tôi cố gắng vẽ theo mẹ tôi và tôi càng ngày càng thích vẽ tranh. Mấy năm sau, mẹ tôi cho tôi đến trung tâm mỹ thuật gần nhà để chính thức học mỹ thuật.** 제가 어릴 때 어머니가 항상 저와 놀아주었습니다. 어머니는 그림 그리기를 좋아하고 매우 잘 그리셨습니다. 어머니가 저에게 그림 그리는 방법을 가르쳤습니다. 저는 어머니를 따라서 그리려고 노력했고 갈수록 그림 그리기를 좋아하게 되었습니다. 몇 년 후에 어머니는 정식으로 미술을 배울 수 있도록 저를 집 근처 미술 학원에 보냈습니다.
그림 그리기에 관심을 가지기 시작한 계기	**Bởi vì khoảng thời gian vẽ tranh với mẹ rất vui và hạnh phúc nên tôi bắt đầu quan tâm đến vẽ tranh. Mặc dù cuộc sống bận rộn, tôi cố gắng vẽ mỗi tuần một bức tranh.** 어머니와 그림을 그렸던 시간이 매우 즐겁고 행복했어서 저는 그림 그리기에 관심을 가지기 시작했습니다. 비록 삶이 바쁘지만 매주 그림 한 장을 그리려고 노력합니다.

단어 **dạy** 가르치다 | **càng ngày càng** 점점 더, 나날이 | **trung tâm mỹ thuật** 미술 학원 | **chính thức** 정식으로 | **khoảng thời gian** 시간, 기간 | **bận rộn** 분주하다, 바쁘다

나의 답안 작성하기

그림 그리기를 시작한 때	**Tôi đã bắt đầu vẽ tranh từ _____.**
그림 그리기를 가르친 사람과 배운 장소	**Khi tôi còn nhỏ, mẹ tôi luôn chơi với tôi. Mẹ tôi thích vẽ tranh và vẽ rất giỏi. _____ dạy cho tôi cách vẽ tranh. Tôi cố gắng vẽ theo mẹ tôi và tôi càng ngày càng thích vẽ tranh. Mấy năm sau, mẹ tôi cho tôi đến trung tâm mỹ thuật gần nhà để chính thức học mỹ thuật.**

그림 그리기에 관심을 가지기 시작한 계기	Bởi vì _____ nên tôi bắt đầu quan tâm đến vẽ tranh. Mặc dù cuộc sống bận rộn, tôi cố gắng vẽ mỗi tuần một bức tranh.

패턴연습

 패턴 1

Tôi đã bắt đầu vẽ tranh từ 그림 그리기를 시작한 때.

저는 _____부터 그림을 그리기 시작했습니다.

▶ bắt đầu은 '시작하다'라는 뜻입니다.

그림 그리기를 시작한 때
khi tôi là học sinh 학생일 때
khi tôi là sinh viên năm thứ nhất 대학교 1학년 때
mấy năm trước 몇 년 전

예시 답안
Tôi đã bắt đầu vẽ tranh từ khi tôi là học sinh.

저는 학생일 때부터 그림을 그리기 시작했습니다.

나의 답안
Tôi đã bắt đầu vẽ tranh từ _____.

 패턴 2

그림 그리기를 가르쳐준 사람 dạy cho tôi cách vẽ tranh.

_____이/가 저에게 그림 그리는 방법을 가르쳐주었습니다.

▶ dạy는 '가르치다'라는 뜻의 동사이고 cách은 명사로 쓰일 때 '방법, 방식'이라는 뜻입니다.

그림 그리기를 가르쳐준 사람	
giáo viên mỹ thuật 미술 선생님	chị gái tôi 우리 언니(누나)
bạn thân tôi 내 친한 친구	

예시 답안
Giáo viên mỹ thuật dạy cho tôi cách vẽ tranh.

미술 선생님이 저에게 그림 그리는 방법을 가르쳐주었습니다.

나의 답안
_____ dạy cho tôi cách vẽ tranh.

 **패턴 3**   Bởi vì 그림 그리기에 관심을 가지기 시작한 계기 nên tôi bắt đầu quan tâm đến vẽ tranh.

_____해서 저는 그림 그리기에 관심을 가지기 시작했습니다.

▶ bởi vì A nên B는 'A 때문에 B하다'라는 뜻으로 vì A nên B, bởi vì A cho nên B와 같은 뜻입니다.

그림 그리기에 관심을 가지기 시작한 계기
xem clip về các tranh nổi tiếng và cảm thấy thích thú 유명한 그림들에 대한 영상을 보고 흥미를 느끼다 là người hâm mộ anime và truyện tranh 애니메이션과 만화 팬이다 bố mẹ tôi đều là họa sĩ và tôi chịu ảnh hưởng từ họ 나의 부모님이 모두 화가이고 그분들의 영향을 받는다

예시 답안   Bởi vì xem clip về các tranh nổi tiếng và cảm thấy thích thú nên tôi bắt đầu quan tâm đến vẽ tranh.

유명한 그림들에 대한 영상을 보고 흥미를 느껴서 저는 그림 그리기에 관심을 가지기 시작했습니다.

나의 답안   Bởi vì _____
nên tôi bắt đầu quan tâm đến vẽ tranh.

질문 4 기억에 남는 그림 그리기 경험 MP3 2-67

Hãy kể cho tôi nghe về một trải nghiệm đáng nhớ mà bạn có được khi vẽ tranh. Có lẽ điều gì làm cho bạn tự hào hoặc bất ngờ xảy ra. Hãy nói thật chi tiết.

당신의 그림을 그릴 때 있었던 기억에 남는 경험에 대해 말해주세요. 아마 당신을 자랑스럽게 한 일이나 예상치 못한 일이 일어났을 것입니다. 아주 상세히 말해주세요.

모범답안

가장 기억에 남는 때	Tôi nhớ nhất khi tôi vẽ tranh chân dung bạn tôi trong lớp mỹ thuật. 저는 미술 시간에 친구의 초상화를 그렸던 때가 가장 기억에 남습니다.
기억에 남는 포인트	Khi đó, tôi rất cố gắng vẽ vì muốn vẽ đẹp làm cho bạn ấy hài lòng. Mặc dù tôi rất cố gắng vẽ nhưng chẳng hiểu sao nhân vật trong tranh tôi không đẹp cũng không dễ thương chút nào. Khi tôi cho bạn ấy xem tranh đó, bạn ấy bật khóc và cả lớp đều trách tôi. 그때 저는 예쁘게 그려서 그 친구를 만족시키고 싶어서 매우 열심히 그렸습니다. 비록 제가 매우 열심히 그렸지만 왜인지 모르게 저의 그림 속 인물은 예쁘지도 조금도 귀엽지도 않았습니다. 제가 친구에게 그 그림을 보여줬을 때 친구는 울음을 터뜨렸고 반 전체 친구들이 모두 저를 탓했습니다.
기억에 남는 이유	Tôi khó quên những giây phút đó bởi vì đó là một ký ức rất buồn và làm tôi bị sốc. Nhưng từ sau đó, tôi đã rất nỗ lực để vẽ đẹp nên tôi đã có thể tiến bộ hơn. 매우 슬픈 기억이고 충격 받게 했기 때문에 저는 그 순간을 잊기 어렵습니다. 하지만 그 다음부터 저는 예쁘게 그리려고 매우 노력했기 때문에 발전할 수 있었습니다.

단어 **tranh chân dung** 초상화 | **lớp** 수업, 반, 클래스 | **làm cho** ~하게 하다 | **chẳng hiểu sao** 도무지 이해할 수 없다, 왜인지 모르게 | **không ~ chút nào** 조금도 ~하지 않다 | **bật khóc** 울음을 터뜨리다 | **trách** 탓하다, 책망하다 | **khó quên** 잊기 힘들다 | **ký ức** 기억 | **sốc** 쇼크, 충격 | **nỗ lực** 노력 | **tiến bộ** 진보하다, 발전하다

나의 답안 작성하기

가장 기억에 남는 때	Tôi nhớ nhất khi tôi _____.
기억에 남는 포인트	Khi đó, tôi rất cố gắng vẽ vì muốn vẽ đẹp làm cho bạn ấy hài lòng. Mặc dù _____ nhưng _____. Khi tôi cho bạn ấy xem tranh đó, bạn ấy bật khóc và cả lớp đều trách tôi.

기억에 남는 이유	Tôi khó quên những giây phút đó bởi vì _____. Nhưng từ sau đó, tôi đã rất nỗ lực để vẽ đẹp nên tôi đã có thể tiến bộ hơn.

패턴연습

패턴 1

Tôi nhớ nhất khi tôi <u>가장 기억에 남는 때</u>.

제가 _____ 때가 가장 기억에 남습니다.

▶ nhớ는 '기억하다, 외우다, 그리워하다'라는 뜻입니다.

가장 기억에 남는 때
tham gia đại hội mỹ thuật 미술 대회에 참가하다
trang trí sân khấu cho hội diễn văn nghệ sinh viên 대학생 문화제를 위해 무대를 꾸미다
vẽ tranh trên máy tính lần đầu tiên 처음으로 컴퓨터에 그림을 그리다

예시 답안

Tôi nhớ nhất khi tôi <u>tham gia đại hội mỹ thuật</u>.

제가 미술 대회에 참가했을 때가 가장 기억에 남습니다.

나의 답안

Tôi nhớ nhất khi tôi _____.

패턴 2

Mặc dù <u>그림을 그릴 때 나의 상태/상태</u> nhưng <u>결과</u>.

비록 _____했지만 저는 _____.

그림을 그릴 때 나의 상태	결과
rất căng thẳng 매우 긴장하다	tôi vẫn cố gắng vẽ và được giải thưởng 열심히 그리고 상을 탄다
tôi không hài lòng về tranh tôi vẽ lắm 내가 그림에 그다지 만족하지 않다	nó lại hài hoà với sân khấu 그것은 무대와 조화롭다
chịu khó vì chưa rõ về các chức năng 각 기능에 익숙하지 않아 고생하다	tôi cảm thấy rất thú vị và hài lòng 재미있고 만족스럽게 느낀다

예시 답안

Mặc dù <u>rất căng thẳng</u> nhưng <u>tôi vẫn cố gắng vẽ và được giải thưởng</u>.

비록 매우 긴장했지만 저는 열심히 그렸고 상을 탔습니다.

나의 답안

Mặc dù _____ nhưng _____

_____.

Tôi khó quên những giây phút đó bởi vì 기억에 남는 이유.

_____ 때문에 저는 그 순간을 잊기 어렵습니다.

▶ khó quên는 '잊기 어렵다'라는 뜻입니다. 'khó + 동사'는 '~하기 어렵다'라는 뜻입니다.

기억에 남는 이유
tôi được giải nhất 내가 1등 상을 수상하다
mọi người yêu thích, hài lòng và khen tôi 모두가 좋아하고 만족하며 나를 칭찬하다
tôi thử cái mới và tiến lên bước mới 새로운 것을 시도하고 새로운 단계로 나아가다

예시 답안   Tôi khó quên những giây phút đó bởi vì tôi được giải nhấ.

제가 1등 상을 수상했기 때문에 그 순간을 잊기 어렵습니다.

나의 답안   Tôi khó quên những giây phút đó bởi vì _____.

① 기르는 반려동물 묘사

Trong bản khảo sát, bạn nói rằng bạn nuôi thú cưng. Bạn nuôi con thú cưng nào và nó trông như thế nào? Hãy miêu tả thật chi tiết về con thú cưng mà bạn đang nuôi. Nó tên là gì? Nó là con đực hay con cái?

당신은 설문에서 반려동물을 기른다고 했습니다. 당신은 어떤 반려동물을 기르며 반려동물은 어떻게 생겼나요? 당신이 기르고 있는 반려동물에 대해 아주 상세히 묘사하세요. 반려동물의 이름은 무엇입니까? 수컷입니까? 암컷입니까?

② 반려동물을 기르는 것의 장점과 단점

Dạo này, có rất nhiều người nuôi thú cưng như chó hay mèo. Theo bạn nghĩ điểm tốt và điểm xấu của việc nuôi thú cưng là gì? Vì sao bạn nghĩ như thế?

요즘에 매우 많은 사람들이 개 또는 고양이와 같은 반려동물을 기릅니다. 당신의 생각에 따르면 반려동물 기르기의 장점과 단점은 무엇입니까? 왜 당신은 그렇게 생각합니까?

③ 반려동물을 처음 데려왔을 때 기분과 했던 일

Bạn đã bắt đầu nuôi thú cưng từ bao giờ? Hãy kể cho tôi nghe về kỷ niệm ngày đầu tiên bạn đưa thú cưng về. Khi đó, bạn cảm thấy thế nào? Có vui không? Có bất ngờ không? Hãy nói thật chi tiết.

당신은 언제부터 반려동물을 기르기 시작했나요? 당신이 반려동물을 데려온 첫날 추억에 대해서 말해주세요. 그때 당신은 어떻게 느꼈나요? 즐거웠나요? 예상치 못했나요? 아주 상세히 말해주세요.

④ 반려동물을 기르면서 있었던 문제와 해결 방법

Khi nuôi thú cưng, chúng ta có thể gặp phải nhiều vấn đề. Hãy nói cho tôi biết về những vấn đề mà bạn gặp phải khi nuôi thú cưng. Bạn đã giải quyết vấn đề đó như thế nào?

반려동물을 기를 때 우리는 많은 문제를 만날 수 있습니다. 당신이 반려동물을 기를 때 겪었던 문제들에 대해 나에게 알려주세요. 당신은 그 문제를 어떻게 해결했나요?

질문 1 기르는 반려동물 묘사

MP3 2-68

Trong bản khảo sát, bạn nói rằng bạn nuôi thú cưng. Bạn nuôi con thú cưng nào và nó trông như thế nào? Hãy miêu tả thật chi tiết về con thú cưng mà bạn đang nuôi. Nó tên là gì? Nó là con đực hay con cái?

당신은 설문에서 반려동물을 기른다고 했습니다. 당신은 어떤 반려동물을 기르며 반려동물은 어떻게 생겼나요? 당신이 기르고 있는 반려동물에 대해 아주 상세히 묘사하세요. 반려동물의 이름은 무엇입니까? 수컷입니까? 암컷입니까?

모범답안

기르는 반려동물 종류와 이름	Tôi đang nuôi một con chó đực, nó tên là <Happy> có nghĩa là hạnh phúc. 저는 수컷 강아지를 한 마리 기르고 있습니다. 그의 이름은 〈해피〉로 행복이라는 뜻입니다.
반려동물 묘사	Con chó Happy nhà tôi cao lớn, chiếc mõm to dài, đôi tai dựng lên như con thỏ. Đôi mắt đen to và trông rất dễ thương còn đuôi thì ít lông, nó luôn vẫy đuôi mỗi khi thấy con người. Nó rất thông minh và hoạt bát nhưng đôi khi rất tham ăn. Khi đi dạo với nó, nó luôn chạy nhanh nên khiến tôi vận động theo. 우리집 해피는 덩치가 크고 입이 크고 길며 두 귀는 토끼처럼 세웁니다. 두 눈은 검고 크며 매우 귀여워 보입니다. 그리고 꼬리는 털이 적으며 사람을 볼 때마다 꼬리를 흔듭니다. 그는 매우 똑똑하고 활발하지만 때때로 식탐이 매우 강합니다. 그와 함께 산책할 때 항상 빨리 달려서 저를 운동시킵니다.
반려동물에 대한 나의 느낌	Tôi coi nó như là một thành viên trong gia đình và như em trai tôi. Cả gia đình tôi đều rất hạnh phúc vì nó. 저는 그를 우리 가족의 일원으로 여기고 제 남동생처럼 여깁니다. 우리 온 가족 모두 그 때문에 매우 행복합니다.

단어 **chó đực** 수컷 개(강아지) | **nghĩa** 의미, 뜻 | **cao lớn** 키와 몸집이 크다 | **mõm** (동물의) 입, 주둥이 | **đôi** 2개 세트 앞에 붙는 종별사 | **tai** 귀 | **dựng** 서다, 세우다 | **con thỏ** 토끼 | **mắt** 눈 | **đuôi** 꼬리 | **lông** 털 | **vẫy** 흔들다 | **thông minh** 똑똑하다, 총명하다 | **hoạt bát** 활발하다 | **tham ăn** 식탐이 있다 | **vận động** 운동하다 | **thành viên trong gia đình** 식구, 가족 구성원

나의 답안 작성하기

기르는 반려동물 종류와 이름	Tôi đang nuôi _____, nó tên là _____ _____.

반려동물 묘사	Con ＿＿＿＿＿＿＿＿＿ nhà tôi ＿＿＿＿＿＿＿＿＿＿. Đôi mắt ＿＿＿＿＿＿＿＿＿＿ và trông rất dễ thương còn đuôi thì ít lông, nó luôn vẫy đuôi mỗi khi thấy con người. Nó ＿＿＿＿＿＿＿＿＿＿ ＿＿＿＿＿＿＿＿＿＿. Khi đi dạo với nó, nó luôn chạy nhanh nên khiến tôi vận động theo.
반려동물에 대한 나의 느낌	Tôi coi nó như là một thành viên trong gia đình và như em trai tôi. Cả gia đình tôi đều rất hạnh phúc vì nó.

패턴연습

 패턴 1

Tôi đang nuôi 기르고 있는 반려동물, nó tên là 반려동물 이름.

저는 ＿＿＿＿＿＿＿＿＿ 을/를 기르고 있습니다. 그의 이름은 ＿＿＿＿＿＿＿＿＿ 입니다.

▶ nuôi는 '돌보다, 기르다'라는 뜻입니다.

기르고 있는 반려동물	이름
một con mèo cái 암컷 고양이 한 마리 một con thỏ đực 수컷 토끼 한 마리 hai con sóc, một con cái và một con đực 다람쥐 두 마리, 암컷 한 마리와 수컷 한 마리	\<Nabi\> có nghĩa là 'con bướm' 〈나비〉 나비라는 뜻 \<Hero\> có nghĩa là 'anh hùng' 〈히어로〉 영웅이라는 뜻 \<Haha\> và \<Lili\> 〈하하〉와 〈리리〉

예시 답안 ▶ Tôi đang nuôi một con mèo cái, nó tên là \<Nabi\>, có nghĩa là 'con bướm'.

저는 암컷 고양이 한 마리를 기르고 있습니다. 그의 이름은 나비로 '나비'라는 뜻입니다.

나의 답안 ▶ Tôi đang nuôi ＿＿＿＿＿＿＿＿＿＿＿＿＿＿, nó tên là ＿＿＿＿＿＿＿＿＿ ＿＿＿＿＿＿＿＿＿＿＿＿＿.

 패턴 2

Con 기르는 반려동물 nhà tôi 묘사.

우리집 ＿＿＿＿＿＿＿ 은/는 ＿＿＿＿＿＿＿＿＿＿＿＿＿＿＿＿＿.

기르는 반려동물	
mèo Nabi 고양이 나비 sóc Haha và Lili 다람쥐 하하와 리리	thỏ Hero 토끼 히어로

thân hình dài, có lông màu trắng ngắn, mắt to xanh nhạt, đôi chân khẳng khiu
몸이 길고 짧은 흰색 털을 가지고 있으며 눈은 크고 옅은 푸른색이고 두 다리는 가늘다

nhỏ xíu, lông màu trắng muốt, mềm mại như bông, đôi tai dài và to, lúc nào cũng vểnh lên
조그마하고 털은 희고 찰랑거리며 솜처럼 부드럽고 두 귀는 길고 크며 언제나 쫑긋 서 있다

nhỏ xíu, lông màu nâu nhạt và nâu đậm, đuôi rất to và mềm mại
조그마하고 털은 옅은 갈색과 짙은 갈색이며 꼬리는 매우 크고 부드럽다

예시 답안 Con mèo Nabi nhà tôi thân hình dài, có lông màu trắng ngắn, mắt to xanh nhạt, đôi chân khẳng khiu.

우리집 나비는 몸이 길고 짧은 흰색 털을 가지고 있으며 눈은 크고 옅은 푸른색이고 두 다리는 가늡니다.

나의 답안 Con _____ nhà tôi _____

_____ .

패턴 3   Nó 반려동물의 특성, 성격.

그는 _____ .

▶ nó는 '그, 그것'이라는 뜻으로 사람, 동물, 사물에 다 사용할 수 있습니다. 단, 사람에게 쓸 때는 나와 비슷하거나 어린 사람에게 사용하며 윗사람에게는 쓰지 않습니다.

có vẻ lạnh lùng với con người nhưng thực ra rất thích chơi với con người, chỉ có điều là nhút nhát.
사람에게 냉담해 보이지만 실제로는 사람과 노는 것을 매우 좋아한다. 다만 겁이 많다

thông minh và độc lập, bình thường không nghe lời của con người gì cả nhưng thật dễ thương
똑똑하고 독립적이다. 보통 사람의 말을 전혀 듣지 않는다. 하지만 매우 귀엽다

rất tò mò, nhạy cảm, nhút nhát nhưng rất đáng yêu
호기심이 많고 예민하고 겁이 많지만 매우 사랑스럽다

예시 답안 Nó có vẻ lạnh lùng với con người nhưng thực ra rất thích chơi với con người, chỉ có điều là nhút nhát.

그는 사람에게 냉담해 보이지만 실제로는 사람과 노는 것을 매우 좋아합니다. 다만 겁이 많습니다.

나의 답안 Nó _____

_____ .

질문 2
반려동물을 기르는 것의 장점과 단점

MP3 2-69

Dạo này, có rất nhiều người nuôi thú cưng như chó hay mèo. Theo bạn nghĩ điểm tốt và điểm xấu của việc nuôi thú cưng là gì? Vì sao bạn nghĩ như thế?

요즘에 매우 많은 사람들이 개 또는 고양이와 같은 반려동물을 기릅니다. 당신의 생각에 따르면 반려동물 기르기의 장점과 단점은 무엇입니까? 왜 당신은 그렇게 생각합니까?

모범답안

도입	Khi nuôi thú cưng, có nhiều điểm tốt và cũng tồn tại những điểm xấu. 반려동물을 기를 때 여러 장점이 있고 또한 단점들도 존재합니다.
장점	Theo tôi, điểm tốt khi nuôi thú cưng là con người cảm thấy hạnh phúc và ổn định vì nuôi các thú cưng. Chúng rất dễ thương và thân thiết với con người. Tôi nghe nói là nếu nuôi thú cưng và sinh sống với chúng từ khi nhỏ, điều đó ảnh hưởng tốt đến tính cách của con người. 제 생각에 반려동물을 기를 때 장점은 사람이 반려동물을 기르면서 행복감과 안정감을 느낀다는 것입니다. 그들은 매우 귀엽고 사람과 친숙합니다. 만약 어릴 때부터 반려동물을 기르고 함께 생활하면 사람의 성격에 좋은 영향을 미친다고 들었습니다.
단점	Điểm xấu khi nuôi thú cưng là chi phí nuôi thú cưng rất cao. Để nuôi thú cưng, chúng ta cần phải chuẩn bị nhiều thứ như chuồng, thức ăn, đồ chơi v.v.. đặc biệt là phí y tế cho các động vật rất đắt cho nên có thể trở thành một gánh nặng. 반려동물을 기를 때 단점은 반려동물 기르는 비용이 매우 높다는 것입니다. 반려동물을 기르기 위해서 우리는 케이지(집), 사료, 장난감 등 많은 것들을 준비해야 하고 특히 동물 의료비가 너무 비싸서 부담이 될 수도 있습니다.

단어   **nuôi** 기르다 | **thú cưng** 반려동물 | **điểm tốt** 장점 | **tồn tại** 존재하다 | **điểm xấu** 나쁜점 | **ổn định** 안정적이다 | **vật cưng** 반려동물 (= thú cưng) **thân thiết** 친밀하다 | **tính cách** 성격 | **chi phí** 비용 | **chuồng** 케이지, 우리 | **thức ăn** 사료, 음식 | **phí y tế** 의료비 | **động vật** 동물 | **gánh nặng** 부담

나의 답안 작성하기

도입	Khi nuôi thú cưng, có nhiều điểm tốt và cũng tồn tại những điểm xấu.

장점	Theo tôi, điểm tốt khi nuôi thú cưng là _____ _____. Chúng rất dễ thương và thân thiết với con người. Tôi nghe nói là nếu nuôi thú cưng và sinh sống với chúng từ khi nhỏ, điều đó ảnh hưởng tốt đến tính cách của con người.
단점	Điểm xấu khi nuôi thú cưng là _____. Để nuôi thú cưng, chúng ta cần phải chuẩn bị nhiều thứ như chuồng, thức ăn, đồ chơi v.v.. đặc biệt là phí y tế cho các động vật rất đắt cho nên có thể trở thành một gánh nặng.

패턴연습

 패턴 1   **Điểm tốt khi nuôi thú cưng là** 반려동물 기를 때 장점.

반려동물을 기를 때 장점은 _____ 입니다.

▶ điểm은 '~점, 점수'라는 뜻으로 điểm tốt에서는 '좋은 점, 장점'이라는 뜻으로 쓰였습니다.

반려동물 기를 때 장점
giúp tôi giảm căng thẳng, cuộc sống trở nên phong phú hơn 내가 스트레스를 줄이는 데 도움이 되고 삶이 더 풍부해진다 mang lại niềm vui như có thêm những người bạn mới 새 친구들을 얻은 것과 같은 기쁨을 준다 chúng khiến tôi phải vận động và sống chăm chỉ hơn 내가 운동하게 만들고 더 부지런하게 살게 한다

예시 답안   Điểm tốt khi nuôi thú cưng là giúp tôi giảm căng thẳng, cuộc sống trở nên phong phú hơn.

반려동물을 기를 때 장점은 제가 스트레스를 줄이는 데 도움이 되고 삶이 더 풍부해지는 것입니다.

나의 답안   Điểm tốt khi nuôi thú cưng là _____ _____.

 패턴 2   **Điểm xấu khi nuôi thú cưng là** 반려동물 기를 때 단점.

반려동물을 기를 때 단점은 _____ 입니다.

▶ điểm은 '~점, 점수'라는 뜻으로 điểm xấu에서는 '나쁜 점, 단점'이라는 뜻으로 쓰였습니다.

반려동물 기를 때 단점
có thể ảnh hưởng không tốt cho sức khỏe như gây dị ứng
알레르기 유발과 같이 건강에 안 좋은 영향을 미칠 수 있다
có thể gây bất hoà với láng giềng do tiếng chó sủa
개 짖는 소리로 인한 이웃과의 불화를 야기할 수 있다
không thể đi du lịch trong thời gian dài nếu không ai chăm sóc nó
그를 돌볼 사람이 없다면 장기간 여행을 갈 수 없다

예시 답안 Điểm xấu khi nuôi thú cưng là <u>có thể ảnh hưởng không tốt cho sức khỏe như gây dị ứng</u>.

반려동물을 기를 때 단점은 알레르기 유발과 같이 건강에 안 좋은 영향을 미칠 수 있다는 것입니다.

나의 답안 Điểm xấu khi nuôi thú cưng là _____ _____ .

질문 3
반려동물을 처음 데려왔을 때 기분과 했던 일

MP3 2–70

Bạn đã bắt đầu nuôi thú cưng từ bao giờ? Hãy kể cho tôi nghe về kỷ niệm ngày đầu tiên bạn đưa thú cưng về. Khi đó, bạn cảm thấy thế nào? Có vui không? Có bất ngờ không? Hãy nói thật chi tiết.

당신은 언제부터 반려동물을 기르기 시작했나요? 당신이 반려동물을 데려온 첫날 추억에 대해서 말해주세요. 그때 당신은 어떻게 느꼈나요? 즐거웠나요? 예상치 못했나요? 아주 상세히 말해주세요.

모범답안

반려동물을 기르기 시작한 때	Tôi đã bắt đầu nuôi thú cưng từ 3 năm trước. 저는 반려동물을 3년 전부터 기르기 시작했습니다.
반려동물을 데려온 첫날	Bà nội tôi tặng tôi một con chó con rất dễ thương vào ngày sinh nhật thứ 20 của tôi. Bố mẹ tôi cũng đồng ý tôi nuôi thú cưng. Tôi vẫn nhớ ngày đầu tiên tôi đưa thú cưng về. Nó có vẻ nhút nhát nhưng vì tò mò nên đi thử khắp nơi trong nhà. Tôi đã đặt tên cho nó là <Pong>. Chú Pong thích nghi rất nhanh và trở thành thành viên gia đình tôi. 저의 친할머니께서 저의 20번째 생일에 매우 귀여운 강아지 한 마리를 선물해주셨습니다. 부모님도 제가 반려동물을 기르는 것을 동의했습니다. 저는 아직도 제가 반려동물을 데려온 첫날을 기억하고 있습니다. 그는 겁을 먹은 것처럼 보였지만 호기심에 집 안의 모든 곳을 돌아다녔습니다. 저는 그에게 〈퐁〉이라는 이름을 지어주었습니다. 퐁은 매우 빠르게 적응했고 우리 가족 구성원이 되었습니다.
나의 느낌	Vào ngày đầu tiên nó đến nhà tôi, tôi cảm thấy rất hạnh phúc và sung sướng vì có một người bạn mới dễ thương. 그가 우리집에 온 첫날 저는 새로운 귀여운 친구가 생겨서 매우 행복하고 기쁘게 느꼈습니다.

단어 **tặng** 선물을 주다, 증정하다 | **sinh nhật** 생일 | **đồng ý** 동의하다 | **có vẻ** ~처럼 보이다 | **nhút nhát** 겁내다, 소심하다 | **tò mò** 호기심이 있다 | **khắp nơi** 모든 곳 | **thích nghi** 적응하다

나의 답안 작성하기

반려동물을 기르기 시작한 때	Tôi đã bắt đầu nuôi thú cưng từ _____.

| 반려동물을 데려온 첫날 | ＿＿＿＿＿＿＿＿＿ tặng tôi một con＿＿＿＿＿＿＿ rất dễ thương vào ngày ＿＿＿＿＿＿＿＿＿＿＿＿＿＿＿＿＿.
 Bố mẹ tôi cũng đồng ý tôi nuôi thú cưng. Tôi vẫn nhớ ngày đầu tiên tôi đưa thú cưng về. Nó có vẻ nhút nhát nhưng vì tò mò nên đi thử khắp nơi trong nhà. Tôi đã đặt tên cho nó là <＿＿＿＿＿＿>.
 Chú ＿＿＿＿＿＿＿＿＿＿＿ thích nghi rất nhanh và trở thành thành viên gia đình tôi. |
| 나의 느낌 | Vào ngày đầu tiên nó đến nhà tôi, tôi cảm thấy ＿＿＿＿＿＿＿＿ ＿＿＿＿＿＿＿＿＿＿＿＿＿＿＿＿＿. |

패턴연습

 패턴 1　Tôi đã bắt đầu nuôi thú cưng từ 반려동물 기르기를 시작한 때.

저는 반려동물을 ＿＿＿＿＿＿＿＿＿부터 기르기 시작했습니다.

▶ bắt đầu은 '시작하다'라는 뜻입니다.

반려동물 기르기 시작한 때	
hai tháng trước 두 달 전 mấy tuần trước 몇 주 전	ba năm trước 삼 년 전

예시 답안　Tôi đã bắt đầu nuôi thú cưng từ hai tháng trước.

저는 반려동물을 두 달 전부터 기르기 시작했습니다.

나의 답안　Tôi đã bắt đầu nuôi thú cưng từ ＿＿＿＿＿＿＿＿＿＿＿＿.

 패턴 2　반려동물을 선물해준 사람 tặng tôi một con 반려동물 rất dễ thương vào ngày 반려동물을 처음 만난 날.

＿＿＿＿＿이/가 ＿＿＿＿＿ 날 매우 귀여운 ＿＿＿＿＿＿ 한 마리를 선물해주었습니다.

▶ tặng은 '선물하다'라는 뜻의 동사입니다.

반려동물을 선물해준 사람	반려동물	일자
chồng tôi 남편 bố mẹ tôi 우리 부모님 chú tôi 나의 삼촌	mèo con 새끼 고양이 thỏ 토끼 sóc 다람쥐	kỷ niệm kết hôn 결혼기념일 thiếu nhi 어린이날 lễ Giáng sinh 크리스마스

Chồng tôi tặng tôi một con mèo con rất dễ thương vào ngày kỷ niệm kết hôn.

남편이 결혼기념일에 매우 귀여운 새끼 고양이 한 마리를 선물해주었습니다.

_____ tặng tôi một con _____ rất dễ thương vào ngày _____.

🔊 패턴 3 Vào ngày đầu tiên nó đến nhà tôi, tôi cảm thấy 처음 반려동물을 데려온 날 나의 느낌.

그가 우리집에 온 첫날 저는 _____ 느꼈습니다.

▶ đầu tiên은 '처음, 먼저'라는 뜻으로 ngày đầu tiên은 '첫날'입니다.

처음 반려동물을 데려온 날 나의 느낌
rất vui vẻ và thích thú vì trông nó thật dễ thương 그가 너무 귀엽게 보여서 매우 기쁘고 좋다
hơi lo lắng vì nó trông nhỏ xíu và đáng thương 그가 너무 작고 불쌍해 보여서 약간 걱정하다
phấn khích và hào hứng vì ước mơ trở thành sự thật 꿈이 현실이 되어서 신이 나고 흥분하다

Vào ngày đầu tiên nó đến nhà tôi, tôi cảm thấy rất vui vẻ và thích thú vì trông nó thật dễ thương.

그가 우리집에 온 첫날 저는 그가 너무 귀엽게 보여서 매우 기쁘고 좋게 느꼈습니다.

Vào ngày đầu tiên nó đến nhà tôi, tôi cảm thấy _____
_____.

질문 4
반려동물을 기르면서 있었던 문제와 해결 방법

MP3 2-71

Khi nuôi thú cưng, chúng ta có thể gặp phải nhiều vấn đề. Hãy nói cho tôi biết về những vấn đề mà bạn gặp phải khi nuôi thú cưng. Bạn đã giải quyết vấn đề đó như thế nào?

반려동물을 기를 때 우리는 많은 문제를 만날 수 있습니다. 당신이 반려동물을 기를때 겪었던 문제들에 대해 나에게 알려주세요. 당신은 그 문제를 어떻게 해결했나요?

모범답안

반려동물을 기르면서 겪은 문제	Vấn đề mà tôi gặp phải khi nuôi thú cưng là tôi bị dị ứng do lông thú cưng. 제가 반려동물을 기를 때 겪은 문제는 제가 반려동물 털 때문에 알레르기가 있었던 것입니다.
구체적인 문제 설명	Trước khi đưa thú cưng về, tôi không bị dị ứng với một thứ nào đó. Nhưng từ khi tôi sinh sống với con chó cưng, tôi bắt đầu bị sưng và ngứa ở quanh mắt. Đôi khi tôi khó thở nên tôi đi khám bệnh, bác sĩ bảo là tôi bị dị ứng do lông chó. 저는 반려동물을 데려오기 전에 어떤 것에도 알레르기가 없었습니다. 하지만 반려견과 함께 살 때부터 저는 눈 주변이 붓고 가렵기 시작했습니다. 때때로 저는 숨쉬기가 힘들어서 진찰받으러 갔습니다. 의사 선생님은 저에게 개털 알레르기가 있다고 말했습니다.
문제 해결	Tôi rất lo lắng vì không thể sống xa chú chó cưng tôi. Bác sĩ khuyên tôi tăng cường hệ miễn dịch. Vì thế tôi cố gắng tập thể dục mỗi ngày. Nhờ lối sống khỏe mạnh nên tôi không bị dị ứng nữa và có thể giải quyết được vấn đề đó. 저는 반려견과 멀리 떨어져서 살 수 없기 때문에 매우 걱정했습니다. 의사 선생님은 저에게 면역력을 강화시키라고 충고해주었습니다. 그래서 저는 매일 운동하려고 노력했습니다. 건강한 생활 방식 덕분에 저는 더이상 알레르기가 없고, 그 문제를 해결할 수 있었습니다.

단어 | **vấn đề** 문제 | **dị ứng** 알레르기 | **lông** 털 | **sinh sống** 생활하다. 살다 | **sưng** 붓다 | **ngứa** 가렵다 | **quanh** 주변 | **khó thở** 숨쉬기가 힘들다 | **khám bệnh** 병을 진찰하다 | **bảo** 말하다. 명령하다 | **chú** 동물 앞에 붙여 애정어린 대상화를 만드는 말 | **khuyên** 충고하다. 권하다 | **tăng cường** 강화하다 | **hệ miễn dịch** 면역체계 | **tập thể dục** 운동하다 | **lối sống** 생활 방식 | **giải quyết** 해결하다

나의 답안 작성하기

반려동물을 기르면서 겪은 문제	Vấn đề mà tôi gặp phải khi nuôi thú cưng là _____ _____.

구체적인 문제 설명	Trước khi đưa thú cưng về, tôi không bị dị ứng với một thứ nào đó. Nhưng từ khi tôi sinh sống với con chó cưng, tôi bắt đầu bị sưng và ngứa ở quanh mắt. Đôi khi tôi khó thở nên tôi đi khám bệnh, bác sĩ bảo là tôi bị dị ứng do lông chó.
문제 해결	Tôi rất lo lắng vì _____. Bác sĩ khuyên tôi tăng cường hệ miễn dịch. Vì thế tôi cố gắng tập thể dục mỗi ngày. Nhờ _____ nên _____ và có thể giải quyết được vấn đề đó.

패턴연습

 패턴 1 **Vấn đề mà tôi gặp phải khi nuôi thú cưng là** <u>반려동물을 기르면서 겪은 문제</u>.

제가 반려동물을 기를 때 겪은 문제는 _____입니다.

▶ 동사 + phải는 동사의 결과가 부정적인 것을 나타냅니다. 여기서 phải는 '~해버리다' 등으로 해석하거나 해석하지 않습니다. 동사 + phải 용법은 모든 동사에 사용하지 않고 gặp, lấy, ăn 등의 특정 동사와 사용합니다.

반려동물을 기르면서 겪은 문제
con mèo cưng tôi bị ốm nặng 나의 반려묘가 많이 아프다 **con thỏ cưng tôi nhai dây điện** 나의 토끼가 전선을 갉아 먹는다 **con sóc của tôi bị lạc** 나의 다람쥐를 잃어버렸다

예시 답안 **Vấn đề mà tôi gặp phải khi nuôi thú cưng là** <u>con mèo cưng tôi bị ốm nặng</u>.

제가 반려동물을 기를 때 겪은 문제는 저의 반려묘가 많이 아팠던 것입니다.

나의 답안 **Vấn đề mà tôi gặp phải khi nuôi thú cưng là** _____

_____.

 패턴 2 **Tôi rất lo lắng vì** <u>내가 매우 걱정한 이유</u>.

저는 _____ 때문에 매우 걱정했습니다.

▶ lo lắng은 '걱정하다'라는 뜻으로 lo와 같은 뜻입니다.

내가 매우 걱정한 이유
ở gần nhà tôi không có bệnh viện thú y mở cửa 24/24 giờ 우리집 근처에 24시간 운영하는 동물병원이 없다 **nhai dây điện thì rất nguy hiểm với nó** 전선을 갉아먹으면 그에게 매우 위험하다

bên ngoài trời rất lạnh ảnh hưởng xấu đến chúng nó
밖의 날씨가 매우 추워서 그들에게 나쁜 영향을 끼친다

예시 답안   Tôi rất lo lắng vì <u>ở gần nhà tôi không có bệnh viện thú y mở cửa
24/24 giờ.</u>

저는 우리집 근처에 24시간 운영하는 동물병원이 없어서 매우 걱정했습니다.

나의 답안   Tôi rất lo lắng vì _____

_____.

 패턴 3

Nhờ <u>해결된 원인</u> nên <u>문제 해결</u>.

내가 _____ 덕분에 _____.

▶ nhờ A nên B는 'A 덕분에 B하다'라는 뜻으로 주로 좋은 원인으로 좋은 결과를 맺었을 때 사용합니다.

해결된 원인	문제 해결
tôi đưa con mèo cưng đến bệnh viện kịp thời 내가 반려묘를 적시에 병원에 데려가다	nó được chăm sóc y tế 치료를 받다
chuyên gia về thỏ giúp tôi 토끼 전문가가 나를 도와주다	tôi giấu các dây điện trong nhà 집안의 전선들을 감추다
cả gia đình giúp tôi tìm các con sóc 온 가족이 나를 도와 다람쥐들을 찾다	tôi tìm được chúng nó ở phòng vệ sinh 그들을 화장실에서 찾았다

예시 답안   Nhờ <u>tôi đưa con mèo cưng đến bệnh viện kịp thời</u> nên <u>nó được chăm
sóc y tế.</u>

제가 반려묘를 적시에 병원에 데려간 덕분에 치료를 받았습니다.

나의 답안   Nhờ _____ nên _____

_____.

＊농구/야구/축구/탁구 주제 대표 질문 리스트

① 좋아하는 운동 장소 묘사

Trong bản khảo sát, bạn nói rằng bạn thích chơi bóng rổ. Tôi muốn biết về sân bóng mà bạn thường đi chơi bóng rổ. Hãy miêu tả thật chi tiết về nơi đó.

당신은 설문에서 농구를 하는 것을 좋아한다고 했습니다. 나는 당신이 자주 농구를 하러 가는 농구장에 대해 알고 싶습니다. 그 장소에 대해 아주 상세하게 묘사하세요.

---

② 농구/야구/축구/탁구를 하는 시간, 장소, 함께 하는 사람

Bạn thường chơi bóng chày khi nào? Bạn thường chơi bóng chày ở đâu? Với ai?

당신은 주로 언제 야구를 하나요? 당신은 주로 어디에서 누구와 함께 야구를 하나요?

---

③ 처음으로 농구/야구/축구/탁구를 한 경험

Bạn đã chơi bóng đá lần đầu khi nào? Khi đó, bạn đã chơi bóng đá ở đâu và với ai? Người nào đã dạy cho bạn cách chơi bóng đá?

당신은 언제 처음으로 축구를 했나요? 그때 당신은 어디에서 축구를 했고 누구와 했나요? 누가 당신에게 축구 하는 방법을 가르쳤나요?

---

④ 기억에 남는 경기 경험

Hãy kể cho tôi nghe về một trận đấu bóng bàn đáng nhớ mà bạn đã tham gia. Vì sao trận bóng bàn đó trở nên đáng nhớ? Hãy nói thật chi tiết về trận bóng bàn đó mà bạn có thể.

당신이 참여했던 기억에 남는 탁구 경기에 대해 말해주세요. 왜 그 탁구 경기가 기억에 남게 되었나요? 그 탁구 경기에 대해 당신이 할 수 있는 만큼 아주 상세히 말해주세요.

질문 1 좋아하는 운동 장소 묘사

Trong bản khảo sát, bạn nói rằng bạn thích chơi bóng rổ. Tôi muốn biết về sân bóng mà bạn thường đi chơi bóng rổ. Hãy nói thật chi tiết về nơi đó.

당신은 설문에서 농구를 하는 것을 좋아한다고 했습니다. 나는 당신이 자주 농구를 하러 가는 농구장에 대해 알고 싶습니다. 그 장소에 대해 아주 상세하게 말하세요.

모범답안

도입	Tôi thích chơi bóng rổ, vì thế khi rảnh tôi thường đi chơi bóng rổ.
	저는 농구하는 것을 좋아합니다. 그래서 한가할 때 저는 자주 농구하러 갑니다.
좋아하는 운동 장소 묘사	Sân bóng rổ mà tôi thường đến để chơi bóng rổ là sân bóng rổ trong trường tôi. Vào cuối tuần, nhà thể thao của trường tôi mở cửa cho các học sinh nên tôi thường đi chơi bóng rổ ở đó. Sân bóng rổ đó rất rộng và hiện đại. Thêm nữa, vì ở trong nhà nên dù trời mưa hoặc có tuyết cũng có thể chơi bóng rổ thoải mái.
	제가 자주 농구하러 가는 농구장은 저희 학교 내 농구장입니다. 주말에 저희 학교의 체육관은 학생들에게 개방해서 저는 주로 그곳에 농구를 하러 갑니다. 그 농구장은 매우 넓고 현대적입니다. 또한 실내에 있어서 비가 오거나 눈이 와도 편하게 농구를 할 수 있습니다.
마무리	Tôi rất thích sân bóng rổ này và muốn chơi bóng rổ ở đây lâu dài.
	저는 이 농구장을 매우 좋아하고 이곳에서 오랫동안 농구를 하고 싶습니다.

단어 **bóng rổ** 농구 | **sân bóng rổ** 농구장 | **nhà thể thao** 체육관 | **dù~ cũng~** ~하더라도 역시 ~하다 | **lâu dài** 오랫동안

나의 답안 작성하기

도입	Tôi thích chơi _____, vì thế khi rảnh tôi thường đi chơi _____.
좋아하는 운동 장소 묘사	_____ mà tôi thường đến để chơi _____. Vào cuối tuần, nhà thể thao của trường tôi mở cửa cho các học sinh nên tôi thường đi chơi bóng rổ ở đó. Sân _____ đó _____. Thêm nữa, vì ở trong nhà nên dù trời mưa hoặc có tuyết cũng có thể chơi bóng rổ thoải mái.
마무리	Tôi rất thích sân bóng rổ này và muốn chơi bóng rổ ở đây lâu dài.

패턴연습

 패턴 1

Tôi thích chơi 좋아하는 운동 종목, vì thế khi rảnh tôi thường đi chơi 좋아하는 운동 종목.

저는 _____하는 것을 좋아합니다. 그래서 한가할 때 자는 자주 _____하러 갑니다.

▶ chơi는 여러 가지 뜻을 가진 동사로 '놀다, (악기를) 연주하다, (스포츠를) 하다'라는 뜻입니다.

좋아하는 운동 종목		
bóng chày 야구	bóng đá 축구	bóng bàn 탁구

예시 답안 Tôi thích chơi bóng chày, vì thế khi rảnh tôi thường đi chơi bóng chày.

저는 야구하는 것을 좋아합니다. 그래서 한가할 때 저는 자주 야구하러 갑니다.

나의 답안 Tôi thích chơi _____, vì thế khi rảnh tôi thường đi chơi

_____.

 패턴 2

운동 장소 mà tôi thường đến để chơi 운동 종목 là 자주 가는 운동 장소.

제가 자주 _____하러 가는 _____.

▶ mà는 관계대명사로 절이 명사를 꾸밀 때 사용합니다. '명사 + mà + 주어 + 동사' 형태로 활용됩니다.

운동 장소	운동 종목	자주 가는 운동 장소
sân bóng chày 야구장	bóng chày 야구	sân bóng chày của một trường đại học gần nhà 집 근처 한 대학교의 야구장
sân bóng đá 축구장	bóng đá 축구	sân vận động của công viên gần nhà 집 근처 공원의 운동장
sân bóng bàn 탁구장	bóng bàn 탁구	sân bóng bàn của trung tâm thể thao ở khu vực tôi 우리 동네에 스포츠센터의 탁구장

예시 답안 Sân bóng chày mà tôi thường đến để chơi bóng chày là sân bóng chày của một trường đại học gần nhà.

제가 자주 야구하러 가는 야구장은 집 근처 한 대학교의 야구장입니다.

나의 답안 _____ mà tôi thường đến để chơi _____ là

_____.

패턴 3

Sân 운동 장소 đó 자주 가는 운동 장소의 특징.

그 _____장 은/는 _____.

▶ bóng은 '공'이라는 뜻으로 bóng rổ 농구, bóng đá 축구, bóng chày 야구, bóng bàn 탁구 이외에도 bóng chuyền 배구, bóng ném 핸드볼 등 구기 종목의 이름을 말할 때 쓰입니다.

운동 장소	자주 가는 운동 장소의 특징
bóng chày 야구 vận động 운동 bóng bàn 탁구	có sân cỏ, rộng rãi và mới 잔디구장이 있고 널찍하고 새것이다 có hai khung thành bóng đá, có thể sử dụng miễn phí 축구 골대가 2개 있고, 무료로 이용할 수 있다 gần nhà, hiện đại, mới xây dựng 집에서 가깝고, 현대적이며, 막 지어졌다

예시 답안 Sân bóng chày đó có sân cỏ, rộng rãi và mới.

그 야구장은 잔디구장이 있고, 널찍하고 새것입니다.

나의 답안 Sân _____ đó _____.

질문 2 농구/야구/축구/탁구를 하는 시간, 장소, 함께 하는 사람

Bạn thường chơi bóng chày khi nào? Bạn thường chơi bóng chày ở đâu? Với ai?

당신은 주로 언제 야구를 하나요? 당신은 주로 어디에서 누구와 함께 야구를 하나요?

모범답안

도입	Chơi bóng chày là một trong những sở thích của tôi. 야구하는 것은 저의 취미들 중 하나입니다.
농구/야구/축구/ 탁구를 하는 시간	Tôi thường chơi bóng chày vào cuối tuần. Tôi đang hoạt động trong một câu lạc bộ bóng chày, các thành viên trong câu lạc bộ đều rất bận, chỉ có thời gian rảnh rỗi vào cuối tuần. 저는 주로 주말에 야구를 합니다. 저는 한 야구 동아리(동호회)에서 활동하고 있고 동아리원들은 모두 매우 바빠서 주말에만 여가 시간이 있습니다.
장소/함께 하는 사람	Tôi thường chơi bóng chày ở sân bóng chày của một trường đại học gần nhà với các thành viên trong câu lạc bộ bóng chày. Chúng tôi thường cá cược đội nào thắng đội nào thua, bên bị thua thường mời bên thắng đi ăn tối sau trận bóng chày. 저는 주로 야구 동아리 회원들과 집 근처 한 대학교의 야구장에서 야구를 합니다. 우리는 주로 어떤 팀이 이기고 어떤 팀이 지는지 내기를 해서 경기 후에 진 팀이 이긴 팀에게 저녁을 대접합니다.

단어 **bóng chày** 야구 | **hoạt động** 활동 | **câu lạc bộ** 클럽, 동호회, 동아리 | **thời gian rảnh rỗi** 여가 시간 | **cá cược** 내기하다 | **thắng** 이기다 | **thua** 지다 | **bên thắng** 이긴 쪽 | **trận** 경기

나의 답안 작성하기

도입	Chơi _____ là một trong những sở thích của tôi.
농구/야구/축구/ 탁구를 하는 시간	Tôi thường chơi bóng _____ vào _____ . Tôi đang hoạt động trong một câu lạc bộ _____, các thành viên trong câu lạc bộ đều rất bận, chỉ có thời gian rảnh rỗi vào cuối tuần.

장소/함께 하는 사람	Tôi thường chơi _____ ở _____ với _____. Chúng tôi thường cá cược đội nào thắng đội nào thua, bên bị thua thường mời bên thắng đi ăn tối sau trận _____.

패턴연습

패턴 1

Chơi 좋아하는 운동 종목 là một trong những sở thích của tôi.
_____ 하는 것은 저의 취미들 중 하나입니다.

▶ chơi는 여러 가지 뜻을 가진 동사로 '놀다, (악기를) 연주하다, (스포츠를) 하다'라는 뜻입니다. 'một trong những + 명사'는 '명사들 중 하나'라는 뜻으로 여럿 중에 하나를 나타냅니다.

좋아하는 운동 종목		
bóng rổ 농구	bóng đá 축구	bóng bàn 탁구

예시 답안

Chơi bóng rổ là một trong những sở thích của tôi.

농구하는 것은 저의 취미들 중 하나입니다.

나의 답안

Chơi _____ là một trong những sở thích của tôi.

패턴 2

Tôi thường chơi 좋아하는 운동 종목 vào 운동을 하는 때.
저는 주로 _____ 에 _____ 를 합니다.

▶ vào는 '~에'라고 해석하며 날짜, 요일, 시즌 등을 나타내는 명사 앞에서 시간을 나타내는 전치사로 쓰입니다.

운동 종목	운동을 하는 때
bóng rổ 농구	chiều thứ bảy 토요일 오후
bóng đá 축구	chủ nhật 일요일
bóng bàn 탁구	tối thứ sáu 금요일 저녁

예시 답안

Tôi thường chơi bóng rổ vào chiều thứ bảy.

저는 주로 토요일 오후에 농구를 합니다.

나의 답안

Tôi thường chơi _____ vào _____.

패턴 3

Tôi thường chơi 좋아하는 운동 종목 ở 운동을 하는 장소 với 함께 운동하는 사람.

저는 주로 _____와/과 _____에서 _____를 합니다.

▶ với는 '~와 함께'라고 해석하며 뒤에는 함께 하는 사람이 옵니다.

운동 종목	운동을 하는 장소	함께 운동하는 사람
bóng rổ 농구	sân bóng rổ trong trường tôi 우리 학교 내 농구장	các bạn tôi 내 친구들
bóng đá 축구	sân vận động của công viên gần nhà 집 근처 공원의 운동장	các đồng nghiệp 동료들
bóng bàn 탁구	sân bóng bàn của trung tâm thể thao ở khu vực tôi 우리 동네 스포츠센터의 탁구장	gia đình tôi 우리 가족

예시 답안

Tôi thường chơi bóng rổ ở sân bóng rổ trong trường tôi với các bạn tôi.

저는 주로 친구들과 저희 학교 내 농구장에서 농구를 합니다.

나의 답안

Tôi thường chơi _____ ở _____

_____ với _____.

질문 3
처음으로 농구/야구/축구/탁구를 한 경험

MP3 2-74

Bạn đã chơi bóng đá lần đầu khi nào? Khi đó, bạn đã chơi bóng đá ở đâu và với ai? Người nào đã dạy cho bạn cách chơi bóng đá?

당신은 언제 처음으로 축구를 했나요? 그때 당신은 어디에서 축구를 했고 누구와 했나요? 누가 당신에게 축구 하는 방법을 가르쳤나요?

모범답안

처음으로 농구/야구/축구/탁구를 했던 때	Tôi không thể nhớ rõ nhưng tôi đã chơi bóng đá lần đầu khi tôi là học sinh cấp 1. 분명히 기억할 수는 없지만 제가 초등학생 때 처음으로 축구를 했습니다.
구체적인 경험	Trong giờ học môn thể dục, thầy giáo cho chúng tôi biết quy tắc bóng đá rồi cho chúng tôi chơi bóng đá trên sân vận động của trường. Tôi và các bạn cùng lớp đều rất vui vì đã rất muốn chơi bóng đá thực tế. Mặc dù mọi người chơi kém vì là lần đầu nhưng đó là một kỷ niệm khó quên của tôi. 체육 과목 수업 시간에 선생님께서 저희에게 축구 규칙을 가르쳐 주시고 저희가 학교 운동장에서 축구를 하게 했습니다. 저와 같은 반 친구들은 다 매우 즐거웠습니다. 왜냐하면 실제로 축구를 하기를 매우 바랐기 때문입니다. 비록 처음이라 모두가 잘 하지는 못했지만 그것은 나의 잊기 힘든 추억입니다.
나의 느낌	Từ khi đó, tôi rất say mê với bóng đá và mỗi lúc rảnh rỗi, tôi đều chơi bóng đá với các bạn. 그때부터 저는 축구에 흠뻑 빠졌고 한가할 때마다 저는 친구들과 축구를 합니다.

단어 **rõ** 분명하다. 명확하다 | **lần đầu** 최초 | **cấp 1** 초등학교 | **môn** 과목 | **thể dục** 체육 | **quy tắc** 규칙 | **sân vận động** 운동장 | **thực tế** 실제 | **kém** 부족하다. 서툴다 | **kỷ niệm** 추억 | **khó quên** 잊기 힘들다 | **say mê** 푹 빠지다

나의 답안 작성하기

처음으로 농구/야구/축구/탁구를 했던 때	Tôi không thể nhớ rõ nhưng tôi đã chơi _____ lần đầu khi _____.
구체적인 경험	Trong giờ học môn thể dục, _____ cho chúng tôi biết quy tắc _____ rồi cho chúng tôi chơi _____.

	Tôi và _____ đều rất vui vì đã rất muốn chơi _____ thực tế. Mặc dù mọi người chơi kém vì là lần đầu nhưng đó là một kỷ niệm khó quên của tôi.
나의 느낌	Từ khi đó, tôi rất say mê với _____ và mỗi lúc rảnh rỗi, tôi đều _____.

패턴연습

 패턴 1

Tôi không thể nhớ rõ nhưng tôi đã chơi <u>좋아하는 운동 종목</u> lần đầu khi <u>처음 그 운동을 한 때</u>.

분명히 기억할 수는 없지만 저는 _____때 처음으로 _____을/를 했습니다.

▶ nhớ는 '기억하다'라는 뜻이며 rõ는 '분명한, 명확한'이라는 뜻입니다.

종목	처음 농구/야구/축구/탁구를 한 때
bóng rổ 농구 bóng chày 야구 bóng bàn 탁구	tôi tham gia vào câu lạc bộ bóng rổ 내가 농구 동호회에 가입하다 tôi là học sinh cấp 2 내가 중학생이다 tôi còn nhỏ, khoảng 8 tuổi 내가 아직 어릴 때, 약 8살

예시 답안

Tôi không thể nhớ rõ nhưng tôi đã chơi <u>bóng rổ</u> lần đầu khi <u>tôi tham gia vào câu lạc bộ bóng rổ</u>.

분명히 기억할 수는 없지만 저는 제가 농구 동호회에 가입했을 때 처음으로 농구를 했습니다.

나의 답안

Tôi không thể nhớ rõ nhưng tôi đã chơi _____ lần đầu khi

_____.

 패턴 2

<u>운동을 가르쳐 준 사람</u> cho chúng tôi biết quy tắc <u>운동 종목</u> rồi cho chúng tôi chơi <u>운동 종목</u>.

_____이/가 우리에게 _____ 규칙을 알려주고 우리가 _____를 하게 했습니다.

▶ quy tắc은 '규칙, 룰'이라는 뜻입니다. 'cho + 사람 + 동사'는 '~에게 ~하게 하다'라는 뜻의 사역동사 구문입니다.

운동을 가르쳐 준 사람	종목
chủ tịch câu lạc bộ bóng rổ 농구 동호회장 thầy giáo chủ nhiệm 담임 선생님 bố tôi 나의 아버지	bóng rổ 농구 bóng chày 야구 bóng bàn 탁구

예시 답안 <u>Chủ tịch câu lạc bộ bóng rổ</u> cho chúng tôi biết quy tắc <u>bóng rổ</u> rồi cho chúng tôi chơi <u>bóng rổ</u>.

농구 동호회장이 우리에게 농구 규칙을 알려주고 우리가 농구를 하게 했습니다.

나의 답안 _____ cho chúng tôi biết quy tắc _____ rồi cho chúng tôi chơi _____.

🗨️ 패턴 3 Từ khi đó, tôi rất say mê với <u>운동 종목</u> và mỗi lúc rảnh rỗi, tôi đều <u>운동을 즐기는 상황</u>.

그때부터 저는 _____에 흠뻑 빠졌고 한가할 때마다 저는 _____.

▶ 'say mê với + 대상'은 '~을 매우 좋아하다, ~에 빠지다'라는 뜻으로 취미 등 열정을 가지고 집중하는 대상에 대한 상태를 설명하기 위해 사용됩니다.

종목	운동을 즐기는 상황
bóng rổ 농구 bóng chày 야구 bóng bàn 탁구	tập thể dục để nâng cao thể lực 체력 향상을 위해 운동하다 xem các trận bóng chày Mỹ 미국 야구 경기를 보다 tập bóng bàn với anh trai tôi 우리 형(오빠)와 탁구 연습을 하다

예시 답안 Từ khi đó, tôi rất say mê với <u>bóng rổ</u> và mỗi lúc rảnh rỗi, tôi đều <u>tập thể dục để nâng cao thể lực</u>.

그때부터 저는 농구에 흠뻑 빠졌고 한가할 때마다 저는 체력 향상을 위해 운동합니다.

나의 답안 Từ khi đó, tôi rất say mê với _____ và mỗi lúc rảnh rỗi, tôi đều _____.

질문 4 기억에 남는 경기 경험

MP3 2-75

Hãy kể cho tôi nghe về một trận đấu bóng bàn đáng nhớ mà bạn đã tham gia. Vì sao trận bóng bàn đó trở nên đáng nhớ? Hãy nói thật chi tiết về trận bóng bàn đó mà bạn có thể.

당신이 참여했던 기억에 남는 탁구 경기에 대해 말해주세요. 왜 그 탁구 경기가 기억에 남게 되었나요? 그 탁구 경기에 대해 당신이 할 수 있는 만큼 아주 상세히 말해주세요.

모범답안

기억에 남는 경기	Trận đấu bóng bàn đáng nhớ mà tôi đã tham gia là trận chung kết trong giải bóng bàn ký túc xá tôi khi tôi là sinh viên. 제가 참여했던 기억에 남는 탁구 경기는 대학생 때 기숙사 탁구 대회 결승전입니다.
그 경기가 기억에 남는 이유	Tôi nhớ nhất trận đấu bóng bàn đó là vì đội tôi thắng trong trận chung kết đó. Tuy đối thủ chơi rất giỏi nhưng họ sai lầm nhiều lần nên chúng tôi có thể chiến thắng trong gang tấc. Trận đấu đó rất căng thẳng, chúng tôi thắng được với tỷ số 15:13. 그 탁구 경기가 제일 기억에 남는 것은 우리 팀이 그 결승전에서 이겼기 때문입니다. 상대편이 매우 잘했지만 그들은 여러 번 실수를 해서 우리가 아슬아슬하게 이길 수 있었습니다. 그 경기는 매우 긴장되었고 우리는 15:13으로 이겼습니다.
나의 느낌	Đội tôi vô địch và được nhận tiền thưởng nên tôi rất sung sướng và vui vẻ. Rất khó quên những giây phút đó. 우리 팀이 우승했고 상금을 받아서 저는 매우 기쁘고 즐거웠습니다. 그 순간을 매우 잊기 힘듭니다.

단어 **trận đấu** 경기 | **đáng nhớ** 기억에 남다 | **tham gia** 참가하다, 참여하다 | **trận chung kết** 결승전 | **giải** 상(賞) | **đối thủ** 상대 팀 | **sai lầm** 실수하다, 범실하다 | **chiến thắng** 승리하다, 이기다 | **gang tấc** 간신히, 아슬아슬하다 | **căng thẳng** 긴장하다 | **tỷ số** 비율, 스코어(스포츠 용어) | **vô địch** 우승하다 | **nhận** 받다

나의 답안 작성하기

기억에 남는 경기	Trận đấu _____ đáng nhớ mà tôi đã tham gia là _____ _____.
그 경기가 기억에 남는 이유	Tôi nhớ nhất trận đấu _____ đó là vì _____ _____. Tuy đối thủ chơi rất giỏi nhưng họ sai lầm nhiều lần nên chúng tôi có thể chiến thắng trong gang tấc. Trận đấu đó rất căng thẳng, chúng tôi thắng được với tỷ số _____.

나의 느낌	_____ nên tôi rất sung sướng và vui vẻ. Rất khó quên những giây phút đó.

패턴연습

패턴 1

Trận đấu 운동 종목 đáng nhớ mà tôi đã tham gia là 기억에 남는 경기.

제가 참여했던 기억에 남는 _____ 경기는 _____ 입니다.

▶ trận đấu는 스포츠에서 '경기'라는 뜻이며 줄여서 trận으로 사용하기도 합니다.

종목	기억에 남는 경기
bóng rổ 농구 bóng chày 야구 bóng đá 축구	trận bán kết trong đại hội thể thao trường 학교 체육대회 준결승전 trận tứ kết trong thi đấu bóng chày vào năm ngoái 작년 야구 대회 4강전 trận vòng loại 1 1차 예선전

예시 답안

Trận đấu bóng rổ đáng nhớ mà tôi đã tham gia là trận bán kết trong đại hội thể thao trường.

농구하는 것은 저의 취미들 중 하나입니다.

나의 답안

Trận đấu _____ đáng nhớ mà tôi đã tham gia là _____

_____.

패턴 2

Tôi nhớ nhất trận đấu 운동 종목 đó là vì 그 경기가 가장 기억에 남는 이유.

그 _____ 경기가 제일 기억에 남는 것은 _____ 때문입니다.

▶ là vì 뒤에는 이유나 원인이 오며 '~은 ~때문이다'로 해석합니다.

종목	그 경기가 가장 기억에 남는 이유
bóng rổ 농구 bóng chày 야구 bóng đá 축구	cả trường đều cổ vũ đội tôi 학교 전체가 다 우리 팀을 응원한다 suýt nữa đội tôi bị thua 하마터면 우리 팀이 질 뻔하다 tôi ghi bàn thắng 내가 승리의 골을 넣다

예시 답안

Tôi nhớ nhất trận đấu bóng rổ đó là vì cả trường đều cổ vũ đội tôi.

그 농구 경기가 제일 기억에 남는 것은 학교 전체가 다 우리 팀을 응원했기 때문입니다.

나의 답안

Tôi nhớ nhất trận đấu _____ đó là vì _____.

패턴 3 내가 기뻐하고 즐거워한 이유 nên tôi rất sung sướng và vui vẻ.

_____해서 저는 매우 기쁘고 즐거웠습니다.

▶ sung sướng은 '즐겁다, 기쁘다'라는 뜻으로 vui vẻ와 비슷하며 같이 사용할 수 있습니다.

내가 기쁘고 즐거워한 이유
cả đội tôi đã chơi nỗ lực hết sức 우리 팀 전체가 최선을 다해 노력하여 경기하다
đội tôi chiến thắng trước đối thủ mạnh nhất 우리 팀이 가장 강한 팀에 승리하다
mọi người đều khen và cổ vũ tôi 모두가 나를 칭찬하고 응원하다

예시 답안

Cả đội tôi đã chơi nỗ lực hết sức nên tôi rất sung sướng và vui vẻ.

우리 팀 전체가 최선을 다해 노력하여 경기해서 저는 매우 기쁘고 즐거웠습니다.

나의 답안

_____ nên tôi rất sung sướng và vui vẻ.

① 수영하는
장소, 빈도수,
함께하는 사람

Trong bản khảo sát, bạn nói rằng bạn thích bơi lội.
Bạn thường bơi ở đâu? Bạn có thường xuyên đi bơi
không? Bạn thường bơi mấy lần trong một tuần
hoặc một tháng? Bạn thường bơi với ai?

당신은 설문에서 수영을 좋아한다고 했습니다. 당신은 주로 어디에서 수
영하나요? 당신은 자주 수영하러 가요? 당신은 주로 일주일 혹은 한 달
에 몇 번 수영하나요? 당신은 주로 누구와 수영을 하나요?

② 수영의 장점과
수영을 좋아하는
이유

Hãy nói cho tôi biết về lý do bạn thích bơi lội. Bơi lội
có những ích lợi gì và vì sao bơi lội tốt hơn những
môn thể thao khác?

당신이 수영을 좋아하는 이유에 대해 말해주세요. 수영은 어떤 유익한 점
들이 있고 왜 다른 스포츠들보다 수영이 더 좋은가요?

③ 처음 수영한
경험

Bạn đã bơi lội lần đầu khi nào? Khi đó, bạn có cảm
thấy sợ không? Ai đã dạy cho bạn cách bơi lội? Hãy
nói về một trải nghiệm bơi lội lần đầu của bạn.

당신은 언제 처음으로 수영을 했나요? 그때 당신은 무섭게 느꼈나요?
누가 당신에게 수영하는 방법을 가르쳤나요? 당신의 첫 수영 경험에 대해
말해보세요.

④ 기억에 남는
수영 관련 경험

Hãy kể cho tôi nghe về một trải nghiệm đáng nhớ
mà bạn có được khi bơi lội. Vì sao trải nghiệm đó trở
nên đáng nhớ? Hãy nói thật chi tiết về trải nghiệm
liên quan đến bơi lội đó từ đầu đến cuối.

당신의 수영을 할 때 있었던 기억에 남는 경험에 대해 말해주세요. 왜 그
경험이 기억에 남게 되었나요? 그 수영 관련한 경험에 대해 아주 상세하
게 처음부터 끝까지 말해주세요.

수영하는 장소, 빈도수, 함께 하는 사람

Trong bản khảo sát, bạn nói rằng bạn thích bơi lội. Bạn thường bơi ở đâu? Bạn có thường xuyên đi bơi không? Bạn thường bơi mấy lần trong một tuần hoặc một tháng? Bạn thường bơi với ai?

당신은 설문에서 수영을 좋아한다고 했습니다. 당신은 주로 어디에서 수영하나요? 당신은 자주 수영하러 가나요? 당신은 주로 일주일 혹은 한 달에 몇 번 수영하나요? 당신은 주로 누구와 수영을 하나요?

모범답안

도입	Môn thể thao mà tôi thích nhất là bơi lội. 제가 가장 좋아하는 스포츠 종목은 수영입니다.
자주 수영하는 장소, 빈도수, 함께 수영하는 사람	Tôi thường bơi ở bể bơi trong trung tâm thể thao khu vực mà tôi đang sống. Vì bể bơi đó gần nhà và chất lượng nước cũng tốt. Tôi đã đăng ký lớp học bơi lội cho nên tôi đi bơi 3 lần trong một tuần, vào thứ hai, tư và sáu. Bởi vì muốn tập trung tập thể dục nên tôi thường đi bơi một mình. 저는 주로 제가 사는 동네 스포츠센터 수영장에서 수영을 합니다. 그 수영장은 집에서 가깝고 수질도 좋기 때문입니다. 저는 수영교실에 등록해서 일주일에 3번, 월, 수, 금요일에 수영하러 갑니다. 운동에 집중하고 싶어서 저는 주로 혼자 수영하러 갑니다.
마무리	Hiện nay công việc của tôi rất bận nhưng tôi vẫn cố gắng đi bơi để có sức khỏe tốt. 요즘에 저의 일이 매우 바쁘지만 저는 좋은 건강을 위해 수영하러 가려고 노력합니다.

단어 **môn thể thao** 스포츠 종목 | **bơi lội** 수영 | **bể bơi** 수영장 | **trung tâm thể thao** 스포츠센터 | **chất lượng nước** 수질 | **đăng ký** 등록하다 | **tập trung** 집중하다

나의 답안 작성하기

도입	Môn thể thao mà tôi thích nhất là bơi lội.
자주 수영하는 장소, 빈도수, 함께 수영하는 사람	Tôi thường bơi ở bể bơi _____. Vì bể bơi đó gần nhà và chất lượng nước cũng tốt. Tôi đã đăng ký lớp học bơi lội cho nên tôi đi bơi _____. Bởi vì _____ nên tôi thường đi bơi _____.
마무리	Hiện nay công việc của tôi rất bận nhưng tôi vẫn cố gắng đi bơi để có sức khỏe tốt.

패턴연습

 패턴 1

Tôi thường bơi ở bể bơi <u>자주 가는 수영장</u>.

저는 주로 _____ 수영장에서 수영합니다.

▶ bể bơi는 '수영장'이라는 뜻으로 hồ bơi와 동의어입니다. bể bơi는 북부, hồ bơi는 남부에서 주로 사용합니다.

자주 가는 수영장
trong công ty 회사(내)   của trường tôi 우리 학교의
ngoài trời trong chung cư tôi 우리 아파트(내) 실외

예시 답안   Tôi thường bơi ở bể bơi <u>trong công ty</u>.

저는 주로 회사 수영장에서 수영을 합니다.

나의 답안   Tôi thường bơi ở bể bơi _____.

 패턴 2

Tôi đã đăng ký lớp học bơi lội cho nên tôi đi bơi <u>수영하러 가는 빈도</u>.

저는 수영교실에 등록해서 _____ 수영하러 갑니다.

▶ đăng ký는 '등록하다'라는 뜻으로 어떤 프로그램에 참가할 때 사용할 수 있습니다.

수영하러 가는 빈도
hai lần trong một tuần, vào thứ ba và thứ năm 일주일에 두 번 화요일과 목요일
mười lần một tháng 한 달에 10회
mỗi ngày 매일

예시 답안   Tôi đã đăng ký lớp học bơi lội cho nên tôi đi bơi <u>hai lần trong một tuần, vào thứ ba và thứ năm</u>.

저는 수영교실에 등록해서 일주일에 두 번 화요일과 목요일에 수영하러 갑니다.

나의 답안   Tôi đã đăng ký lớp học bơi lội cho nên tôi đi bơi _____

_____.

 패턴 3

Bởi vì <u>이유</u> nên tôi thường đi bơi <u>함께 수영하러 가는 사람</u>.

_____ 해서 나는 주로 _____ 수영하러 갑니다.

▶ bởi vì A nên B는 'A하기 때문에 B하다'라는 뜻으로 nên 대신 cho nên을 사용해도 됩니다.

이유	함께 수영하러 가는 사람
đi một mình thì buồn chán 혼자 가면 지루하다	với các đồng nghiệp tôi 내 동료들과
muốn giúp bạn tôi tập thể dục 내 친구가 운동하는 것을 도와주고 싶다	với bạn thân tôi 내 친한 친구와
có thể thi đua nhau 서로 겨룰 수 있다	với láng giềng tôi 내 이웃과

예시 답안 Bởi vì <u>đi một mình thì buồn chán</u> nên tôi thường đi bơi <u>với các đồng nghiệp tôi.</u>

혼자 가면 지루해서 저는 주로 동료들과 수영하러 갑니다.

나의 답안 Bởi vì _____ nên tôi thường đi bơi _____.

질문 2 수영의 장점과 수영을 좋아하는 이유 〔MP3 2-77〕

Hãy nói cho tôi biết về lý do bạn thích bơi lội. Bơi lội có những ích lợi gì và vì sao bơi lội tốt hơn những môn thể thao khác?

당신이 수영을 좋아하는 이유에 대해 말해주세요. 수영은 어떤 유익한 점들이 있고 왜 다른 스포츠들보다 수영이 더 좋은가요?

모범답안

수영을 좋아하는 이유	Lý do tôi thích bơi lội là vì bơi lội có nhiều ích lợi như sau. 제가 수영을 좋아하는 이유는 수영이 다음과 같은 많은 유익한 점을 가지고 있기 때문입니다.
수영의 유익한 점	Thứ nhất, khi bơi lội, tôi có thể tập thể dục toàn thân từ đầu đến chân. Thứ hai, tập thể dục mà không lo lắng về bị chấn thương khớp. Khi tôi chạy bộ nhiều hoặc chơi môn thể thao khác, khớp tôi bị tổn thương dần dần nhưng khi bơi lội thì không có ảnh hưởng xấu. Thêm nữa, bơi lội tốt cho phổi, giúp phổi khỏe mạnh. 첫 번째로 수영할 때 저는 머리부터 발까지 전신 운동을 할 수 있습니다. 두 번째로 운동하면서 관절이 다치는 것에 관한 걱정을 하지 않습니다. 제가 조깅을 많이 하거나 다른 스포츠를 할 때 저의 근육은 점점 손상을 당하지만 수영할 때는 나쁜 영향이 없습니다. 또한 수영은 폐에 좋아서 폐를 건강하게 도와줍니다.
마무리	Mỗi khi tôi bơi, tôi cảm thấy rất sảng khoái và mát mẻ nên tôi rất thích bơi. 수영을 할 때마다 저는 매우 상쾌하고 시원해서 수영하는 것을 매우 좋아합니다.

단어 **lý do** 이유 | **ích lợi** 유익한 점 | **tập thể dục toàn thân** 전신 운동 | **đầu** 머리 | **chân** 발 | **chấn thương** 다치다 | **khớp** 관절 | **chạy bộ** 조깅 | **tổn thương** 손상하다 | **ảnh hưởng** 영향 | **phổi** 폐 | **sảng khoái** 상쾌하다

나의 답안 작성하기

수영을 좋아하는 이유	Lý do tôi thích bơi lội là vì bơi lội có nhiều ích lợi như sau.
수영의 유익한 점	Thứ nhất, khi bơi lội, tôi có thể _____. Thứ hai, tập thể dục mà không lo lắng về bị chấn thương khớp. Khi tôi chạy bộ nhiều hoặc chơi môn thể thao khác, khớp tôi bị tổn thương dần dần nhưng khi bơi lội thì không có ảnh hưởng xấu. Thêm nữa, bơi lội tốt cho _____.
마무리	Mỗi khi tôi bơi, _____ nên tôi rất thích bơi.

패턴연습

 패턴 1

Khi bơi lội, tôi có thể 수영할 때 장점.

수영할 때 저는 _____ 할 수 있습니다.

▶ bơi lội는 수영, 잠수, 헤엄 등을 총칭하는 단어로 '수영하다'라고 해석합니다.

수영할 때 장점

cải thiện sức mạnh của cơ bắp 근육의 힘을 개선하다
đốt calo 칼로리를 소모하다
giúp xương chắc khỏe 뼈를 튼튼하게 하다

예시 답안 ▷ Khi bơi lội, tôi có thể cải thiện sức mạnh của cơ bắp.

수영할 때 저는 근육의 힘을 개선할 수 있습니다.

나의 답안 ▷ Khi bơi lội, tôi có thể _____.

 패턴 2

Thêm nữa, bơi lội tốt cho 수영의 좋은 점.

또한, 수영은 _____ 에 좋습니다.

▶ 'tốt cho + 명사'는 '~에 좋다'라고 해석합니다. ☞ tốt cho sức khỏe 건강에 좋다

수영의 좋은 점(대상)

tuần hoàn máu 혈액순환	da 피부	chức năng của tim 심장의 기능

예시 답안 ▷ Thêm nữa, bơi lội tốt cho tuần hoàn máu.

또한, 수영은 혈액순환에 좋습니다.

나의 답안 ▷ Thêm nữa, bơi lội tốt cho _____.

 패턴 3

Mỗi khi tôi bơi, 수영을 좋아하는 이유 nên tôi rất thích bơi.

수영을 할 때마다 저는 _____ 해서 수영하는 것을 매우 좋아합니다.

▶ mỗi khi는 '~할 때마다'라는 뜻이며 뒤에는 서술어, 절이 옵니다.

수영을 좋아하는 이유

cơ thể tôi khỏe mạnh hơn 내 신체가 더 건강해진다
tôi có thể rèn sức chịu đựng 내가 지구력을 기를 수 있다
tôi có thể tập trung cho bản thân mình 내 자신에게 집중할 수 있다

예시 답안 ▷ Mỗi khi tôi bơi, cơ thể tôi khỏe mạnh hơn nên tôi rất thích bơi.

수영을 할 때마다 저의 신체가 더 건강해져서 수영하는 것을 매우 좋아합니다.

나의 답안 ▷ Mỗi khi tôi bơi, _____ nên tôi rất thích bơi.

Bạn đã bơi lội lần đầu khi nào? Khi đó, bạn có cảm thấy sợ không? Ai đã dạy cho bạn cách bơi lội? Hãy nói về một trải nghiệm bơi lội lần đầu của bạn.

당신은 언제 처음으로 수영을 했나요? 그때 당신은 무섭게 느꼈나요? 누가 당신에게 수영하는 방법을 가르쳤나요? 당신의 첫 수영 경험에 대해 말해보세요.

모범답안

처음으로 수영을 했던 때	Tôi đã bơi lội lần đầu khi tôi còn là học sinh cấp 1. 저는 초등학생 때 처음 수영을 했습니다.
구체적인 경험	Tôi học bơi trong lớp học bơi lội ở trung tâm thể thao gần nhà. Vào ngày đầu tiên, tôi và các bạn cùng lớp chỉ học cách đập chân. Mấy ngày sau, chúng tôi học cách nổi trên mặt nước nhưng tôi rất sợ xuống nước. Các bạn tôi đều nổi trên nước được, chỉ trừ tôi. Thầy giáo dạy bơi đã dạy tốt và giúp tôi nên cuối cùng tôi cũng có thể nổi trên mặt nước. 저는 집 근처 스포츠센터의 수영교실에서 수영을 배웠습니다. 첫날, 저와 클래스 친구들은 발차기 하는 방법만 배웠습니다. 며칠 후 우리는 물에 뜨는 방법을 배웠지만 저는 물에 들어가는 것이 매우 무서웠습니다. 저를 제외한 친구들은 모두 물에 뜰 수 있었습니다. 수영을 가르치는 선생님께서 잘 가르쳐 주시고 저를 도와주셔서 마침내 저도 물에 뜰 수 있었습니다.
나의 느낌	Mặc dù tôi đã rất sợ nhưng tôi rất sung sướng và tự hào về mình vì tôi cũng có thể bơi được. 비록 매우 무서웠지만 저도 수영을 할 수 있었기 때문에 매우 기쁘고 내 자신이 자랑스러웠습니다.

> **단어** **trung tâm thể thao** 스포츠센터 | **cách** 방법 | **đập chân** 발차기 하다 | **nổi** 떠오르다, 뜨다 | **sợ** 무섭다, 두렵다 | **xuống nước** 물에 들어가다 | **chỉ trừ** ~만 빼고, 제외하고 | **cuối cùng** 마침내 | **mặc dù ~ nhưng~** 비록 ~하지만 ~하다 | **tự hào** 자랑스럽다

나의 답안 작성하기

처음으로 수영을 했던 때	Tôi đã bơi lội lần đầu khi tôi _____.
구체적인 경험	Tôi học bơi _____. Vào ngày đầu tiên, tôi và các bạn cùng lớp chỉ học cách đập chân. Mấy ngày sau, chúng tôi học cách nổi trên mặt nước nhưng tôi rất sợ xuống nước.

	Các bạn tôi đều nổi trên nước được, chỉ trừ tôi. Thầy giáo dạy bơi đã dạy tốt và giúp tôi nên cuối cùng tôi cũng có thể nổi trên mặt nước.
나의 느낌	Mặc dù tôi đã rất sợ nhưng tôi _____ vì tôi cũng có thể bơi được.

패턴연습

 패턴 1

Tôi đã bơi lội lần đầu khi tôi 처음 수영을 한 때.

저는 _____ 때 처음 수영을 했습니다.

▶ lần đầu는 lần đầu tiên의 줄임말로 '첫 번째, 처음'이라는 뜻입니다.

처음 수영을 한 때
đi biển với họ hàng 친척들과 바다에 가다 tham gia trại hè 여름 캠프에 참가하다 tham gia khoá học hè 여름 클래스(여름 특강)에 참가하다

예시 답안 Tôi đã bơi lội lần đầu khi tôi đi biển với họ hàng.

저는 친척들과 바다에 갔을 때 처음 수영을 했습니다.

나의 답안 Tôi đã bơi lội lần đầu khi tôi _____.

 패턴 2

Tôi học bơi 수영을 함께 배운 사람 또는 장소.

저는 _____ 수영을 배웠습니다.

수영을 함께 배운 사람 또는 장소
với các anh em họ, bác trai đã dạy chúng tôi cách bơi ở biển 친척 형 동생들과 함께 / 큰아버지가 우리에게 바다에서 수영하는 방법을 가르쳐주다 với các bạn, trại hè có chương trình học bơi lội 친구들과 함께 / 여름 캠프에는 수영을 배우는 프로그램이 있다 với các em trai và em gái 남동생과 여동생들과 함께

예시 답안 Tôi học bơi với các anh em họ, bác trai đã dạy chúng tôi cách bơi ở biển.

저는 친척 형 동생들과 함께 수영을 배웠습니다. 큰아버지가 우리에게 바다에서 수영하는 방법을 가르쳐 주셨습니다.

나의 답안 Tôi học bơi _____.

패턴 3 Mặc dù tôi đã rất sợ nhưng tôi <u>처음 수영할 때 나의 느낌</u> vì tôi cũng có thể bơi được.

비록 매우 무서웠지만 저도 수영을 할 수 있었기 때문에 저는 _____.

▶ mặc dù A nhưng B는 '비록 A하지만 B하다'라는 뜻으로 A절과 B절의 내용이 반대입니다.

처음 수영할 때 나의 느낌
rất vui và tự tin lên 매우 즐겁고 자신감이 생기다 **phấn khởi** 신나다
vui vẻ và sung sướng 기쁘고 즐겁다

예시 답안 Mặc dù tôi đã rất sợ nhưng tôi <u>rất vui và tự tin lên</u> vì tôi cũng có thể bơi được.

비록 매우 무서웠지만 저도 수영을 할 수 있었기 때문에 저는 매우 즐거웠고 자신감이 생겼습니다.

나의 답안 Mặc dù tôi đã rất sợ nhưng tôi _____ vì tôi cũng có thể bơi được.

질문 4 기억에 남는 수영 관련 경험

MP3 2-79

Hãy kể cho tôi nghe về một trải nghiệm đáng nhớ mà bạn có được khi bơi lội. Vì sao trải nghiệm đó trở nên đáng nhớ? Hãy nói thật chi tiết về trải nghiệm liên quan đến bơi lội đó từ đầu đến cuối.

당신이 수영을 할 때 있었던 기억에 남는 경험에 대해 말해주세요. 왜 그 경험이 기억에 남게 되었나요? 그 수영 관련한 경험에 대해 아주 상세하게 처음부터 끝까지 말해주세요.

모범답안

기억에 남는 수영 관련 경험	Tôi nhớ nhất là tôi để quên kính bơi mà cứ đi bơi. 제가 가장 기억하는 것은 물안경을 놔두고 그냥 수영하러 간 것입니다.
그 경험이 기억에 남는 이유	Khi đó, tôi đã tham gia lớp học bơi vào buổi sáng, rất tiếc tôi đã ngủ quên. Vì thế tôi gấp quá nên để quên kính bơi mà cứ đi bơi. Vì không có kính bơi, tôi không thể mở mắt trong nước, mở mắt là nước vào mắt nên rất khó chịu. May mà bạn cùng lớp có một cái kính bơi nữa nên cho tôi mượn. Tôi chưa bao giờ đau mắt như thế nên tôi vẫn nhớ trải nghiệm đó. 그때 저는 아침 수영 클래스에 참여했고 매우 안타깝게도 늦잠을 잤습니다. 그래서 저는 매우 급했고 물안경을 놔두고 그냥 수영하러 갔습니다. 물안경이 없었기 때문에 물 속에서 눈을 뜰 수가 없었고 눈을 뜨면 물이 눈으로 들어와 매우 괴로웠습니다. 다행히 같은 클래스 친구가 물안경을 하나 더 가지고 있었고 저에게 빌려주었습니다. 저는 그렇게 눈이 아픈 적은 한 번도 없었기 때문에 그 경험을 아직도 기억하고 있습니다.
나의 느낌	Từ sau đó, mỗi khi đi bơi, tôi luôn cố gắng kiểm tra để không bị để quên kính bơi. 그때부터 수영하러 갈 때마다 저는 물안경을 놓고 가지 않도록 항상 체크하려고 합니다.

단어 **để quên** 놓고 잊어버리다(두고 가다) | **kính bơi** 물안경, 수경 | **tiếc** 안타깝다. 아쉽다 | **ngủ quên** 잊고 자버리다 | **gấp** 급하다 | **mở mắt** 눈을 뜨다 | **khó chịu** 견디기 힘들다 | **may mà** 다행히 | **cho + 사람 + mượn** ~에게 빌려주다 | **đau mắt** 눈이 아프다 | **kiểm tra** 검사하다, 확인하다

나의 답안 작성하기

기억에 남는 수영 관련 경험	Tôi nhớ nhất là _____.
그 경험이 기억에 남는 이유	Khi đó, tôi đã tham gia lớp học bơi vào buổi sáng, rất tiếc tôi đã ngủ quên. Vì thế tôi gấp quá nên để quên kính bơi mà cứ đi bơi.

	Vì không có kính bơi, tôi không thể mở mắt trong nước, mở mắt là nước vào mắt nên rất khó chịu. May mà bạn cùng lớp có một cái kính bơi nữa nên cho tôi mượn. _____ nên tôi vẫn nhớ trải nghiệm đó.
나의 느낌	Từ sau đó, mỗi khi đi bơi, _____ _____.

패턴연습

Tôi nhớ nhất là 기억에 남는 수영 관련 경험.

제가 가장 기억나는 것은 _____.

▶ nhớ는 '외우다, 기억하다, 그리워하다'라는 뜻으로 이 문장에서는 '기억하다'라고 해석됩니다.

기억에 남는 수영 관련 경험

chân tôi bị chuột rút khi bơi lội 수영할 때 다리에 쥐가 나다
nước hồ bơi vào tai nhiều nên tôi bị ù tai 수영장 물이 귀로 많이 들어와 귀가 먹먹하다
bơi đua với bạn tôi 친구와 수영을 겨루다

예시 답안　Tôi nhớ nhất là chân tôi bị chuột rút khi bơi lội.

가장 기억나는 것은 수영할 때 다리에 쥐가 난 것입니다.

나의 답안　Tôi nhớ nhất là _____.

그 경험이 가장 기억에 남는 이유 nên tôi vẫn nhớ trải nghiệm đó.

_____해서 그 경험을 아직도 기억하고 있습니다.

▶ vẫn은 '여전히, 아직도'라는 뜻의 부사로 서술어 앞에 위치합니다.

그 경험이 가장 기억에 남는 이유

suýt nữa bị nguy hiểm 하마터면 위험해질 뻔하다
cảm thấy rất khó chịu 매우 괴롭게 느끼다
tôi bị thua nhiều lần 내가 여러번 지다

예시 답안　Suýt nữa bị nguy hiểm nên tôi vẫn nhớ trải nghiệm đó.

하마터면 위험해질 뻔해서 그 경험을 아직도 기억하고 있습니다.

나의 답안　_____ nên tôi vẫn nhớ trải nghiệm đó.

패턴 3

Từ sau đó, mỗi khi đi bơi, <u>그 경험을 통해 달라진 것</u>.

그때부터 수영하러 갈 때마다 저는 _____.

▶ mỗi khi는 '~할 때마다'라는 뜻으로 뒤에 서술어 혹은 절이 옵니다.

그 경험을 통해 달라진 것
tôi cố gắng khởi động trước 나는 열심히 준비운동을 한다
tôi luôn mang theo nút bịt tai 나는 귀마개를 항상 챙긴다
tôi cố gắng tập bơi để giành được chiến thắng 나는 이기기 위해 수영 연습을 열심히 하다

예시 답안

Từ sau đó, mỗi khi đi bơi, tôi cố gắng khởi động trước.

그때부터 수영하러 갈 때마다 저는 열심히 준비운동을 합니다.

나의 답안

Từ sau đó, mỗi khi đi bơi, _____.

① 조깅 하는 장소 묘사

Trong bản khảo sát, bạn nói rằng bạn thích chạy bộ. Bạn thường chạy bộ ở đâu và vì sao bạn thích đến đó để chạy bộ? Nơi đó trông như thế nào? Hãy miêu tả thật chi tiết về địa điểm chạy bộ yêu thích của bạn.

설문에서 당신은 조깅하기를 좋아한다고 말했습니다. 당신은 주로 어디에서 조깅을 하고 왜 조깅을 하러 그곳에 가는 것을 좋아합니까? 그 장소는 어떻게 생겼나요? 당신의 선호하는 조깅 장소에 대해 아주 상세히 묘사하세요.

② 걷기를 시작한 계기

Bạn đã bắt đầu đi bộ như thế nào? Điều gì khiến bạn tiếp tục đi bộ? Hãy cho tôi biết về động lực để bạn cố gắng và tiếp tục đi bộ.

당신은 어떻게 걷기를 시작하게 되었나요? 무엇이 당신을 계속 걷기를 하도록 하나요? 당신이 열심히 지속적으로 걷기를 하게 하는 동기에 대해 알려주세요.

③ 조깅할 때 계절별 복장

Bạn thường mặc quần áo gì khi chạy bộ? Bạn có thể cho tôi biết bạn thích mặc quần áo gì khi chạy bộ vào các mùa khác nhau trong năm không? Hãy miêu tả thật chi tiết.

당신은 조깅할 때 주로 무슨 옷을 입나요? 일년 중 각 계절에 조깅할 때 당신이 무슨 옷을 입는 것을 좋아하는지 알려줄 수 있나요? 아주 상세히 묘사하세요.

④ 기억에 남는 걷기 경험

Hãy kể cho tôi nghe về một trải nghiệm đáng nhớ mà bạn có được khi đi bộ. Việc đó xảy ra khi nào? Đã xảy ra chuyện gì? Vì sao trải nghiệm đó trở nên đáng nhớ?

걷기를 할 때 있었던 기억에 남는 경험에 대해 말해주세요. 그 일은 언제 일어났나요? 무슨 일이 일어났나요? 왜 그 경험은 기억에 남게 되었나요?

질문 1 조깅 하는 장소 묘사

Trong bản khảo sát, bạn nói rằng bạn thích chạy bộ. Bạn thường chạy bộ ở đâu và vì sao bạn thích đến đó để chạy bộ? Nơi đó trông như thế nào? Hãy miêu tả thật chi tiết về địa điểm chạy bộ yêu thích của bạn.

설문에서 당신은 조깅하기를 좋아한다고 말했습니다. 당신은 주로 어디에서 조깅을 하고 왜 조깅을 하러 그곳에 가는 것을 좋아합니까? 그 장소는 어떻게 생겼나요? 당신의 선호하는 조깅 장소에 대해 아주 상세히 묘사하세요.

모범답안

나의 조깅 습관	Tôi rất thích chạy bộ và sáng nào tôi cũng chạy bộ.
	저는 조깅을 매우 좋아하고 아침마다 조깅을 합니다.
조깅하는 장소 묘사	Tôi thường chạy bộ ở công viên gần nhà. Vì ở đó có quãng đường chạy bộ khá dài. Quãng đường chạy bộ đó rất yên tĩnh và sạch sẽ. Trên quãng đường đó, tôi có thể thấy nhiều cây xanh và hoa đẹp. Đặc biệt, vào buổi sáng sớm chỉ có ít người thôi nên tôi cảm thấy rất thoải mái.
	저는 주로 집 근처 공원에서 조깅을 합니다. 왜냐하면 그곳에는 꽤 긴 조깅 코스가 있기 때문입니다. 그 조깅 코스는 매우 조용하고 깨끗합니다. 그 코스에서 나는 많은 푸른 나무와 예쁜 꽃들을 볼 수 있습니다. 특히 이른 아침에는 사람이 별로 없기 때문에 저는 매우 편안하게 느낍니다.
마무리	Chạy bộ là một thói quen hàng ngày lâu dài của tôi. Nhờ chạy bộ, tôi có thể giữ sức khỏe tốt.
	조깅은 저의 오랜 매일의 습관입니다. 조깅 덕분에 저는 좋은 건강을 유지할 수 있습니다.

단어 chạy bộ 조깅하다 | sáng 아침 | quãng đường 코스 | yên tĩnh 조용하다 | sạch sẽ 깨끗하다 | cây xanh 푸른 나무 | thói quen 습관

나의 답안 작성하기

나의 조깅 습관	Tôi rất thích chạy bộ và sáng nào tôi cũng chạy bộ.
조깅하는 장소 묘사	Tôi thường chạy bộ ở _____. Vì ở đó có quãng đường chạy bộ khá dài. _____ đó rất _____. _____ đó, tôi có thể thấy _____. Đặc biệt, vào buổi sáng sớm chỉ có ít người thôi nên tôi cảm thấy rất thoải mái.

264 **OPIc** 베트남어 START

마무리	Chạy bộ là một thói quen hàng ngày lâu dài của tôi. Nhờ chạy bộ, tôi có thể giữ sức khỏe tốt.

패턴연습

패턴 1 Tôi thường chạy bộ ở 주로 조깅하는 장소.

저는 주로 _____에서 조깅을 합니다.

▶ chạy bộ는 '조깅하기, 달리기'라는 뜻입니다. '걷기'는 đi bộ라고 합니다.

주로 조깅하는 장소
quãng đường chạy bộ trên bờ hồ 호숫가 조깅 코스
sân vận động của một trường gần nhà 집 근처 학교의 운동장
phòng gym 헬스장

예시 답안 Tôi thường chạy bộ ở quãng đường chạy bộ trên bờ hồ.

저는 주로 호숫가 조깅 코스에서 조깅을 합니다.

나의 답안 Tôi thường chạy bộ ở _____.

패턴 2 _____ đó rất 조깅 장소 묘사.

그 _____은/는 매우 _____.

조깅 장소	조깅 장소 묘사
quãng đường chạy bộ 조깅 코스	đông người và ồn ào 사람이 붐비고 시끌벅적하다
sân vận động 운동장	rất rộng lớn và ít người 매우 넓고 크며 사람이 적다
phòng gym 헬스장	rất hiện đại và lớn 매우 현대적이고 크다

예시 답안 Quãng đường chạy bộ đó rất đông người và ồn ào.

그 조깅코스는 매우 사람이 붐비고 시끌벅적합니다.

나의 답안 _____ đó rất _____.

패턴 3 조깅 장소 **đó, tôi có thể thấy** 조깅 장소에서 볼 수 있는 것들.

그 _____ 저는 _____을/를 볼 수 있습니다.

▶ thấy는 '보다, 보이다'라는 뜻의 지각동사로 눈에 보이는 것들을 표현할 때 사용합니다.

조깅 장소	조깅 장소에서 볼 수 있는 것들
trên quãng đường chạy bộ 조깅 코스에서 ở sân vận động 운동장에서 ở phòng gym 헬스장에서	hồ xanh và nhiều người chạy bộ 푸른 호수와 조깅하는 많은 사람들 các thiết bị vận động 각 운동 기구들 dụng cụ thể hình đa dạng 다양한 헬스 기구

예시 답안

Trên (Trong) quãng đường chạy bộ đó, tôi có thể thấy hồ xanh, nhiều người chạy bộ.

그 조깅 코스에서 저는 푸른 호수와 조깅하는 많은 사람들을 볼 수 있습니다.

나의 답안

_____ đó, tôi có thể thấy _____

_____.

질문 2 걷기를 시작한 계기

Bạn đã bắt đầu đi bộ như thế nào? Điều gì khiến bạn tiếp tục đi bộ? Hãy cho tôi biết về động lực để bạn cố gắng và tiếp tục đi bộ.

당신은 어떻게 걷기를 시작하게 되었나요? 무엇이 당신을 계속 걷기를 하도록 하나요? 당신이 열심히 지속적으로 걷기를 하게 하는 동기에 대해 알려주세요.

모범답안

걷기를 시작한 시기와 이유	Tôi đã bắt đầu đi bộ thường xuyên từ mấy năm trước vì tôi cần phải giảm cân. 저는 다이어트를 해야 했기 때문에 몇 년 전부터 자주 걷기를 시작했습니다.
걷기가 습관이 된 과정	Ban đầu, tôi thấy đi bộ thì buồn chán và không vui gì nhưng tôi dần dần thích nghi với hoạt động đó. Tôi thường vừa đi bộ vừa nghe nhạc hoặc các bài tiếng Việt. Thời gian đi bộ trở nên bổ ích cho tôi. 초반에 저는 걸으면 지루하고 하나도 즐겁지 않다고 생각했지만 점점 그 활동에 적응했습니다. 저는 주로 걸으면서 음악 또는 베트남어를 듣습니다. 걷는 시간은 나에게 유익해졌습니다.
걷기의 이점	Sau khi đi bộ thường xuyên, sức khỏe của tôi tốt lên và tôi thành công trong việc giảm cân. 자주 걷기를 하고 나서 나의 건강은 더 좋아졌고 나는 다이어트에 성공했습니다.

> **단어** **thường xuyên** 자주, 정규적으로 | **cần phải** ~해야 할 필요가 있다 | **giảm cân** 다이어트, 체중 감량 | **buồn chán** 지루하다 | **trở nên** ~하게 되다, ~해지다 | **bổ ích** 유익하다 | **sức khỏe** 건강 | **thành công** 성공하다

나의 답안 작성하기

걷기를 시작한 시기와 이유	Tôi đã bắt đầu đi bộ thường xuyên từ _____ vì _____ .
걷기가 습관이 된 과정	Ban đầu, tôi thấy đi bộ thì buồn chán và không vui gì nhưng tôi dần dần thích nghi với hoạt động đó. Tôi thường vừa đi bộ vừa nghe nhạc hoặc các bài tiếng Việt. Thời gian đi bộ trở nên bổ ích cho tôi.
걷기의 이점	Sau khi đi bộ thường xuyên, _____ _____ .

패턴연습

 패턴 1

Tôi đã bắt đầu đi bộ thường xuyên từ 걷기를 시작한 시기.

저는 _____부터 자주 걷기를 시작했습니다.

▶thường xuyên은 '자주, 상시'라는 뜻입니다.

걷기를 시작한 시기	
nửa năm trước 반년 전 mấy tuần trước 몇 주 전	năm ngoái 작년

예시 답안 Tôi đã bắt đầu đi bộ thường xuyên từ nửa năm trước.

나는 반년 전부터 자주 걷기를 시작했습니다.

나의 답안 Tôi đã bắt đầu đi bộ thường xuyên từ _____.

 패턴 2

Tôi đã bắt đầu đi bộ thường xuyên vì 걷기를 시작한 이유.

저는 _____때문에 자주 걷기를 시작했습니다.

▶bắt đầu는 '시작하다'라는 뜻으로 동사 앞에 위치할 수 있습니다.

걷기를 시작한 이유
bác sĩ khuyên tôi nên tập thể dục hàng ngày 의사 선생님이 매일 운동을 해야 한다고 나에게 충고하다
tôi đã đọc bài về lợi ích của đi bộ thường xuyên 자주 걷기의 이점에 대한 글을 읽다
bạn tôi mời tôi cùng tập thể dục 내 친구가 함께 운동하자고 청하다

예시 답안 Tôi đã bắt đầu đi bộ thường xuyên vì bác sĩ khuyên tôi nên tập thể dục hàng ngày.

의사 선생님이 매일 운동을 해야 한다고 저에게 충고했기 때문에 자주 걷기를 시작했습니다.

나의 답안 Tôi đã bắt đầu đi bộ thường xuyên vì _____

_____.

 패턴 3

Sau khi đi bộ thường xuyên, 자주 걷기를 한 후 좋은 점.

자주 걷기를 하고 나서 _____.

▶sau khi는 '~한 후에, ~하고 나서'라는 뜻으로 뒤에는 절 혹은 서술어가 위치합니다.

자주 걷기를 한 후 좋은 점
tôi tăng cường thể lực hơn 나는 체력이 더 강해지다
tôi cải thiện được sức khỏe 나는 건강을 개선할 수 있다
tôi tự tin hơn về mọi việc 나는 모든 일에 더 자신감이 생기다

예시 답안 Sau khi đi bộ thường xuyên, tôi tăng cường thể lực hơn.

자주 걷기를 하고 나서 저는 체력이 더 강해졌습니다.

나의 답안 Sau khi đi bộ thường xuyên, _____.

질문 3 조깅할 때 계절별 복장

Bạn thường mặc quần áo gì khi chạy bộ? Bạn có thể cho tôi biết bạn thích mặc quần áo gì khi chạy bộ vào các mùa khác nhau trong năm không? Hãy miêu tả thật chi tiết.

당신은 조깅할 때 주로 무슨 옷을 입나요? 일년 중 각 계절에 조깅할 때 당신이 무슨 옷을 입는 것을 좋아하는지 알려줄 수 있나요? 아주 상세히 묘사하세요.

모범답안

조깅할 때 주로 입는 옷	Khi chạy bộ tôi thường mặc quần áo thoải mái, đi giày thể thao. 조깅을 할 때 저는 주로 편안한 옷을 입고 운동화를 신습니다.
계절별 복장	Tôi thường mặc quần áo theo thời tiết bốn mùa. Vào mùa xuân, tôi thường mặc áo dài tay có mũ và quần thể thao. Còn mùa hè thì trời nóng nên tôi mặc áo thun ngắn tay và quần sooc. Mùa thu thì trời mát nên tôi mặc áo khoác chống gió mỏng và quần thể thao. Còn mùa đông thì trời lạnh nên tôi mặc áo khoác parka và quần jogger. 저는 주로 사계절 날씨에 따라 옷을 입습니다. 봄에 저는 주로 긴팔 후드 티와 트레이닝 바지를 입습니다. 여름에는 날씨가 덥기 때문에 반팔 티셔츠와 반바지를 입습니다. 가을에는 날씨가 시원해서 얇은 바람막이 점퍼와 트레이닝 바지를 입습니다. 또 겨울에는 날씨가 추우니 파카 점퍼와 조거팬츠를 입습니다.
계절별 준비물	Thêm nữa, tôi mang theo mũ, ô, chai nước v.v… khi đi chạy bộ. 또한 저는 조깅하러 갈 때 모자, 우산, 물병 등을 챙깁니다.

단어 mặc (옷을) 입다 | quần áo 옷 | đi (신발을) 신다 | giày thể thao 운동화 | thời tiết 날씨 | mùa 계절 | áo dài tay có mũ 긴팔 후드 티 | quần thể thao 트레이닝 바지 | áo thun ngắn tay 반팔 티셔츠 | quần sooc 반바지 | áo khoác chống gió 바람막이 점퍼 | mỏng 얇다 | áo khoác parka 파카 | quần jogger 조거팬츠 | mũ 모자 | ô 우산 | chai nước 물병

나의 답안 작성하기

조깅할 때 주로 입는 옷	Khi chạy bộ tôi thường mặc _____ và đi giày thể thao.
계절별 복장	Tôi thường mặc quần áo theo thời tiết bốn mùa. Vào mùa _____, tôi thường mặc _____.

	Còn mùa hè thì trời nóng nên tôi mặc áo thun ngắn tay và quần sooc. Mùa thu thì trời mát nên tôi mặc áo khoác chống gió mỏng và quần thể thao. Còn mùa đông thì trời lạnh nên tôi mặc áo khoác parka và quần jogger.
계절별 준비물	Thêm nữa, tôi mang theo _____ v.v... khi đi chạy bộ.

패턴연습

 패턴 1

Khi chạy bộ tôi thường mặc <u>조깅할 때 입는 옷</u> và đi giày thể thao.

조깅을 할 때 저는 주로 _____을 입고 운동화를 신습니다.

▶ mặc은 '(옷을) 입다'라는 뜻으로 상의, 하의에 모두 사용하며 운동화 등 신발을 신을 때는 동사 đi를 사용합니다.

조깅할 때 입는 옷
đồ thể thao 운동복
áo phông thể thao 스포츠용 티셔츠
áo thấm hút mồ hôi thể thao 스포츠용 땀 흡수 기능복

예시 답안　Khi chạy bộ tôi thường mặc <u>đồ thể thao</u> và đi giày thể thao.

조깅을 할 때 저는 주로 운동복을 입고 운동화를 신습니다.

나의 답안　Khi chạy bộ tôi thường mặc _____ và đi giày thể thao.

 패턴 2

Vào mùa <u>계절</u>, tôi thường mặc <u>계절별 입는 옷</u>.

_____에 저는 주로 _____을/를 입습니다.

계절	계절별 입는 옷
hè 여름	áo phông không tay 민소매 티셔츠
xuân, thu 봄, 가을	áo khoác fleece 플리스 점퍼
đông 겨울	áo nỉ lót lông 기모 옷

예시 답안　Vào mùa <u>hè</u>, tôi thường mặc <u>áo phông không tay</u>.

여름에 저는 주로 민소매 티셔츠를 입습니다.

나의 답안　Vào mùa _____, tôi thường mặc _____.

패턴 3 Thêm nữa, tôi mang theo <u>챙기는 물품</u> v.v... khi đi chạy bộ.

또한 나는 조깅하러 갈 때 _____ 등을 챙깁니다.

▶ mang theo는 '챙기다, 가져가다'라는 뜻의 동사입니다.

조깅하러 갈 때 챙기는 물품

đồng hồ đeo tay, điện thoại di động 손목시계, 핸드폰
thắt lưng chạy 조깅용 벨트
đồ ăn nhẹ 간식

예시 답안 Thêm nữa, tôi mang theo <u>đồng hồ đeo tay, điện thoại di động</u> v.v...
khi đi chạy bộ.

또한 저는 조깅하러 갈 때 손목시계, 핸드폰 등을 챙깁니다.

나의 답안 Thêm nữa, tôi mang theo _____ v.v...
khi đi chạy bộ.

질문 4 **기억에 남는 걷기 경험**

MP3 2-83

Hãy kể cho tôi nghe về một trải nghiệm đáng nhớ mà bạn có được khi đi bộ. Việc đó xảy ra khi nào? Đã xảy ra chuyện gì? Vì sao trải nghiệm đó trở nên đáng nhớ?

걷기를 할 때 있었던 기억에 남는 경험에 대해 말해주세요. 그 일은 언제 일어났나요? 무슨 일이 일어났나요? 왜 그 경험은 기억에 남게 되었나요?

모범답안

기억에 남는 걷기 경험	Tôi nhớ nhất là tôi tìm thấy một con chó bị lạc khi đi bộ.
	제가 가장 기억하는 것은 제가 걷기를 할 때 잃어버린 개를 찾은 것입니다.
경험을 구체적으로 서술	Khi tôi và bạn tôi đi bộ, tôi nghe thấy tiếng một con chó rên rỉ. Khi tôi đến gần, nó sợ và giấu mình sau ghế băng. Tôi nhận thấy rằng nó bị lạc chủ nên tôi nhờ bạn tôi theo dõi nó và tôi đi tìm chủ. Cuối cùng tôi tìm được chủ của nó, chủ chó rất vui và vô cùng biết ơn. Tình huống đó rất bất ngờ nên trở nên đáng nhớ.
	제가 친구와 걷기를 할 때 저는 한 마리 개가 낑낑거리는 소리를 들었습니다. 제가 가까이 가자 그 개는 무서워하며 벤치 뒤로 숨었습니다. 저는 그 개가 주인을 잃어버렸다는 것을 알아채서 친구에게 그 개를 봐달라고 부탁하고 주인을 찾으러 갔습니다. 마침내 저는 그 개의 주인을 찾았고 개 주인은 매우 기뻐하고 무척 감사해 했습니다. 그 상황이 매우 예상치 못했기 때문에 기억에 남게 되었습니다.
나의 느낌	Từ sau đó, tôi cố gắng để ý mọi thứ xung quanh khi đi bộ.
	그 이후로 저는 걷기를 할 때 주변 모든 것에 신경을 쓰려고 노력합니다.

단어 **tìm thấy** 찾다 | **lạc** (동물, 어린이 등) 잃어버리다 | **rên rỉ** 낑낑대다 | **giấu** 숨다 | **ghế băng** 벤치 | **nhận thấy** 인식하다, 알아채다 | **chủ** 주인 | **theo dõi** 지켜보다, 모니터링하다 | **vô cùng** 매우, 아주, 무척 | **biết ơn** 감사하다 | **bất ngờ** 갑작스럽다, 예기치 못하다 | **để ý** 신경쓰다 | **xung quanh** 주변

나의 답안 작성하기

기억에 남는 걷기 경험	Tôi nhớ nhất là tôi _____ khi đi bộ.
경험을 구체적으로 서술	Khi tôi và bạn tôi đi bộ, tôi nghe thấy tiếng một con chó rên rỉ. Khi tôi đến , nó sợ và giấu mình sau ghế băng. Tôi nhận thấy rằng nó bị lạc chủ nên tôi nhờ bạn tôi theo dõi nó và tôi đi tìm chủ. Cuối cùng tôi tìm được chủ của nó, chủ chó rất vui và vô cùng biết ơn. _____ nên trở nên đáng nhớ.

나의 느낌	Từ sau đó, tôi cố gắng _____ khi đi bộ.

패턴연습

 패턴 1

Tôi nhớ nhất là tôi 기억에 남는 걷기 경험 khi đi bộ.

제가 가장 기억하는 것은 내가 걷기를 할 때 _____입니다.

▶ nhớ는 '외우다, 기억하다, 그리워하다'라는 뜻으로 이 문장에서는 '기억하다'라고 해석됩니다.

> **기억에 남는 걷기 경험**
>
> bị trẹo chân 다리를 삐다
> phát hiện ví trên ghế băng 벤치 위에 지갑을 발견하다
> bắt gặp một ca sĩ nổi tiếng 유명한 가수와 마주치다

예시 답안 Tôi nhớ nhất là tôi <u>bị trẹo chân</u> khi đi bộ.

내가 가장 기억하는 것은 걷기를 할 때 내가 다리가 삔 것입니다.

나의 답안 Tôi nhớ nhất là tôi _____ khi đi bộ.

 패턴 2

기억에 남는 이유 nên trở nên đáng nhớ.

_____ 때문에 기억에 남게 되었습니다.

▶ đáng nhớ는 '기억할 만한, 기억에 남는'이라는 뜻으로 서술어 및 명사 수식으로 사용할 수 있습니다.

> **기억에 남는 이유**
>
> tôi rất đau và khó chịu 내가 매우 아프고 괴롭다
> tôi rất cố gắng tìm chủ ví 내가 매우 열심히 지갑 주인을 찾다
> ca sĩ đó là ca sĩ mà tôi yêu thích 그 가수가 내가 좋아하는 가수다

예시 답안 <u>Tôi rất đau và khó chịu</u> nên trở nên đáng nhớ.

저는 매우 아팠고 괴로워서 기억에 남게 되었습니다.

나의 답안 _____ nên trở nên đáng nhớ.

패턴 3

Từ sau đó, tôi cố gắng <u>그 경험을 통해 달라진 것</u> khi đi bộ.

그 이후로 저는 걷기를 할 때 ＿＿＿＿＿＿＿＿＿＿＿하려고 노력합니다.

▶ từ sau đó는 '그 후부터, 그 이후로'라는 뜻입니다.

그 경험을 통해 달라진 것
cẩn thận để không bị trẹo chân 다리를 삐지 않도록 조심하다
cẩn thận để không bị mất ví 지갑을 잃어버리지 않도록 조심하다
quan sát để biết xung quanh có ai 주변에 누가 있는지 알기 위해 관찰하다

예시 답안

Từ sau đó, tôi cố gắng <u>cẩn thận để không bị trẹo chân</u> khi đi bộ.

그 이후로 저는 걷기를 할 때 다리를 삐지 않도록 조심하려고 노력합니다.

나의 답안

Từ sau đó, tôi cố gắng ＿＿＿＿＿＿＿＿＿＿＿＿＿＿＿ khi đi bộ.

✱ 자전거 주제 대표 질문 리스트

① 자전거 묘사하기

Có nhiều loại xe đạp đa dạng. Hãy miêu tả chi tiết về chiếc xe đạp của bạn. Chiếc xe đạp đó trông như thế nào? Bạn đã mua chiếc xe đó ở đâu?

다양한 종류의 자전거가 있습니다. 당신의 자전거에 대해 자세히 묘사해 주세요. 그 자전거는 어떻게 보이나요? 당신은 그 자전거를 어디에서 샀나요?

② 자전거를 타게 된 계기

Trong bản khảo sát, bạn cho là bạn thích đi xe đạp. Bạn đã phát triển sở thích đi xe đạp của mình như thế nào? Người nào dạy bạn cách đi xe đạp? Khi đó, bạn bao nhiêu tuổi? Hãy cho tôi biết thật chi tiết.

설문에서 당신은 자전거 타기를 좋아한다고 말했습니다. 당신은 자신의 자전거 타기 취미를 어떻게 발전시켰나요? 누가 당신에게 자전거 타기를 가르쳤나요? 그때 당신은 몇 살이었나요? 아주 상세히 알려주세요.

③ 가장 최근 자전거를 탄 경험

Lần cuối cùng bạn đã đi xe đạp là bao giờ? Bạn đi xe đạp ở đâu? Đi với ai? Hãy kể cho tôi nghe thật chi tiết về việc đi xe đạp của bạn trong lần cuối cùng từ đầu đến cuối.

최근 당신이 자전거를 탄 것은 언제인가요? 당신은 어디에서 자전거를 탔나요? 누구와 갔나요? 최근 당신이 자전거를 탄 일에 대해 처음부터 끝까지 아주 상세하게 말해주세요.

④ 기억에 남는 자전거 타기 경험

Hãy kể cho tôi nghe về một trải nghiệm đáng nhớ mà bạn có được khi đi xe đạp. Việc đó xảy ra khi nào? Đã xảy ra chuyện gì?

당신이 자전거를 탈 때 있었던 기억에 남는 경험에 대해 말해주세요. 그 일은 언제 일어났나요? 무슨 일이 일어났나요?

Có nhiều loại xe đạp đa dạng. Hãy miêu tả chi tiết về chiếc xe đạp của bạn. Chiếc xe đạp đó trông như thế nào? Bạn đã mua chiếc xe đó ở đâu?

다양한 종류의 자전거가 있습니다. 당신의 자전거에 대해 자세히 묘사해주세요. 그 자전거는 어떻게 보이나요? 당신은 그 자전거를 어디에서 샀나요?

모범답안

나의 자전거 소개	Tôi có một chiếc xe đạp màu xanh lá cây. 저는 초록색 자전거 한 대를 가지고 있습니다.
자전거 묘사	Chiếc xe đạp này trông rất mới và đẹp. Nó có bánh xe lớn nên rất ổn định, vả lại chiếc xe này có gọng nước nên tôi vừa đi xe đạp vừa uống nước hoặc cà phê. Tôi đã mua chiếc xe này 1 năm trước ở cửa hàng chuyên bán xe đạp. 이 자전거는 매우 새것이고 예뻐 보입니다. 큰 바퀴를 가지고 있어 매우 안정적이며 또한 이 자전거는 물통 거치대가 있어 저는 자전거를 타면서 물을 마시거나 커피를 마십니다. 저는 이 자전거를 1년 전 자전거 전문 판매점에서 구매했습니다.
마무리	Tôi rất thích xe đạp này nên tôi thường đi xe đạp khi đi làm, đi dạo chơi trong công viên. 저는 이 자전거를 매우 좋아해서 주로 출근할 때, 공원에 산책하며 놀러갈 때 자전거를 탑니다.

단어 **màu xanh lá cây** 초록색 | **nó** 그것 | **bánh xe** 바퀴 | **ổn định** 안정적이다 | **gọng nước** 물통 거치대

나의 답안 작성하기

나의 자전거 소개	Tôi có một chiếc _____.
자전거 묘사	Chiếc xe đạp này trông rất _____. Nó có bánh xe lớn nên rất ổn định, vả lại chiếc này có gọng nước nên tôi vừa đi xe đạp vừa uống nước hoặc cà phê. Tôi đã mua chiếc xe này _____ trước ở _____.
마무리	Tôi rất thích xe đạp này nên tôi thường đi xe đạp khi _____ _____.

패턴연습

 패턴 1

Tôi có một chiếc 자전거 색상, 종류.

저는 _____ 자전거 한 대를 가지고 있습니다.

▶chiếc은 교통수단 앞에 붙는 종별사(단위성 명사)로 숫자와 함께 올 때는 '숫자 + 대'로 해석합니다.

자전거 색상, 종류
xe đạp địa hình màu trắng 흰색 산악자전거 xe đạp nữ màu xanh da trời 하늘색 여성용 자전거 xe đạp Hybrid màu đen 검정색 하이브리드 자전거

예시 답안

Tôi có một chiếc <u>xe đạp địa hình màu trắng</u>.

나는 흰색 산악자전거 한 대를 가지고 있습니다.

나의 답안

Tôi có một chiếc _____.

 패턴 2

Chiếc xe đạp này trông rất 자전거 묘사.

이 자전거는 매우 _____ 보입니다.

▶trông는 '~하게 보이다'라는 뜻으로 대상을 눈으로 보며 묘사할 때 사용합니다.

자전거 묘사	
bền và chắc chắn 내구성이 좋고 튼튼하다	thanh lịch 세련되다
an toàn 안전하다	

예시 답안

Chiếc xe đạp này trông rất <u>bền và chắc chắn</u>.

이 자전거는 매우 내구성이 좋고 튼튼해 보입니다.

나의 답안

Chiếc xe đạp này trông rất _____.

 패턴 3

Tôi rất thích xe đạp này nên tôi thường đi xe đạp khi 자전거를 타는 때.

저는 이 자전거를 매우 좋아해서 주로 _____ 때 자전거를 탑니다.

▶nên는 '그래서'라는 뜻의 접속사로 절과 절 사이에 위치합니다.

자전거를 타는 때
leo núi, xuống núi 등산, 하산하다 đi học, đi mua sắm 학교 가고, 쇼핑하러 가다 rèn luyện để tăng cường sức khỏe 건강 증진을 위한 운동을 하다

예시 답안

Tôi rất thích xe đạp này nên tôi thường đi xe đạp khi <u>đi leo núi, xuống núi</u>.

저는 이 자전거를 매우 좋아해서 주로 등산, 하산할 때 자전거를 탑니다.

나의 답안

Tôi rất thích xe đạp này nên tôi thường đi xe đạp khi _____.

Trong khảo sát, bạn cho là bạn thích đi xe đạp. Bạn đã phát triển sở thích đi xe đạp của mình như thế nào? Người nào dạy bạn cách đi xe đạp? Khi đó, bạn bao nhiêu tuổi? Hãy cho tôi biết thật chi tiết.

설문에서 당신은 자전거 타기를 좋아한다고 말했습니다. 당신은 자신의 자전거 타기 취미를 어떻게 발전시켰나요? 누가 당신에게 자전거 타기를 가르쳤나요? 그때 당신은 몇 살이었나요? 아주 상세히 알려주세요.

모범답안

처음 자전거를 탄 때	Khi tôi còn nhỏ, khoảng 7 tuổi bố tôi dạy cho tôi cách đi xe đạp.
	제가 어릴 때, 약 7살 때 아버지께서 저에게 자전거 타는 법을 가르쳐 주셨습니다.
자전거가 취미가 된 과정	Bố mẹ tôi tặng cho tôi xe đạp làm quà giáng sinh. Tôi đã rất vui vì các bạn xung quanh tôi đều có xe đạp ngoại trừ tôi. Kinh nghiệm đi xe đạp lần đầu mặc dù rất sợ nhưng rất mới lạ và sung sướng. Vì thế từ khi đó ngày nào tôi cũng đi xe đạp. Khi đi học, đi chơi với các bạn thì đi xe đạp nên có thể đi nhanh và tiện lợi.
	부모님께서는 자전거를 크리스마스 선물로 저에게 주셨습니다. 저만 빼고 제 주변의 친구들은 모두 자전거가 있었기 때문에 저는 매우 기뻤습니다. 처음 자전거를 탄 경험은 비록 매우 두려웠지만 매우 새로웠고 기뻤습니다. 그래서 그때부터 매일 저는 자전거를 탔습니다. 학교에 갈 때, 친구들과 놀러갈 때 자전거를 타서 빠르고 편리하게 갈 수 있었습니다.
마무리	Hiện tại, đi xe đạp là một hoạt động không thể thiếu trong cuộc sống của tôi.
	지금 자전거 타기는 저의 삶 속에서 빠져서는 안 되는 활동입니다.

단어   **dạy** 가르치다 | **tặng** 선물하다 | **quà** 선물 | **giáng sinh** 크리스마스 | **ngoại trừ** ~만 빼다 | **kinh nghiệm** 경험 | **mới lạ** 새롭고 신기하다 | **tiện lợi** 편리하다 | **không thể thiếu** 빠질 수 없다, 빠져서는 안 된다

나의 답안 작성하기

처음 자전거를 탄 때	Khi tôi còn nhỏ, khoảng _____ _____ dạy cho tôi cách đi xe đạp.
자전거가 취미가 된 과정	_____ tặng cho tôi xe đạp làm _____. Tôi đã rất vui vì các bạn xung quanh tôi đều có xe đạp ngoại trừ tôi. Kinh nghiệm đi xe đạp lần đầu mặc dù rất sợ nhưng rất mới lạ và sung sướng. Vì thế từ khi đó ngày nào tôi cũng đi xe đạp. Khi đi học, đi chơi với các bạn thì đi xe đạp nên có thể đi nhanh và tiện lợi.

마무리	Hiện tại, đi xe đạp là một hoạt động _____
	_____.

패턴연습

 패턴 1

Khi tôi còn nhỏ, khoảng 자전거를 처음 탄 나이 가르쳐 준 사람 dạy cho tôi cách đi xe đạp.

제가 어릴 때, 약 _____ 때 _____가 저에게 자전거 타는 법을 가르쳐 주셨습니다.

▶ nhỏ는 '크기가 작다'라는 뜻도 있지만 사람에 대해서는 '나이가 어리다'라는 뜻으로도 쓰입니다.

자전거를 처음 탄 나이	가르쳐 준 사람
10 tuổi 10살 8 tuổi 8살 6 tuổi 6살	anh trai tôi 우리 오빠/형 mẹ tôi 우리 엄마 chị gái họ tôi 우리 사촌 언니/누나

예시 답안

Khi tôi còn nhỏ, khoảng 10 tuổi, anh trai tôi dạy cho tôi cách đi xe đạp.

제가 어릴 때, 약 10살 때 저의 오빠/형이 저에게 자전거 타는 법을 가르쳐 주었습니다.

나의 답안

Khi tôi còn nhỏ, khoảng _____, _____ dạy cho tôi cách đi xe đạp.

 패턴 2

자전거를 선물한 사람 tặng cho tôi xe đạp làm 자전거 선물 계기.

_____이/가 자전거를 _____로 저에게 주셨습니다.

▶ 'tặng cho + 사람'은 '사람에게 증정하다, 선물을 주다'라고 해석합니다.

자전거를 선물한 사람	계기
chú tôi 나의 삼촌 ông nội tôi 나의 친할아버지 bà ngoại tôi 나의 외할머니	quà nhập học trường tiểu học 초등학교 입학 선물 quà sinh nhật 생일 선물 quà ngày trẻ em 어린이날 선물

예시 답안

Chú tôi tặng cho tôi xe đạp làm quà nhập học trường tiểu học.

저의 삼촌이 자전거를 초등학교 입학 선물로 저에게 주셨습니다.

나의 답안

_____ tặng cho tôi xe đạp làm _____.

패턴 3

Hiện tại, đi xe đạp là một hoạt động <u>현재 자전거 타기의 의미</u>.

지금 자전거 타기는 _____ 활동입니다.

▶ hoạt động은 '활동'이라는 뜻입니다.

현재 자전거 타기의 의미
rất quan trọng trong việc quản lý sức khỏe của tôi 나의 건강 관리에서 매우 중요한 hàng ngày giúp tôi khỏe hơn 나를 더 건강하게 하는 매일의 giải trí khiến tôi vui vẻ 나를 즐겁게 하는 여가

예시 답안

Hiện tại, đi xe đạp là một hoạt động <u>rất quan trọng trong việc quản lý</u> <u>sức khỏe của tôi.</u>

지금 자전거 타기는 저의 건강 관리에서 매우 중요한 활동입니다.

나의 답안

Hiện tại, đi xe đạp là một hoạt động _____

_____.

질문 3 가장 최근 자전거를 탄 경험

MP3 2-86

Lần cuối cùng bạn đã đi xe đạp là bao giờ? Bạn đi xe đạp ở đâu? Đi với ai? Hãy kể cho tôi nghe thật chi tiết về việc đi xe đạp của bạn trong lần cuối cùng từ đầu đến cuối.

최근 당신이 자전거를 탄 것은 언제인가요? 당신은 어디에서 자전거를 탔나요? 누구와 갔나요? 최근 당신이 자전거를 탄 일에 대해 처음부터 끝까지 아주 상세하게 말해주세요.

모범답안

가장 최근 자전거를 탄 때	Lần cuối cùng tôi đã đi xe đạp là cuối tuần vừa qua. 지난번 제가 자전거를 탄 것은 지난 주말이었습니다.
장소와 함께 한 사람	Tôi đã đi xe đạp ở công viên sông Hàn với bạn tôi. Ở công viên sông Hàn có đường dành cho xe đạp rất dài nên chúng tôi có thể đi xe đạp thoải mái ở đó. 저는 친구와 한강 공원에서 자전거를 탔습니다. 한강 공원에는 매우 긴 자전거 전용도로가 있어서 우리는 그곳에서 편하게 자전거를 탈 수 있습니다.
자전거 타기 활동	Sau khi đi xe đạp khoảng 1 tiếng, chúng tôi vừa nghỉ vừa uống cà phê ở cửa hàng tiện lợi trong công viên. Chúng tôi nói chuyện về xe đạp mới tung ra thị trường vì bạn tôi sẽ mua xe đạp mới. Trên đường về nhà, chúng tôi ghé vào cửa hàng bán xe đạp để xem các loại xe đạp mới. 약 1시간 자전거를 타고 나서 우리는 공원 내 편의점에서 커피를 마시면서 쉬었습니다. 우리는 시장에 출시된 새로운 자전거에 대해 이야기했는데 친구가 새 자전거를 살 것이기 때문이었습니다. 집에 오는 길에 우리는 각종 새 자전거를 보기 위해 자전거 판매점에 들렀습니다.

단어 **vừa qua** 막 지나다, 지난 | **dành cho** ~에 할애하다 | **thoải mái** 편안하다 | **cửa hàng tiện lợi** 편의점 | **tung ra thị trường** 시장에 출시하다 | **ghé vào** 들르다

나의 답안 작성하기

가장 최근 자전거를 탄 때	Lần cuối cùng tôi đã đi xe đạp là _____.
장소와 함께 한 사람	Tôi đã đi xe đạp ở _____. Ở _____ có đường dành cho xe đạp rất dài nên chúng tôi có thể đi xe đạp thoải mái ở đó.

자전거 타기 활동	Sau khi đi xe đạp khoảng _____ tiếng, chúng tôi _____ _____. Chúng tôi nói chuyện về xe đạp mới tung ra thị trường vì bạn tôi sẽ mua xe đạp mới. Trên đường về nhà, chúng tôi ghé vào cửa hàng bán xe đạp để xem các loại xe đạp mới.

패턴연습

 패턴 1

Lần cuối cùng tôi đã đi xe đạp là 최근 자전거를 탄 때**.**

지난번 제가 자전거를 탄 것은 _____이었습니다.

▶ **lần cuối cùng**는 직역하면 '마지막'이라는 뜻으로 자전거를 탄 여러 경험 중 가장 마지막을 나타내므로, 현재로부터 가장 최근이라는 의미가 됩니다.

최근 자전거를 탄 때		
cuối tháng trước 지난달 말	**hôm qua** 어제	**cách đây mấy ngày** 며칠 전

예시 답안 **Lần cuối cùng tôi đã đi xe đạp là** cuối tháng trước**.**

지난번 제가 자전거를 탄 것은 지난달 말이었습니다.

나의 답안 **Lần cuối cùng tôi đã đi xe đạp là** _____**.**

 패턴 2

Tôi đã đi xe đạp ở 자전거를 탄 장소와 함께한 사람**.**

저는 _____에서 자전거를 탔습니다.

자전거를 탄 장소와 함께한 사람
công viên ven hồ gần nhà với gia đình 가족들과 집 근처 호수 공원
núi sau công ty với các đồng nghiệp 동료들과 회사 뒷산
đường bờ sông một mình 혼자 강변도로

예시 답안 **Tôi đã đi xe đạp ở** công viên ven hồ gần nhà với gia đình**.**

저는 가족들과 집 근처 호수 공원에서 자전거를 탔습니다.

나의 답안 **Tôi đã đi xe đạp ở** _____**.**

패턴 3   Sau khi đi xe đạp khoảng 자전거를 탄 시간 tiếng, (chúng) tôi 활동.

약 _____시간 자전거를 타고 나서 저(우리)는 _____.

▶ sau khi는 '~ 한 후에, ~하고 나서'라는 뜻으로 뒤에는 절 혹은 서술어가 위치합니다.

자전거를 탄 시간	활동
nửa 반 một đến hai 1~2 hai 2	ngắm phong cảnh hồ và ăn hoa quả 호수 풍경을 감상하고 과일을 먹다 leo núi 등산 nghe nhạc và nghỉ 음악을 듣고 쉬다

예시 답안   Sau khi đi xe đạp khoảng <u>nửa</u> tiếng, (chúng) tôi <u>ngắm phong cảnh hồ và ăn hoa quả</u>.

약 반 시간 자전거를 타고 나서 저(우리)는 호수 풍경을 감상하고 과일을 먹었습니다.

나의 답안   Sau khi đi xe đạp khoảng _____ tiếng, (chúng) tôi _____

_____.

질문 4 기억에 남는 자전거 타기 경험

MP3 2-87

Hãy kể cho tôi nghe về một trải nghiệm đáng nhớ mà bạn có được khi đi xe đạp. Việc đó xảy ra khi nào? Đã xảy ra chuyện gì?

당신이 자전거를 탈 때 있었던 기억에 남는 경험에 대해 말해주세요. 그 일은 언제 일어났나요? 무슨 일이 일어났나요?

모범답안

기억에 남는 자전거 타기 경험	Tôi nhớ nhất là tôi bị ngã khi tập xe đạp. 제가 가장 기억하는 것은 자전거 연습을 할 때 제가 넘어진 것입니다.
경험을 구체적으로 서술	Khi mới bắt đầu tập xe đạp, tôi rất khó giữ thăng bằng. Khi tập xe đạp, tôi đang đi rất chậm, đúng lúc đó, một con mèo chạy qua phía trước nên tôi rất ngạc nhiên và tôi bị ngã xe đạp. May mà tôi chỉ bị thương nhẹ nhưng tôi mới hiểu biết về nguy hiểm khi đi xe tập. 자전거 연습을 시작 했을 때 저는 중심(균형)을 잡는 것이 매우 어려웠습니다. 자전거를 연습할 때 저는 매우 천천히 가고 있었고 바로 그때 고양이 한 마리가 제 앞을 뛰어 지나가서 매우 놀랐고 저는 자전거에서 넘어졌습니다. 다행히 저는 단지 가벼운 상처만 입었지만 자전거 탈 때 위험에 대해 비로소 이해했습니다.
나의 느낌	Từ sau đó, tôi luôn để ý phía trước và rất tập trung khi đi xe đạp. 그 이후부터 저는 자전거를 탈 때 항상 앞쪽을 주시하고 매우 집중합니다.

단어 ngã 넘어지다 | tập 연습하다 | giữ 유지하다, 지키다 | thăng bằng 평행, 균형 | chậm 늦다 | đúng 알맞다, 맞다 | chạy 달리다 | ngạc nhiên 놀라다 | thương 다치다 | nhẹ 가볍다 | để ý 신경쓰다 | tập trung 집중하다

나의 답안 작성하기

기억에 남는 자전거 타기 경험	Tôi nhớ nhất là _____.
경험을 구체적으로 서술	Khi mới bắt đầu tập xe đạp, tôi rất khó giữ thăng bằng. Khi tập xe đạp, tôi đang đi rất chậm, đúng lúc đó, một con mèo chạy qua phía trước nên tôi rất ngạc nhiên và tôi bị ngã xe đạp. May mà tôi _____ nhưng tôi _____ _____.
나의 느낌	Từ sau đó, tôi _____ khi đi xe đạp.

패턴연습

 패턴 1

Tôi nhớ nhất là 기억에 남는 자전거 타기 경험.

제가 가장 기억하는 것은 _____.

▶ nhớ는 '외우다, 기억하다, 그리워하다'라는 뜻으로 이 문장에서는 '기억하다'라고 해석됩니다.

기억에 남는 자전거 타기 경험

tôi đi xe đạp xuống dốc nhanh 내가 자전거를 타고 빠르게 내리막길을 내려가다
tay lái xe đạp bị hỏng 자전거 핸들이 고장나다
săm xe đạp bị thủng 자전거 타이어에 구멍이 나다

예시 답안 Tôi nhớ nhất là tôi đi xe đạp xuống dốc nhanh.

제가 가장 기억하는 것은 제가 자전거를 타고 빠르게 내리막길을 내려간 것입니다.

나의 답안 Tôi nhớ nhất là _____.

 패턴 2

May mà tôi 다행인 상황 **nhưng tôi** 그 경험의 결과.

다행히 저는 _____만 저는 _____.

▶ may mà는 '다행히'라는 뜻으로 문장 제일 앞에 주로 위치합니다.

다행인 상황	그 경험의 결과
không bị ngã xe đạp 자전거에서 넘어지지 않다	bị mẹ tôi mắng nhiều 엄마에게 많이 야단을 맞다
sửa được tay lái xe đạp 자전거 핸들을 수리하다	mất nhiều tiền 많은 돈이 나가다
biết được sớm 빨리 알아채다	vẫn phải dắt xe về nhà 집에 자전거를 끌고 가야만 하다

예시 답안 May mà tôi không bị ngã xe đạp nhưng tôi bị mẹ tôi mắng nhiều.

다행히 저는 자전거에서 넘어지지 않았지만 엄마에게 많이 야단을 맞았습니다.

나의 답안 May mà tôi _____ nhưng tôi _____.

패턴 3

Từ sau đó, tôi 그 경험을 통해 달라진 것 **khi đi xe đạp.**

그때부터 자전거를 탈 때 저는 _____.

▶ mỗi khi는 '~할 때마다'라는 뜻으로 뒤에 서술어 혹은 절이 옵니다.

그 경험을 통해 달라진 것

đi xuống dốc chậm 천천히 내리막길을 내려간다
kiểm tra xe đạp trước khi đi 타기 전에 자전거를 검사한다
kiểm tra săm xe đạp sau khi đi 타고 난 후에 자전거 타이어를 검사한다

예시 답안 Từ sau đó, tôi đi xuống dốc chậm khi đi xe đạp.

그때부터 자전거를 탈 때 나는 천천히 내리막길을 내려갑니다.

나의 답안 Từ sau đó, tôi _____ khi đi xe đạp.

✱ 국내/해외 여행 주제 대표 질문 리스트

① 좋아하는 여행 장소 묘사

Trong bản khảo sát, bạn chỉ ra rằng bạn thích du lịch trong nước. Bạn thích đến nơi du lịch nào? Bạn thích núi hay biển? Hãy miêu tả địa điểm du lịch mà bạn thích đến thăm và cho tôi biết lý do bạn thích đến đó.

설문에서 당신은 국내 여행을 좋아한다고 말했습니다. 당신은 어느 여행지에 가는 것을 좋아합니까? 당신은 산을 좋아합니까? 아니면 바다를 좋아합니까? 당신이 방문하길 좋아하는 여행지를 묘사하고 당신이 그곳에 가는 것을 좋아하는 이유를 알려주세요.

② 처음 갔던 해외여행

Hiện nay càng ngày càng có nhiều người đi du lịch ở nước ngoài. Bạn đi du lịch ở nước ngoài lần đầu là bao giờ? Bạn đã đi đâu và với ai?

최근 나날이 많은 사람들이 해외로 여행을 갑니다. 당신이 처음 해외여행을 간 것은 언제였나요? 당신은 어디에 갔고 누구와 함께였나요?

③ 여행 가기 전 준비

Trước khi đi du lịch, bạn thường chuẩn bị những thứ gì cho chuyến đi của mình. Bạn thường sắp xếp những thứ gì trong hành lý của bạn? Hãy liệt kê những thứ bạn mang theo khi đi du lịch.

여행에 가기 전에 당신은 주로 여행을 위해 어떤 것들을 준비하나요? 당신은 당신의 짐에 어떤 것들을 넣나요? 여행을 갈 때 당신이 챙겨가는 것들을 나열하세요.

④ 기억에 남는 여행 경험

Hãy kể cho tôi nghe về một trải nghiệm đáng nhớ mà bạn có được khi đi du lịch. Việc đó xảy ra khi nào? Đã xảy ra chuyện gì? Vì sao trải nghiệm đó trở nên đáng nhớ?

당신의 여행을 할 때 있었던 기억에 남는 경험에 대해 말해주세요. 그 일은 언제 일어났나요? 무슨 일이 일어났나요? 왜 그 경험은 기억에 남게 되었나요?

질문 1 좋아하는 여행 장소 묘사

Trong bản khảo sát, bạn chỉ ra rằng bạn thích du lịch trong nước. Bạn thích đến nơi du lịch nào? Bạn thích núi hay biển? Hãy miêu tả địa điểm du lịch mà bạn thích đến thăm và cho tôi biết lý do bạn thích đến đó.

설문에서 당신은 국내 여행을 좋아한다고 말했습니다. 당신은 어느 여행지에 가는 것을 좋아합니까? 당신은 산을 좋아합니까? 아니면 바다를 좋아합니까? 당신이 방문하길 좋아하는 여행지를 묘사하고 당신이 그곳에 가는 것을 좋아하는 이유를 알려주세요.

모범답안

도입	Tôi rất thích đi du lịch trong nước. Vì thế tôi thường đi du lịch trong nước một tháng một lần. 저는 국내 여행 가는 것을 매우 좋아합니다. 그래서 저는 주로 한 달에 한 번 국내 여행을 갑니다.
좋아하는 국내 여행 장소 묘사	Tôi thích cả núi và biển, thêm nữa tôi thích đi du lịch ở điểm du lịch văn hoá nổi tiếng. Tôi thích nhất là đi du lịch ở thành phố Gyeng-ju. Vì tôi rất quan tâm đến lịch sử nên thích đến thành phố Gyeng-ju là thành phố lịch sử. Ở thành phố Gyeng-ju có nhiều di tích lịch sử như các lăng vua, chùa chiền v.v... Đặc biệt, mùa hoa anh đào ở thành phố Gyeng-ju rất đẹp. Mọi người thích vừa ngắm hoa vừa đi dạo phố ở đó. 저는 산과 바다를 모두 좋아합니다, 또한 저는 유명한 문화 여행지에 여행 가는 것을 좋아합니다. 저는 경주에 여행 가는 것을 제일 좋아합니다. 역사에 매우 관심이 있기 때문에 역사 도시인 경주에 가는 것을 좋아합니다. 경주에는 왕릉, 사찰 등과 같은 많은 역사 유적지가 있습니다. 특히 경주시의 벚꽃 계절은 매우 아름답습니다. 모두들 그곳에서 꽃을 감상하면서 거리를 산책하는 것을 좋아합니다.

단어 **trong nước** 국내 | **cả~ và~** ～와 ～ 둘 다. 모두 | **văn hoá** 문화 | **lịch sử** 역사 | **di tích** 유적 | **lăng vua** 왕릉 | **chùa chiền** 사원 | **hoa anh đào** 벚꽃 | **dạo phố** 거리를 산책하다

나의 답안 작성하기

도입	Tôi rất thích đi du lịch trong nước. Vì thế tôi thường đi du lịch trong nước _____.
좋아하는 국내 여행 장소 묘사	Tôi thích cả núi và biển, thêm nữa tôi thích đi du lịch ở điểm du lịch văn hoá nổi tiếng. Tôi thích nhất đi du lịch ở _____ _____.

Vì tôi rất quan tâm đến _____ nên thích đến _____
_____. Ở _____ có nhiều
_____ như _____ v.v… Đặc biệt, mùa hoa
anh đào ở _____ rất đẹp. Mọi người thích vừa
ngắm hoa vừa đi dạo phố ở đó.

패턴연습

 패턴 1 Tôi thích nhất đi du lịch ở 좋아하는 여행 장소.

저는 _____에 여행 가는 것을 제일 좋아합니다.

▶ nhất은 '가장, 제일'이라는 뜻으로 최상급 비교급을 만들기도 합니다.

좋아하는 여행 장소		
đảo Jeju 제주도	thành phố Busan 부산시	thành phố Seoul 서울시

예시 답안 Tôi thích nhất đi du lịch ở đảo Jeju.

저는 제주도에 여행 가는 것을 제일 좋아합니다.

나의 답안 Tôi thích nhất đi du lịch ở _____.

패턴 2 Vì tôi rất quan tâm đến 관심 있는 분야 nên thích đến 여행 장소를 좋아하는 이유.

제가 _____에 매우 관심이 있기 때문에 _____에 가는 것을 좋아합니다.

▶ 'quan tâm đến + 명사'는 '(명사)에 관심이 있다'이라는 뜻으로 여기서 đến은 '~에'라는 뜻의 대상 앞에 오는 전치사로 사용되었습니다.

관심 있는 분야	여행 장소를 좋아하는 이유
phong cảnh thiên nhiên 자연 풍경	đảo Jeju là nơi có thiên nhiên đẹp nhất 가장 아름다운 자연을 가진 곳인 제주도
bãi biển 해변	thành phố Busan là nơi có nhiều bãi biển đẹp 많은 아름다운 해변들이 있는 곳인 부산시
thời trang 패션	thành phố Seoul là trung tâm thời trang của Hàn Quốc 한국의 패션 중심지인 서울시

예시 답안 Vì tôi rất quan tâm đến phong cảnh thiên nhiên nên thích đến đảo Jeju là nơi có thiên nhiên đẹp nhất.

제가 자연 풍경에 매우 관심이 있기 때문에 가장 아름다운 자연을 가진 곳인 제주도에 가는 것을 좋아합니다.

| 나의 답안 | Vì tôi rất quan tâm đến _____ nên thích đến _____ . |

> **패턴 3** Ở 좋아하는 여행 장소 có nhiều 여행 장소에 있는 것 như 예시 v.v...
> _____에는 _____ 등과 같은 많은 _____이/가 있습니다.

▶nhu는 '~같이, 처럼'라는 뜻의 단어로 문장 끝에 와서 예시를 추가할 때 사용합니다.

좋아하는 여행 장소	여행 장소에 있는 것
đảo Jeju 제주도 thành phố Busan 부산시 thành phố Seoul 서울시	nơi đáng đi 가볼 만한 곳 bãi biển nổi tiếng 유명한 해변 phố thời trang nổi tiếng 유명한 패션 거리

예시	
núi Hanla, bãi biển Hyeop-jae 한라산, 협재 해변 bãi biển Hae-won-dae, bãi biển Gwang-an-ri 해운대, 광안리 khu phố Myeng-dong, Gang-nam 명동 거리, 강남 거리	

| 예시 답안 | Ở đảo Jeju có nhiều nơi đáng đi như núi Hanla, bãi biển Hyeop-jae v.v...
제주도에는 한라산, 협재 해변과 같은 많은 갈 만한 곳이 있습니다. |

| 나의 답안 | Ở _____ có nhiều _____ như _____ _____ v.v... |

질문 2 **처음 갔던 해외여행**

MP3 2-89

Hiện nay càng ngày càng có nhiều người đi du lịch ở nước ngoài. Bạn đi du lịch ở nước ngoài lần đầu là bao giờ? Bạn đã đi đâu và với ai?

최근 나날이 많은 사람들이 해외로 여행을 갑니다. 당신이 처음 해외여행을 간 것은 언제였나요? 당신은 어디에 갔고 누구와 함께였나요?

모범답안

도입	Tôi rất thích đi du lịch ở nước ngoài nên hễ có thời gian và tiền bạc là tôi đi du lịch ở nước ngoài. 저는 해외 여행가는 것을 매우 좋아해서 시간과 돈만 있으면 해외여행을 갑니다.
처음 해외여행을 간 시기와 장소, 함께한 사람	Tôi đi du lịch ở nước ngoài lần đầu là khoảng 5 năm trước. Khi đó tôi đã đến thành phố Hồ Chí Minh ở Việt Nam với các bạn tôi. Ngoài những nơi du lịch nổi tiếng ra, thành phố Hồ Chí Minh còn nổi tiếng về món ăn đa dạng và ngon. Chúng tôi đã tham quan nhiều nơi và ăn nhiều món ăn truyền thống Việt Nam như phở, bánh xèo, bún chả v.v… 제가 해외여행을 처음 간 것은 약 5년 전입니다. 그때 저는 베트남의 호치민시에 친구들과 함께 갔습니다. 유명한 여행지들 이외에도 호치민시는 다양하고 맛있는 음식들로도 유명했습니다. 우리는 많은 곳을 관광하고 쌀국수, 반쎄오, 분짜 등과 같은 많은 베트남 전통 음식을 먹었습니다.
마무리	Tôi cùng các bạn đã có thời gian thật vui vẻ và hạnh phúc ở đó. 저와 친구들은 그곳에서 정말 즐겁고 행복한 시간을 보냈습니다.

단어 **hễ~ là~** ~하기만 하면 ~하다 | **tiền bạc** 돈 | **nổi tiếng** 유명하다 | **đa dạng** 다양하다 | **tham quan** 관광하다 | **truyền thống** 전통

나의 답안 작성하기

도입	Tôi rất thích đi du lịch ở nước ngoài nên hễ có thời gian và tiền bạc là tôi đi du lịch ở nước ngoài.
처음 해외여행을 간 시기와 장소, 함께한 사람	Tôi đi du lịch ở nước ngoài lần đầu là _____. Khi đó tôi đã đến _____. Ngoài những nơi du lịch nổi tiếng ra, _____ còn nổi tiếng về _____.

	Chúng tôi đã tham quan nhiều nơi và ăn nhiều món ăn truyền thống Việt Nam như phở, bánh xèo, bún chả v.v…
마무리	Tôi cùng các bạn đã có thời gian thật vui vẻ và hạnh phúc ở đó.

패턴연습

패턴 1 Tôi đi du lịch ở nước ngoài lần đầu là <u>처음 해외여행을 간 때</u>.

제가 해외여행을 처음 간 것은 ＿＿＿＿＿＿＿＿＿ 입니다.

▶ lần đầu는 '처음, 첫 번'이라는 뜻의 lần đầu tiên의 줄임말입니다.

처음 해외여행을 간 때	
cách đây 3 năm 3년 전 khi tôi 15 tuổi 내가 15살 때	khi tôi còn là sinh viên 내가 대학생일 때

예시 답안 Tôi đi du lịch ở nước ngoài lần đầu là <u>cách đây 3 năm</u>.

제가 해외여행을 처음 간 것은 3년 전입니다.

나의 답안 Tôi đi du lịch ở nước ngoài lần đầu là ＿＿＿＿＿＿＿＿＿＿＿.

패턴 2 Khi đó tôi đã đến <u>처음 해외여행을 간 곳과 함께 간 사람</u>.

그때 저는 ＿＿＿＿＿＿＿＿＿ 갔습니다.

▶ khi đó는 '그때'라는 의미로 해석합니다.

처음 해외여행을 간 곳과 함께 간 사람
Đông Kinh ở Nhật với các đồng nghiệp tôi 일본의 도쿄에 내 동료들과 함께 Bangkok ở Thái Lan với các bạn cùng khoa 태국의 방콕에 같은 학과 친구들과 함께 Chicago ở Mỹ với gia đình 미국의 시카고에 가족과 함께

예시 답안 Khi đó tôi đã đến <u>Đông Kinh ở Nhật với các đồng nghiệp tôi</u>.

그때 저는 일본의 도쿄에 동료들과 함께 갔습니다.

나의 답안 Khi đó tôi đã đến ＿＿＿＿＿＿＿＿＿＿＿＿＿＿＿.

패턴 3 Ngoài những nơi du lịch nổi tiếng ra, 처음 해외여행을 간 곳 còn nổi tiếng về 유명한 것.

유명한 여행지들 이외에도 _____은/는 _____로도 유명했습니다.

▶ 'ngoài + 명사 + ra'는 '~이외에도'라는 뜻으로 주로 문장 앞에 위치합니다. 또한 뒤에 오는 문장의 서술어 앞에 부사 còn 혹은 cũng을 자주 붙여서 구문으로 사용합니다.

＊⟨Ngoài + 명사 + ra, 주어 + còn/cũng + 서술어⟩ ~이외에도 또한 ~하다

처음 해외여행을 간 곳	처음 해외여행을 간 곳의 유명한 것
Đông Kinh 도쿄	cảnh về đêm nhìn từ Tokyo Skytree 도쿄 스카이트리에서 보는 야경
Bangkok 방콕	các chợ truyền thống 전통시장들
Chicago 시카고	bánh Pizza Chicago 시카고 피자

예시 답안 Ngoài những nơi du lịch nổi tiếng ra, Đông Kinh còn nổi tiếng về cảnh về đêm nhìn từ Tokyo Skytree.

유명한 여행지들 이외에도 도쿄는 도쿄 스카이트리에서 보는 야경으로도 유명했습니다.

나의 답안 Ngoài những nơi du lịch nổi tiếng ra, _____ còn nổi tiếng về _____.

질문 3 **여행 가기 전 준비** MP3 2-90

Trước khi đi du lịch, bạn thường chuẩn bị những thứ gì cho chuyến đi của mình. Bạn thường sắp xếp những thứ gì trong hành lý của bạn? Hãy liệt kê những thứ bạn mang theo khi đi du lịch.

여행에 가기 전에 당신은 주로 여행을 위해 어떤 것들을 준비하나요? 당신은 당신의 짐에 어떤 것들을 넣나요? 여행을 갈 때 당신이 챙겨 가는 것들을 나열하세요.

모범답안

도입	Theo tôi, việc chuẩn bị du lịch rất quan trọng. 제 생각에는 여행 준비는 매우 중요합니다.
여행 가기 전의 준비	Trước khi đi du lịch, tôi thường lập danh sách hành lý trước để xếp đồ. Lập danh sách trước thì tôi có thể tiết kiệm thời gian. Theo danh sách đó, tôi xếp đồ như đồ dùng cá nhân, quần áo, hộ chiếu v.v.. Vật dụng mang theo quan trọng nhất khi đi du lịch là máy chụp ảnh. Vì tôi cố gắng giữ kỷ niệm đẹp trong những bức ảnh. 여행가기 전에 저는 주로 짐을 싸기 위해 미리 짐의 리스트를 작성합니다. 미리 리스트를 작성하면 시간을 절약할 수 있기 때문입니다. 그 리스트에 따라 저는 개인용품, 옷, 여권 등의 짐을 쌉니다. 여행갈 때 가장 중요한 챙기는 물건은 카메라입니다. 왜냐하면 저는 사진들 속에 아름다운 추억을 간직하려고 노력하기 때문입니다.
마무리	Nếu chuẩn bị mọi thứ tốt thì có thể đảm bảo một chuyến đi du lịch vui vẻ nên tôi cố gắng chuẩn bị tốt. 만약 모든 것이 준비가 잘되면 즐거운 여행을 보장할 수 있기 때문에 저는 잘 준비하려고 노력합니다.

단어 **quan trọng** 중요하다 | **lập** 작성하다. 세우다 | **danh sách** 리스트 | **hành lý** 짐 | **xếp đồ** 짐을 싸다 | **tiết kiệm** 절약하다 | **đồ dùng cá nhân** 개인용품 | **kỷ niệm** 추억 | **đảm bảo** 보장하다

나의 답안 작성하기

도입	Theo tôi, việc chuẩn bị du lịch rất quan trọng.
여행 가기 전의 준비	Trước khi đi du lịch, tôi thường _____. Lập danh sách trước thì tôi có thể tiết kiệm thời gian. Theo danh sách đó, tôi xếp đồ như _____v.v.. Vật dụng mang theo quan trọng nhất khi đi du lịch là _____. Vì tôi cố gắng giữ kỷ niệm đẹp trong những bức ảnh.

마무리	Nếu chuẩn bị mọi thứ tốt thì có thể đảm bảo một chuyến đi du lịch vui vẻ nên tôi cố gắng chuẩn bị tốt.

패턴연습

 패턴 1

Trước khi đi du lịch, tôi thường 여행 준비 시 하는 일.

여행가기 전에 저는 주로 _____.

▶ trước khi는 '~하기 전에'라는 뜻으로 뒤에 서술어나 절이 위치합니다.

여행 준비 시 하는일

tìm danh sách vật dụng cần mang theo khi đi du lịch trên mạng
인터넷에서 여행갈 때 챙겨 갈 물품 리스트를 찾다
xem clip du lịch về địa điểm định đi trên youtube để quen nơi đó
그 장소에 익숙하기 위해 유튜브에서 여행 갈 장소에 대한 여행 영상을 본다
đi hiệu thuốc để mua các thuốc cần thiết
필요한 약을 구매하기 위해 약국에 간다

예시 답안

Trước khi đi du lịch, tôi thường <u>tìm danh sách vật dụng cần mang theo khi đi du lịch trên mạng</u>.

여행 가기 전에 저는 주로 인터넷에서 여행갈 때 챙겨 갈 물품 리스트를 찾습니다.

나의 답안

Trước khi đi du lịch, tôi thường _____

_____.

 패턴 2

Tôi xếp đồ như 짐에 넣는 것 v.v...

저는 _____ 등의 짐을 쌉니다.

짐에 넣는 것

giấy tờ tuỳ thân, đồ dùng vệ sinh cá nhân, quần áo kể cả áo lót 신분증, 세면도구, 속옷을 포함한 옷
quần áo thoải mái, giày dép, mũ 편안한 옷, 신발, 모자
kính râm, đồ bơi, kem chống nắng 선글라스, 수영복, 선크림

예시 답안

Tôi xếp đồ như <u>giấy tờ tuỳ thân, đồ dùng vệ sinh cá nhân, quần áo kể cả áo lót</u> v.v...

저는 신분증, 세면도구, 속옷을 포함한 옷 등의 짐을 쌉니다.

나의 답안

Tôi xếp đồ như _____

_____ v.v...

패턴 3 Vật dụng mang theo quan trọng nhất khi đi du lịch là <u>중요한 물품</u>.

여행갈 때 가장 중요한 챙기는 물건은 ＿＿＿＿＿＿＿＿＿＿입니다.

▶ mang theo는 '챙기다, 가져가다'라는 뜻의 동사입니다.

여행갈 때 중요한 물품
điện thoại thông minh 스마트폰　　　　　　　　máy tính xách tay 노트북 hộ chiếu 여권

예시 답안 Vật dụng mang theo quan trọng nhất khi đi du lịch là <u>điện thoại thông minh</u>.

여행갈 때 가장 중요한 챙기는 물건은 스마트폰입니다.

나의 답안 Vật dụng mang theo quan trọng nhất khi đi du lịch là ＿＿＿＿＿＿＿＿

＿＿＿＿＿＿＿＿.

질문 4 **기억에 남는 여행 경험**

MP3 2-91

Hãy kể cho tôi nghe về một trải nghiệm đáng nhớ mà bạn có được khi đi du lịch. Việc đó xảy ra khi nào? Đã xảy ra chuyện gì? Vì sao trải nghiệm đó trở nên đáng nhớ?

당신이 여행을 할 때 있었던 기억에 남는 경험에 대해 말해주세요. 그 일은 언제 일어났나요? 무슨 일이 일어났나요? 왜 그 경험은 기억에 남게 되었나요?

모범답안

기억에 남는 여행 경험	Tôi nhớ nhất là tôi bị mất hộ chiếu khi đi du lịch ở nước ngoài. 제가 가장 기억하는 것은 해외에 여행을 갔을 때 제가 여권을 잃어버린 것입니다.
경험을 구체적으로 서술	Khi đi du lịch ở nước ngoài lần đầu, tôi thiếu cẩn thận nên bị mất hộ chiếu. Chắc tôi đánh rơi ở nơi nào đó trong sân bay, sau khi rời khỏi sân bay đến khách sạn thì tôi mới biết rằng tôi đã đánh mất hộ chiếu. Vì khi đó tôi rất hoang mang và bối rối nên trở nên đáng nhớ. Cuối cùng tôi đành phải xin cấp lại hộ chiếu ở lãnh sự quán nước ngoài đó. 처음으로 해외여행을 갔을 때 저는 부주의하여 여권을 잃어버렸습니다. 아마 저는 여권을 공항의 어딘가에 떨어뜨린 것 같은데 공항을 빠져나와 호텔에 왔을 때 비로소 여권을 잃어버렸다는 것을 알았습니다. 그때 저는 너무 당황하고 놀라서 기억에 남게 되었습니다. 결국 저는 그 외국의 영사관에서 여권 재발급 신청을 해야만 했습니다.
나의 느낌	Từ sau đó, tôi cố gắng cẩn thận và luôn kiểm tra hộ chiếu. 그 이후로 저는 조심하려고 노력하고 항상 여권을 체크합니다.

단어 **mất** 잃다 | **hộ chiếu** 여권 | **thiếu cẩn thận** 부주의하다 | **chắc** 아마 ~일 것이다 | **đánh rơi** 떨어뜨리다 | **sân bay** 공항 | **rời khỏi** 벗어나다, 빠져나오다 | **mới** 비로소 | **đánh mất** 잃어버리다 | **hoang mang** 황망하다 | **bối rối** 당황하다 | **xin cấp lại** 재발급

나의 답안 작성하기

기억에 남는 여행 경험	Tôi nhớ nhất là tôi _____ khi đi du lịch ở nước ngoài.
경험을 구체적으로 서술	Khi đi du lịch ở nước ngoài lần đầu, tôi thiếu cẩn thận nên bị mất hộ chiếu. Chắc tôi đánh rơi ở nơi nào đó trong sân bay, sau khi rời khỏi sân bay đến khách sạn thì tôi mới biết rằng tôi đã đánh mất hộ chiếu. Vì khi đó tôi _____ nên trở nên đáng nhớ.

	Cuối cùng tôi đành phải xin cấp lại hộ chiếu ở lãnh sự quán nước ngoài đó.
나의 느낌	Từ sau đó, tôi cố gắng _____.

패턴연습

 패턴 1

Tôi nhớ nhất là tôi <u>기억에 남는 여행 경험</u> khi đi du lịch ở nước ngoài.

제가 가장 기억하는 것은 해외에 여행을 갔을 때 제가 _____입니다.

▶ nhớ는 '외우다, 기억하다, 그리워하다'라는 뜻으로 이 문장에서는 '기억하다'라고 해석됩니다.

기억에 남는 여행 경험
bị móc túi 소매치기를 당하다 bị lừa đảo taxi 택시 사기를 당하다 được ngắm hoàng hôn trên du thuyền 크루즈 선상에서 노을을 감상하다

예시 답안 Tôi nhớ nhất là tôi <u>bị móc túi</u> khi đi du lịch ở nước ngoài.

제가 가장 기억하는 것은 해외에 여행을 갔을 때 제가 소매치기를 당한 것입니다.

나의 답안 Tôi nhớ nhất là tôi _____ khi đi du lịch ở nước ngoài.

 패턴 2

Vì khi đó tôi <u>기억에 남는 이유</u> nên trở nên đáng nhớ.

그때 저는 _____해서 기억에 남게 되었습니다.

▶ đáng nhớ는 '기억할 만한, 기억에 남는'이라는 뜻으로 서술어 및 명사 수식으로 사용할 수 있습니다.

기억에 남는 이유
rất hoảng sợ và bực tức 매우 겁에 질리고 화가 나다 tức giận và khó chịu 화가 나고 짜증이 나다 sung sướng và ngây ngất 기쁘고 황홀하다

예시 답안 Vì khi đó tôi <u>rất hoảng sợ và bực tức</u> nên trở nên đáng nhớ.

그때 저는 매우 겁에 질렸고 화가 나서 기억에 남게 되었습니다.

나의 답안 Vì khi đó tôi _____ nên trở nên đáng nhớ.

패턴 3　Từ sau đó, tôi cố gắng <u>그 경험을 통해 달라진 것</u>.

그 이후로 저는 _____하려고 노력합니다.

▶ từ sau đó는 '그 후부터, 그 이후로'라는 뜻입니다.

그 경험을 통해 달라진 것
cẩn thận để không bị móc túi 소매치기를 당하지 않도록 조심하다
bắt tắc xi chính hãng 정식 회사 택시를 잡다
đặt tour du thuyền mỗi khi đi du lịch nước ngoài 해외여행을 갈 때 마다 크루즈 투어를 예약하다

예시 답안　Từ sau đó, tôi cố gắng <u>cẩn thận để không bị móc túi</u>.

그 이후로 소매치기를 당하지 않도록 조심하려고 노력합니다.

나의 답안　Từ sau đó, tôi cố gắng _____.

**(1) 출장 중
하는 일과
자유시간에
하는 일**

Trong bản khảo sát, bạn cho biết bạn đã từng đi công tác ở nước ngoài. Hãy cho tôi biết những công việc và những hoạt động trong thời gian rảnh rỗi bạn thường làm khi đi công tác.

설문에서 당신은 해외출장을 갔었다고 했습니다. 출장 갔을 때 당신이 주로 하는 일과 한가한 시간의 활동에 대해 알려주세요.

**(2) 최근 출장 갔던
장소와 만난 사람**

Lần cuối cùng bạn đi công tác là khi nào? Hãy miêu tả về nơi bạn đã đi công tác và những người bạn đã gặp.

당신이 마지막으로 출장을 간 것은 언제였나요? 당신이 출장을 갔던 곳과 당신이 만났던 사람들을 묘사하세요.

**(3) 출장 가기 전
준비**

Trước khi đi công tác, bạn thường chuẩn bị những thứ gì cho chuyến đi của mình. Bạn thường mang theo những vật dụng gì cho chuyến công tác của bạn?

출장에 가기 전에 당신은 주로 출장을 위해 어떤 것들을 준비하나요? 당신은 출장을 위해 어떤 물건들을 가져가나요?

**(4) 기억에 남는
출장 경험**

Hãy kể cho tôi nghe về một trải nghiệm đáng nhớ mà bạn có được khi đi công tác. Việc đó xảy ra khi nào? Đã xảy ra chuyện gì? Vì sao trải nghiệm đó trở nên đáng nhớ?

출장 갔을 때 있었던 기억에 남는 경험에 대해 말해주세요. 그 일은 언제 일어났나요? 무슨 일이 일어났나요? 왜 그 경험은 기억에 남게 되었나요?

질문 1
출장 중 하는 일과 자유시간에 하는 일

Trong bản khảo sát, bạn cho biết bạn đã từng đi công tác ở nước ngoài. Hãy cho tôi biết những công việc và những hoạt động trong thời gian rảnh rỗi bạn thường làm khi đi công tác.

설문에서 당신은 해외출장을 갔다고 했습니다. 출장 갔을 때 당신이 주로 하는 일과 한가한 시간의 활동에 대해 알려주세요.

모범답안

도입	Tôi thường đi công tác ở nước ngoài do công việc của tôi.
	저는 업무 때문에 자주 해외에 출장을 갑니다.
출장 갔을 때 하는 일과 한가한 시간의 활동	Khi đi công tác ở nước ngoài, tôi thường giải quyết các vấn đề ở chi nhánh nước ngoài. Vì chi nhánh nước ngoài mới được thành lập chỉ 3 tháng nên cần sự giúp đỡ của bên Hàn Quốc. Trong thời gian rảnh rỗi, tôi thường đi tham quan ở những nơi nổi tiếng. Vì thích trải nghiệm văn hoá đa dạng nên tôi thích đi công tác ở nước ngoài.
	해외에 출장을 갈 때 저는 주로 해외 지사의 문제들을 해결합니다. 해외 지사가 설립된 지 겨우 3개월이기 때문에 한국 쪽의 도움이 필요합니다. 한가한 시간에 저는 주로 유명한 곳들을 관광하러 갑니다. 다양한 문화를 경험하는 것을 좋아하기 때문에 저는 해외 출장 가는 것을 좋아합니다.
마무리	Đi công tác xa thì tôi đôi khi rất mệt và nhớ gia đình nhưng tôi cố gắng làm việc tốt khi đi công tác.
	멀리 출장을 가면 저는 때때로 매우 피곤하고 가족이 그립지만 저는 출장 갔을 때 일을 잘하려고 노력합니다.

단어 đi công tác 출장 가다 | do ~로 인해서, ~때문에 | giải quyết 해결하다 | chi nhánh 지사 | thành lập 설립하다 | cần 필요하다 | sự 동사 앞에 붙어 명사화 | bên 쪽, 편 | thời gian rảnh rỗi 여가 시간 | tham quan 관광하다 | trải nghiệm 경험하다, 체험하다 | nhớ 그리워하다, 보고싶다

나의 답안 작성하기

도입	Tôi thường đi công tác ở nước ngoài do công việc của tôi.
출장 갔을 때 하는 일과 한가한 시간의 활동	Khi đi công tác ở nước ngoài, tôi thường _____ _____. Vì chi nhánh nước ngoài mới được thành lập chỉ 3 tháng nên cần sự giúp đỡ của bên Hàn Quốc.

	Trong thời gian rảnh rỗi, tôi thường _____ _____. Vì _____ nên tôi thích đi công tác ở nước ngoài.
마무리	Đi công tác xa thì tôi đôi khi rất mệt và nhớ gia đình nhưng tôi cố gắng làm việc tốt khi đi công tác.

패턴연습

Khi đi công tác ở nước ngoài, tôi thường 출장 가서 하는 일.

해외에 출장을 갈 때 저는 주로 _____.

▶ đi công tác은 '출장 가다'라는 뜻입니다. '출장'이라는 명사 형태로 쓸 때는 앞에 종별사 chuyến을 붙이기도 합니다.

출장 가서 하는 일

tham gia cuộc hội thảo 세미나에 참석한다   khảo sát thị trường 시장을 조사한다
giám sát hiện trường 현장을 시찰한다

예시 답안   Khi đi công tác ở nước ngoài, tôi thường tham gia cuộc hội thảo.

해외에 출장을 갈 때 저는 주로 세미나에 참석합니다.

나의 답안   Khi đi công tác ở nước ngoài, tôi thường _____.

Trong thời gian rảnh rỗi, tôi thường 한가한 시간에 하는 활동.

한가한 시간에 저는 _____.

▶ rảnh rỗi는 '한가한'이라는 뜻으로 여기서 thời gian rảnh rỗi는 자유시간으로 해석해도 됩니다.

한가한 시간에 하는 활동

đi mua quà lưu niệm cho gia đình và các đồng nghiệp 가족과 동료들을 위한 기념품을 사러 간다
nghỉ ngơi ở khách sạn 호텔에서 쉰다
đi chơi với các đồng nghiệp bản địa 현지 동료들과 놀러간다

예시 답안   Trong thời gian rảnh rỗi, tôi thường đi mua quà lưu niệm cho gia đình và các đồng nghiệp.

한가한 시간에 저는 주로 가족과 동료들을 위한 기념품을 사러 갑니다.

나의 답안   Trong thời gian rảnh rỗi, tôi thường _____ _____.

패턴 3 Vì 해외 출장을 좋아하는 이유 nên tôi thích đi công tác ở nước ngoài.

_____ 때문에 저는 해외 출장 가는 것을 좋아합니다.

▶ vì A nên B는 'A하기 때문에 B하다'라고 해석합니다.

해외 출장을 좋아하는 이유
phát huy được năng lực ngoại ngữ 외국어 능력을 발휘할 수 있다
trải nghiệm được công việc ở nước ngoài 외국에서 업무를 경험할 수 있다
tiếp xúc với nhiều nhân viên nước ngoài 많은 외국 직원들과 접촉하다

예시 답안 Vì phát huy được năng lực ngoại ngữ nên tôi thích đi công tác ở nước ngoài.

외국어 능력을 발휘할 수 있기 때문에 저는 해외 출장 가는 것을 좋아합니다.

나의 답안 Vì _____ nên tôi thích đi công tác ở nước ngoài.

질문 2 최근 출장 갔던 장소와 만난 사람

MP3 2-93

Lần cuối cùng bạn đi công tác là khi nào? Hãy miêu tả về nơi bạn đã đi công tác và những người bạn đã gặp.

당신이 마지막으로 출장을 간 것은 언제였나요? 당신이 출장을 갔던 곳과 당신이 만났던 사람들을 묘사하세요.

모범답안

마지막으로 출장을 간 시기와 장소, 기간	Lần cuối cùng tôi đi công tác là năm ngoái. Khi đó tôi đã đi đến Việt Nam trong 2 tuần. 마지막으로 제가 출장을 간 것은 작년이었습니다. 그때 저는 베트남에 2주 동안 갔습니다.
참여했던 활동과 만났던 사람들	Đó là lần đầu tiên đi đến Việt Nam nên cái gì cũng mới lạ và rất đẹp. Mặc dù trời rất nóng, nhưng quang cảnh đường phố rất sôi động. Tôi đã hợp tác với các nhân viên Việt Nam, họ rất thân thiện và nhiệt tình. Vào ngày nghỉ, tôi đã dạo phố và tham quan các chợ truyền thống mua sắm. 그것이 베트남에 간 처음이라서 무엇이든 다 새롭고 신기하고 매우 아름다웠습니다. 비록 날씨가 매우 더웠지만 길거리 풍경은 매우 활기찼습니다. 저는 베트남 직원들과 협력했는데 그들은 매우 친절하고 열정적이었습니다. 쉬는 날에 저는 거리를 산책하고 쇼핑하기 위해 전통시장들을 관광했습니다.
마무리	Chuyến công tác đó mang lại cho tôi một kỷ niệm thật vui. 그 출장은 저에게 정말 즐거운 추억을 가져다 주었습니다.

단어 **năm ngoái** 작년 | **mới lạ** 새롭고 신기하다 | **quang cảnh** 광경 | **sôi động** 활기차다 | **hợp tác** 협력하다 | **thân thiện** 친절하다 | **nhiệt tình** 열정적이다 | **dạo phố** 거리를 산책하다 | **chợ** 시장 | **mang lại** 가져오다

나의 답안 작성하기

마지막으로 출장을 간 시기와 장소, 기간	Lần cuối cùng tôi đi công tác là _____. Khi đó tôi đã đi đến _____ trong _____.
참여했던 활동과 만났던 사람들	Đó là lần đầu tiên đi đến _____ nên cái gì cũng mới lạ và rất đẹp. Mặc dù trời rất _____, nhưng quang cảnh đường phố rất sôi động. Tôi đã hợp tác với các _____, họ rất _____. Vào ngày nghỉ, tôi đã dạo phố và tham quan các chợ truyền thống để mua sắm.
마무리	Chuyến công tác đó mang lại cho tôi một kỷ niệm thật vui.

패턴연습

패턴 1

Lần cuối cùng tôi đi công tác là 가장 최근에 출장을 간 때.

마지막으로 제가 출장을 간 것은 _____이었습니다.

▶ cuối cùng는 '마지막'이라는 뜻이며 lần cuối cùng은 마지막 (차례), 즉 가장 최근이라는 뜻입니다.

가장 최근에 출장을 간 때		
hai tháng trước 두 달 전	tuần trước 지난주	cuối tháng trước 지난달 말

예시 답안

Lần cuối cùng tôi đi công tác là hai tháng trước.

마지막으로 제가 출장을 간 것은 두 달 전입니다.

나의 답안

Lần cuối cùng tôi đi công tác là _____.

패턴 2

Khi đó tôi đã đi đến 최근 출장을 간 곳 trong 기간.

그때 저는 _____에 _____ 동안 갔습니다.

▶ khi đó 는 '그때'라는 뜻으로 해석합니다.

최근 출장을 간 곳		기간	
Trung Quốc 중국	Nhật Bản 일본	một tháng 한 달	một tuần 일주일
Mỹ 미국		nửa tháng 보름	

예시 답안

Khi đó tôi đã đi đến Trung Quốc trong một tháng.

그때 저는 중국에 한 달 동안 갔습니다.

나의 답안

Khi đó tôi đã đi đến _____ trong _____.

패턴 3

Tôi đã hợp tác với các 출장 가서 만난 사람, họ rất 그들의 특징.

저는 _____들과 협력했는데 그들은 매우 _____.

▶ hợp tác은 '협력하다'라는 뜻입니다.

출장가서 만난 사람	특징
quản lý bên Trung Quốc 중국 측 매니저	thông minh và chăm chỉ 똑똑하고 열심이다
kỹ sư Nhật Bản 일본 기술자	tích cực và đặt nhiều câu hỏi hay
công nhân hiện trường 현장 노동자	긍정적이며 좋은 질문을 많이 하다
	luôn học hỏi và chủ động 항상 배우며 주동적이다

예시 답안

Tôi đã hợp tác với các quản lý bên Trung Quốc, họ rất thông minh và chăm chỉ.

저는 중국 측 매니저들과 협력했는데 그들은 매우 똑똑하고 열심이었습니다.

나의 답안

Tôi đã hợp tác với các _____, họ rất _____
_____.

Trước khi đi công tác, bạn thường chuẩn bị những thứ gì cho chuyến đi của mình. Bạn thường mang theo những vật dụng gì cho chuyến công tác của bạn?

출장에 가기 전에 당신은 주로 출장을 위해 어떤 것들을 준비하나요? 당신은 출장을 위해 어떤 물건들을 가져가나요?

모범답안

출장 가기 전의 준비	Trước khi đi công tác, tôi cố gắng chuẩn bị mọi thứ tốt đẹp. Đặc biệt, tôi luôn mang theo máy tính xách tay vì phải làm việc bằng máy tính. Tôi cũng xếp các đồ như đồ dùng vệ sinh cá nhân, quần áo v.v… Sau đó, tôi kiểm tra thông tin chuyến bay, khách sạn. Ngoài ra, trước khi đi công tác, tôi cần phải tìm hiểu về văn hoá làm việc ở nước đó. 출장 가기 전에 저는 모든 것을 잘 준비하려고 노력합니다. 특히 저는 항상 노트북을 챙기는데 노트북으로 일을 해야 하기 때문입니다. 저는 또한 개인 위생용품, 옷 등의 짐을 쌉니다. 그 후에 비행기, 호텔 정보를 체크합니다. 또한 출장 가기 전에 저는 그 나라의 업무 문화에 대해 알아봐야 합니다.
마무리	Nếu chuẩn bị mọi thứ tốt thì có thể đảm bảo một chuyến đi thành công. 만약 모든 것을 잘 준비한다면 저는 성공적인 출장을 보장할 수 있습니다.

> **단어** **mang theo** 가져가다, 챙겨가다 | **máy tính xách tay** 노트북 컴퓨터 | **đồ dùng vệ sinh cá nhân** 개인 위생용품 | **tìm hiểu** 이해하다, 알아보다 | **đảm bảo** 보장하다 | **thành công** 성공

나의 답안 작성하기

출장 가기 전의 준비	Trước khi đi công tác, tôi cố gắng chuẩn bị mọi thứ tốt đẹp. Đặc biệt, tôi luôn mang theo _____ _____. Tôi cũng xếp các đồ như đồ dùng vệ sinh cá nhân, quần áo v.v… Sau đó, tôi kiểm tra _____. Ngoài ra, trước khi đi công tác, tôi cần phải _____ _____.
마무리	Nếu chuẩn bị mọi thứ tốt thì có thể đảm bảo một chuyến đi thành công.

패턴연습

 패턴 1

Tôi luôn mang theo 출장 시 항상 가져가는 것.

저는 항상 노트북을 챙깁니다.

▶ mang theo는 '챙기다, 가져가다'라는 뜻의 동사입니다.

출장 시 항상 가져가는 것

các tài liệu cần thiết trong cuộc họp 회의에서 필요한 자료들
mẫu sản phẩm mới 신제품 샘플
bài thuyết trình cho cuộc hội thảo 세미나를 위한 프레젠테이션

예시 답안 Tôi luôn mang theo các tài liệu cần thiết trong cuộc họp.

저는 항상 회의에서 필요한 자료들을 챙깁니다.

나의 답안 Tôi luôn mang theo _____.

 패턴 2

Tôi kiểm tra 출장 가기 전에 체크하는 것.

저는 _____ 을/를 체크합니다.

출장 가기 전에 체크하는 것

lịch trình chuyến công tác 출장 스케줄
địa chỉ liên hệ của khách hàng 고객 연락처
đối tượng mục tiêu marketing 마케팅 목표 대상

예시 답안 Tôi kiểm tra lịch trình chuyến công tác.

저는 출장 스케줄을 체크합니다.

나의 답안 Tôi kiểm tra _____.

 패턴 3

Trước khi đi công tác, tôi cần phải 출장 가기 전에 알아야 할 사항들.

출장 가기 전에 저는 _____ 을/를 해야 합니다.

▶ cần phải는 cần과 phải의 합성어로 동사 앞에 위치하여 조동사로 쓰이며 '~해야 할 필요가 있다'라고 해석합니다.

출장 가기 전에 알아야 할 사항들

hiểu biết về tình hình công việc ở đó 그곳의 업무 상황에 대해 이해하다
nắm bắt doanh thu ở chi nhánh nước ngoài 해외 지사의 매출에 대해 파악하다
tìm hiểu về vấn đề cần giải quyết 해결해야 할 필요가 있는 문제들에 대해 알아보다

예시 답안 Trước khi đi công tác, tôi cần phải hiểu biết về tình hình công việc ở đó.

출장가기 전에 저는 그곳의 업무 상황에 대해 이해해야 합니다.

나의 답안 Trước khi đi công tác, tôi cần phải _____.

질문 4 기억에 남는 출장 경험

Hãy kể cho tôi nghe về một trải nghiệm đáng nhớ mà bạn có được khi đi công tác. Việc đó xảy ra khi nào? Đã xảy ra chuyện gì? Vì sao trải nghiệm đó trở nên đáng nhớ?

출장 갔을 때 있었던 기억에 남는 경험에 대해 말해주세요. 그 일은 언제 일어났나요? 무슨 일이 일어났나요? 왜 그 경험은 기억에 남게 되었나요?

모범답안

기억에 남는 출장 경험	Tôi nhớ nhất là tôi bị lỡ chuyến bay khi đi công tác Trung Quốc. 제가 가장 기억하는 것은 중국 출장을 갈 때 비행기를 놓친 것입니다.
경험을 구체적으로 서술	Vào ngày đi công tác Trung Quốc, trời mưa to nên bị tắc đường. Vì thế tôi đến muộn sân bay nên bị lỡ chuyến bay. Tôi đành phải chuyển sang chuyến bay buổi chiều. Tôi có thể đi chuyến kế tiếp nhưng không thể tham gia cuộc họp quan trọng. Vì khi đó tôi bị căng thẳng và lo lắng nhiều nên trở nên đáng nhớ. 중국 출장 가는 날 비가 많이 와서 길이 막혔습니다. 그래서 공항에 늦게 도착해서 비행기를 놓쳤습니다. 저는 오후 비행기편으로 바꿔야만 했습니다. 저는 다음 (비행기)편으로 갈 수 있었으나 중요한 회의에 참석할 수 없었습니다. 그때 제가 많이 스트레스를 받고 걱정해서 기억에 남게 되었습니다.
나의 느낌	Từ sau đó, tôi cố gắng xuất phát sớm hơn. 그 이후부터 저는 더 일찍 출발하려고 노력합니다.

단어 | **lỡ** 놓치다 | **chuyến bay** 비행기편 | **tắc đường** 길이 막히다 | **đành phải** 어쩔 수 없이 ～하다 | **chuyển sang** ～로 바꾸다 | **kế tiếp** 다음 | **cuộc họp** 회의 | **lo lắng** 걱정하다 | **xuất phát** 출발하다

나의 답안 작성하기

기억에 남는 출장 경험	Tôi nhớ nhất là tôi _____ khi đi công tác _____.
경험을 구체적으로 서술	Vào ngày đi công tác _____, trời mưa to nên bị tắc đường. Vì thế tôi đến muộn sân bay nên bị lỡ chuyến bay. Tôi đành phải chuyển sang chuyến bay buổi chiều. Tôi có thể đi chuyến kế tiếp nhưng không thể tham gia cuộc họp quan trọng. Vì khi đó tôi _____ nên trở nên đáng nhớ.

나의 느낌	Từ sau đó, tôi cố gắng _____.

패턴연습

패턴 1

Tôi nhớ nhất là tôi 기억에 남는 출장 경험 khi đi công tác 출장 간 곳.

제가 가장 기억하는 것은 _____ 출장을 갔을 때 제가 _____입니다.

▶ nhớ는 '외우다, 기억하다, 그리워하다'라는 뜻으로 이 문장에서는 '기억하다'라고 해석됩니다.

기억에 남는 출장 경험	출장국
bị ngộ độc thức ăn 식중독에 걸리다 ký hợp đồng quan trọng 중요한 계약을 체결하다 gặp chủ tịch tập đoàn Apple 애플 CEO를 만나다	Thái Lan 태국 Việt Nam 베트남 Mỹ 미국

예시 답안

Tôi nhớ nhất là tôi bị ngộ độc thức ăn khi đi công tác Thái Lan.

제가 가장 기억하는 것은 태국 출장 갔을 때 제가 식중독에 걸린 것입니다.

나의 답안

Tôi nhớ nhất là tôi _____ khi đi công tác _____.

패턴 2

Vì khi đó tôi 기억에 남는 이유 nên trở nên đáng nhớ.

그때 저는 _____해서 기억에 남게 되었습니다.

▶ đáng nhớ 는 '기억할 만한, 기억에 남는'이라는 뜻으로 서술어 및 명사 수식으로 사용할 수 있습니다.

기억에 남는 이유
rất đau bụng và cuối cùng nhập viện 매우 배가 아프고 결국에 입원하다 cảm thấy rất tự hào về mình 자신에 대해 매우 자랑스럽게 느끼다 rất sung sướng và đầy hào hức 매우 기쁘고 신나다

예시 답안

Vì khi đó tôi rất đau bụng và cuối cùng nhập viện nên trở nên đáng nhớ.

그때 저는 매우 배가 아팠고 결국에 입원해서 기억에 남게 되었습니다.

나의 답안

Vì khi đó tôi _____ nên trở nên đáng nhớ.

패턴 3 Từ sau đó, tôi cố gắng <u>그 경험을 통해 달라진 것</u>.

그 이후로 저는 _____하려고 노력합니다.

▶ từ sau đó는 '그 후부터, 그 이후로'라는 뜻입니다.

그 경험을 통해 달라진 것
cẩn thận việc ăn uống ở những nước nhiệt đới 열대 나라에서 먹는 것을 조심하다
tự tin hơn trong mọi việc 모든 일에서 더 자신감을 가지다
chuẩn bị nắm bắt một cơ hội tốt 좋은 기회를 잡기 위해 준비하다

예시 답안 Từ sau đó, tôi cố gắng <u>cẩn thận việc ăn uống ở những nước nhiệt đới</u>.

그 이후로 저는 열대 나라에서 먹는 것을 조심하려고 노력합니다.

나의 답안 Từ sau đó, tôi cố gắng _____.

① 집에서 휴가를
보내면서 만나는
사람과 하는 일

Trong bản khảo sát, bạn chỉ ra rằng bạn nghỉ ở nhà. Kỳ nghỉ ở nhà, bạn thường gặp ai và làm gì với họ?

설문에서 집에서 휴가를 보낸다고 했습니다. 집에서 보내는 휴가 기간에 당신은 주로 누구를 만나고 그들과 무엇을 하나요?

② 지난 휴가 때
했던 일

Hãy kể cho tôi nghe về những gì bạn đã làm trong kỳ nghỉ vừa qua. Kỳ nghỉ của bạn bắt đầu như thế nào và kết thúc như thế nào? Bạn đã làm gì vào mỗi ngày?

지난 휴가 기간에 당신이 했던 것들에 대해 나에게 말해주세요. 당신의 휴가는 어떻게 시작해서 어떻게 끝났나요? 당신은 매일 무엇을 했나요?

③ 집에서 휴가를
보내는 이유

Nhiều người muốn đi du lịch hoặc đi ra khỏi thành phố mà họ sống trong kỳ nghỉ của họ. Lý do bạn thích nghỉ ở nhà hơn trong kỳ nghỉ là gì? Điều gì làm cho kỳ nghỉ ở nhà thú vị?

많은 사람들은 그들의 휴가 기간 동안 여행을 가거나 그들이 사는 도시를 벗어나고 싶어합니다. 당신이 휴가 기간에 집에서 휴가를 보내는 것을 더 좋아하는 이유는 무엇입니까? 무엇이 집에서 보내는 휴가를 재미있게 만드나요?

④ 집에서 보낸
휴가 중
기억에 남는
경험

Hãy kể cho tôi nghe về một trải nghiệm đáng nhớ mà bạn có được khi nghỉ ở nhà. Việc đó xảy ra khi nào? Đã xảy ra chuyện gì? Vì sao trải nghiệm đó trở nên đáng nhớ?

당신의 집에서 휴가를 보낼 때 있었던 기억에 남는 경험에 대해 말해주세요. 그 일은 언제 일어났나요? 무슨 일이 일어났나요? 왜 그 경험은 기억에 남게 되었나요?

질문 1

집에서 휴가를 보내면서 만나는 사람과 하는 일

MP3 2-96

Trong bản khảo sát, bạn chỉ ra rằng bạn nghỉ ở nhà. Kỳ nghỉ ở nhà, bạn thường gặp ai và làm gì với họ?

설문에서 집에서 휴가를 보낸다고 했습니다. 집에서 보내는 휴가 기간에 당신은 주로 누구를 만나고 그들과 무엇을 하나요?

모범답안

도입	Tôi thường nghỉ ở nhà trong kỳ nghỉ.
	저는 주로 휴가 기간에 집에서 휴가를 보냅니다.
만나는 사람들과 하는 활동	Tôi thường mời các bạn thân đến nhà tôi. Vì cuộc sống bận rộn nên chúng tôi rất khó gặp nhau và có thời gian với nhau. Đối với tôi, kỳ nghỉ là một thời gian lý tưởng để gặp bạn bè. Chúng tôi thường gọi đồ ăn giao hàng tận nơi như gà rán, bánh pizza để ăn tối. Sau khi ăn tối, chúng tôi thường cùng nhau xem bóng đá cho vui.
	저는 주로 친한 친구들을 우리집에 오도록 초대합니다. 삶이 바빠서 우리는 서로 만나고 함께 시간을 보내기가 매우 어렵습니다. 저에게는 휴가가 친구들을 만나는 이상적인 시간입니다. 우리는 저녁을 먹기 위해 치킨, 피자와 같은 배달 음식을 주문합니다. 저녁을 먹은 후에 우리는 함께 즐겁게 축구를 봅니다.
마무리	Tôi rất thích những giây phút với các bạn thân tôi trong kỳ nghỉ.
	저는 휴가 기간에 친한 친구들과 함께 하는 순간들을 매우 좋아합니다.

단어 **kỳ nghỉ** 휴가 | **mời** 초대하다 | **bạn thân** 친한 친구 | **bận rộn** 분주하다 | **đối với** ~에게는 | **lý tưởng** 이상적이다 | **gọi** 주문하다, 시키다 | **đồ ăn giao hàng tận nơi** 배달 음식 | **gà rán** 치킨 | **giây phút** 순간

나의 답안 작성하기

도입	Tôi thường nghỉ ở nhà trong kỳ nghỉ.
만나는 사람들과 하는 활동	Tôi thường mời _____ đến nhà tôi. Vì cuộc sống bận rộn nên chúng tôi rất khó gặp nhau và có thời gian với nhau. Đối với tôi, kỳ nghỉ là một thời gian lý tưởng để gặp bạn bè. Chúng tôi thường _____ để ăn tối. Sau khi ăn tối, chúng tôi thường cùng nhau _____ cho vui.
마무리	Tôi rất thích những giây phút với các bạn thân tôi trong kỳ nghỉ.

패턴연습

패턴 1

Tôi thường mời <u>휴가 기간에 집에 초대하는 사람들</u> đến nhà tôi.

저는 주로 _____들을 우리 집에 오도록 초대합니다.

▶ 'mời + 사람 + đến nhà'는 '사람이 집에 오게 초대하다'라는 뜻입니다.

휴가 기간에 집에 초대하는 사람들	
hàng xóm láng giềng 이웃들 các đồng nghiệp 동료들	anh chị em họ hàng 친척 형제자매

예시 답안 Tôi thường mời <u>hàng xóm láng giềng</u> đến nhà tôi.

저는 주로 이웃을 우리 집에 오도록 초대합니다.

나의 답안 Tôi thường mời _____ đến nhà tôi.

패턴 2

Chúng tôi thường <u>저녁을 먹기 위한 활동</u> để ăn tối.

우리는 저녁을 먹기 위해 _____.

▶ 'để + 동사'는 목적을 나타내며 '~하기 위해서'라고 해석합니다.

저녁을 먹기 위한 활동	
cùng nấu ăn 함께 요리하다 mang món tự nấu 스스로 요리한 음식을 가져오다	đi mua thức ăn 장을 보러 가다

예시 답안 Chúng tôi thường <u>cùng nấu ăn</u> để ăn tối.

우리는 저녁을 먹기 위해 함께 요리합니다.

나의 답안 Chúng tôi thường _____ để ăn tối.

패턴 3

Sau khi ăn tối, chúng tôi thường cùng nhau <u>저녁을 먹고 나서 하는 일</u> cho vui.

저녁을 먹은 후에 우리는 함께 즐겁게 _____.

▶ cùng nhau는 '서로 함께'라는 뜻의 부사로 동사 앞, 뒤에 각각 위치할 수 있습니다.

저녁을 먹고 나서 하는 일	
chơi trò chơi cờ bàn 보드게임을 하다 vừa uống bia vừa xem tivi 맥주를 마시면서 TV를 보다	nói chuyện với nhau 함께 이야기를 하다

예시 답안 Sau khi ăn tối, chúng tôi thường cùng nhau <u>chơi trò chơi cờ bàn</u> cho vui.

저녁을 먹은 후에 우리는 함께 즐겁게 보드게임을 합니다.

나의 답안 Sau khi ăn tối, chúng tôi thường cùng nhau _____ cho vui.

MP3 2-97

Hãy kể cho tôi nghe về những gì bạn đã làm trong kỳ nghỉ vừa qua. Kỳ nghỉ của bạn bắt đầu như thế nào và kết thúc như thế nào? Bạn đã làm gì vào mỗi ngày?

지난 휴가 기간에 당신이 했던 것들에 대해 나에게 말해주세요. 당신의 휴가는 어떻게 시작해서 어떻게 끝났나요? 당신은 매일 무엇을 했나요?

모범답안

지난 휴가 기간에 했던 일	Trong kỳ nghỉ vừa qua, tôi đã được nghỉ trong 4 ngày. Công việc tôi rất bận nên tôi chỉ mới được nghỉ ngơi trong kỳ nghỉ hè vừa qua. Vào ngày thứ nhất, tôi thức dậy rất muộn và lăn lộn trên giường cả buổi sáng. Sau đó, tôi thực hiện tổng vệ sinh một mình, sau khi dọn dẹp xong, tôi mệt quá nên đi ngủ luôn. Từ ngày thứ hai đến thứ ba tôi chỉ xem các bộ phim mà tôi thích. Vào ngày cuối cùng, tôi mời các bạn đến nhà tôi để cùng ăn tối.
	지난 휴가 기간에 저는 4일간 쉬었습니다. 저의 일은 매우 바빠서 저는 단지 지난 휴가 기간에 비로소 푹 쉬게 되었습니다. 첫 번째 날 저는 아주 늦게 일어나서 오전 내내 침대에서 뒹굴 거렸습니다. 그 후에 혼자서 대청소를 실시하고 다 정리한 후에 저는 너무 피곤해서 바로 자러 갔습니다. 둘째 날과 셋째 날 저는 오지지 제가 좋아하는 영화들을 봤습니다. 마지막 날에 저는 함께 저녁을 먹기 위해 친구들을 집으로 초대했습니다.
마무리	Mặc dù thời gian trôi rất nhanh nhưng tôi đã nạp đầy năng lượng mới để tiếp tục đi làm.
	비록 시간이 매우 빨리 갔지만 저는 계속 일하기 위한 새로운 에너지를 충분히 충전했습니다.

단어 **kỳ nghỉ hè** 여름 휴가 | **thức dậy** 기상하다. 일어나다 | **lăn lộn trên giường** 침대에서 뒹굴거리다 | **thực hiện** 실시하다. 실현하다 | **tổng vệ sinh** 대청소 | **dọn dẹp** 청소하다. 정리하다 | **mệt** 피곤하다 | **cuối cùng** 마지막 | **trôi** (시간이) 흘러가다 | **nạp** 충전하다 | **năng lượng** 에너지

나의 답안 작성하기

지난 휴가 기간에 했던 일	Trong kỳ nghỉ vừa qua, tôi đã được nghỉ trong _____. Công việc tôi rất bận nên tôi chỉ mới được nghỉ ngơi trong kỳ nghỉ hè vừa qua. Vào ngày thứ nhất, tôi _____ _____. Sau đó, tôi thực hiện tổng vệ sinh một mình, sau khi dọn dẹp xong, tôi mệt quá nên đi ngủ luôn. Từ ngày thứ hai đến thứ ba tôi chỉ xem các bộ phim mà tôi thích. Vào ngày cuối cùng, tôi _____.

마무리	Mặc dù thời gian trôi rất nhanh nhưng tôi đã nạp đầy năng lượng mới để tiếp tục đi làm.

패턴연습

🔊 패턴 1

Kỳ nghỉ vừa qua, tôi đã được nghỉ trong <u>휴가 기간</u>.

지난 휴가 기간에 저는 _____간 쉬었습니다.

▶ được은 동사 앞에 위치하면 주어에게 긍정적인 일이 일어난 것을 표현하는 수동태 표현으로 '~하게 되다' 혹은 자연스럽게 해석을 하지 않아도 됩니다.

휴가 기간
ba ngày 3일   một tuần 일주일
năm ngày kể cả cuối tuần 주말까지 5일

예시 답안

Kỳ nghỉ vừa qua, tôi đã được nghỉ trong <u>ba ngày</u>.

지난 휴가 기간에 저는 3일간 쉬었습니다.

나의 답안

Kỳ nghỉ vừa qua, tôi đã được nghỉ trong _____.

🔊 패턴 2

Vào ngày thứ nhất, tôi <u>휴가 기간 중 첫 번째 날에 한 일</u>.

첫 번째 날 저는 _____.

▶ 'thứ + 숫자'는 순서를 나타내는 서수를 표현합니다. thứ nhất, thứ tư만 숫자를 한자어 nhất, tư를 쓰는 것에 주의하세요.

휴가 기간 중 첫째 날에 한 일
nghe nhạc và vẽ tranh 음악을 듣고 그림을 그리다
chỉ ngủ cả ngày 하루 종일 잠만 자다
làm việc nhà dồn lại 밀린 집안일을 하다

예시 답안

Vào ngày thứ nhất, tôi <u>nghe nhạc và vẽ tranh</u>.

첫 번째 날 저는 음악을 듣고 그림을 그렸습니다.

나의 답안

Vào ngày thứ nhất, tôi _____.

패턴 3 Vào ngày cuối cùng, tôi 휴가 기간 중 마지막 날에 한 일.

마지막 날에 저는 _____.

▶ cuối cùng은 '마지막'이라는 뜻입니다.

휴가 기간 중 마지막 날에 한 일
chơi game suốt ngày 하루종일 게임을 하다
dọn dẹp nhà cửa sạch sẽ 깨끗하게 집 청소를 하다
giặt các quần áo và giày thể thao 옷과 운동화를 세탁하다

예시 답안 Vào ngày cuối cùng, tôi <u>chơi game suốt ngày</u>.

마지막 날에 저는 하루 종일 게임을 했습니다.

나의 답안 Vào ngày cuối cùng, tôi _____.

질문 3 **집에서 휴가를 보내는 이유** MP3 2-98

Nhiều người muốn đi du lịch hoặc đi ra khỏi thành phố mà họ sống trong kỳ nghỉ của họ. Lý do bạn thích nghỉ ở nhà hơn trong kỳ nghỉ là gì? Điều gì làm cho kỳ nghỉ ở nhà thú vị?

많은 사람들은 그들의 휴가 기간 동안 여행을 가거나 그들이 사는 도시를 벗어나고 싶어합니다. 당신이 휴가 기간에 집에서 휴가를 보내는 것을 더 좋아하는 이유는 무엇입니까? 무엇이 집에서 보내는 휴가를 재미있게 만드나요?

모범답안

도입	Tôi thích nghỉ ở nhà hơn đi du lịch hoặc đi ra ngoài trong kỳ nghỉ.
	저는 휴가 기간에 여행을 가거나 외출을 하는 것보다 집에서 쉬는 것을 좋아합니다.
집에서 휴가를 보내는 것을 좋아하는 이유	Theo tôi, nghỉ ở nhà thì có thể tiết kiệm tiền. Nếu đi du lịch hoặc đi tham quan thành phố khác thì tốn nhiều tiền và thời gian. Tôi nghĩ là thời gian ở nhà một mình giúp tôi thoát khỏi cuộc sống ồn ào nên tôi có thể nghỉ ngơi.
	제 생각에는 집에서 휴가를 보내면 돈을 절약할 수 있습니다. 만약 여행을 가거나 다른 도시로 관광을 간다면 많은 돈과 시간이 듭니다. 저는 집에 혼자 있는 시간이 시끄러운 삶으로부터 탈출할 수 있게 도와줘서 제가 푹 쉴 수 있다고 생각합니다.
마무리	Kỳ nghỉ ở nhà luôn giúp tôi tràn đầy sức sống.
	집에서 보내는 휴가는 항상 제가 생명력이 넘치도록 도와줍니다.

단어 **đi ra ngoài** 외출하다 | **tiết kiệm** 절약하다 | **tốn tiền** 돈이 들다 | **thoát khỏi** ~에서 탈출하다, 벗어나다 | **ồn ào** 시끄럽다 | **tràn đầy sức sống** 생명력이 넘치다

나의 답안 작성하기

도입	Tôi thích nghỉ ở nhà hơn đi du lịch hoặc đi ra ngoài trong kỳ nghỉ.
집에서 휴가를 보내는 것을 좋아하는 이유	Theo tôi, nghỉ ở nhà thì _____. Nếu đi du lịch hoặc đi tham quan thành phố khác thì _____. Tôi nghĩ là thời gian ở nhà một mình giúp tôi _____ nên tôi có thể nghỉ ngơi.
마무리	Kỳ nghỉ ở nhà luôn giúp tôi tràn đầy sức sống.

패턴연습

패턴 1　Theo tôi, nghĩ ở nhà thì <u>집에서 보내는 휴가의 장점</u>.

제 생각에는 집에서 휴가를 보내면 _____.

▶ 'theo + 1인칭'은 문장 제일 앞에 위치하여 1인칭의 생각이나 느낌을 표현하며 '나에게는, 내 생각에는'으로 해석합니다.

집에서 보내는 휴가의 장점

có thể tận hưởng thời gian thật tự do 정말 자유로운 시간을 누릴 수 있다
có thể thư giãn mà không ai can thiệp vào 간섭 없이 쉴 수 있다
có thể tập trung vào bản thân mình 자기 자신에 집중할 수 있다

예시 답안　Theo tôi, nghĩ ở nhà thì <u>có thể tận hưởng thời gian thật tự do</u>.

제 생각에는 집에서 휴가를 보내면 정말 자유로운 시간을 누릴 수 있습니다.

나의 답안　Theo tôi, nghĩ ở nhà thì _____.

패턴 2　Nếu đi du lịch hoặc đi tham quan thành phố khác thì <u>나가서 휴가를 보내는 것의 단점</u>.

만약 여행을 가거나 다른 도시로 관광을 간다면 _____.

나가서 휴가를 보내는 것의 단점

đông người nên trở nên mệt mỏi. 사람이 붐벼서 피곤해진다
phải lo về lịch trình chuyến du lịch 여행 스케줄에 관해 걱정해야 한다
phải để ý đến những người khác 다른 사람들을 신경 써야 한다

예시 답안　Nếu đi du lịch hoặc đi tham quan thành phố khác thì <u>đông người nên trở nên mệt mỏi</u>.

만약 여행을 가거나 다른 도시로 관광을 간다면 사람이 붐벼서 피곤해집니다.

나의 답안　Nếu đi du lịch hoặc đi tham quan thành phố khác thì _____
_____.

패턴 3　Tôi nghĩ là thời gian ở nhà một mình giúp tôi <u>집에서 혼자 보내는 시간의 장점</u>.

저는 집에 혼자 있는 시간이 _____하게 도와준다고 생각합니다.

▶ 'giúp + 사람 + 동사'는 '~이/가 ~하게 돕다, ~이/가 ~하게 하다'라는 뜻의 사역동사 구문입니다.

집에서 혼자 보내는 시간의 장점

không phải lo lắng về mọi thứ 모든 것에 대해 걱정하지 않아도 된다
làm việc mà tôi thật mong muốn 내가 정말 바라던 일을 한다
tự nạp năng lượng sống 살아갈 에너지를 스스로 충전한다

Tôi nghĩ là thời gian ở nhà một mình giúp tôi <u>không phải lo lắng về mọi thứ</u>.

저는 집에 혼자 있는 시간이 모든 것에 대해 걱정하지 않아도 되게 도와준다고 생각합니다.

Tôi nghĩ là thời gian ở nhà một mình giúp tôi _____ _____.

집에서 보낸 휴가 중 기억에 남는 경험

Hãy kể cho tôi nghe về một trải nghiệm đáng nhớ mà bạn có được khi nghỉ ở nhà. Việc đó xảy ra khi nào? Đã xảy ra chuyện gì? Vì sao trải nghiệm đó trở nên đáng nhớ?

당신이 집에서 휴가를 보낼 때 있었던 기억에 남는 경험에 대해 말해주세요. 그 일은 언제 일어났나요? 무슨 일이 일어났나요? 왜 그 경험은 기억에 남게 되었나요?

모범답안

기억에 남는 집에서 보낸 휴가 경험	Tôi nhớ nhất là tôi đọc hết 45 quyển truyện tranh khi nghỉ ở nhà. 제가 가장 기억하는 것은 집에서 휴가를 보낼 때 만화책 45권을 전부 읽은 것입니다.
경험을 구체적으로 서술	Tôi vốn chưa có sở thích về truyện tranh nhưng kỳ nghỉ vừa qua, tôi muốn thư giãn mà không lo về mọi thứ. Bạn tôi nói là đọc truyện tranh rất thú vị nên tôi đã mượn truyện tranh <Doremon> từ quyển 1 đến 45. Trong 3 ngày đêm, tôi đọc hết những quyển đó. Vì khi đó tôi rất tập trung đọc mà không để ý đến điều gì khác nên trở nên đáng nhớ. 저는 원래 만화책에 관한 취미가 없었지만 지난 휴가 기간에 아무 것도 신경쓰지 않고 편히 쉬고 싶었습니다. 친구가 말하길 만화책을 읽는 것이 매우 재밌다고 해서 저는 <도라에몽>이라는 만화책을 1권부터 45권까지 빌렸습니다. 3일 밤낮 동안 저는 그 책을 다 읽었습니다. 그때 제가 매우 집중해서 읽으면서 다른 어떤 것도 신경 쓰지 않았기 때문에 기억에 남게 되었습니다.
나의 변화	Từ sau đó, tôi đã trở thành fan hâm mộ lớn của truyện tranh. 그 이후로 저는 만화책의 큰 팬이 되었습니다.

단어 **truyện tranh** 만화 | **mượn** 빌리다 | **hết** 다 ~하다(남김 없이) | **tập trung** 집중하다 | **fan hâm mộ** 팬

나의 답안 작성하기

기억에 남는 집에서 보낸 휴가 경험	Tôi nhớ nhất là tôi _____ khi nghỉ ở nhà.
경험을 구체적으로 서술	Tôi vốn chưa có sở thích về truyện tranh nhưng kỳ nghỉ vừa qua, tôi muốn thư giãn mà không lo về mọi thứ. Bạn tôi nói là đọc truyện tranh rất thú vị nên tôi đã mượn truyện tranh <Doremon> từ quyển 1 đến 45. Trong 3 ngày đêm, tôi đọc hết những quyển đó.

	Vì khi đó tôi _____ nên trở nên đáng nhớ.
나의 변화	Từ sau đó, tôi đã trở thành _____.

패턴연습

 패턴 1 Tôi nhớ nhất là tôi 기억에 남는 집에서 보낸 휴가 경험 **khi nghỉ ở nhà.**

제가 가장 기억하는 것은 집에서 휴가를 보낼 때 제가 _____ 입니다.

▶ nhớ는 '외우다, 기억하다, 그리워하다'라는 뜻으로 이 문장에서는 '기억하다'라고 해석됩니다.

> **기억에 남는 집에서 보낸 휴가 경험**
>
> **chơi game 10 tiếng liền** 10시간 연속 게임을 하다
> **xem cả mùa của một bộ phim truyện** 한 드라마의 시즌 전체를 보다
> **trang trí lại nhà** 집을 다시 꾸미다

예시 답안 Tôi nhớ nhất là tôi chơi game 10 tiếng liền khi nghỉ ở nhà.

제가 가장 기억하는 것은 집에서 휴가를 보낼 때 제가 10시간 연속 게임을 한 것입니다.

나의 답안 Tôi nhớ nhất là tôi _____ khi nghỉ ở nhà.

 패턴 2 Vì khi đó tôi 기억에 남는 이유 **nên trở nên đáng nhớ.**

그때 저는 _____ 해서 기억에 남게 되었습니다.

▶ đáng nhớ 는 '기억할 만한, 기억에 남는'이라는 뜻으로 서술어 및 명사 수식으로 사용할 수 있습니다.

> **기억에 남는 이유**
>
> **không ăn uống gì mà chỉ chơi game** 아무것도 먹지 않고 게임만 하다
> **có thể tập trung rất sâu** 매우 깊게 집중할 수 있다
> **mệt mỏi đến nỗi không làm được gì khác** 다른 무엇도 할 수 없을 정도로 지치다

예시 답안 Vì khi đó tôi không ăn uống gì mà chỉ chơi game nên trở nên đáng nhớ.

그때 저는 아무것도 먹지 않고 게임만 해서 기억에 남게 되었습니다.

나의 답안 Vì khi đó tôi _____ nên trở nên đáng nhớ.

패턴 3

Từ sau đó, tôi đã trở thành <u>그 경험을 통해 달라진 것</u>.

그 이후로 저는 _____가 되었습니다.

▶ từ sau đó는 '그 후부터, 그 이후로'라는 뜻입니다. 'trở thành + 명사'는 '~가 되다'라는 뜻입니다.

그 경험을 통해 달라진 것
người chơi game giỏi nhất trong công ty tôi 우리 회사에서 제일 게임을 잘하는 사람
chuyên gia về bộ phim truyện đó 그 드라마에 관한 전문가
người ghét trang trí nhà cửa 집 꾸미기를 싫어하는 사람

예시 답안

Từ sau đó, tôi đã trở thành <u>người chơi game giỏi nhất trong công ty tôi</u>.

그 이후로 저는 우리 회사에서 제일 게임을 잘하는 사람이 되었습니다.

나의 답안

Từ sau đó, tôi đã trở thành _____

_____.

PART 3

일반주제

사전 설문에서 선택하지 않았지만 시험에 출제되는 주제로 돌발 주제라고도 부릅니다. 설문 주제와 마찬가지로 2~3개 콤보 형태로 출제되며 현재 시제로 장소나 인물, 종류 묘사/현재 시제로 활동, 습관, 단계 등 묘사/최초 혹은 최근의 경험 설명/과거와 현재 비교 및 변화 설명/가장 기억에 남는 경험 설명의 유형으로 출제됩니다. 여러분이 시험에 응시하는 시기의 최신 OPIc 출제 경향을 보고 많이 출제된 일반 주제를 중심으로 공부해보세요.

✱ 자유 시간 주제 대표 질문 리스트

① **우리나라 사람들이 자유 시간에 가는 장소 묘사**

Ở nước bạn, người ta thường đi đâu vào thời gian rảnh rỗi? Ví dụ, người ta thường đi núi hoặc bãi biển v.v… Hãy kể cho tôi về những nơi mà người ta đến lúc rảnh rỗi ở nước bạn.

당신의 나라에서 사람들은 자유 시간에 주로 어디에 가나요? 예를 들어 그들은 산 또는 해변에 가나요? 당신의 나라에서 자유 시간에 사람들이 가는 장소들에 대해 저에게 말해주세요.

② **최근 자유 시간에 한 일**

Bạn có thể cho tôi biết về những gì bạn đã làm vào thời gian rảnh rỗi vừa qua không? Đó là bao giờ? Bạn đã làm gì? Bạn đã có thời gian rảnh rỗi với ai?

지난 자유 시간에 당신이 했던 일들에 대해 저에게 알려줄 수 있나요? 그것은 언제였나요? 당신은 무엇을 했나요? 당신은 누구와 자유 시간을 보냈나요?

③ **자유 시간의 과거와 현재 비교**

Bạn hãy cho tôi biết về thời gian rảnh rỗi của bạn trước đây và bây giờ. Trước đây bạn có nhiều thời gian rảnh rỗi không? Còn bây giờ thì có nhiều thời gian rảnh rỗi hơn so với trước đây không? Hãy kể về thời gian rảnh rỗi của bạn từ trước đến nay xem có sự thay đổi gì.

당신의 예전과 지금의 자유 시간에 대해 알려주세요. 예전에 당신은 자유 시간이 많았나요? 그리고 지금은 자유 시간이 예전에 비해 많은가요? 예전부터 지금까지 당신의 자유 시간이 어떤 변화가 있는지 말해주세요.

질문 1
우리나라 사람들이 자유 시간에 가는 장소 묘사

> Ở nước bạn, người ta thường đi đâu vào thời gian rảnh rỗi? Ví dụ, người ta thường đi núi hoặc bãi biển v.v… Hãy kể cho tôi về những nơi mà người ta đến lúc rảnh rỗi ở nước bạn.

당신의 나라에서 사람들은 자유 시간에 주로 어디에 가나요? 예를 들어 그들은 산 또는 해변에 가나요? 당신의 나라에서 자유 시간에 사람들이 가는 장소들에 대해 저에게 말해주세요.

모범답안

도입	Ở nước tôi, người ta thường đến nhiều nơi vào thời gian rảnh rỗi.
	우리 나라에서 사람들은 자유 시간에 주로 많은 곳들에 갑니다.
자유시간에 가는 장소들	Người ta đến cả núi lẫn bãi biển, vì ở Hàn Quốc nơi nào cũng có núi đẹp. Thêm vào đó, Hàn Quốc nằm ở bán đảo nên dễ đến bãi biển như bãi biển ở biển Đông, biển Tây, biển Nam. Ngoài ra, người Hàn Quốc cũng thích đi xem phim ở rạp chiếu phim, đi mua sắm ở các trung tâm thương mại v.v… lúc rảnh rỗi.
	사람들은 산과 해변에 둘 다 가는데 한국에는 어느 곳이든 아름다운 산이 있기 때문입니다. 또한 한국은 반도에 위치하여 동해, 서해, 남해에 있는 해변들과 같은 해변에 가는 것이 쉽습니다. 또한 한국 사람들은 자유 시간에 영화관에 영화를 보러 가고, 백화점에 쇼핑하러 가는 것을 좋아합니다.

단어 **người ta** 사람들 | **thời gian rảnh rỗi** 여가 시간, 자유 시간 | **cả~ lẫn~** ~와 ~모두 | **bán đảo** 반도 | **bãi biển** 해변 | **trung tâm thương mại** 백화점

대체 표현

자유 시간에 가는 장소들

đi uống bia ở quán bia 맥주 가게에 맥주를 마시러 가다

đi chơi ở khu vui chơi 놀이 공원에 놀러 가다

đi xem kịch ở rạp 극장에 연극을 보러 가다

đi nghe hoà nhạc 콘서트에 가다

đi xem tranh ở phòng trưng bày 갤러리에 그림을 보러 가다

đi tập thể dục ở phòng gym 체육관에 운동을 하러 가다

질문 2 **최근 자유 시간에 한 일** MP3 3-2

Bạn có thể cho tôi biết về những gì bạn đã làm vào thời gian rảnh rỗi vừa qua không? Đó là bao giờ? Bạn đã làm gì? Bạn đã có thời gian rảnh rỗi với ai?

지난 자유 시간에 당신이 했던 일들에 대해 저에게 알려줄 수 있나요? 그것은 언제였나요? 당신은 무엇을 했나요? 당신은 누구와 자유 시간을 보냈나요?

모범답안

최근 자유 시간	Tôi đã có thời gian rảnh rỗi vào cuối tuần vừa qua. 저는 지난 주말에 자유 시간을 보냈습니다.
자유 시간에 한 일과 만났던 사람	Tôi đã đi hóng mát ở ngoại ô với các bạn thân tôi. Tôi mua xe ô tô mới nên muốn hóng gió ở nơi có phong cảnh đẹp. Chúng tôi đến một hồ nổi tiếng về phong cảnh đẹp, đi dạo dọc theo bờ hồ, hít thở không khí trong lành và thư giãn. Đó là một thời gian rất thoải mái tránh xa sự ồn ào của thành phố. 저는 친한 친구들과 함께 교외로 바람을 쐬러 갔습니다. 제가 새 자동차를 샀기 때문에 아름다운 풍경이 있는 곳에서 드라이브를 하고 싶었습니다. 우리는 아름다운 풍경으로 유명한 호수에 가서 호숫가를 따라 산책하고 깨끗한 공기를 마시며 편히 쉬었습니다. 그것은 도시의 시끄러움에서 멀리 벗어난 매우 편안한 시간이었습니다.

단어 **hóng mát** 바람을 쐬다 | **hóng gió** 드라이브 하다, 바람을 쐬다 | **dọc theo** ~을 따라 | **bờ hồ** 호숫가 | **hít thở** 호흡하다, (공기를) 마시다 | **không khí** 공기 | **trong lành** 깨끗하다 | **thư giãn** 긴장을 풀고 쉬다 | **tránh** 피하다 | **sự ồn ào** 소음, 시끄러움

대체 표현

최근 자유 시간에 한 일

leo núi với gia đình 가족과 등산하다

đọc sách ở thư viện 도서관에서 독서를 하다

đi câu cá với đồng nghiệp 동료들과 낚시 하러 가다

tham gia vào lễ hội địa phương 지역 축제에 참여하다

về thăm bố mẹ ở quê 고향에 계신 부모님을 방문하다

đi quán cà phê thú cưng 동물 카페(고양이, 강아지 등)에 간다

질문 3 **자유 시간의 과거와 현재 비교** MP3 3-3

Bạn hãy cho tôi biết về thời gian rảnh rỗi của bạn trước đây và bây giờ. Trước đây bạn có nhiều thời gian rảnh rỗi không? Còn bây giờ thì có nhiều thời gian rảnh rỗi hơn so với trước đây không? Hãy kể về thời gian rảnh rỗi của bạn từ trước đến nay xem có sự thay đổi gì.

당신의 예전과 지금의 자유 시간에 대해 말해주세요. 예전에 당신은 자유 시간이 많았나요? 그리고 지금은 자유 시간이 예전에 비해 많은가요? 예전부터 지금까지 당신의 자유 시간이 어떤 변화가 있는지 알려주세요.

과거 자유 시간	Trước đây tôi rất ít thời gian rảnh rỗi vì mới vào công ty và chưa quen công việc. Mỗi ngày tôi phải làm thêm giờ, cuối tuần cũng phải đi làm. Nếu có thời gian rảnh rỗi thì chỉ nghỉ ngơi và ngủ ở nhà thôi nên rất khó tận hưởng thời gian rảnh rỗi. 예전에 저는 막 회사에 들어오고 업무에 아직 익숙하지 않아서 자유 시간이 매우 적었습니다. 매일 저는 잔업을 해야 했고 주말에도 출근해야 했습니다. 만약 자유 시간이 있어도 단지 집에서 푹 쉬고 잠을 자서 자유 시간을 누리기 매우 어려웠습니다.
현재 자유 시간	Nhưng bây giờ thì tôi đã quen với công việc rồi, không khí làm việc công ty cũng thay đổi nhiều nên đảm bảo nhân viên được nghỉ hai ngày trong một tuần và ngày lễ. Dạo này tôi cố gắng sử dụng thời gian để đi du lịch trong nước hoặc tập thể dục. 하지만 지금은 일에 적응했고 회사의 근무 분위기도 많이 바뀌어서 직원들이 일주일에 2일과 공휴일을 쉴 수 있게 보장합니다. 요즘에 저는 국내 여행을 가거나 운동을 하기 위해 시간을 사용하려고 노력합니다.

단어 **trước đây** 예전에 | **quen** 익숙하다 | **làm thêm giờ** 잔업을 하다, 추가 근무를 하다 | **tận hưởng** 누리다 | **không khí làm việc** 근무 분위기 | **thay đổi** 변화하다, 바뀌다 | **đảm bảo** 보장하다

과거와 현재의 자유 시간의 변화

Trước đây tôi có nhiều thời gian rảnh rỗi hơn hiện nay.
예전에 나는 요즘보다 더 자유 시간이 많다

Hiện nay cuộc sống rất bận nên rất khó có thời gian rảnh rỗi.
요즘에 삶이 너무 바빠서 자유 시간을 가지기가 힘들다

Trước đây và hiện nay tôi đều có nhiều thời gian rảnh rỗi.
나는 과거와 현재 모두 자유 시간이 많이 있다

1 주로 하는
집안일

Hàng ngày, mọi người cần phải làm việc nhà. Bạn thường làm những việc nhà nào? Hãy nói thật chi tiết.

매일 모든 사람들은 집안일을 해야 할 필요가 있습니다. 당신은 주로 어떤 집안일들을 하나요? 아주 상세히 말해주세요.

2 가족들의
집안일 분배

Bạn có thể cho tôi biết về trách nhiệm của các thành viên gia đình của bạn khi làm việc nhà không? Ai phụ trách việc nhà nào và họ thường làm thế nào?

집안일을 할 때 당신의 가족 구성원들의 책임에 대해서 알려줄 수 있나요? 누가 어떤 집안일을 담당하고 그들은 주로 어떻게 하나요?

3 집안일을
할 수 없었던
경험

Bạn đã bao giờ có những việc nhà mà bạn không thể làm chưa? Nếu có thì hãy kể tôi nghe về lý do mà bạn không thể làm việc đó.

당신은 할 수 없었던 집안일이 있었었나요? 만약 있다면 그 일을 할 수 없었던 이유에 대해 말해주세요.

질문 1 **주로 하는 집안일**

MP3 3-4

Hàng ngày, mọi người cần phải làm việc nhà. Bạn thường làm những việc nhà nào? Hãy nói thật chi tiết.

매일 모든 사람들은 집안일을 해야 할 필요가 있습니다. 당신은 주로 어떤 집안일들을 하나요? 아주 상세히 말해주세요.

도입	Hàng ngày, tôi phải làm việc nhà nhiều.
	매일 저는 많은 집안일을 해야만 합니다.
주로 하는 집안일	Đầu tiên tôi phải dọn dẹp nhà cửa sạch sẽ để giữ vệ sinh. Đặc biệt tôi dọn phòng mỗi ngày. Tôi loại bỏ rác, sắp xếp lại vật dụng trong phòng, dọn dẹp quần áo, hút bụi và lau sàn nhà. Sau khi hoàn thành dọn phòng tôi cần phải rửa bát đĩa. Tốt nhất là rửa bát đĩa ngay sau khi ăn xong nhưng khi bận thì sau khi ăn mấy tiếng tôi mới rửa. Thêm vào đó, tôi cũng giặt quần áo một đến hai lần một tuần.
	먼저 저는 위생을 유지하기 위해 깨끗하게 집을 청소해야 합니다. 특히 저는 매일 방 청소를 합니다. 저는 쓰레기를 버리고, 방 안의 물건들을 정리하고, 옷을 정리하고 청소기를 돌리고 방 바닥을 닦습니다. 방 청소를 완성하고 설거지를 해야 합니다. 제일 좋은 것은 먹고 난 후 바로 설거지를 하는 것이지만 바쁠 때는 먹고 나서 몇 시간 후에 합니다. 또한 저는 일주일에 한두 번 빨래를 합니다.

단어 **hàng ngày** 매일 | **làm việc nhà** 집안일을 하다 | **đầu tiên** 먼저 | **nhà cửa** 집 | **giữ vệ sinh** 위생을 유지하다 | **dọn phòng** 방을 청소하다 | **loại bỏ rác** 쓰레기를 버리다 | **vật dụng** 물건 | **hút bụi** 먼지를 빨아들이다(청소기를 돌리다) | **lau** 닦다 | **sàn nhà** 바닥 | **rửa bát đĩa** 설거지 하다 | **giặt quần áo** 빨래하다

집안일 표현

mua thức ăn 장을 보다	nấu cơm, nấu ăn 밥을 하다, 요리하다
vứt bỏ rác 쓰레기를 버리다	dọn giường 침대 정리를 하다
bày bàn ăn 상을 차리다	dọn dẹp bàn ăn 상을 치우다
quét sàn nhà 바닥을 쓸다	rửa bát đĩa 설거지를 하다
giặt quần áo 세탁하다	dọn phòng 방 청소를 하다

Bạn có thể cho tôi biết về trách nhiệm của các thành viên gia đình của bạn khi làm việc nhà không? Ai phụ trách việc nhà nào và họ thường làm thế nào?

집안일을 할 때 당신의 가족 구성원들의 책임에 대해서 알려줄 수 있나요? 누가 어떤 집안 일을 담당하고 그들은 주로 어떻게 하나요?

모범답안

도입	Tôi đang sống với bố mẹ và em gái tôi. Mỗi thành viên gia đình đều làm việc nhà. 저는 부모님, 여동생과 함께 삽니다. 각 가족 구성원들은 모두 집안일을 합니다.
가족들의 집안일 분배	Bố tôi phụ trách rửa bát đĩa sau bữa ăn và sửa nhà khi có gì đó trong nhà bị hỏng. Mẹ tôi mua thức ăn để nấu ăn và nấu bữa trưa và bữa tối. Tôi thường thức dậy sớm nên tôi nấu bữa sáng, gấp quần áo sau khi giặt xong. Em gái tôi thường hút bụi và lau sàn nhà. Mọi người đều cố gắng để giữ nhà sạch sẽ. 아버지는 식사 후의 설거지를 담당하고 집에 무언가 고장 난 것이 있을 때 집을 수리합니다. 어머니는 요리를 하기 위한 장을 보고, 점심과 저녁을 요리합니다. 저는 주로 일찍 일어나기 때문에 아침 식사를 요리하고 세탁 후에 빨래를 갭니다. 여동생은 청소기를 돌리고 바닥을 닦습니다. 모두 깨끗한 집을 유지하기 위해 노력합니다.

단어 **thành viên gia đình** 식구, 가족 구성원 | **phụ trách** 담당하다 | **sửa** 수리하다, 고치다 | **hỏng** 고장 나다 | **thức ăn** 음식, 식재료 | **bữa** 식사, 끼니 | **gấp** 접다, 개다

대체 표현

가족들의 집안일 분배

chồng tôi vứt bỏ rác và phân loại thu gom rác thải 남편은 쓰레기를 버리고 분리수거를 한다

vợ tôi dọn nhà vệ sinh 아내는 화장실 청소를 한다

con gái tưới nước cho cây cảnh trong nhà 딸은 집안 식물에 물을 준다

con trai cho chó ăn 아들은 개에게 밥을 준다

em trai phơi, gấp và là ủi quần áo 남동생은 빨래를 널고 개고 다림질을 한다

Bạn đã bao giờ có những việc nhà mà bạn không thể làm chưa? Nếu có thì hãy kể tôi nghe về lý do mà bạn không thể làm việc đó.

당신은 할 수 없었던 집안일이 있었었나요? 만약 있다면 그 일을 할 수 없었던 이유에 대해 말해주세요.

모범답안

집안일을 할 수 없었던 이유	Tôi thường làm việc nhà mỗi ngày, nhưng tôi bị cảm nặng nên không thể làm việc nhà được. 저는 보통 매일 집안일을 하지만 감기에 심하게 걸려서 집안일을 할 수가 없었습니다.
발생한 문제, 해결 과정	Vì tôi sống một mình nên nếu không rửa bát đĩa thì không có bát đĩa để dùng. Vì thế tôi gọi đồ ăn giao hàng và gọi mẹ tôi đến nhà tôi để giúp tôi làm việc nhà. May mà mẹ tôi đến và làm việc nhà thay tôi. Khi bị ốm thì tôi không thể làm việc nhà nên nhà bẩn, không thoải mái nhưng gia đình tôi giúp tôi nên vẫn giữ được sạch sẽ. 제가 혼자 살고 있기 때문에 설거지를 하지 않으면 사용할 그릇이 없습니다. 그래서 저는 배달 음식을 주문하고 저를 도와 집안일을 하기 위해 어머니를 저의 집에 불렀습니다. 다행히 어머니께서 오시고 저 대신 집안일을 해주셨습니다. 제가 아플 때는 집안일을 할 수 없어 집이 지저분하고 편안하지 못했지만 가족이 저를 도와줘서 청결을 유지할 수 있었습니다.

단어 **bị cảm** 감기에 걸리다 | **nặng** 무겁다. 중하다 | **một mình** 혼자서 | **đồ ăn giao hàng** 배달 음식 | **thay** 대신

대체 표현

집안일을 할 수 없던 이유

phải làm thêm giờ đến khuya 심야까지 잔업 근무를 해야 하다

bị ốm/bị bệnh 아프다

rất bận vì ôn thi 시험을 준비하느라 매우 바쁘다

khách đến chơi nhà tôi mà không về 손님이 우리 집에 놀러 와서 돌아가지 않는다

đi công tác xa mấy ngày 며칠 멀리 출장을 가다

① 우리나라 사람들의 교통수단 묘사

Ở nước bạn có những phương tiện giao thông nào? Người ta có lái xe ô tô riêng không? Họ sử dụng xe lửa hay xe buýt? Hãy miêu tả thật chi tiết.

당신의 나라에는 어떤 교통수단들이 있나요? 사람들은 자가용을 운전하나요? 그들은 기차를 이용하나요 아니면 버스를 이용하나요? 아주 상세히 묘사하세요.

② 대중교통을 이용하면서 발생한 문제

Bạn đã gặp vấn đề khi sử dụng phương tiện công cộng bao giờ chưa? Hãy cho tôi biết về trải nghiệm của bạn một cách chi tiết.

당신은 대중교통을 이용할 때 문제를 만난 적이 있나요? 당신의 경험을 자세하게 알려주세요.

③ 선호하는 대중교통 수단과 이유

Bạn thích phương tiện giao thông công cộng nào nhất? Vì sao bạn thích loại phương tiện giao thông công cộng đó?

당신은 어떤 대중교통 수단을 제일 좋아하나요? 왜 당신은 그 대중교통 수단을 좋아하나요?

질문 1 **우리나라 사람들의 교통수단 묘사**

MP3 3-7

Ở nước bạn có những phương tiện giao thông nào? Người ta có lái xe ô tô riêng không? Họ sử dụng xe lửa hay xe buýt? Hãy miêu tả thật chi tiết.

당신의 나라에는 어떤 교통수단들이 있나요? 사람들은 자가용을 운전하나요? 그들은 기차를 이용하나요 아니면 버스를 이용하나요? 아주 상세히 묘사하세요.

모범답안

도입	Ở nước tôi có nhiều phương tiện giao thông khác nhau.
	우리나라에는 다양한 교통수단이 많이 있습니다.
우리나라 교통수단 묘사	Theo tôi, Hàn Quốc rất phát triển về phương tiện giao thông công cộng như xe buýt, tàu điện ngầm, tắc xi, tàu hoả v.v... Các phương tiện giao thông công cộng vừa nhanh vừa tiện lợi. Người Hàn Quốc sử dụng cả xe lửa và xe buýt. Ngoài ra, họ cũng đi lại bằng xe ô tô riêng.
	제 생각에는 한국은 버스, 지하철, 택시, 기차 등과 같은 대중교통 수단이 매우 발전했습니다. 각 대중교통 수단은 빠르면서 편리합니다. 한국 사람은 기차와 버스 둘 다 이용합니다. 또한 그들은 자가용으로 이동합니다.

단어 **phương tiện giao thông** 교통수단 | **phát triển** 발전하다 | **phương tiện giao thông công cộng** 대중교통 수단 | **tàu hoả = xe lửa** 기차 | **tiện lợi** 편리하다 | **đi lại** 이동하다 | **bằng** ~로(도구, 수단, 방법, 재료 앞) | **riêng** 개인의

대체 표현

교통수단

xe buýt 버스	xe lửa = tàu hoả 기차
tàu điện ngầm 지하철	máy bay 비행기
tàu thủy, tàu thuyền 배	xe máy 오토바이
xe đạp 자전거	xe tải 트럭

질문 2 **대중교통을 이용하면서 발생한 문제** MP3 3-8

Bạn đã gặp vấn đề khi sử dụng phương tiện công cộng bao giờ chưa? Hãy cho tôi biết về trải nghiệm của bạn một cách chi tiết.

당신은 대중교통을 이용할 때 문제를 만난 적이 있나요? 당신의 경험을 자세하게 알려주세요.

모범답안

도입	Tôi thường sử dụng phương tiện giao thông công cộng để đi lại.
	저는 주로 이동하기 위해 대중교통 수단을 이용합니다.
만났던 문제	Khi tôi đi làm bằng tàu hỏa thì bất ngờ tuyết rơi nhiều nên tàu hỏa bị ngừng không đi được nữa. Tôi đã đợi trên tàu khoảng 30-40 phút nhưng vẫn không đi được. Sau một tiếng tàu mới tiếp tục đi được nên tôi đến công ty muộn. Khi đó, tôi rất lo lắng và bất an trên tàu trong thời gian lâu.
	제가 기차로 출근할 때 갑자기 눈이 많이 와서 기차가 멈추었고 더 갈 수 없었습니다. 저는 기차 안에서 약 30~40분을 기다렸지만 여전히 갈 수 없었습니다. 한 시간 후에야 기차가 계속 갈 수 있었기 때문에 저는 회사에 지각을 했습니다. 그때 저는 기차 안에서 오랜 시간 동안 걱정하고 불안했습니다.

단어 **bất ngờ** 갑작스럽다, 예상치 못하다 | **tuyết rơi** 눈이 오다 | **ngừng = dừng** 정지하다, 멈추다 | **đợi** 기다리다 | **tàu** 기차, 배 | **bất an** 불안하다

대체 표현

대중교통을 사용하면서 발생한 문제

bị tai nạn giao thông khi đi xe buýt 버스를 타고 갈 때 교통사고를 당하다
chuyến bay bị huỷ do thời tiết xấu 악천후로 비행기가 결항되다
bị cúp điện trên tàu điện ngầm 지하철에서 정전이 되다
để quên thẻ giao thông mà lên xe buýt 교통카드를 두고 온 채로 버스에 타다
bỏ lỡ chuyến xe buýt cuối cùng 버스 막차를 놓치다

Bạn thích phương tiện giao thông công cộng nào nhất? Vì sao bạn thích loại phương tiện giao thông công cộng đó?

당신은 어떤 대중교통 수단을 제일 좋아하나요? 왜 당신은 그 대중교통 수단을 좋아하나요?

모범답안

좋아하는 대중교통 수단	Trong các phương tiện giao thông công cộng, tôi thích đi tàu điện ngầm nhất. 대중교통 수단들 중에서 저는 지하철을 타는 것을 제일 좋아합니다.
이유	Đi tàu điện ngầm thì không bị tắc đường nên có thể đến nơi đúng giờ. Thêm vào đó, đi tàu điện ngầm rẻ và tiện lợi. Từ nhà tôi đến ga tàu điện ngầm cũng rất gần. Ngoài ra, có nhiều tuyến tàu điện ngầm nên tôi có thể đến nhiều nơi như công ty, trung tâm thành phố, rạp chiếu phim, khu mua sắm v.v… 지하철을 타면 길 막히는 것이 없어서 정시에 도착할 수 있습니다. 또한 지하철로 가는 것은 싸고 편리합니다. 집에서 지하철 역까지도 역시 매우 가깝습니다. 또한 많은 지하철 노선이 있어서 회사, 시내, 영화관, 쇼핑 타운 등 많은 곳에 갈 수 있습니다.

단어 **tàu điện ngầm** 지하철 | **tắc đường** 길이 막히다 | **đúng giờ** 정시, 제시간 | **ga** (지하철, 기차) 역 | **tuyến** 선, 노선

대체 표현

좋아하는 대중교통 수단과 이유

tắc xi vì đi nhanh hơn xe buýt và thoải mái
버스보다 빠르고 편안하기 때문에 택시

xe buýt vì có làn đường dành riêng cho xe buýt nên đi nhanh
버스 전용 차선이 있어서 빨리 가기 때문에 버스

tàu hoả vì không dừng ở các ga nên nhanh hơn tàu điện ngầm
역마다 정차하지 않아서 지하철보다 빠르기 때문에 기차

máy bay vì đi nhanh nhất và tiện lợi 가장 빨리 가고 편하기 때문에 비행기

tàu cao tốc vì đi nhanh và giá rẻ 빠르게 가고 가격이 싸기 때문에 고속 열차

① 우리나라
사람들의
패션 묘사

Ở nước bạn, người ta ăn mặc trang phục như thế nào? Khi làm việc, họ mặc gì? Họ mặc gì khi nghỉ ở nhà?

당신의 나라에서 사람들은 어떻게 옷을 입나요? 일할 때 그들은 무엇을 입나요? 그들은 집에서 쉴 때 무엇을 입나요?

② 평소
옷 사러 갔을 때
하는 일

Hãy cho tôi biết về việc bạn thường làm khi mua quần áo. Bạn thường mua những gì và ở đâu?

당신이 보통 옷을 살 때 하는 일에 대해 알려주세요. 당신은 주로 무엇들을 어디에서 사나요?

③ 어렸을 때
유행했던 패션과
현재 패션 비교

Khi bạn còn nhỏ, người ta thường ăn mặc như thế nào ở nước bạn? Còn hiện nay thì thế nào? Có sự thay đổi về thời trang không?

당신이 어렸을 때 당신의 나라에서 사람들은 보통 어떻게 입었나요? 그리고 오늘날에는 어떠한가요? 패션에 대한 변화가 있나요?

질문 1 **우리나라 사람들의 패션 묘사**

Ở nước bạn, người ta ăn mặc trang phục như thế nào? Khi làm việc, họ mặc gì? Họ mặc gì khi nghỉ ở nhà?

당신의 나라에서 사람들은 어떻게 옷을 입나요? 일할 때 그들은 무엇을 입나요? 그들은 집에서 쉴 때 무엇을 입나요?

모범답안

도입	Tôi thấy người Hàn Quốc ăn mặc rất đẹp và hợp mốt.
	내가 생각하기에 한국 사람들은 매우 예쁘고 유행에 맞게 옷을 입습니다.
우리나라 사람들의 패션 묘사	Hàn Quốc có 4 mùa: xuân, hạ, thu và đông. Vì thế người Hàn Quốc ăn mặc theo từng mùa. Thêm vào đó, người Hàn Quốc rất quan tâm đến thời trang và quần áo giá hợp lý nên mọi người thích ăn mặc theo sở thích của mình. Khi đi làm, họ mặc các trang phục thích hợp như đồng phục, áo vest v.v... Khi nghỉ ở nhà, họ thường ăn mặc rất thoải mái như quần áo thể thao, áo thun v.v...
	한국은 봄, 여름, 가을 그리고 겨울 사계절이 있습니다. 그래서 한국 사람들은 계절에 따라 옷을 입습니다. 또한 한국 사람들은 패션에 매우 관심이 있고 옷 가격도 합리적이어서 모두들 자신의 취향에 따라 옷을 입는 것을 좋아합니다. 일할 때 그들은 유니폼, 양복 등 적합한 의상을 입습니다. 집에서 쉴 때 그들은 트레이닝복, 티셔츠 등 편안하게 입습니다.

단어 ăn mặc 옷을 입다. 옷차림을 하다 | **hợp mốt** 유행에 맞다, 트렌디하다 | **từng** 각, ~마다 | **thời trang** 패션 | **hợp lý** 합리적이다 | **sở thích** 취미, 취향 | **trang phục** 의상, 복장 | **thích hợp** 적합하다 | **đồng phục** 유니폼 | **áo vest** 정장, 양복 | **áo thun** 티셔츠

대체 표현

옷의 종류

áo thun = áo phông 티셔츠	quần jean 청바지
quần kaki 면바지	áo ngắn tay 반소매
áo dài tay 긴소매	áo khoác 외투, 코트, 점퍼
váy 치마	váy liền = áo đầm 원피스
áo vest 정장, 양복	quần áo thể thao 트레이닝복

질문 2 **평소 옷 사러 갔을 때 하는 일**

Hãy cho tôi biết về việc bạn thường làm khi mua quần áo. Bạn thường mua những gì và ở đâu?

당신이 보통 옷을 살 때 하는 일에 대해 알려주세요. 당신은 주로 무엇들을 어디에서 사나요?

모범답안

옷을 사는 장소와 사는 것	Tôi thường mua quần áo ở trung tâm thương mại. Tôi thích ăn mặc theo mốt nên tôi thường mua quần áo hợp thời trang. 저는 보통 백화점에서 옷을 삽니다. 저는 유행에 맞게 옷을 입는 것을 좋아하기 때문에 유행하는 옷을 삽니다.
옷을 살 때 하는 일	Trước khi đi mua áo, tôi thường kiểm tra quần áo mà tôi đã có. Khi rảnh, tôi đến trung tâm thương mại để xem áo nào hợp mốt theo từng mùa. Tôi rất cẩn thận khi mua nên bình thường đi xem áo mấy lần rồi mới quyết định mua áo hay không. Khi quyết định mua thì tôi đến cửa hàng, tìm áo thích hợp và mặc thử rồi trả tiền. 옷을 사러 가기 전에 저는 제가 가지고 있는 옷들을 검사합니다. 한가할 때 저는 계절별로 어떤 옷이 유행하는지 보기 위해 백화점에 갑니다. 저는 살 때 매우 신중하기 때문에 보통 몇 번 옷을 보러 간 후에 옷을 살지 말지 결정합니다. 사기로 결정했을 때 저는 가게에 가서 적합한 옷을 찾고 입어보고 나서 계산합니다.

단어 **hợp thời trang** 유행에 맞다, 유행하다 | **hợp mốt** 유행하다 | **cẩn thận** 신중하다, 조심하다 | **quyết định** 결정하다 | **mặc thử** 입어보다

대체 표현

옷을 살 때 하는 일

mặc thử 입어본다   **đi mua khi giảm giá** 세일 할 때 사러 간다

mua trên mạng 인터넷에서 구매한다   **thường mua hàng hiệu** 주로 명품을 산다

thường mua hàng cũ 주로 중고품을 산다

tìm đọc bài review sản phẩm trước 제품 리뷰를 미리 찾아 읽는다

질문 3
어렸을 때 유행했던 패션과 현재 패션 비교

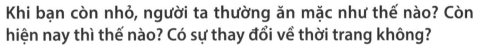

Khi bạn còn nhỏ, người ta thường ăn mặc như thế nào? Còn hiện nay thì thế nào? Có sự thay đổi về thời trang không?

당신이 어렸을 때 사람들은 보통 어떻게 입었나요? 그리고 오늘날에는 어떠한가요? 패션에 대한 변화가 있나요?

모범답안

어렸을 때 패션	Khi tôi còn nhỏ, người ta thường mặc rất đơn giản, đặc biệt về màu sắc. Người ta thường mặc áo thun và quần jean hoặc quần kaki. Màu sắc quần áo rất đơn giản như màu đen, màu trắng, màu xám v.v… 제가 어릴 때 사람들은 보통 매우 간단하게 입었고 특히 색상이 그랬습니다. 사람들은 주로 티셔츠, 청바지 또는 면바지를 입었습니다. 옷 색상은 검정색, 흰색, 회색 등으로 매우 단순했습니다.
오늘날의 패션 및 변화	Còn bây giờ thì thời trang hoàn toàn khác với trước đây. Tôi thấy chủng loại của quần áo đa dạng hơn và giá cả quần áo thấp hơn nên có nhiều sự lựa chọn. Màu sắc áo cũng đa dạng hơn như màu đỏ, màu xanh nhạt, màu vàng v.v… Theo tôi thời trang thay đổi rất nhanh và mỗi mùa đều có kiểu mới. 하지만 지금은 패션이 예전과는 완전히 다릅니다. 제가 보기에 옷의 종류가 더 다양하고 옷의 가격은 더 낮아서 많은 선택지가 있습니다. 옷의 색상도 빨간색, 옅은 파란색, 노란색 등 더 다양합니다. 제 생각에는 패션은 빠르게 변화하고 계절마다 새로운 스타일이 나옵니다.

단어 **đơn giản** 간단하다, 단순하다 | **màu sắc** 색, 색상 | **màu xám** 회색 | **hoàn toàn** 완전히 | **chủng loại** 종류 | **đa dạng** 다양하다 | **thấp** 낮다, 키다 작다 | **sự lựa chọn** 선택, 선택지 | **nhạt** (색상이) 옅다 | **kiểu** 스타일

대체 표현

패션의 변화 관련 표현

có nhiều kiểu khách nhau 다양한 스타일이 많이 있다

thích ăn mặc bó sát/lùng thùng 꽉 끼게/헐렁하게 입는 것을 좋아한다

thích mặc quần áo hàng hiệu 명품 옷을 입는 것을 좋아한다

quần áo thể thao rất thịnh hành 트레이닝복이 유행한다

quần áo màu pastel được yêu thích 파스텔 색상의 옷이 선호된다

mua áo rẻ chỉ mặc một mùa 싼 옷을 사서 한 계절만 입는다

① 우리나라
날씨와
계절 묘사

Hãy kể cho tôi nghe về thời tiết của nước bạn. Thời tiết từng mùa như thế nào? Bạn thích mùa nào nhất?

당신의 나라의 날씨에 관해 말해주세요. 계절별 날씨는 어떠한가요? 당신은 어떤 계절을 제일 좋아하나요?

② 극단적
날씨 관련
경험 묘사

Hãy cho tôi biết về một trải nghiệm đáng nhớ liên quan đến thời tiết khắc nghiệt. Vấn đề mà bạn gặp là gì và bạn đã đối phó với tình huống đó thế nào?

극단적인 날씨에 관한 기억에 남는 경험에 관해 알려주세요. 당신이 겪은 문제는 무엇이고 당신은 그 상황에 어떻게 대처했나요?

③ 어렸을 때
날씨와
최근 날씨 비교

Khi bạn còn nhỏ, thời tiết ở nước bạn thế nào? Thời tiết hiện nay có khác so với trước đây không? Nó đã thay đổi như thế nào?

당신이 어렸을 때 당신의 나라의 날씨는 어땠나요? 요즘 날씨는 예전에 비해 다르나요? 그것은 어떻게 변했나요?

질문 1 **우리나라 날씨와 계절 묘사**

Hãy kể cho tôi nghe về thời tiết của nước bạn. Thời tiết từng mùa như thế nào? Bạn thích mùa nào nhất?

당신의 나라의 날씨에 관해 말해주세요. 계절별 날씨는 어떠한가요? 당신은 어떤 계절을 제일 좋아하나요?

모범답안

도입	Hàn Quốc có 4 mùa: mùa xuân, mùa hè, mùa thu và mùa đông. 한국은 봄, 여름, 가을과 겨울의 4계절이 있습니다.
계절별 날씨와 좋아하는 계절	Vào mùa xuân, trời ấm và đẹp. Mùa hè, trời rất nóng và có nhiều mưa. Mùa thu trời mát và có lá phong nên phong cảnh rất đẹp. Mùa đông, trời rất lạnh và có khi có tuyết. Tôi thích nhất mùa thu vì có thể ăn mặc thoải mái và dễ đi dã ngoại. 봄에 날씨는 따뜻하고 좋습니다. 여름에 날씨는 매우 덥고 많은 비가 옵니다. 가을에는 날씨가 시원하고 많은 단풍이 있어 풍경이 매우 아름답습니다. 겨울에는 날씨가 매우 춥고 눈이 올 때가 있습니다. 저는 가을을 제일 좋아하는데 편하게 (옷을) 입을 수 있고 야외로 나가기 쉽기 때문입니다.

단어 | **lá phong** 단풍 | **tuyết** 눈(雪) | **ăn mặc** 옷차림을 하다, 옷을 입다 | **đi dã ngoại** 야외로 가다, 밖에 나가다

대체 표현

한국의 날씨 표현

Trời nắng đẹp vào mùa xuân và mùa thu 봄과 가을에 날씨는 햇살이 아름답다

Mùa xuân chất lượng không khí không tốt 봄에 공기 질이 좋지 않다

Trời nóng bức oi ả vào mùa hè, đặc biệt là tháng 8
여름에 날씨가 푹푹 찌는 더위고 특히 8월이 그렇다

Vào mùa hè, tôi luôn mở máy lạnh 여름에 나는 항상 에어컨을 켠다

Trời rét vào mùa đông nên rất khó hoạt động ở ngoài
겨울에 날씨가 매우 추워서 야외 활동을 하기 어렵다

Có khi tuyết rơi nhiều nên ảnh hưởng đến giao thông
눈이 많이 올 때가 있어 교통에 영향을 끼친다

Hãy cho tôi biết về một trải nghiệm đáng nhớ liên quan đến thời tiết khắc nghiệt. Vấn đề mà bạn gặp là gì và bạn đã đối phó với tình huống đó thế nào?

극단적인 날씨에 관한 기억에 남는 경험에 관해 알려주세요. 당신이 겪은 문제는 무엇이고 당신은 그 상황에 어떻게 대처했나요?

모범답안

극단적 날씨 경험	Mấy năm trước, có bão to nên gây thiệt hại nặng cho nhiều thành phố ở Hàn Quốc. 몇 년 전에 큰 태풍이 와서 한국에 많은 도시들에 심한 피해를 야기했습니다.
겪은 문제와 나의 대처	Các con đường bị ngập nước nên ảnh hưởng đến giao thông. Tôi đợi mãi mà không thấy xe buýt nào, tàu điện ngầm bị dừng không đi được nữa. Lúc đó là giờ tan tầm tắc đường quá nên tôi từ bỏ việc về nhà và đi đến một khách sạn để ở lại. 도로들은 침수되어 교통에 영향을 미쳤습니다. 저는 계속 기다려도 어떤 버스도 보지 못했고 지하철도 정지되어 더 갈 수가 없었습니다. 그때가 퇴근 시간이라 길이 매우 밀렸기 때문에 저는 집에 가는 것을 포기하고 호텔에 가서 묵었습니다.

 bão 태풍, 폭풍 | **gây** 야기하다 | **thiệt hại** 손해 | **ngập nước** 침수되다 | **ảnh hưởng đến** ~에 영향을 끼치다 | **dừng** 정지하다 | **giờ tan tầm** 퇴근, 하교 시간 | **tắc đường** 길이 막히다 | **từ bỏ** 포기하다

대체 표현

극단적인 날씨

xe ô tô bị mưa đá nên bị thiệt hại 차량에 우박이 떨어져 손해를 당하다

tuyết rơi nhiều nên xe buýt tôi đã lên bị cô lập trên đường
비가 많이 와서 내가 탄 버스가 길에 고립되다

bị lũ lụt nên nhà tôi bị ngập nước 홍수가 나서 나의 집이 침수되다

trời lạnh giá tôi khó đi ra ngoài 날씨가 너무 추워 외출하기가 어렵다

trời mưa mấy ngày liền nên các cầu và đường bị ngập nước
며칠 동안 계속 비가 와서 다리와 도로가 침수되다

trời nóng nực nên tôi bị say nóng 날씨가 폭염이라 내가 더위를 먹었다

질문 3 **어렸을 때 날씨와 최근 날씨 비교**

MP3 3-15

Khi bạn còn nhỏ, thời tiết ở nước bạn thế nào? Thời tiết hiện nay có khác so với trước đây không? Nó đã thay đổi như thế nào?

당신이 어렸을 때 당신의 나라의 날씨는 어땠나요? 요즘 날씨는 예전에 비해 다르나요? 그것은 어떻게 변했나요?

모범답안

어렸을 때 날씨	Khi tôi còn nhỏ, các mùa ở Hàn Quốc rất rõ rệt và mùa xuân và mùa thu dài hơn hiện nay.
	제가 어릴 때 한국의 계절들은 매우 명확했고 봄과 가을이 오늘날보다 길었습니다.
오늘날의 날씨 및 날씨 변화	Hiện nay mùa xuân và mùa thu ngắn hơn và mùa hè và mùa đông lại dài hơn. Tôi rất tiếc điều này vì mất nhiều ngày trời nắng đẹp. Thêm vào đó, thời tiết vào mùa hè nóng hơn, nóng giống như mùa hè ở Việt Nam, thời tiết vào mùa đông thì lạnh hơn, lạnh như siberia.
	요즘에 봄과 가을은 더 짧고 여름과 겨울은 더 깁니다. 저는 햇살이 아름다운 많은 날들을 잃어버리기 때문에 이 점이 매우 안타깝습니다. 또한 여름 날씨가 더 덥고 베트남 여름처럼 더우며 겨울 날씨는 더 추워서 시베리아처럼 춥습니다.

단어 **rõ rệt** 분명하다, 명확하다 | **ngắn** 짧다 | **tiếc** 아쉽다, 애석하다

대체 표현

날씨 표현

nắng 해가 쨍쨍하다	**nóng** 덥다	**lạnh** 춥다
rét 매우 춥다	**nắng đẹp** 햇살이 아름답다	**có mây** 구름이 끼다
có bão 폭풍(태풍)이 치다	**có mưa** 비가 오다	**có tuyết** 눈이 오다
có sấm/sét 천둥/번개가 치다	**ấm/ ấm áp** 따뜻하다	**mát/ mát mẻ** 시원하다
có gió 바람이 불다		

① 우리나라
은행 묘사

Hãy miêu tả về ngân hàng của nước bạn. Ngân hàng thường nằm ở đâu và trông như thế nào?

당신의 나라의 은행에 대해 묘사하세요. 은행은 보통 어디에 위치하고 어떻게 생겼나요?

② 은행 업무 관련
본인이 겪은
문제와 해결

Hãy cho tôi biết về một trải nghiệm đáng nhớ liên quan đến ngân hàng. Vấn đề mà bạn gặp là gì và bạn đã giải quyết tình huống đó thế nào?

은행에 관한 기억에 남는 경험에 관해 알려주세요. 당신이 겪은 문제는 무엇이고 당신은 그 상황을 어떻게 해결했나요?

③ 어렸을 때
은행과
지금 은행 비교

Các ngân hàng đã thay đổi trong những năm qua. Ngân hàng khi bạn còn nhỏ như thế nào? Ngân hàng khi đó khác với hiện nay như thế nào?

은행들은 여러 해에 걸쳐 변화했습니다. 당신이 어릴 때 은행은 어땠나요? 그때 은행은 오늘날과 어떻게 다르나요?

질문 1 **우리나라 은행 묘사**

MP3 3-16

Hãy miêu tả về ngân hàng của nước bạn. Ngân hàng thường nằm ở đâu và trông như thế nào?

당신의 나라의 은행에 대해 묘사하세요. 은행은 보통 어디에 위치하고 어떻게 생겼나요?

모범답안

은행의 위치	Ở Hàn Quốc có rất nhiều ngân hàng. Các ngân hàng thường nằm ở trung tâm thành phố hoặc khu vực người dân sinh sống. 한국에는 매우 많은 은행이 있습니다. 각 은행들은 주로 시내 중심이나 주민들이 살아가는 동네에 위치합니다.
은행 묘사	Bình thường ngân hàng ở tầng 1 của các toà cao tầng nên rất dễ đến. Các ngân hàng trông rất hiện đại và sạch sẽ. Khi vào ngân hàng tôi có thể thấy một quầy giao dịch rất dài, các nhân viên ngân hàng làm việc ở đó. Khách thường ngồi chờ trên ghế ở đối diện. 보통 은행은 고층 빌딩들의 1층에 있어 가기 쉽습니다. 은행들은 매우 현대적이고 깨끗해 보입니다. 은행에 들어가면 긴 카운터를 볼 수 있고 은행원들은 그곳에서 일합니다. 손님은 주로 맞은편에 있는 의자에 앉아 기다립니다.

단어 **khu vực** 구역, 동네 | **người dân** 주민 | **toà cao tầng** 고층 빌딩 | **quầy giao dịch** 창구, 카운터 | **chờ** 기다리다 | **đối diện** 맞은편

대체 표현

은행 묘사 표현

ngân hàng trông rất sạch sẽ và gọn gàng 은행은 매우 깨끗하고 깔끔해 보인다

các nhân viên ngân hàng trông rất thân thiện 은행 직원들은 매우 친절해 보인다

không khí ở ngân hàng rất chào đón khách và chuyên nghiệp
은행 분위기는 손님을 매우 환대하고 전문적이다

có thời điểm trong ngân hàng rất đông người 은행 내부에 사람이 매우 붐빌 때가 있다

ngân hàng yên tĩnh và mát mẻ vào mùa hè, ấm áp vào mùa đông
은행은 조용하고 여름에는 시원하고 겨울에는 따뜻하다

질문 2
은행 업무 관련 본인이 겪은 문제와 해결

Hãy cho tôi biết về một trải nghiệm đáng nhớ liên quan đến ngân hàng. Vấn đề mà bạn gặp là gì và bạn đã giải quyết tình huống đó thế nào?

은행에 관한 기억에 남는 경험에 관해 알려주세요. 당신이 겪은 문제는 무엇이고 당신은 그 상황을 어떻게 해결했나요?

은행에서 기억에 남는 경험	Khi tôi đến ngân hàng để rút tiền, máy ATM đã nuốt mất thẻ ngân hàng của tôi. Khi đó tôi cần tiền mặt nên rất bất ngờ và bối rối.
	제가 은행에 출금을 하기 위해 갔을 때 ATM 기계가 저의 은행 카드를 먹어버렸습니다. 그때 저는 현금이 필요해서 매우 놀라고 당황했습니다.
겪은 문제와 나의 대처	Tôi đã vào ngân hàng, tư vấn với nhân viên ngân hàng. Anh ấy khuyên tôi cấp lại thẻ ngân hàng mới. Nhờ sự giúp đỡ của nhân viên đó, tôi cấp lại thẻ mới nhanh chóng và có thể rút tiền được.
	저는 은행으로 들어가서 은행 직원과 상담했습니다. 그는 새 은행 카드를 재발급하라고 조언했습니다. 그 직원의 도움 덕분에 저는 빠르게 새 카드를 재발급하고 출금할 수 있었습니다.

단어 **rút tiền** 출금하다 | **máy ATM ATM** 기기 | **nuốt** 삼키다 | **thẻ** 카드 | **tiền mặt** 현금 | **bất ngờ** 예상치 못하다 | **bối rối** 당황하다 | **tư vấn** 상담하다 | **cấp lại** 재발급하다 | **nhanh chóng** 신속하다

은행에서 겪는 문제

để quên không mang theo giấy tờ tuỳ thân 신분증을 놓아두고 가져오지 않다

đông người quá nên tôi đành phải đợi trong một tiếng
사람이 너무 많아서 나는 한 시간 동안 기다려야만 하다

ngân hàng đóng cửa quá sớm nên phải quay lại ngày sau đó
은행이 문을 너무 일찍 닫아서 그 다음날 다시 와야만 하다

nhân viên ngân hàng mới vào nên làm việc kém 은행 직원이 막 들어와서 일이 서투르다

thẻ ngân hàng bị khoá không sử dụng được 은행 카드가 잠겨서 사용할 수 없다

quên mất mật mã thẻ 카드 비밀번호를 잊어버리다

질문 3 어렸을 때 은행과 지금 은행 비교

Các ngân hàng đã thay đổi trong những năm qua. Ngân hàng khi bạn còn nhỏ như thế nào? Ngân hàng khi đó khác với hiện nay như thế nào?

은행들은 여러 해에 걸쳐 변화했습니다. 당신이 어릴 때 은행은 어땠나요? 그때 은행은 오늘날과 어떻게 다르나요?

모범답안

어렸을 때 은행	Khi tôi còn nhỏ, để sử dụng các dịch vụ ở ngân hàng như chuyển khoản, rút tiền, nộp chi phí công cộng, người ta cần phải điền vào nhiều giấy tờ bằng tay. 제가 어릴 때 계좌 이체, 출금, 공공요금 납부와 같은 은행 서비스를 이용하기 위해서 사람들은 손으로 많은 서류에 기입해야 했습니다.
오늘날의 은행	Hiện nay, phần lớn dịch vụ ở ngân hàng đều đã số hoá nên rất tiện lợi. Thêm vào đó, nếu dùng ứng dụng trên điện thoại thông minh thì không cần trực tiếp đến ngân hàng. 오늘날에는 대부분의 은행 서비스가 모두 디지털화 되어서 매우 편리합니다. 또한 만약 스마트폰 앱을 사용한다면 은행에 직접 갈 필요가 없습니다.

단어 **dịch vụ** 서비스 | **chuyển khoản** 계좌 이체, 송금 | **nộp chi phí công cộng** 공공요금 납부 | **điền** 기입하다, 작성하다 | **giấy tờ** 서류 | **tay** 손 | **phần lớn** 대부분 | **số hoá** 디지털화 | **ứng dụng** 애플리케이션, 앱 | **trực tiếp** 직접

대체 표현

은행에서 하는 일

gửi tiền vào ngân hàng 은행에 예금	**chuyển khoản** 계좌 이체
mở tài khoản 계좌 개설	**xin vay vốn** 대출 신청
trả vốn vay 대출금 상환	**cấp thẻ tín dụng** 신용카드 발급
nộp học phí 학비 납부	**đổi tiền** 환전
xin gửi tiết kiệm 적금 신청	**tư vấn cho việc vay vốn đầu tư** 투자금 대출 상담

① 평소에 하는
예약 종류 및
장소

Bạn thường đặt trước ở đâu? Bạn thường đặc trước như thế nào? Hãy kể cho tôi nghe về việc đặt trước ở nơi nào đó.

당신은 보통 어디에 예약을 하나요? 당신은 어떻게 예약을 하나요? 어떤 곳에 예약을 하는 것에 대해 말해주세요.

② 예약 관련
기억에 남는 경험

Hãy cho tôi biết về một trải nghiệm đáng nhớ liên quan đến đặt trước. Chuyện gì bất ngờ đã xảy ra? Bạn đã đối phó với tình huống đó như thế nào?

예약에 관한 기억에 남는 경험에 관해 알려주세요. 어떤 예상치 못한 일이 발생했나요? 당신은 그 상황을 어떻게 대처했나요?

③ 어렸을 때
예약 경험

Hãy nói về việc đặt trước mà bạn đã làm khi bạn còn nhỏ. Bạn đã đặt trước cái gì? Chuyện gì xảy ra?

당신이 어릴 때 했던 예약에 관해 말해주세요. 당신은 무엇을 예약 했나요? 무슨 일이 일어났나요?

질문 1 **평소에 하는 예약 종류 및 장소**

Bạn thường đặt trước ở đâu? Bạn thường đặt trước như thế nào? Hãy kể cho tôi nghe về việc đặt trước ở nơi nào đó.

당신은 보통 어디에 예약을 하나요? 당신은 어떻게 예약을 하나요? 어떤 곳에 예약을 하는 것에 대해 말해주세요.

모범답안

평소에 예약하는 장소	Tôi thường đặt bàn ở nhà hàng nổi tiếng và đặt vé xem phim. 나는 보통 유명한 레스토랑의 테이블 예약과 영화를 위한 티켓 예약을 합니다.
예약 방법	Nếu không đặt trước tôi phải đợi rất lâu hoặc không thể ăn uống hay xem phim. Tôi thường đặt bàn và vé trên mạng. Các nhà hàng và rạp chiếu phim nổi tiếng đều có trang web riêng, ở đó tôi có thể đặt trước một cách dễ dàng. 만약 미리 예약하지 않으면 저는 오래 기다려야 하거나 먹고 마시거나 영화를 볼 수 없습니다. 저는 보통 인터넷에서 테이블 및 티켓을 예약합니다. 유명한 레스토랑이나 영화관은 모두 웹사이트가 있어서 거기서 저는 쉽게 예약을 할 수 있습니다.

 단어 **đặt** 예약하다 | **mạng** 인터넷, 온라인 | **trang web** 웹사이트 | **một cách** ~하게(2음절 형용사 앞에서 부사화)

대체 표현

예약하는 장소 및 내용

bảo tàng 박물관	**biểu diễn nhạc kịch** 뮤지컬 공연
chương trình lễ hội 축제 프로그램	**nhà hàng** 레스토랑
rạp chiếu phim 영화관	**rạp kịch** 극장(연극)
triển lãm 전시회, 전람회	**phòng trưng bày** 갤러리, 전시장
biểu diễn nhạc giao hưởng 오케스트라 공연	

질문 2 **예약 관련 기억에 남는 경험**

Hãy cho tôi biết về một trải nghiệm đáng nhớ liên quan đến đặt trước. Chuyện gì bất ngờ đã xảy ra? Bạn đã đối phó với tình huống đó như thế nào?

예약에 관한 기억에 남는 경험에 관해 알려주세요. 어떤 예상치 못한 일이 발생했나요? 당신은 그 상황을 어떻게 대처했나요?

모범답안

예약 관련 기억에 남는 경험	Khi cả gia đình tôi đi ăn tối ở nhà hàng nổi tiếng nhân dịp ngày sinh nhật của bố, tôi đã đặt trước một tuần vì nhà hàng đó luôn đông người. Nhưng do sai lầm của nhân viên nhà hàng, họ đã huỷ đặt bàn của tôi. 아버지의 생신을 맞아 유명한 레스토랑에 온 가족이 저녁을 먹으러 갔을 때 저는 그 레스토랑이 항상 사람이 붐비기 때문에 일주일 전에 예약을 했습니다. 하지만 레스토랑 직원의 실수로 그들은 저의 예약을 취소했습니다.
겪은 문제와 나의 대처	Gia đình tôi rất mong đợi bữa ăn đó nên rất bất ngờ và bối rối. Tôi đã phàn nàn về việc đó, may mà người quản lý đã giúp gia đình tôi ăn tối ở đó. 저희 가족은 그 식사를 매우 기대했기 때문에 매우 예상치 못해 놀랐고 당황했습니다. 저는 그 일에 대해 항의했고 다행히 매니저가 우리를 도와 그곳에서 저녁 식사를 했습니다.

단어 **cả gia đình** 온 가족 | **nhân dịp** 기회를 맞아, 기회를 빌어 | **đông người** 사람이 많다, 붐비다 | **sai lầm** 실수하다 | **huỷ** 취소하다 | **mong đợi** 기대하다 | **bất ngờ** 예상하지 못하다 | **bối rối** 당황하다 | **phàn nàn** 불평하다, 불만을 제기하다 | **người quản lý** 매니저

대체 표현

예약 관련 겪는 문제

đặt sai ngày và thời gian 날짜와 시간을 잘못 예약하다

đặt sai số người 인원수를 잘못 예약하다

đặt sai địa điểm khác 다른 지점으로 잘못 예약하다

bị huỷ đặt bàn 테이블 예약이 취소되다

đến muộn hơn giờ đặt vé 티켓 예약 시간보다 늦게 도착하다

đặt bàn khác 다른 테이블을 예약하다

Hãy nói về việc đặt trước mà bạn đã làm khi bạn còn nhỏ. Bạn đã đặt trước cái gì? Chuyện gì xảy ra?

당신이 어릴 때 했던 예약에 관해 말해주세요. 당신은 무엇을 예약 했나요? 무슨 일이 일어났나요?

모범답안

어렸을 때 예약한 것	Khi tôi còn nhỏ, tôi đã đặt vé xem buổi biểu diễn của ca sĩ nổi tiếng. 내가 어릴 때 나는 유명한 가수의 공연 관람 티켓을 예약했습니다.
그 예약 관련 발생한 일	Tôi đã đến đúng giờ và có thể vào đài truyền hình để xem biểu diễn lần đầu tiên. Vì tôi đã rất say mê với ca sĩ đó, buổi biểu diễn đó làm tôi rất sung sướng và hạnh phúc. Nhờ việc đặt vé đó, tôi có thể xem tận mắt ca sĩ đó hát và nhảy. 저는 정시에 도착했고 공연을 보기 위해 처음으로 방송국에 들어갈 수 있었습니다. 제가 그 가수를 매우 좋아했기 때문에 그 공연은 저를 매우 기쁘고 행복하게 만들었습니다. 그 티켓 예약 덕분에 저는 직접 눈으로 그 가수가 노래하고 춤추는 것을 볼 수 있었습니다.

단어 | **buổi biểu diễn** 공연 | **đài truyền hình TV** 방송국 | **say mê** 푹 빠지다. 열렬히 좋아하다 | **tận mắt** 직접 눈으로

대체 표현

예약 관련 표현

đặt vé trên mạng 인터넷으로 티켓을 예약하다

cạnh tranh để đặt 예약하기 위해 경쟁하다

đặt ít nhất hai tiếng trước 최소 2시간 전에 예약하다

khách đã đặt trước thì được giảm giá 미리 예약한 손님은 할인 받는다

không thể huỷ đặt chỗ 예약(좌석) 취소가 불가능하다

① 건강한 사람 묘사

Bạn có thể nói về một người khỏe mạnh mà bạn biết không? Anh ấy hoặc cô ấy trông như thế nào? Anh ấy hoặc cô ấy thường ăn những món ăn nào?

당신이 아는 한 건강한 사람에 대해 말해줄 수 있나요? 그 혹은 그녀는 어떻게 생겼나요? 그 혹은 그녀는 보통 어떤 음식들을 먹나요?

② 건강 유지 활동

Bạn thường làm gì để khỏe mạnh? Bạn thường tập thể dục gì để giữ gìn sức khỏe?

당신은 주로 건강하기 위해 무엇을 하나요? 당신은 보통 건강을 지키기 위해 어떤 운동을 하나요?

③ 건강을 위해 무언가를 그만 둔 경험

Bạn đã bao giờ phải bỏ làm việc gì đó vì sức khỏe chưa? Việc mà bạn phải từ bỏ là gì?

당신은 건강을 위해 무엇인가를 끊은 적이 있나요? 당신이 포기해야 했던 일은 무엇인가요?

질문 1 **건강한 사람 묘사** MP3 3-22

Bạn có thể nói về một người khỏe mạnh mà bạn biết không? Anh ấy hoặc cô ấy trông như thế nào? Anh ấy hoặc cô ấy thường ăn những món ăn nào?

당신이 아는 한 건강한 사람에 대해 말해줄 수 있나요? 그 혹은 그녀는 어떻게 생겼나요? 그 혹은 그녀는 보통 어떤 음식들을 먹나요?

모범답안

알고 있는 건강한 사람	Tôi thấy bố tôi là một người rất khỏe mạnh.
	제가 생각하기에 저의 아버지가 매우 건강한 사람입니다.
건강한 사람 묘사 및 그/그녀가 먹는 음식	Bố tôi đã hơn 60 tuổi rồi nhưng trông rất khỏe mạnh. Bố tôi to cao và vai rộng. Bố tôi luôn ăn nhiều cá và rau quả. Bố tôi cũng thích ăn thịt như thịt bò, thịt lợn, thịt gà. Bố tôi không bao giờ uống rượu và hút thuốc.
	저의 아버지는 60세가 넘으셨지만 매우 건강해 보이십니다. 아버지는 키와 몸집이 크고 어깨가 넓습니다. 저의 아버지는 항상 많은 생선과 채소, 과일을 드십니다. 아버지는 소고기, 돼지고기, 닭고기와 같은 고기를 드시는 것도 좋아합니다. 저의 아버지는 절대로 술을 마시거나 담배를 피우지 않습니다.

 단어 **khỏe mạnh** 건강하다 | **to cao** 키가 크고 몸집이 크다 | **vai** 어깨 | **rau quả** 채소와 과일 | **không bao giờ** 절대로 ~하지 않다

대체 표현

건강한 사람이 먹는 음식/먹지 않는 음식

ăn các loại thức ăn khác nhau 다양한 음식 종류를 먹는다

ăn nhiều rau và hoa quả 채소와 과일을 많이 먹는다

ăn ít thức ăn có nhiều chất béo, cholesterol 지방, 콜레스테롤이 많은 음식을 적게 먹는다

uống vitamin 비타민을 먹는다

uống thuốc bổ 보약을 먹는다

uống nhiều nước 많은 물을 마신다

không bao giờ uống nước ngọt 청량음료를 절대 마시지 않는다

tránh ăn món ăn có nhiều đường 설탕이 많은 음식 먹는 것을 피한다

Bạn thường làm gì để khỏe mạnh? Bạn thường tập thể dục gì để giữ gìn sức khỏe?

당신은 주로 건강하기 위해 무엇을 하나요? 당신은 보통 건강을 지키기 위해 어떤 운동을 하나요?

모범답안

건강하기 위해 하는 일	Để khỏe mạnh, tôi thường thức dậy và đi ngủ đúng giờ, không thức khuya. Tôi cố gắng ăn uống điều độ, không bị căng thẳng nhiều. 건강하기 위해서 저는 보통 제시간에 일어나고 잠자리에 들고, 늦게까지 깨어 있지 않습니다. 저는 규칙적인 식사를 하려고 노력하며 많은 스트레스를 받지 않으려고 합니다.
건강을 위해 하는 운동	Tôi cũng thường tập thể dục để giữ gìn sức khỏe như chạy bộ, đi bộ, giãn cơ. Hai đến ba lần trong một tuần tôi thường đi tập Gym. 저는 또한 보통 조깅, 걷기, 스트레칭 같은 건강 유지를 위한 운동을 합니다. 일주일에 두세 번 저는 헬스장에 운동하러 갑니다.

단어 **đúng giờ** 정시에, 제시간에 | **thức khuya** 늦게까지 자지 않고 깨어 있다 | **điều độ** 절제하다, 규칙적이다 | **giãn cơ** 스트레칭 하다 | **đi tập Gym** 헬스장에 운동하러 가다

대체 표현

건강 유지 활동

ăn uống đủ chất dinh dưỡng 충분한 영양소를 섭취한다

tập thể dục thường xuyên 정기적으로 운동을 한다

ngủ đủ giấc mỗi đêm 매일 밤 충분한 잠을 잔다

ăn sáng đầy đủ 아침을 충분히 먹는다

hít thở không khí trong lành 깨끗한 공기를 호흡한다

giữ tâm trí sáng suốt 건전한 정신을 유지한다

sống tích cực và lạc quan 긍정적이고 낙관적으로 산다

질문 3 **건강을 위해 무언가를 그만 둔 경험** MP3 3–24

Bạn đã bao giờ phải bỏ làm việc gì đó vì sức khỏe chưa? Việc mà bạn phải từ bỏ là gì?

당신은 건강을 위해 무엇인가를 끊은 적이 있나요? 당신이 포기해야 했던 일은 무엇인가요?

모범답안

건강을 위해 그만둔 것	Tôi đã bỏ thuốc và rượu vì sức khỏe. Trước đây tôi thích hút thuốc và uống rượu nhưng sức khỏe tôi dần dần tồi tệ.
	저는 건강을 위해 담배와 술을 끊었습니다. 예전에 저는 담배를 피우는 것과 술 마시는 것을 좋아했지만 저의 건강은 점점 나빠졌습니다.
이유	Bác sĩ khuyên tôi là nên bỏ thuốc và rượu để giữ gìn sức khỏe. Bản thân tôi cũng cảm thấy sức khỏe mình không giống như những ngày khi còn trẻ nên tôi đã cố gắng bỏ thuốc và rượu.
	의사 선생님은 건강을 지키기 위해 담배와 술을 끊으라고 조언했습니다. 저 스스로도 저의 건강이 젊을 때 날들과 비슷하지 않다고 느껴서 담배와 술을 끊기 위해 노력했습니다.

단어 **bỏ thuốc** 담배를 끊다 | **rượu** 술 | **hút thuốc** 담배를 피우다 | **dần dần** 점점 | **tồi tệ** 나쁘다

대체 표현

건강에 좋지 않은 행동

thói quen thức khuya 밤새우는 습관

ăn nhiều bánh kẹo 많은 과자를 먹다

uống nhiều nước ngọt như cô-ca, bảy úp v.v… 콜라, 사이다 등과 같은 음료수를 많이 마시다

bội thực 과식

không bao giờ tập thể dục 절대 운동을 하지 않는다

nhịn ăn (bỏ bữa) 굶다 (끼니를 거르다)

hút thuốc 담배를 피우다

uống rượu 술을 마시다

① 한국의
보편적 호텔
묘사

Tôi muốn biết về các khách sạn ở nước bạn. Khách sạn trông như thế nào? Khách sạn thường nằm ở đâu?

저는 당신의 나라의 호텔에 대해 알고 싶습니다. 호텔은 어떻게 생겼나요? 호텔은 주로 어디에 위치합니까?

② 호텔에
도착해서
하는 일들

Hãy kể cho tôi nghe về những việc bạn làm đầu tiên khi đến khách sạn. Hãy nói về tất cả những hoạt động mà bạn làm khi bạn đến khách sạn.

당신이 호텔에 도착했을 때 처음으로 하는 일들에 대해 말해주세요. 당신이 호텔에 도착했을 때 당신이 하는 활동을 모두 말하세요.

③ 기억에 남는
호텔 및
숙박 경험

Bạn có thể nói về một khách sạn đáng nhớ mà bạn đã ở không? Vì sao khách sạn đó đặc biệt? Vì sao trải nghiệm ở khách sạn đó trở nên đáng nhớ?

당신이 묵었던 기억에 남는 호텔에 대해 말할 수 있나요? 왜 그 호텔이 특별한가요? 왜 그 호텔에서의 경험이 기억에 남게 되었나요?

질문 1 **한국의 보편적 호텔 묘사**

Tôi muốn biết về các khách sạn ở nước bạn. Khách sạn trông như thế nào? Khách sạn thường nằm ở đâu?

나는 당신의 나라의 호텔에 대해 알고 싶습니다. 호텔은 어떻게 생겼나요? 호텔은 주로 어디에 위치합니까?

모범답안

도입	Ở Hàn Quốc khách sạn rất phong phú và đa dạng.
	한국에는 풍부하고 다양한 호텔이 있습니다.
한국의 호텔 묘사	Các khách sạn thường nằm ở các trung tâm thành phố, địa điểm du lịch nổi tiếng. Khách sạn ở Hàn Quốc rất sang trọng và cao cấp. Nó trông rất hiện đại và được thiết kế rất đẹp. Đặc biệt ở khu du lịch, có nhiều khách sạn đẹp nên nhiều người muốn đến ở.
	호텔들은 도시 중심, 유명한 여행지에 위치하고 있습니다. 한국의 호텔은 매우 호화롭고 고급스럽습니다. 그것은 매우 현대적으로 보이고 아름답게 설계되었습니다. 특히 여행지에서 많은 호텔들이 아름다워서 많은 사람들이 와서 묵고 싶어합니다.

단어 **khách sạn** 호텔 | **phong phú** 풍부하다 | **đa dạng** 다양하다 | **nằm** 위치하다 | **địa điểm du lịch** 여행지 | **sang trọng** 사치스럽다, 호화롭다 | **cao cấp** 고급스럽다 | **nó** 그것 | **thiết kế** 설계, 디자인 | **đến ở** 와서 머무르다

대체 표현

한국의 호텔 묘사

Khách sạn cao tầng nên có view rất đẹp 호텔은 고층이라 매우 아름다운 전망을 가지고 있다

Nhiều khách sạn nằm ở gần tàu điện ngầm, sân bay, trạm xe buýt nên dễ đến
많은 호텔이 지하철 역, 공항, 버스정류장 근처에 위치하여 가기 쉽다

Trong khách sạn có nhà hàng và quần bar sang trọng 호텔 안에 고급 레스토랑과 바가 있다

Cũng có khách sạn truyền thống nên thu hút nhiều người
전통적인 호텔도 있어서 많은 사람들을 매료시킨다

Các khách sạn được trang trí rất đẹp và lộng lẫy 호텔들은 매우 아름답고 화려하게 장식되어 있다

질문 2 **호텔에 도착해서 하는 일들** MP3 3-26

Hãy kể cho tôi nghe về những việc bạn làm đầu tiên khi đến khách sạn. Hãy nói về tất cả những hoạt động mà bạn làm khi bạn đến khách sạn.

당신이 호텔에 도착했을 때 처음으로 하는 일들에 대해 말해주세요. 당신이 호텔에 도착했을 때 당신이 하는 활동을 모두 말하세요.

모범답안

호텔에 도착했을 때 하는 일들	Khi tôi đến khách sạn, đầu tiên tôi đến quầy lễ tân để nhận phòng. Tôi luôn đặt trước phòng ở khách sạn, nhân viên lễ tân thường kiểm tra thông tin của tôi, giữ hộ chiếu của tôi và đưa cho tôi chìa khoá của phòng. Khi đó họ thường hướng dẫn về các thiết bị và dịch vụ ở khách sạn. Sau đó, tôi lên phòng.
	호텔에 도착하면 먼저 저는 체크인을 하기 위해 리셉션으로 갑니다. 저는 항상 호텔에 방을 미리 예약하기 때문에 리셉션 직원은 저의 정보를 체크하고 제 여권을 맡은 다음 저에게 방 열쇠를 줍니다. 그때 그들은 호텔의 시설 및 서비스에 대해 안내합니다. 그 후에 저는 방으로 올라갑니다.

단어 **quầy lễ tân** 리셉션(데스크) | **nhận phòng** 체크인 | **đặt trước** 예약하다 | **thông tin** 정보 | **hộ chiếu** 여권 | **chìa khoá** 열쇠 | **thiết bị** 설비, 시설 | **dịch vụ** 서비스

대체 표현

호텔에서 도착해서 하는 활동

vào phòng mở hành lý 방에 들어가 짐을 푼다

nghỉ một chút trong phòng 방에서 조금 쉰다

tìm hiểu về các dịch vụ ở khách sạn 호텔의 서비스에 대해 알아본다

bơi ở bể bơi trong khách sạn 호텔 수영장에서 수영을 한다

tắm sauna trong khách sạn 호텔의 사우나를 하다

đi tắm và thay đồ 샤워하고 옷을 갈아입는다

đến sảnh khách sạn uống cà phê 호텔 라운지에 가서 커피를 마신다

đi quan sát để tìm hiểu về khách sạn 호텔에 대해 알아보기 위해 둘러본다

Bạn có thể nói về một khách sạn đáng nhớ mà bạn đã ở không? Vì sao khách sạn đó đặc biệt? Vì sao trải nghiệm ở khách sạn đó trở nên đáng nhớ?

당신은 당신이 묵었던 기억에 남는 호텔에 대해 말할 수 있나요? 왜 그 호텔이 특별한가요? 왜 그 호텔에서의 경험이 기억에 남게 되었나요?

모범답안

기억에 남는 호텔	Khách sạn đáng nhớ tôi đã ở là khách sạn ở Hawaii mà tôi đã ở khi tôi đi hưởng tuần trăng mật.
	제가 기억에 남는 호텔은 제가 신혼여행을 갔을 때 묵었던 하와이에 있는 호텔입니다.
이유	Khách sạn đó rất sang trọng và lộng lẫy, tôi rất mong đợi đến khách sạn đó. Nhân viên lễ tân đã nâng cấp phòng cho vợ chồng tôi ở để chúc mừng kết hôn. Chúng tôi rất sung sướng vì có thể ở phòng suite, phòng đó to và cực kỳ sang trọng, có phòng ngủ và phòng khách. Vì chúng tôi đã có một khoảng thời gian hạnh phúc nhất trong đời nên khách sạn đó trở nên đáng nhớ.
	그 호텔은 매우 호화롭고 화려했고 저는 그 호텔에 가는 것을 매우 기대했습니다. 리셉션 직원은 우리 부부에게 결혼을 축하하기 위해 방을 업그레이드 해주었습니다. 우리는 스위트룸에 묵을 수 있어서 매우 기뻤고 그 방은 크고 극히 고급스러웠고 침실과 거실이 있었습니다. 우리는 인생에서 가장 행복한 시간을 보냈기 때문에 그 호텔이 기억에 남게 되었습니다.

단어 **đáng nhớ** 기억에 남다 | **hưởng** 누리다, 향유하다 | **tuần trăng mật** 신혼여행 | **lộng lẫy** 화려하다 | **chúc mừng** 축하하다 | **cực kỳ** 극히

대체 표현

호텔에서의 경험

dịch vụ khách sạn rất tốt nên hài lòng 호텔 서비스가 매우 좋아 만족하다

ít người nên có thể bơi một mình ở hồ bơi khách sạn
사람이 적어 호텔 수영장에서 혼자 수영할 수 있다

món ăn khách sạn rất ngon nên vui thích 호텔 음식이 매우 맛있어 즐겁고 좋다

view khách sạn đẹp nên vui sướng 호텔 전망이 아름다워 기쁘다

phòng không sạch sẽ nên tức giận 룸이 깨끗하지 않아 화가 나다

áp lực nước yếu nên khó chịu 수압이 약해서 짜증나다

chất lượng dịch vụ tại phòng kém nên thất vọng 룸 서비스의 질이 나빠 실망하다

①	한국의 명절 소개	Hãy kể cho tôi nghe về các ngày lễ của nước bạn. Ngày lễ đặc biệt ở nước bạn có những gì?
		당신의 나라의 명절들에 대해 말해주세요. 당신의 나라의 특별한 명절은 무엇들이 있나요?
②	명절에 하는 일	Ở nước bạn, người ta thường làm gì nhân dịp lễ? Vào ngày lễ, có chương trình đặc biệt không? Có món ăn nào đặc biệt không?
		당신의 나라에서 사람들을 명절을 맞아 보통 무엇을 하나요? 명절에는 특 별한 프로그램이 있나요? 특별한 어떤 음식이 있나요?
③	어렸을 때 명절을 보낸 일	Bạn có thể nói về một trải nghiệm về ngày lễ khi bạn còn nhỏ? Vì sao ngày lễ đó đặc biệt? Vì sao trải nghiệm đó trở nên đáng nhớ?
		당신은 당신이 어릴 때 명절 경험에 대해 말할 수 있나요? 왜 그 명절이 특별한가요? 왜 그 경험이 기억에 남게 되었나요?

질문 1 **한국의 명절 소개**

MP3 3-28

Hãy kể cho tôi nghe về các ngày lễ của nước bạn. Ngày lễ đặc biệt ở nước bạn có những gì?

당신의 나라의 명절들에 대해 말해주세요. 당신의 나라의 특별한 명절은 무엇들이 있나요?

모범답안

도입	Ở Hàn Quốc có nhiều ngày lễ nên người ta có thể ăn mừng và nghỉ ngơi. 한국에는 많은 명절들이 있어 사람들이 기념하고 쉴 수 있습니다.
한국의 명절	Trong các ngày lễ, tết nguyên đán và tết trung thu là ngày lễ truyền thống lớn nhất. Vào những ngày lễ đó, người Hàn Quốc được nghỉ trong 3 ngày. Tết nguyên đán là ngày mồng một tháng một theo âm lịch còn tết trung thu là ngày 15 tháng 8 theo âm lịch. Nhân dịp lễ tết này, mọi người về quê thăm bố mẹ, anh chị em. 각 명절들 중에서 설날과 추석이 가장 큰 전통 명절입니다. 이 명절들에 한국 사람은 3일 동안 쉬게 됩니다. 설날은 음력으로 1월 1일이며 추석은 음력으로 8월 15일입니다. 이 명절을 맞아 모든 사람들은 고향에 내려가 부모님과 형제자매를 방문합니다.

단어 **ngày lễ** 명절, 공휴일 | **ăn mừng** 축하다, 기념하다 | **tết nguyên đán** 설날 | **tết trung thu** 추석 | **truyền thống** 전통 | **mồng** 날짜 1~10일 앞에 붙는 단어(= mùng) | **âm lịch** 음력 | **nhân dịp** 기회를 맞아, 기회를 빌어 | **thăm** 방문하다

대체 표현

한국의 명절

Tết dương lịch 신정	Tết nguyên đán (= Tết âm lịch) 구정	Ngày Độc lập 3·1절
Lễ Phật đản 석가탄신일	Ngày Thiếu nhi 어린이날	Ngày Giải phóng 광복절
Tết trung thu 추석	Ngày Hangul 한글날	Lễ Giáng sinh 크리스마스

질문 2 **명절에 하는 일**

Ở nước bạn, người ta thường làm gì nhân dịp lễ? Vào ngày lễ, có chương trình đặc biệt không? Có món ăn nào đặc biệt không?

당신의 나라에서 사람들을 명절을 맞아 보통 무엇을 하나요? 명절에는 특별한 프로그램이 있나요? 특별한 어떤 음식이 있나요?

모범답안

도입	Nhân dịp lễ, ở Hàn Quốc có nhiều hoạt động và chương trình.
	명절을 맞아 한국에서는 많은 활동과 프로그램이 있습니다.
명절에 하는 일	Đặc biệt, vào dịp tết trung thu và tết nguyên đán, cả gia đình họ hàng đều sum họp để ăn tết. Người Hàn Quốc ăn món ăn ngày lễ đặc biệt như canh bánh gạo, bánh songpyeon v.v..., chúc tết nhau, đi thăm mộ của tổ tiên, lạy chào, cho và nhận tiền lì xì. Một số người cũng tham gia các trò chơi truyền thống như trò chơi Yut v.v...
	특히 추석과 설날에는 온 가족 친척이 다 모여서 명절을 보냅니다. 한국 사람은 떡국, 송편 등과 같은 특별한 명절 음식을 먹습니다. 서로에게 새해 인사를 하고 조상의 묘를 방문하며 세배하고 세뱃돈을 주고 받습니다. 일부 사람은 윷놀이와 같은 전통 놀이에도 참여합니다.

단어 **hoạt động** 활동 | **chương trình** 프로그램 | **họ hàng** 친척 | **sum họp** 모이다 | **ăn tết** 설을 쇠다, 설을 보내다 | **canh bánh cạo** 떡국 | **thăm mộ** 성묘하다 | **tổ tiên** 조상 | **lạy chào** 세배하다 | **tiền lì xì** 세뱃돈 | **trò chơi** 놀이

대체 표현

명절에 하는 일

về quê thăm gia đình và họ hàng 고향에 가서 가족과 친척을 방문한다

cùng nhau nấu món ăn truyền thống 전통 음식을 함께 요리한다

ăn món ăn truyền thống 전통 음식을 먹는다

mặc trang phục truyền thống 전통 의상을 입는다

trải nghiệm trò chơi truyền thống 전통 놀이를 체험한다

đi du lịch trong nước hoặc nước ngoài 국내 또는 해외여행을 간다

thăm mộ 성묘하다   **lạy chào** 세배하다

chúc tết nhau 서로 명절 인사를 하다   **cho và nhận tiền lì xì** 세뱃돈을 주고 받다

질문 3 **어렸을 때 명절을 보낸 일**

Bạn có thể nói về một trải nghiệm về ngày lễ khi bạn còn nhỏ? Vì sao ngày lễ đó đặc biệt? Vì sao trải nghiệm đó trở nên đáng nhớ?

당신은 당신이 어릴 때 명절 경험에 대해 말할 수 있나요? 왜 그 명절이 특별한가요? 왜 그 경험이 기억에 남게 되었나요?

모범답안

기억에 남는 명절	Tôi nhớ nhất tết nguyên đán khi tôi 8 tuổi. 제가 8살 때 설날이 가장 기억에 남습니다.
이유	Hồi đó, tất cả gia đình họ hàng như ông bà nội, bác chú cô đều tập hợp lại ở nhà ông bà nội. Mọi người ăn canh bánh gạo, tôi nhớ canh bánh gạo đó là ngon nhất. Vì tôi là con út trong gia đình nên mọi người rất yêu quý tôi. Tôi đã mặc hàn phục-là trang phục truyền thống Hàn Quốc-màu đỏ và vàng, mọi người đều khen là tôi rất xinh đẹp. Khi đó tôi rất hạnh phúc nên tôi nhớ nhất ngày đó. 그때 친할아버지, 할머니, 큰아버지, 작은아버지, 고모와 같은 온 가족이 친할아버지, 할머니 댁에 모였습니다. 모두 떡국을 먹었는데 제가 기억하기로는 그 떡국이 제일 맛있었습니다. 제가 온 가족 중에 막내라서 모두들 저를 예뻐해주었습니다. 저는 빨간색과 노란색의 한복—한국의 전통의상—을 입었는데 모두 제가 매우 예쁘다고 칭찬했습니다. 그때 저는 매우 행복해서 그 날이 가장 기억에 납니다.

 단어 | **hồi** 때 | **bác** 큰아버지, 큰어머니, 큰고모 | **chú** 작은아버지, 삼촌 | **cô** 고모, 여자 선생님, 아가씨 | **tập hợp** 모이다 | **con út** 막내 | **yêu quý** 예뻐하다, 사랑하다 | **mặc** 입다 | **trang phục** 복장, 의상 | **truyền thống** 전통 | **khen** 칭찬하다

대체 표현

어릴 때 명절

cả gia đình họ hàng đi chơi ở làng truyền thống 온 가족 친척이 전통 마을(민속촌)에 놀러 가다
tôi được nhận tiền lì xì rất nhiều 내가 세뱃돈을 매우 많이 받다
tôi đã gặp nhiều anh chị em họ 내가 많은 사촌 형제자매를 만나다
tôi đi xem phim với họ hàng 내가 친척과 영화를 보러 가다
bác gái tôi dạy tôi cách làm bánh songpyeon 큰어머니가 나에게 송편 만드는 법을 가르쳐주다
các anh họ đưa tôi đi chơi 사촌 형(오빠)들이 나를 데리고 놀러 가다

✱ 인터넷 주제 대표 질문 리스트

① 인터넷에서 하는 일

Bạn thường làm gì trên mạng internet? Bạn có thường tìm kiếm hay mua sắm trên mạng không? Bạn có xem clip không? Hãy cho tôi biết về mọi việc bạn làm trên mạng.

당신은 인터넷에서 보통 무엇을 하나요? 당신은 온라인 검색 또는 쇼핑을 하나요? 당신은 동영상을 보나요? 당신이 온라인에서 하는 모든 일에 대해 알려주세요.

② 처음 인터넷 서핑 경험

Hãy kể cho tôi nghe về trải nghiệm lướt web đầu tiên của bạn. Khi đó bạn đã làm gì? Bạn nhớ về điều gì nhất về trải nghiệm đó.

당신의 처음 인터넷 서핑 경험에 대해 말해주세요. 그때 당신은 무엇을 했나요? 당신은 그 경험에 대해 어떤 것을 가장 기억하고 있나요?

③ 프로젝트 수행 시 인터넷 활용 방법

Bạn đã sử dụng internet như thế nào để thực hiện một dự án? Khi nào thực hiện dự án đó và dự án đó về cái gì?

당신은 프로젝트 수행을 위해 어떻게 인터넷을 사용했나요? 언제 그 프로젝트를 수행했고 그 프로젝트는 무엇에 관한 것이었나요?

질문 1 **인터넷에서 하는 일**

Bạn thường làm gì trên mạng internet? Bạn có thường tìm kiếm hay mua sắm trên mạng không? Bạn có xem clip không? Hãy cho tôi biết về mọi việc bạn làm trên mạng.

당신은 인터넷에서 보통 무엇을 하나요? 당신은 온라인 검색 또는 쇼핑을 하나요? 당신은 동영상을 보나요? 당신이 온라인에서 하는 모든 일에 대해 알려주세요.

 모범답안

도입	Tôi thường làm rất nhiều việc trên mạng internet. 저는 보통 인터넷에서 매우 많은 일을 합니다.
인터넷에서 하는 일	Đầu tiên, tôi kiểm tra email mỗi ngày. Sau đó xem tin tức trên mạng và xem clip về tin tức mới. Khi tôi đi ăn trưa hoặc tối với bạn bè, tôi thường tìm kiếm một số nhà hàng nổi tiếng trên mạng. Khi cần thứ gì tôi thường mua sắm trên mạng vì vừa rẻ vừa tiện lợi. 먼저 저는 매일 이메일을 체크합니다. 그 후에 인터넷으로 뉴스를 보고 새로운 뉴스에 관한 영상을 봅니다. 친구들과 점심 또는 저녁을 먹으러 갈 때 저는 인터넷에서 유명한 몇몇 레스토랑을 검색합니다. 무엇이 필요할 때 저는 인터넷에서 쇼핑을 하는데 (가격이) 싸면서 편리하기 때문입니다.

단어 **mạng** 인터넷. 온라인 | **tin tức** 뉴스 | **clip** 동영상 | **tìm kiếm** 검색하다

대체 표현

인터넷에서 하는 일

tìm kiếm các thông tin cần thiết 필요한 정보를 검색하다

mua sắm trên mạng 온라인 쇼핑

xem clip trên trang youtube 유튜브 영상 보기

đăng nhật ký trên trang blog cá nhân 개인 블로그에 일기 업로드

sử dụng dịch vụ ngân hàng như chuyển khoản, gửi tiết kiệm 송금. 적금 등 은행 서비스 이용

chơi game trên mạng 온라인 게임

sử dụng mạng xã hội như instagram, twitter v.v… 인스타그램, 트위터 등 소셜 네트워크(SNS) 이용

giao lưu với bạn bè trên mạng 인터넷 친구와의 교류

질문 2 **처음 인터넷 서핑 경험** MP3 3-32

Hãy kể cho tôi nghe về trải nghiệm lướt web đầu tiên của bạn. Khi đó bạn đã làm gì? Bạn nhớ về điều gì nhất về trải nghiệm đó.

당신의 처음 인터넷 서핑 경험에 대해 말해주세요. 그때 당신은 무엇을 했나요? 당신은 그 경험에 대해 어떤 것을 가장 기억하고 있나요?

모범답안

도입	Theo tôi nhớ, tôi đã lướt web lần đầu tiên khi tôi còn là học sinh trung học. 제가 기억하기로는 저는 중고등학생 때 처음 인터넷 서핑을 했습니다.
처음 인터넷 서핑 경험	Khi tôi làm bài tập về nhà tôi cần một số thông tin về bài học. Lúc đó, internet rất chậm. Để mở một trang web thường mất 3-4 phút. Mặc dù rất chậm nhưng internet rất bổ ích và tiện lợi. Từ sau đó, khi cần thông tin nào đó, tôi sử dụng internet. 제가 숙제를 할 때 공부하는 과에 대한 몇몇 정보가 필요했습니다. 그때 인터넷은 매우 느렸습니다. 한 웹사이트를 열기 위해 보통 3~4분이 걸렸습니다. 비록 매우 느렸지만 인터넷은 매우 유익하고 편리했습니다. 그 이후부터 어떤 정보가 필요할 때 저는 인터넷을 이용합니다.

단어 **lướt web** 웹서핑 하다 | **học sinh trung học** 중고등학생 | **bài học** 공부하는 과 | **chậm** 느리다 | **mở** 열다 | **bổ ích** 유익하다

대체 표현

초기 인터넷

chỉ có mấy trang web có thể sử dụng 사용할 수 있는 웹사이트가 몇 개밖에 없다

sử dụng modem để truy cập vào internet 인터넷에 접속하기 위해 모뎀을 사용하다

chi phí sử dụng internet rất cao 인터넷 사용료가 매우 비싸다

đôi khi tốc độ internet rất chậm 때때로 인터넷 속도가 매우 느리다

nhiều người đi đến quán net để sử dụng internet 많은 사람들이 인터넷 사용을 위해 PC방에 가다

game trên mạng bắt đầu nổi tiếng 온라인 게임이 유명해지기 시작하다

cần quy định pháp luật về internet 인터넷 관련 법률 규정이 필요하다

질문 3 프로젝트 수행 시 인터넷 활용 방법 MP3 3-33

Bạn đã sử dụng internet như thế nào để thực hiện một dự án? Khi nào thực hiện dự án đó và dự án đó về cái gì?

당신은 프로젝트 수행을 위해 어떻게 인터넷을 사용했나요? 언제 그 프로젝트를 수행했고 그 프로젝트는 무엇에 관한 것이었나요?

모범답안

도입	Từ trước đến nay tôi thường sử dụng internet để thực hiện các dự án. 예전부터 지금까지 저는 보통 프로젝트를 수행하기 위해 인터넷을 활용합니다.
프로젝트 수행 시 인터넷 활용	Khi tôi thực hiện dự án về <khảo sát tâm lý của người tiêu dùng>, tôi cần nhiều thông tin trong nước và nước ngoài. Nhờ internet mà tôi không cần đi công tác xa mà vẫn có thể lấy nhiều thông tin liên quan đến nó. Thêm vào đó, các thông tin trên mạng luôn được cập nhật, tài liệu của tôi có độ tin cậy cao. 제가 <소비자 심리 조사>에 관한 프로젝트를 수행할 때 저는 많은 국내외 정보가 필요했습니다. 인터넷 덕분에 저는 멀리 출장을 갈 필요가 없지만 여전히 그것에 관한 많은 정보를 얻을 수 있었습니다. 또한 인터넷의 각 정보는 항상 업데이트 되므로 저의 자료의 신뢰도는 높습니다.

단어 **thực hiện** 실현하다, 수행하다 | **dự án** 프로젝트, 사업 | **khảo sát** 조사 | **tâm lý** 심리 | **người tiêu dùng** 소비자 | **lấy** 가지다, 취하다, 얻다 | **thông tin** 정보 | **cập nhật** 업데이트 하다 | **tài liệu** 자료 | **độ tin cậy** 신뢰도

대체 표현

인터넷 활용 프로젝트

khảo sát địa điểm du lịch trong nước 국내 여행지 조사

khảo sát tầm quan trọng của giáo dục lịch sử 역사 교육의 중요성 조사

khảo sát về làn sóng Hallyu 한류 관련 조사

giáo dục tiếng Anh trên mạng 온라인 영어 교육

chương trình trải nghiệm văn hoá truyền thống của các nước 각국의 전통 문화 체험 프로그램

① 우리나라의
재활용

Bạn có thể cho tôi biết về cách tái chế của nước bạn không? Người ta thường tái chế những vật dụng nào?

당신은 당신의 나라의 재활용 방법에 대해 알려줄 수 있나요? 사람들은 주로 어떤 물건들을 재활용하나요?

---

② 집에서
재활용하는
방법

Bạn thường tái chế ở nhà như thế nào? Khi nào bạn thường tái chế? Một tuần bạn thường tái chế mấy lần? Hãy nói thật chi tiết.

당신의 보통 집에서 어떻게 재활용을 하나요? 언제 당신은 주로 재활용을 하나요? 일주일에 당신은 몇 번 재활용을 하나요? 아주 상세히 말해주세요.

---

③ 재활용 관련
문제가
발생했던 경험

Khi tái chế, có thể xảy ra vấn đề. Có lẽ dịch vụ đưa rác tái chế đến không đúng lịch trình hoặc các loại rác tái chế quá lớn so với thùng chứa. Hãy kể cho tôi nghe về điều gì đó đáng nhớ liên quan đến tái chế.

재활용할 때 문제가 발생할 수 있습니다. 아마 재활용 쓰레기 수거 서비스가 일정에 맞지 않게 오거나 재활용 쓰레기가 재활용 상자보다 클 수도 있습니다. 재활용에 관련한 기억에 남는 것을 저에게 말해주세요.

Bạn có thể cho tôi biết về cách tái chế của nước bạn không? Người ta thường tái chế những vật dụng nào?

당신은 당신의 나라의 재활용 방법에 대해 알려줄 수 있나요? 사람들은 주로 어떤 물건들을 재활용하나요?

모범답안

도입	Người Hàn Quốc phải tái chế theo quy định pháp luật.
	한국 사람들은 법률 규정에 따라 재활용을 해야 합니다.
한국의 재활용 방법 및 재활용 물품	Người Hàn Quốc thường tái chế các đồ nhựa, vỏ lon, chai thủy tinh, kim loại v.v… Ở Hàn Quốc, khi vứt rác, người ta cần phải phân loại các loại rác tái chế khác nhau rồi bỏ vào thùng riêng. Khoảng một tuần một lần, xe tải tái chế đến thu gom những vật dụng đó. Người Hàn Quốc nghĩ tái chế là việc đương nhiên.
	한국 사람들은 보통 플라스틱 물건, 캔, 유리병, 금속 등을 재활용합니다. 한국에서는 쓰레기를 버릴 때 서로 다른 재활용 쓰레기들을 분류하고 각각의 통에 버려야 합니다. 약 일주일에 한 번 재활용 트럭이 와서 그 물건들을 수거합니다. 한국 사람들은 재활용이 당연한 일이라고 생각합니다

단어 | **tái chế** 재활용 | **quy định** 규정 | **pháp luật** 법률 | **đồ nhựa** 플라스틱 물건 | **vỏ lon** 캔 | **chai thủy tinh** 유리병 | **kim loại** 금속 | **vứt rác** 쓰레기 버리다 | **phân loại** 분류하다 | **thùng** 통 | **xe tải** 트럭 | **thu gom** 수거하다 | **việc đương nhiên** 당연한 일

대체 표현

재활용하는 물건

thùng giấy 종이 상자	**giấy báo** 종이류	**quần áo cũ** 헌 옷
đồ thủy tinh 유리 용품	**đồ nhựa** 플라스틱 용품	**túi ni lông** 비닐봉지
vỏ lon 캔	**pin** 건전지	**kim loại** 금속류

질문 2 집에서 재활용하는 방법

MP3 3-35

Bạn thường tái chế ở nhà như thế nào? Khi nào bạn thường tái chế? Một tuần bạn thường tái chế mấy lần? Hãy nói thật chi tiết.

당신의 보통 집에서 어떻게 재활용을 하나요? 언제 당신은 주로 재활용을 하나요? 일주일에 당신은 몇 번 재활용을 하나요? 아주 상세히 말해주세요.

 모범답안

도입	Mỗi ngày gia đình tôi đều tái chế.
	매일 우리 가족은 재활용을 합니다.
집에서 하는 재활용	Mỗi khi bỏ rác, tôi thường phân loại rác rồi bỏ vào thùng riêng. Ở ban công nhà tôi có 4 thùng đựng rác tái chế dành cho kim loại, thùng giấy, đồ nhựa, túi ni-lông. Vì thế khi bỏ rác, tôi thường bỏ vào các thùng đó luôn cho tiện. Sau đó, một tuần một lần, tôi đem những thùng đó để vào nơi riêng cho rác tái chế vào ngày xe tải tái chế đến.
	쓰레기를 버릴 때마다 저는 보통 쓰레기를 분류하여 개별 통에 넣습니다. 저희 집 베란다에 금속류, 종이류, 플라스틱 용품, 비닐봉지를 위한 4개의 재활용 통이 있습니다. 그래서 쓰레기를 버릴 때 저는 보통 편리하도록 그 통들에 바로 버립니다. 그 후에 일주일에 한 번, 재활용 트럭이 오는 날에 그 통들을 가져가서 재활용 쓰레기 버리는 곳에 둡니다.

단어 **bỏ rác** 쓰레기를 버리다 | **ban công** 발코니, 베란다 | **đựng** 담다 | **túi ni-lông** 비닐봉지 | **đem** 가져가다 | **để** 놓다, 두다 | **riêng** 개인의, 개별의

대체 표현

재활용 방법

sẵn sàng các thùng hoặc túi cho những loại rác tái chế
재활용 쓰레기들을 위한 통 또는 자루를 준비한다

đặt các chai, lon, nhựa, giấy v.v… trong thùng hoặc túi
통 혹은 자루에 각 병, 캔, 플라스틱, 종이 등을 넣는다

vứt đi cùng một lúc vào ngày nhất định ở nơi vứt rác tái chế
재활용 쓰레기 버리는 곳에 일정한 일자에 한 번에 가져다 버린다

thu gom rác tái chế trong một thời gian 재활용 쓰레기들을 한동안 모은다

xe tải thu gom rác tái chế 트럭이 재활용 쓰레기를 수거한다

질문 3 **재활용 관련 문제가 발생했던 경험** MP3 3-36

Khi tái chế, có thể xảy ra vấn đề. Có lẽ dịch vụ đưa rác tái chế đến không đúng lịch trình hoặc các loại rác tái chế quá lớn so với thùng chứa. Hãy kể cho tôi nghe về điều gì đó đáng nhớ liên quan đến tái chế.

재활용할 때 문제가 발생할 수 있습니다. 아마 재활용 쓰레기 수거 서비스가 일정에 맞지 않게 오거나 재활용 쓰레기가 재활용 상자보다 클 수도 있습니다. 재활용에 관련한 기억에 남는 무엇을 저에게 말해주세요.

모범답안

문제가 발생한 경험	Mấy tuần trước, khi tôi vứt đi rác tái chế, do tôi không cẩn thận nên đánh rơi thùng chai thủy tinh. Vì thế nhiều chai bị vỡ, tôi rất bối rối và hoang mang.
	몇 주 전에 제가 재활용 쓰레기를 버릴 때 저의 부주의로 인해 유리병 통을 떨어뜨렸습니다. 그래서 많은 병이 깨졌고 저는 매우 당황하고 놀랐습니다.
나의 대처 및 해결방법	May mà ở gần nơi đó có mấy người láng giềng nên họ giúp tôi dọn các mảnh vỡ chai thủy tinh đó. Tôi rất ngạc nhiên nhưng không bị thương nên yên tâm và từ sau đó, tôi rất cẩn thận khi vứt đi các chai thủy tinh.
	다행히 그 근처에 몇 명의 이웃들이 있어서 그들이 제가 그 유리병 깨진 조각들을 치우는 것을 도와주었습니다. 저는 매우 놀랐지만 다치지 않아서 안심했고 그 이후로 저는 유리병을 버릴 때 매우 조심합니다.

단어 | **rác** 쓰레기 | **cẩn thận** 조심하다 | **đánh rơi** 떨어뜨리다 | **vỡ** 깨지다 | **bối rối** 당황하다 | **hoang mang** 황망하다, 놀라다 | **láng giềng** 이웃 | **dọn** 정리하다. 치우다 | **mảnh vỡ** 깨진 조각 | **bị thương** 다치다 | **yên tâm** 안심하다

대체 표현

문제 발생 경험

bỏ nhựa vào thùng kim loại 금속 통에 플라스틱을 넣다
nhầm lẫn ngày thu gom rác tái chế 재활용 쓰레기 수거 일자를 헷갈리다
xe tải thu gom tái chế không đến 재활용 쓰레기 수거 트럭이 오지 않다
có quá nhiều rác tái chế nên một mình không vứt được
너무 많은 재활용 쓰레기가 있어서 혼자 버릴 수가 없다

① 우리나라 음식 소개

Tôi muốn biết về các món ăn ở nước bạn. Món ăn truyền thống của nước bạn có những gì? Hãy miêu tả thật chi tiết.

당신의 나라의 음식들에 대해 알고 싶습니다. 당신의 나라의 전통 음식은 무엇들이 있나요? 아주 상세히 묘사하세요.

② 자주 가는 음식점과 이유

Bạn thường đi ăn ở nhà hàng nào? Nhà hàng đó phục vụ loại món ăn nào? Vì sao bạn thích đi ăn ở đó?

당신은 보통 어떤 레스토랑에 먹으러 갑니까? 그 레스토랑은 어떤 종류의 음식을 서비스합니까? 왜 당신은 그곳에 먹으러 가는 것을 좋아합니까?

③ 최근에 외식한 경험

Bạn đi ăn ở ngoài lần cuối cùng là khi nào? Bạn đã ăn gì ở quán ăn đó? Bạn đã đi với ai?

당신이 최근에 외식하러 간 것은 언제였나요? 당신은 그 음식점에서 무엇을 먹었나요? 당신은 누구와 갔었나요?

질문 1 우리나라 음식 소개

MP3 3-37

Tôi muốn biết về các món ăn ở nước bạn. Món ăn truyền thống của nước bạn có những gì? Hãy miêu tả thật chi tiết.

당신의 나라의 음식들에 대해 알고 싶습니다. 당신의 나라의 전통 음식은 무엇들이 있나요? 아주 상세히 묘사하세요.

모범답안

도입	Món ăn Hàn Quốc rất đa dạng và phong phú.
	한국 음식은 매우 다양하고 풍부합니다.
한국의 전통 음식 소개	Từ xưa, ở Hàn Quốc có nhiều món ăn ngon. Theo tôi, món ăn truyền thống tiêu biểu Hàn Quốc là gà hầm sâm và kimchi. Gà hầm sâm có lịch sử lâu dài, làm bằng thịt gà, nhân sâm và có nhiều nguyên liệu khác. Món này rất tốt cho sức khỏe. Thêm vào đó, món kimchi là món được yêu thích nhất ở Hàn Quốc, có vị cay một chút.
	옛날부터 한국에는 맛있는 음식이 많이 있었습니다. 제 생각에 한국의 대표 전통 음식은 삼계탕과 김치입니다. 오랜 역사를 가지고 있는 삼계탕은 닭고기와 인삼 및 다른 많은 재료로 만들어졌습니다. 이 음식은 건강에 매우 좋습니다. 또한 김치는 한국에서 가장 사랑 받는 음식으로 약간 매운맛을 가지고 있습니다.

단어 **phong phú** 풍부하다 | **tiêu biểu** 대표하다 | **gà hầm sâm** 삼계탕 | **lâu dài** 길고 오래되다 | **nhân sâm** 인삼 | **nguyên liệu** 원재료 | **vị** 맛 | **cay** 맵다

대체 표현

한국의 전통 음식

thịt ba chỉ 삼겹살	món galbi (sườn nướng) 갈비
mì lạnh 냉면	món gimbap (cơm cuộn lá rong biển) 김밥
món bulgogi (thịt nướng BBQ) 불고기	món bibimbap (cơm trộn Hàn Quốc) 비빔밥
canh bò Hàn Quốc 설렁탕	bánh gạo tteckbokki 떡볶이
mì đen jajangmyeon 짜장면	món japchae (miến trộn Hàn Quốc) 잡채

질문 2 **자주 가는 음식점과 이유**

Bạn thường đi ăn ở nhà hàng nào? Nhà hàng đó phục vụ loại món ăn nào? Vì sao bạn thích đi ăn ở đó?

당신은 보통 어떤 레스토랑에 먹으러 갑니까? 그 레스토랑은 어떤 종류의 음식을 서비스합니까? 왜 당신은 그곳에 먹으러 가는 것을 좋아합니까?

모범답안

좋아하는 음식점	Tôi thích đi ăn ở nhà hàng Việt Nam gần nhà tôi. Nhà hàng đó phục vụ các loại món ăn Việt Nam. 저는 집 근처의 베트남 레스토랑에 먹으러 가는 것을 좋아합니다. 그 레스토랑은 각종 베트남 음식을 서비스합니다.
이유	Từ sau khi bắt đầu ăn món ăn Việt Nam, tôi rất thích món ăn Việt Nam nên mỗi tháng tôi đi đến nhà hàng Việt Nam này 2 đến 3 lần. Chủ nhà hàng và đầu bếp là một bà người Việt Nam, bà ấy nấu ăn rất ngon. Đó là lý do khiến tôi đi ăn ở nhà hàng này thường xuyên. 베트남 음식을 먹기 시작한 이후부터 저는 베트남 음식을 매우 좋아해서 매달 이 베트남 레스토랑에 2~3번 갑니다. 레스토랑 사장님과 주방장은 베트남인 할머니인데 그녀는 요리를 매우 맛있게 합니다. 그것이 제가 자주 이 레스토랑에 먹으러 가게 하는 이유입니다.

 단어) **phục vụ** 서비스하다 | **chủ** 주인 | **đầu bếp** 요리사, 쉐프 | **lý do** 이유

대체 표현

자주 가는 레스토랑

nhà hàng thịt nướng BBQ gần công ty vì giá rẻ và ngon
가격이 싸고 맛있어서 회사 근처에 있는 고깃집

quán ăn Trung Quốc truyền thống vì hợp khẩu vị của tôi
내 입맛에 맞기 때문에 전통 중국 음식 식당

nhà hàng buffet vì có nhiều loại món ăn ngon 많은 종류의 맛있는 음식이 있어서 뷔페

nhà hàng món Ý vì sang trọng 고급스러워서 이탈리안 레스토랑

질문 3 **최근에 외식한 경험**

Bạn đi ăn ở ngoài lần cuối cùng là khi nào? Bạn đã ăn gì ở quán ăn đó? Bạn đã đi với ai?

당신이 최근에 외식하러 간 것은 언제였나요? 당신은 그 음식점에서 무엇을 먹었나요? 당신은 누구와 갔었나요?

모범답안

최근에 외식하러 간 곳과 시기	Tối hôm qua, tôi đã đi tối ăn ở nhà hàng Nhật Bản. 어제 저녁에 저는 일본 레스토랑에 저녁을 먹으러 갔습니다.
먹은 음식과 함께 간 사람	Nhà hàng đó mới mở cửa nên bạn tôi rủ tôi đi ăn tối cùng. Tôi thích cá sống và món sushi nên tôi đã gọi những món đó còn bạn tôi thích món Katsudon nên bạn tôi gọi món đó. Vì món mà bạn tôi gọi ngon hơn nên tôi ăn món Katsudon nhiều hơn. Tôi hài lòng về nhà hàng này nên sẽ sớm quay lại. 그 레스토랑은 막 오픈해서 친구가 저를 데리고 함께 저녁을 먹으러 갔습니다. 저는 회와 초밥을 좋아해서 그 음식들을 주문했고 제 친구는 가츠동을 좋아해서 그 음식을 주문했습니다. 친구가 주문한 음식이 더 맛있어서 저는 가츠동을 더 많이 먹었습니다. 저는 이 레스토랑에 만족해서 곧 다시 올 겁니다.

단어 **mở cửa** 오픈하다, 개장하다 | **rủ** 청하다, 부추기다 | **cá sống** 회 | **quay lại** 돌아오다

대체 표현

테이크아웃/배달 관련 표현

Tôi rất bận nên thường gọi đồ mang về nhà. 나는 매우 바빠서 보통 음식을 테이크아웃 해온다

Tôi gọi đồ ăn giao hàng qua ứng dụng trên điện thoại
나는 핸드폰의 앱을 통해 배달 음식을 주문한다

Bình thường sau khi gọi món, mất 15-20 phút thì đồ ăn đến.
보통 주문한 후 15~20분 걸려서 음식이 온다

Vì rất tiện lợi nên tôi thường sử dụng ứng dụng đồ ăn giao hàng.
매우 편리하기 때문에 나는 자주 배달 음식 어플리케이션을 이용한다

＊약속 주제 대표 질문 리스트

① 주로 하는 약속과 약속 내용, 사람

Người ta thường đặt nhiều cuộc hẹn. Người ta thường đặt cuộc hẹn gì? Bạn thường đặt cuộc hẹn với ai? Bạn thường làm gì với họ?

사람들은 보통 많은 약속을 잡습니다. 사람들 보통 무슨 약속을 잡습니까? 당신은 주로 누구와 약속을 잡습니까? 당신은 보통 그들과 무엇을 합니까?

② 약속을 잡을 때 하는 일

Khi đặt cuộc hẹn, bạn thường làm thế nào? Bạn thường thực hiện những bước nào và cân nhắc về điều gì khi đặt cuộc hẹn.

약속을 잡을 때 당신은 보통 어떻게 합니까? 당신은 약속을 잡을 때 어떤 단계를 거치며 무엇에 대해 고려합니까?

③ 약속을 취소한 경험

Hãy kể cho tôi nghe về trải nghiệm mà bạn huỷ bỏ cuộc hẹn. Chuyện gì đã xảy ra? Vì sao bạn huỷ bỏ cuộc hẹn và bạn đã làm thế nào?

당신이 약속을 취소했던 경험에 대해 말해주세요. 어떤 일이 일어났나요? 왜 당신은 약속을 취소했으며 당신은 어떻게 했었나요?

질문 1 주로 하는 약속과 약속 내용, 사람 MP3 3-40

Người ta thường đặt nhiều cuộc hẹn. Người ta thường đặt cuộc hẹn gì? Bạn thường đặt cuộc hẹn với ai? Bạn thường làm gì với họ?

사람들은 보통 많은 약속을 잡습니다. 사람들 보통 무슨 약속을 잡습니까? 당신은 주로 누구와 약속을 잡습니까? 당신은 보통 그들과 무엇을 합니까?

모범답안

약속을 잡는 사람	Tôi thường đặt cuộc hẹn với bạn bè, đồng nghiệp, gia đình. 저는 친구, 동료, 가족들과 보통 약속을 잡습니다.
약속 잡는 내용, 하는 일	Tôi thường đặt cuộc hẹn đi ăn, đi chơi, đi xem phim, đi mua sắm v.v… Đặc biệt, vào ngày lễ hoặc ngày nghỉ, tôi đặt cuộc hẹn với những người mà tôi thích để có thời gian vui vẻ với họ. Đôi khi tôi đặt cuộc hẹn đến thăm nhà bạn bè. Chúng tôi luôn giữ kỷ niệm đẹp qua cuộc hẹn đó. 저는 주로 먹으러 가기, 놀러 가기, 영화 보러 가기, 쇼핑 가기 등에 관해 약속을 잡습니다. 특히 명절이나 쉬는 날 저는 좋아하는 사람들과 약속을 잡아 그들과 즐거운 시간을 보냅니다. 때때로 저는 친구 집에 방문하러 가는 약속을 잡습니다. 우리는 항상 이 약속을 통해 좋은 추억들을 남깁니다.

단어 **đặt cuộc hẹn** 약속을 잡다 | **thăm** 방문하다

대체 표현

약속 장소	
trung tâm thành phố 시내	nhà hàng nổi tiếng 유명한 레스토랑
khu vui chơi 놀이공원	trung tâm thương mại 백화점
hồ bơi/bể bơi 수영장	rạp chiếu phim 영화관
công viên 공원	quán cà phê 커피숍
quán trà 찻집	quán bia 술집(맥주 가게)

질문 2 **약속을 잡을 때 하는 일** MP3 3–41

Khi đặt cuộc hẹn, bạn thường làm thế nào? Bạn thường thực hiện những bước nào và cân nhắc về điều gì khi đặt cuộc hẹn.

약속을 잡을 때 당신은 보통 어떻게 합니까? 당신은 약속을 잡을 때 어떤 단계를 거치며 무엇에 대해 고려합니까?

모범답안

약속을 잡을 때 하는 일	Khi đặt cuộc hẹn, tôi thường nhắn tin để hỏi bạn bè, gia đình về thời gian rảnh rỗi. Sau đó, chúng tôi bàn về hoạt động sẽ làm và địa điểm sẽ gặp. Nếu cần thông tin thêm thì tôi thường gửi link liên quan đến nó. Khi hai bên đã đồng ý, chúng tôi quyết định thời gian, địa điểm, hoạt động sẽ làm. Đôi khi tôi gọi điện thoại cho người sẽ gặp để nói chi tiết hơn.

약속을 잡을 때 저는 주로 친구, 가족에게 한가한 시간을 물어보기 위해 문자 메시지를 보냅니다. 그 후에 우리는 할 일과 만날 장소에 대해 상의합니다. 만약 더 정보가 필요하면 저는 그것에 관련된 링크를 보내줍니다. 양쪽이 다 동의했을 때 우리는 시간, 장소, 하게 될 활동을 결정합니다. 때때로 저는 만날 사람에게 더 자세히 말하기 위해 전화를 합니다.

 nhắn tin 메시지를 보내다 | **liên quan đến** ~와 관련되다 | **bên** 쪽, 편 | **quyết định** 결정하다 | **chi tiết** 자세하다, 세부적이다

대체 표현

약속 잡을 때 하는 일

nhắn tin kakao talk 카카오톡 메시지를 보내다

hỏi về lịch trình trước 먼저 스케줄에 대해 물어보다

chia sẻ thông tin về việc sẽ làm khi gặp nhau 만났을 때 할 일에 대한 정보를 공유

chia sẻ thông tin về quán ăn, quán cà phê ngon 맛있는 음식점, 맛있는 카페에 관한 정보를 공유

Hãy kể cho tôi nghe về trải nghiệm mà bạn huỷ bỏ cuộc hẹn. Chuyện gì đã xảy ra? Vì sao bạn huỷ bỏ cuộc hẹn và bạn đã làm thế nào?

당신이 약속을 취소했던 경험에 대해 말해주세요. 어떤 일이 일어났나요? 왜 당신은 약속을 취소했으며 당신은 어떻게 했었나요?

모범답안

약속을 취소한 경험과 이유	Lần trước tôi đành phải huỷ bỏ cuộc hẹn với bạn thân tôi. Bởi vì tôi bất ngờ phải làm thêm giờ nên không thể đến gặp bạn được.
	지난 번 저는 친한 친구와 약속을 취소해야만 했습니다. 제가 갑자기 잔업을 해야 해서 친구를 만나러 갈 수가 없었습니다.
약속을 어떻게 취소했는지	Tôi gọi điện thoại cho bạn thân tôi ngay. Tôi cố gắng giải thích về lý do tôi đành phải huỷ bỏ cuộc hẹn. Bạn thân tôi cũng là nhân viên công ty cho nên bạn ấy thông cảm cho tôi nên chúng tôi đã thay đổi cuộc hẹn đó.
	저는 친한 친구에게 즉시 전화를 했습니다. 저는 약속을 취소해야만 하는 이유를 열심히 설명했습니다. 저의 친한 친구도 회사원이었기 때문에 그 친구가 저를 이해해주었고 저는 그 약속을 변경했습니다.

단어 **đành phải** 어쩔 수 없이 ~하다 | **huỷ bỏ** 취소하다 | **làm thêm giờ** 잔업을 하다 | **giải thích** 설명하다 | **thông cảm** 통감하다, 양해하다 | **thay đổi** 변경하다

대체 표현

약속을 취소한 이유

bị ốm 아프다	**bị mưa to** 비가 너무 많이 오다
tuyết rơi quá nhiều 눈이 너무 많이 오다	**có việc đột xuất** 급한 일이 생기다
nhầm lẫn thời gian 시간을 헷갈리다	**phải đi công tác xa** 멀리 출장을 가야 하다

① 좋아하는 가구/가전 및 이유

Hãy nói về những đồ đạc/đồ điện gia dụng trong nhà bạn. Đồ đạc/đồ điện gia dụng yêu thích của bạn là gì? Bạn sử dụng nó để làm gì? Hãy nói thật chi tiết.

당신의 집에 가구/가전들에 대해 말해주세요. 당신의 좋아하는 가구/가전은 무엇인가요? 당신은 무엇을 위해 그것을 사용하나요? 아주 상세히 말해주세요.

② 집에 있는 가구/가전의 특징

Trong nhà bạn có những loại đồ đạc/đồ điện gia dụng nào? Chúng có những đặc điểm gì?

당신의 집에는 어떤 종류의 가구/가전이 있나요? 그것들은 어떤 특징이 있나요?

③ 집에서 가구/가전이 망가진 경험

Bạn đã bao giờ có vấn đề về đồ đạc/đồ điện gia dụng mà bạn mua chưa? Nó đã bị hỏng hay có vết bẩn? Chuyện gì đã xảy ra và bạn đã làm thế nào?

당신은 당신이 구매한 가구/가전에 관한 문제가 있었던 적이 있나요? 그것은 고장이 났나요? 아니면 얼룩이 생겼나요? 무슨 일이 일어났고 당신은 어떻게 했나요?

질문 1 **좋아하는 가구/가전 및 이유**

MP3 3-43

Hãy nói về những đồ đạc/đồ điện gia dụng trong nhà bạn. Đồ đạc/đồ điện gia dụng yêu thích của bạn là gì? Bạn sử dụng nó để làm gì? Hãy nói thật chi tiết.

당신의 집에 가구/가전들에 대해 말해주세요. 당신의 좋아하는 가구/가전은 무엇인가요? 당신은 무엇을 위해 그것을 사용하나요? 아주 상세히 말해주세요.

모범답안

도입	Để sống thoải mái, chúng ta cần có các loại đồ đạc trong nhà. 편안하게 살기 위해 우리는 집안의 각종 가구들이 있을 필요가 있습니다.
좋아하는 가구와 이유, 사용 용도	Trong nhà tôi, đồ đạc mà tôi yêu thích nhất là ghế sa-lông ở phòng khách. Tôi đã mua nó mấy năm trước. Ghế sa-lông đó làm bằng da bò, rất to và mềm mại. Sở dĩ tôi thích nó là vì tôi luôn nằm trên ghế sa-lông đó nghỉ ngơi, xem tivi khi ở nhà. Đó là khoảng thời gian thư giãn và thoải mái nhất trong một ngày. 저희 집에서 제가 제일 좋아하는 가구는 거실에 있는 소파입니다. 저는 그것을 몇 년 전에 구입했습니다. 그 소파는 소가죽으로 만들어졌고 매우 크고 부드럽습니다. 제가 그것을 좋아하는 것은 제가 집에 있을 때 항상 그 소파 위에 누워서 푹 쉬고 TV를 보기 때문입니다. 그것은 하루 중에 가장 긴장을 풀고 편안한 시간입니다.

단어 | **thoải mái** 편안하다 | **đồ đạc** 가구 | **ghế sa-lông** 소파 | **da bò** 소가죽 | **mềm mại** 편안하다 | **nằm** 눕다

대체 표현

가구 종류	가전 종류
bàn học 책상	tivi 텔레비전
ghế xoay 회전의자	máy vi tính (máy tính) 컴퓨터
ghế bập bênh 흔들의자	máy tính xách tay 노트북
tủ sách 책장	màn hình 모니터
tủ áo 옷장	máy giặt 세탁기
giường 침대	tủ lạnh 냉장고
ghế sa-lông 소파	lò vi sóng 전자레인지
bàn ăn 식탁	lò nướng 오븐
tủ chén bát 찬장	máy hút bụi 청소기
	máy chụp ảnh/hình 카메라

Trong nhà bạn có những loại đồ đạc/đồ điện gia dụng nào? Chúng có những đặc điểm gì?

당신의 집에는 어떤 종류의 가구/가전이 있나요? 그것들은 어떤 특징이 있나요?

모범답안

집에 있는 가구 종류	Trong nhà tôi có nhiều đồ đạc như giường, bộ bàn ghế, tủ sách, tủ áo v.v…
	저희 집에는 침대, 책걸상 세트, 책장, 옷장 등과 같은 많은 가구들이 있습니다.
가구의 특징	Khi mua các đồ đạc, tôi rất quan tâm đến trang trí nội thất nên đã thống nhất màu sắc của các đồ đạc là màu trắng. Vì đồ đạc màu trắng thì hợp với màu của tường, sàn nhà và trông rộng hơn. Thêm vào đó, các đồ đạc đều là làm bằng gỗ tự nhiên nên rất vững chắc và đẹp. Tôi thích phong cách hiện đại nên thiết kế của bàn ghế, tủ sách, tủ áo rất đơn giản và hiện đại.
	각 가구들을 구매할 때 저는 실내 인테리어에 매우 관심이 있어서 가구의 색상을 흰색으로 통일했습니다. 가구가 흰색이면 집 벽과 바닥 색상과 맞고 더 넓어 보이기 때문입니다. 또한 각 가구들은 다 원목으로 만들어져서 매우 튼튼하고 예쁩니다. 저는 현대적인 스타일을 좋아해서 책상, 의자, 책장, 옷장의 디자인은 매우 간단하고 현대적입니다.

단어 **giường** 침대 | **bộ bàn ghế** 책걸상 세트 | **tủ sách** 책장 | **trang trí nội thất** 실내 인테리어 | **thống nhất** 통일하다 | **tường** 벽 | **sàn nhà** 바닥 | **gỗ tự nhiên** 원목 | **vững chắc** 튼튼하다 | **phong cách** 방법, 스타일 | **thiết kế** 디자인 | **đơn giản** 간단하다

대체 표현

가구의 특징	가전의 특징
làm bằng gỗ 목재로 만들어지다	thiết kế đẹp 디자인이 예쁘다
làm bằng nhựa 플라스틱으로 만들어지다	có nhiều sự lựa chọn 많은 선택지가 있다
bền 내구성이 좋다	có nhiều chức năng 많은 기능이 있다
chống chịu nước tốt 방수성이 좋다	dễ sử dụng 사용하기 쉽다
vững chắc 튼튼하다	nhẹ 가볍다
không bị ẩm mốc 곰팡이가 피지 않는다	mỏng 얇다
giá hợp lý 가격이 합리적이다	được dịch vụ sửa chữa miễn phí 무료 수리 서비스를 받는다
dùng được lâu dài 오래 사용할 수 있다	dịch vụ bảo trì tốt A/S 서비스가 좋다

질문 3 **집에서 가구/가전이 망가진 경험**

Bạn đã bao giờ có vấn đề về đồ đạc/đồ điện gia dụng mà bạn mua chưa? Nó đã bị hỏng hay có vết bẩn? Chuyện gì đã xảy ra và bạn đã làm thế nào?

당신은 당신이 구매한 가구/가전에 관한 문제가 있었던 적이 있나요? 그것은 고장이 났나요? 아니면 얼룩이 생겼나요? 무슨 일이 일어났고 당신은 어떻게 했나요?

모범답안

가구에 문제가 생긴 경험	Cuối tháng trước, tôi đã chuyển nhà. Khi tôi dời bàn học của tôi ra cửa, bất ngờ bàn học đó bị nứt. Sau khi sắp xếp đồ đạc ở nhà mới, tôi xem kỹ bàn học đó, phát hiện ra bị nứt nhiều hơn. 지난 달 말에 저는 집을 이사했습니다. 제가 책상을 문 밖으로 옮길 때 갑자기 그 책상이 금이 갔습니다. 새 집에서 가구를 배치하고 나서 저는 그 책상을 꼼꼼하게 살펴보았고 더 많이 금이 갔다는 것을 발견했습니다.
해결 방법	Vì tôi đã luôn ngồi học ở bàn học đó nên cảm thấy rất tiếc. Nhưng tôi đã dùng trong một thời gian dài, vì thế tôi có thể chấp nhận được là nó bị hỏng. Tôi đã vứt bàn học đó rồi mua bàn học mới. 저는 항상 그 책상에 앉아서 공부했기 때문에 매우 안타깝게 느껴졌습니다. 하지만 제가 오랜 시간 동안 사용했고 그래서 그것이 고장 난 것을 받아들일 수 있었습니다. 저는 그 책상을 버리고 새로운 책상을 구입했습니다.

단어 **dời** 옮기다 | **nứt** 금이 가다 | **kỹ** 세심히, 꼼꼼히 | **phát hiện** 발견하다 | **chấp nhận** 받아들이다 | **hỏng** 고장 나다 | **vứt** 버리다

대체 표현

가구가 망가진 경험	가전이 망가진 경험
bị ẩm mốc 곰팡이가 슬다	bị hỏng 고장 나다
bị hư hỏng 고장 나다	không mở nguồn được 전원이 켜지지 않다
có vết bẩn 얼룩이 있다	không có tiếng 소리가 나지 않다
bị phai màu 색이 바래다	dây điện bị đứt 전선이 끊어지다
bị nứt 금이 가다	máy bị dừng 다운되다
bị vỡ 부서지다	có tiếng ồn 소음이 있다
	đánh rơi màn hình bị nứt 떨어뜨려 액정에 금이 가다

PART 4 롤플레이

OPIc시험의 모든 난이도에서 11, 12, 13번은 롤플레이 문제가
출제됩니다. 3-3, 4-4 난이도의 경우 15번에도 롤플레이가
자주 출제됩니다. 롤플레이 문제 유형은 면접관에게
질문하기/주어진 상황에 대해 질문하기/주어진 상황에 대해
전화로 질문하기/해결 방안 제시하기로 구성되어 있습니다.
11, 12, 13번 롤플레이 문항은 콤보로 출제되기 때문에
11번부터 13번까지 주제가 연결됩니다.
각 주제별로 4개의 롤플레이 유형을 준비하면 효과적입니다.

① 면접관에게 질문하기

② 주어진 상황에 대해 질문하기

③ 주어진 상황에 대해 전화로 질문하기

④ 해결 방안 제시하기

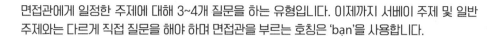
면접관에게 일정한 주제에 대해 3~4개 질문을 하는 유형입니다. 이제까지 서베이 주제 및 일반 주제와는 다르게 직접 질문을 해야 하며 면접관을 부르는 호칭은 'bạn'을 사용합니다.

면접관의 가족에 대해 질문하기	질문
Tôi cũng sống với gia đình tôi. Giờ này, bạn hãy hỏi tôi ba hoặc bốn câu hỏi về gia đình tôi. 나는 나의 가족과 함께 살고 있습니다. 지금, 나의 가족에 대해 3개 혹은 4개의 질문을 해주세요.	1. Gia đình bạn có mấy người, có những ai? 2. Gia đình bạn đang sống ở đâu? 3. Bạn đang sống chung với gia đình không? 1. 당신의 가족은 몇 명인가요? 누가 있나요? 2. 당신의 가족은 어디에서 살고 있나요? 3. 당신은 가족과 함께 살고 있나요?

면접관의 학교에 대해 질문하기	질문
Tôi hiện đang là sinh viên Đại học Hà Nội. Giờ này, bạn hãy hỏi tôi ba hoặc bốn câu hỏi về trường đại học Hà Nội. 나는 현재 하노이 대학교의 대학생입니다. 지금 하노이 대학에 대해 3개 혹은 4개의 질문을 해주세요.	1. Trường đại học Hà Nội nằm ở đâu? 2. Trường đại học Hà Nội trông như thế nào? 3. Vì sao bạn chọn học ở Trường đại học Hà Nội? 4. Bạn học chuyên ngành gì ở trường đại học Hà Nội? 1. 하노이 대학은 어디에 위치하나요? 2. 하노이 대학은 어떻게 생겼나요? 3. 왜 당신은 하노이 대학에서 공부하기로 선택했나요? 4. 당신은 하노이 대학에서 어떤 전공을 공부하나요?

면접관의 회사에 대해 질문하기	질문
Tôi hiện đang là nhân viên công ty Vin. Bạn hãy hỏi tôi ba hoặc bốn câu hỏi về công ty của tôi. 나는 현재 빈사 직원입니다. 나의 회사에 대해 3개 혹은 4개의 질문을 해주세요.	1. Công ty của bạn có bao nhiêu nhân viên? 2. Bạn đã làm việc ở công ty đó bao lâu rồi? 3. Công ty của bạn sản xuất những gì? 4. Vì sao bạn chọn công ty đó để làm việc? 1. 당신의 회사는 몇 명의 직원을 가지고 있나요? 2. 당신은 그 회사에서 얼마나 오랫동안 일했나요? 3. 당신의 회사는 무엇들을 생산하나요? 4. 왜 당신은 일하기 위해 그 회사를 선택했나요?

면접관의 새집에 대해 질문하기	질문
Tôi mới chuyển đến một ngôi nhà mới gần đây. Bạn hãy hỏi tôi ba hoặc bốn câu hỏi về ngôi nhà mới của tôi. 나는 최근에 막 새로운 집으로 이사를 했습니다. 나의 새로운 집에 대해 3개 혹은 4개의 질문을 해주세요.	1. **Ngôi nhà mới của bạn trông như thế nào?** 2. **Ngôi nhà mới của bạn nằm ở đâu? Trung tâm thành phố hay ngoại ô?** 3. **Vì sao bạn chuyển đến ở nhà mới đó?** 4. **Ưu điểm của ngôi nhà mới của bạn là gì?** 1. 당신의 새로운 집은 어떻게 생겼나요? 2. 당신의 새로운 집은 어디에 위치하나요? 시내인가요? 교외인가요? 3. 왜 당신은 그 새로운 집으로 이사했나요? 4. 당신의 새로운 집의 장점은 무엇인가요?

면접관의 취미(공원)에 대해 질문하기	질문
Tôi thích đi công viên. Bạn hãy hỏi tôi ba hoặc bốn câu hỏi về hoạt động này. 나는 공원에 가는 것을 좋아합니다. 이 활동에 대해 3개 혹은 4개의 질문을 해주세요.	1. **Bạn thường đi công viên khi nào?** 2. **Bạn đi công viên đó để làm gì?** 3. **Bạn thường đi công viên đó với ai?** 4. **Vì sao bạn thích đi công viên đó?** 1. 당신은 보통 언제 공원에 가나요? 2. 당신은 그 공원에 무엇을 하러 가나요? 3. 당신은 보통 누구와 그 공원에 가나요? 4. 왜 당신은 그 공원에 가는 것을 좋아하나요?

면접관의 취미(영화)에 대해 질문하기	질문
Tôi thích đi xem phim. Bạn hãy hỏi tôi ba hoặc bốn câu hỏi về loại phim mà tôi thích. 나는 영화 보러 가는 것을 좋아합니다. 내가 좋아하는 영화 종류에 대해 3개 혹은 4개의 질문을 해주세요.	1. **Bạn thường xem phim ở đâu? Ở rạp chiếu phim hay ở nhà?** 2. **Bạn thích xem loại phim nào?** 3. **Vì sao bạn thích loại phim đó?** 4. **Bạn thường đi xem phim với ai? Khi nào?** 1. 당신은 보통 어디에서 영화를 보나요? 영화관인가요? 아니면 집인가요? 2. 당신은 어떤 장르의 영화를 보는 것을 좋아하나요? 3. 왜 당신은 그 영화 장르를 좋아하나요? 4. 당신은 보통 누구와 영화를 보러 가나요? 언제 가나요?

면접관의 음악 활동에 대해 질문하기	질문
Tôi chơi đàn vĩ cầm trong một dàn nhạc. Bạn hãy hỏi tôi ba hoặc bốn câu hỏi về hoạt động này. 나는 한 오케스트라에서 바이올린을 연주합니다. 이 활동에 대해 3개 혹은 4개의 질문을 해주세요.	1. Bạn đã chơi đàn vĩ cầm trong dàn nhạc đó được bao lâu rồi? 2. Bạn thường chơi đàn vĩ cầm ở đâu? Khi nào? 3. Vì sao bạn thích chơi đàn vĩ cầm? 4. Bạn thường luyện vĩ cầm bao lâu? 1. 당신은 그 오케스트라에서 바이올린을 연주한 지 얼마나 되었나요? 2. 당신은 보통 어디에서 바이올린을 연주하나요? 언제 하나요? 3. 왜 당신은 바이올린을 연주하는 것을 좋아하나요? 4. 당신은 보통 얼마나 바이올린 연습을 하나요?

면접관의 여행 계획에 대해 질문하기	질문
Tôi định đến Cần Thơ ở Việt Nam. Bạn hãy hỏi tôi ba hoặc bốn câu hỏi về Cần Thơ. 나는 베트남 껀터에 갈 예정입니다. 껀터에 대해 3개 혹은 4개의 질문을 해주세요.	1. Thành phố Cần Thơ nằm ở đâu? 2. Thời tiết Cần Thơ thế nào? 3. Ở thành phố Cần Thơ có những nơi đáng đi nào? 4. Bạn đã đặt vé máy bay và khách sạn chưa? 1. 껀터는 어디에 위치하나요? 2. 껀터의 날씨는 어떠한가요? 3. 껀터에는 어떤 가볼 만한 곳들이 있나요? 4. 당신은 비행기표와 호텔을 예약했나요?

롤플레이 2 주어진 상황에 대해 질문하기

MP3 4-2

주어진 구체적인 상황에 대해 3~4개의 질문을 면접관에게 해야 하는 유형입니다. 이제까지 서베이 주제 및 일반 주제와는 다르게 직접 질문을 해야 하며 호칭은 상황에 따라 달라지니 유의하세요.

백화점에서 옷을 사는 상황	질문
Tôi sẽ cho bạn một tình huống để diễn xuất. Bạn đang ở một trung tâm thương mại để mua quần áo mới. Hãy hỏi nhân viên bán hàng ba hoặc bốn câu hỏi về quần áo bạn muốn mua. 나는 연기하기 위한 상황 한 개를 당신에게 제시하겠습니다. 당신은 새 옷을 구매하기 위해 한 백화점에 있습니다. 당신이 구매하고 싶은 옷에 대해 판매원에게 3개 혹은 4개의 질문을 해주세요.	1. Chào chị, cái áo này có cỡ lớn không? 2. Cho tôi xem cái áo kia, cái đó có màu khác không? 3. Tôi mặc thử áo này được không? 4. Phòng thay đồ ở đâu hả chị? 1. 안녕하세요, 이 옷은 큰 사이즈가 있나요? 2. 저 옷을 보여주세요, 그것은 다른 색상이 있나요? 3. 내가 이 옷을 입어봐도 될까요? 4. 피팅룸은 어디에 있나요?

글쓰기 수업을 희망하는 상황	질문
Tôi sẽ cho bạn một tình huống để diễn xuất. Bạn muốn tham gia một lớp học viết văn. Hãy hỏi giáo viên phụ trách khoá học ba hoặc bốn câu hỏi về lớp học. 나는 연기하기 위한 상황 한 개를 당신에게 제시하겠습니다. 당신은 작문 수업에 등록하고 싶습니다. 수업에 대해 과정 담당 교수에게 3개 혹은 4개의 질문을 해주세요.	1. Chào thầy ạ, em muốn tham gia lớp học này ạ. Lớp học này bắt đầu từ ngày nào ạ? 2. Thầy giáo hay cô giáo dạy lớp học này là ai ạ? 3. Khi nào lớp học này sẽ kết thúc ạ? 4. Học phí cho lớp học này là bao nhiêu ạ? 1. 안녕하세요, 교수님. 저는 이 수업을 듣고 싶습니다. 이 수업은 언제부터 시작하나요? 2. 이 수업을 가르치시는 교수님은 누구신가요? 3. 언제 이 수업이 끝나나요? 4. 이 수업에 대한 수강료는 얼마인가요?

신규 프로젝트에 투입되는 상황	질문
Tôi sẽ cho bạn một tình huống để diễn xuất. Bạn sắp bắt đầu thực hiện một dự án mới. Hãy hỏi sếp của bạn ba hoặc bốn câu hỏi về dự án mới. 나는 연기하기 위한 상황 한 개를 당신에게 제시하겠습니다. 당신은 한 신규 프로젝트 수행을 곧 시작합니다. 새로운 프로젝트에 대해 상사에게 3개 혹은 4개의 질문을 해주세요.	1. Chào anh ạ. Tôi không biết rõ về dự án mới ạ, xin cho tôi biết về dự án ạ. Khi nào bắt đầu dự án này ạ? 2. Dự án này có cần đi công tác xa không ạ? 3. Ngoài tôi, có mấy người tham gia vào dự án này ạ? 4. Dự án này kéo dài bao lâu ạ? 1. 안녕하세요. 저는 이 프로젝트에 대해 잘 모릅니다만 이 프로젝트에 대해 저에게 알려주세요. 언제 이 프로젝트가 시작하나요? 2. 이 프로젝트는 멀리 출장 가야 하나요? 3. 저 이외에 몇 명이 이 프로젝트에 참여하나요? 4. 이 프로젝트는 얼마나 오래 지속되나요?

친구가 새 MP3를 구매한 상황	질문
Tôi sẽ cho bạn một tình huống để diễn xuất. Gần đây bạn của bạn đã mua một máy nghe nhạc MP3. Hãy hỏi bạn của bạn ba hoặc bốn câu hỏi về máy MP3 mới. 나는 연기하기 위한 상황 한 개를 당신에게 제시하겠습니다. 최근에 당신의 친구가 MP3를 하나 구입했습니다. 새 MP3에 대해 당신의 친구에게 3개 혹은 4개의 질문을 해주세요.	1. Bạn ơi, bạn mới mua máy MP3 mới hả bạn? Bạn đã mua máy MP3 mới ở đâu? 2. Bạn thấy máy MP3 mới có tốt không? 3. Bạn đã mua máy MP3 mới bao nhiêu tiền? 4. Chức năng của nó thế nào? 1. 친구야, 너는 새 MP3를 샀지? 너는 새 MP3를 어디에서 샀니? 2. 네가 보기엔 새 MP3는 좋아? 3. 너는 새 MP3를 얼마에 샀어? 4. 그것의 기능은 어때?

마트에서 식료품을 구매하는 상황	질문
Tôi sẽ cho bạn một tình huống để diễn xuất. Bạn đang tìm nguyên liệu cho bữa tối đặc biệt ở siêu thị. Hãy hỏi nhân viên siêu thị ba hoặc bốn câu hỏi về nguyên liệu. 나는 연기하기 위한 상황 한 개를 당신에게 제시하겠습니다. 당신은 마트에서 특별한 저녁 식사를 위한 식재료를 찾고 있습니다. 식재료에 대해 마트 직원에게 3개 혹은 4개의 질문을 해주세요.	1. Chị ơi, tôi đang tìm cà chua và khoai tây ạ. Chị có biết ở đâu không ạ? 2. Hôm nay cà chua có được giảm giá không ạ? 3. Cà chua này là sản phẩm trong nước phải không ạ? 4. Cà chua này có tươi không ạ? 1. 저기요, 저는 토마토랑 감자를 찾고 있어요. 어디에 있는지 아시나요? 2. 오늘 토마토는 세일을 하나요? 3. 이 토마토는 국내산이죠? 4. 이 토마토는 신선한가요?

카페에서 메뉴 주문하는 상황	질문
Tôi sẽ cho bạn một tình huống để diễn xuất. Bạn đang ở một quán cà phê nhưng đồ uống yêu thích của bạn không có trong thực đơn. Hãy hỏi nhân viên quán cà phê ba hoặc bốn câu hỏi về thực đơn. 나는 연기하기 위한 상황 한 개를 당신에게 제시하겠습니다. 당신은 지금 한 카페에 있는데 당신이 좋아하는 음료가 메뉴판에 없습니다. 메뉴에 대해 카페 직원에게 3개 혹은 4개의 질문을 해주세요.	1. Anh ơi, ở quán này không có trà sữa à? Tôi muốn gọi nó mà không tìm được trong thực đơn ạ. 2. Nếu không có trà sữa thì có trà sữa matcha không? 3. Trà sữa matcha được ạ? Thế thì anh có thể đừng cho kem whipping không? Nó ngọt quá. 1. 저기요, 이 카페에 밀크티가 없나요? 저는 그것을 주문하고 싶은데 메뉴에서 찾을 수가 없어서요. 2. 만약 밀크티가 없다면 녹차라떼는 있나요? 3. 녹차라떼 가능해요? 그러면 휘핑 크림을 빼주실 수 있나요? 너무 달아서요.

비행기가 연착된 상황	질문
Tôi sẽ cho bạn một tình huống để diễn xuất. Bạn đang ở sân bay và phát hiện ra rằng chuyến bay của bạn bị hoãn. Hãy hỏi người hướng dẫn ở quầy hướng dẫn ba hoặc bốn câu hỏi về trì hoãn. 나는 연기하기 위한 상황 한 개를 당신에게 제시하겠습니다. 당신은 현재 공항에 있으며 당신의 비행기편이 연착되었다는 것을 알게 되었습니다. 지연에 대해 안내 데스크의 안내원에게 3개 혹은 4개의 질문을 해주세요.	1. Chào chị ạ. Cho tôi hỏi về việc trì hoãn của chuyến bay VN123 nhé. Vì sao chuyến bay đó bị trì hoãn ạ? 2. Chuyến bay đó bị trì hoãn mấy tiếng? 3. Thế tôi có thể đổi chuyến bay khác được không? 4. Hãng hàng không có cung cấp khách sạn hay bữa ăn không? 1. 안녕하세요. VN123 항공편 지연에 대해 질문하겠습니다. 왜 그 항공편이 지연되었나요? 2. 그 항공편은 몇 시간 지연되었죠? 3. 그러면 제가 다른 비행기편으로 변경 가능할까요? 4. 항공사에서 호텔이나 식사를 제공하나요?

친구와 주말 약속을 잡는 상황	질문
Tôi sẽ cho bạn một tình huống để diễn xuất. Bạn muốn gặp bạn của bạn vào cuối tuần này. Hãy hỏi bạn của bạn ba hoặc bốn câu hỏi về thời gian và địa điểm gặp.	1. Bạn ơi, cuối tuần này mình muốn đi xem phim với bạn. Bạn có rảnh không?
나는 연기하기 위한 상황 한 개를 당신에게 제시하겠습니다. 당신은 이번 주말에 당신의 친구를 만나길 원합니다. 만날 시간과 장소에 대해 당신의 친구에게 3개 혹은 4개의 질문을 해주세요.	2. Ồ thế thì tốt quá, mấy giờ gặp nhau nhỉ? Phim bắt đầu từ 3 giờ, chúng ta gặp nhau lúc 2:30 được không?
	3. Sau khi xem phim chúng ta ăn tối với nhau được không?
	4. Thế chúng ta gặp ở trước Rạp CGV được không bạn?
	1. 친구야, 이번 주말에 나는 너랑 영화를 보러가고 싶어. 너 한가하니?
	2. 오, 그러면 너무 좋다, 몇 시에 만날까? 영화가 3시부터 시작하니까 우리 2시 30분에 만날 수 있을까?
	3. 영화 본 다음에 우리 같이 저녁 먹을 수 있을까?
	4. 그러면 우리 CGV극장 앞에서 만날까?

롤플레이 3
주어진 상황에 대해 전화로 질문하기

 MP3 4-3

주어진 구체적인 상황에 대해 전화 통화의 형식으로 3~4개의 질문을 면접관에게 해야 하는 유형입니다. 롤플레이 2와는 전화 통화라는 차이점이 있습니다. 이제까지 서베이 주제 및 일반 주제와는 다르게 직접 질문을 해야 하며 1, 2인칭 호칭은 상황에 따라 달라지니 유의하세요.

해외여행을 계획 중에 여행사에 묻는 상황	질문
Tôi muốn cho bạn một tình huống để diễn xuất. Bạn đang lên kế hoạch đi du lịch nước ngoài. Hãy gọi điện thoại cho đại lý du lịch và hỏi nhân viên công ty du lịch để hỏi ba hoặc bốn câu hỏi để có thêm thông tin về tour du lịch của bạn. 나는 연기하기 위한 상황 한 개를 당신에게 제시하고 싶습니다. 당신은 해외여행을 갈 계획을 세우고 있습니다. 당신의 여행에 대해 정보를 얻기 위해 여행사에 전화를 해서 여행사 직원에게 3개 혹은 4개의 질문을 해주세요.	1. A-lô, chào chị ạ. Tôi là (이름을 넣으세요) đây. Tôi muốn hỏi về tour du lịch đi Đà Nẵng vào tháng 5. Tour đó có bao gồm khách sạn và bữa ăn không? 2. Nếu muốn sử dụng phòng một mình thì phải trả thêm bao nhiêu tiền ạ? 3. Tour đó có hướng dẫn viên du lịch có thể nói được tiếng Hàn không? 4. Tour đó đã bao gồm bảo hiểm du lịch hay chưa? 1. 여보세요. 안녕하세요. 저는 _____ 입니다. 저는 5월에 다낭으로 가는 여행에 대해 물어보고 싶습니다. 그 투어는 호텔과 식사가 포함인가요? 2. 만약 혼자서 방을 사용하고 싶으면 얼마를 더 지불해야 할까요? 3. 그 투어에는 한국어가 가능한 관광가이드가 있나요? 4. 그 투어는 여행자 보험이 포함되었나요?

듣고 싶은 수업이 수강 불가한 상황	질문
Tôi muốn cho bạn một tình huống để diễn xuất. Có một lớp học bạn muốn tham gia, nhưng bạn không thể tham gia vì lớp học đó hiện không đăng ký được. Hãy để lại lời nhắn cho giáo viên để hỏi ba hoặc bốn câu hỏi về lớp học.	1. A-lô, chào thầy/cô ạ. Em là (이름을 넣으세요) đây ạ. Em muốn hỏi về việc đăng ký lớp học <Lịch sử Việt Nam> ạ. Em muốn đăng ký lớp học đó nhưng hiện không đăng ký được. Vì sao em không đăng ký được ạ?
나는 연기하기 위한 상황 한 개를 당신에게 제시하고 싶습니다. 당신이 듣고 싶은 수업이 하나 있는데 그 수업이 현재 등록할 수가 없어서 참여할 수 없습니다. 3개 혹은 4개의 질문을 하기 위해 교수님에게 전화 메시지를 남기세요.	2. Liệu lớp học đó đã hết chỗ chưa ạ?
	3. Nếu hết chỗ rồi thì có cách nào tham gia lớp học đó không ạ?
	4. Thầy/cô có thể giúp em được không ạ?
	1. 여보세요. 안녕하세요. 저는 _____입니다. 저는 〈베트남 역사〉 수업에 등록하는 것에 관해서 여쭈어보고 싶습니다. 저는 그 수업을 등록하고 싶은데 지금 등록할 수가 없어요. 왜 제가 등록할 수 없는 건가요?
	2. 혹시 그 수업은 이미 정원이 다 찼나요?
	3. 만약 정원이 다 찼으면 그 수업을 들을 어떤 방법이 있을까요?
	4. 교수님께서 저를 도와주실 수 있나요?

신규 제품 출시 관련 질문 상황	질문
Tôi muốn cho bạn một tình huống để diễn xuất. Gần đây, công ty của bạn đã tung ra sản phẩm mới. Hãy gọi điện thoại cho đồng nghiệp của bạn để hỏi ba hoặc bốn câu hỏi về sản phẩm mới.	1. A-lô, chào anh/chị ạ. Tôi là (이름을 넣으세요) đây ạ. Tôi muốn hỏi về sản phẩm mới. Phản ứng đối với sản phẩm đó thế nào?
나는 연기하기 위한 상황 한 개를 당신에게 제시하고 싶습니다. 최근 당신의 회사는 신상품을 출시했습니다. 신상품에 대해 3개 혹은 4개의 질문을 하기 위해 당신의 동료에게 전화해보세요.	2. Chiến lược maketing có hiệu quả không?
	3. Có cần quảng cáo thêm không?
	4. Sản phẩm đó có kế hoạch được bán trên mạng không?
	1. 여보세요. 안녕하세요. 저는 _____입니다. 저는 신상품에 대해 물어보고 싶습니다. 그 상품에 대한 반응은 어떤가요?
	2. 마케팅 전략은 효과가 있나요?
	3. 더 광고를 할 필요가 있나요?
	4. 그 상품은 온라인 판매를 할 계획이 있나요?

영화를 예약하는 상황	질문

Tôi muốn cho bạn một tình huống để diễn xuất. Bạn định xem phim với bạn của bạn. Hãy gọi điện thoại cho rạp chiếu phim để hỏi ba hoặc bốn câu hỏi về bộ phim định xem và việc mua vé xem phim đó.

나는 연기하기 위한 상황 한 개를 당신에게 제시하고 싶습니다. 당신은 당신의 친구와 영화를 보러 갈 예정입니다. 볼 영화 및 그 영화표를 구매하는 것에 대해 3개 혹은 4개의 질문을 하기 위해 영화관에 전화해보세요.

1. A-lô, chào anh/chị ạ. Tôi là (이름을 넣으세요) đây ạ. Tôi có thể đặt vé bộ phim <Người sắt> vào thứ bảy này không?
2. Chiều thứ bảy thì có thường đông người không?
3. Nếu tôi đặt vé xem phim trên mạng thì được giảm giá nhiều hơn không?
4. Tôi phải có mặt ở rạp chiếu phim trước bao nhiêu phút?

1. 여보세요. 안녕하세요. 저는 _____입니다. 제가 이번주 토요일에 〈아이언맨〉 영화표를 예약할 수 있을까요?
2. 토요일 오후에는 보통 사람이 많나요?
3. 만약 온라인에서 영화표를 예약하면 더 많이 할인 받나요?
4. 저는 몇 분 전에 영화관에 있어야 하나요?

헬스장 서비스에 대한 질문 상황	질문

Tôi muốn cho bạn một tình huống để diễn xuất. Bạn định đăng ký vào một phòng tập gym. Hãy gọi điện thoại cho phòng tập gym để hỏi ba hoặc bốn câu hỏi về dịch vụ ở đó.

나는 연기하기 위한 상황 한 개를 당신에게 제시하고 싶습니다. 당신은 한 헬스장에 등록할 예정입니다. 그곳의 서비스에 대해 3개 혹은 4개의 질문을 하기 위해 헬스장에 전화해보세요.

1. A-lô, chào anh/chị ạ. Tôi là (이름을 넣으세요) đây ạ. Tôi muốn biết về dịch vụ phòng tập gym. Phòng tập gym đó nếu đăng ký một tháng thì bao nhiêu tiền?
2. Nếu đăng ký cả ba tháng thì có được giảm giá không?
3. Tôi cần huấn luyện viên cá nhân, ở đó có huấn luyện viên cá nhân không?
4. Ở đó có phòng tắm không?

1. 여보세요. 안녕하세요. 저는 _____입니다. 저는 헬스장 서비스에 대해 알고 싶습니다. 헬스장은 만약 한 달 등록하면 얼마지요?
2. 만약 3개월 전체를 등록하면 할인 받나요?
3. 저는 개인 트레이너가 필요한데 거기에 개인 트레이너가 있나요?
4. 거기에는 샤워실이 있습니까?

병원 예약을 잡는 상황	질문

Tôi muốn cho bạn một tình huống để diễn xuất. Bạn muốn đặt lịch hẹn với bác sĩ. Hãy gọi điện thoại cho phòng khám để hỏi ba hoặc bốn câu hỏi về lịch hẹn khám bệnh.

나는 연기하기 위한 상황 한 개를 당신에게 제시하고 싶습니다. 당신은 의사와 예약을 잡기를 원합니다. 진찰 일정에 대해 3개 혹은 4개의 질문을 하기 위해 진료소에 전화해보세요.

1. A-lô, chào anh/chị ạ. Tôi là (이름을 넣으세요) đây ạ. Tôi muốn đặt lịch hẹn với bác sĩ Lee vào thứ sáu tuần sau có được không?
2. Nếu không được thì thứ năm tuần sau được không? Khoảng 4 giờ ạ.
3. Phòng khám có nhắn tin thông báo lịch hẹn không?
4. Nếu cần thay đổi lịch hẹn thì gọi điện thoại cho số này được không ạ?

1. 여보세요. 안녕하세요. 저는 _____입니다. 저는 다음주 금요일에 '이' 의사 선생님과 예약을 잡고 싶은데 가능할까요?
2. 만약 안 되면 다음주 목요일은 가능할까요? 약 4시요.
3. 진료실에서 예약 알림 문자를 보내주나요?
4. 만약 예약 변경해야 할 때는 이 번호로 전화하면 될까요?

친구 MP3플레이어에 대해 질문하는 상황	질문

Tôi muốn cho bạn một tình huống để diễn xuất. Bạn cần máy MP3. Hãy gọi điện thoại cho bạn của bạn và hỏi ba hoặc bốn câu hỏi về máy MP3 mà bạn của bạn đang có.

나는 연기하기 위한 상황 한 개를 당신에게 제시하고 싶습니다. 당신은 MP3가 필요합니다. 당신의 친구에게 전화해서 당신의 친구가 현재 가지고 있는 MP3에 대해 3개 혹은 4개의 질문을 해보세요.

1. A-lô, chào bạn. Mình là (이름을 넣으세요) đây. Mình cần máy MP3 nên muốn hỏi một chút về máy MP3 của bạn. Máy MP3 của bạn là máy của hãng nào?
2. Máy MP3 của bạn có những điểm tốt gì?
3. Mình phải mua nó ở đâu thì mới mua được với giá rẻ nhất?
4. Khi mình đi mua máy MP3 thì bạn có thể đi với mình được không?

1. 여보세요. 안녕, 친구야. 나 _____야. 나 MP3가 필요해서 너의 MP3에 대해 조금 물어보고 싶어서. 너의 MP3가 어느 회사 거야?
2. 너의 MP3는 어떤 좋은 점들이 있어?
3. 내가 그걸 어디서 사야지 최저가에 살 수 있을까?
4. 내가 MP3 사러 갈 때 너 나랑 같이 가줄 수 있니?

Tôi muốn cho bạn một tình huống để diễn xuất. Bạn cần thuê nhà. Hãy gọi điện thoại cho đại lý bất động sản và hỏi ba hoặc bốn câu hỏi về căn nhà mà bạn muốn thuê.

나는 연기하기 위한 상황 한 개를 당신에게 제시하고 싶습니다. 당신은 집을 렌트해야 합니다. 부동산에 전화해서 당신이 렌트하고 싶은 집에 대해 3개 혹은 4개의 질문을 해보세요.

1. A-lô, chào anh/chị ạ. Tôi là (이름을 넣으세요) đây ạ. Tôi muốn thuê nhà ở gần ga Shinchon. Cho tôi hỏi một chút nhé. Ở gần ga Shinchon có nhà nào tốt không?

2. Tiền thuê nhà một tháng khoảng bao nhiêu tiền trong khu vực đó?

3. Khu vực đó an ninh có tốt không?

4. Cuối tuần này tôi muốn đi xem nhà, anh/chị đi với tôi được không?

1. 여보세요. 안녕하세요. 저는 _____입니다. 저는 신촌역 근처에 집을 빌리고 싶습니다. 제가 질문 좀 하겠습니다. 신촌역 근처에 좋은 집이 있나요?

2. 그 동네에서 1개월 월세는 보통 얼마인가요?

3. 그 동네는 치안이 좋은가요?

4. 이번 주말에 집을 보러 가고 싶은데 같이 갈 수 있나요?

주어진 구체적인 상황에 대해 설명하고 해결 방안을 제시합니다. 상황에 따른 호칭의 변화에 유의하세요.

시험에 참석하지 못하는 상황	설명
Có một vấn đề mà bạn phải giải quyết. Hôm nay bạn không thể đến trường và làm bài kiểm tra. Hãy nói với giáo viên của bạn về điều gì đã xảy ra và đề xuất một hoặc hai giải pháp. 당신이 해결해야 하는 문제가 하나 있습니다. 오늘 당신은 학교에 가서 시험을 볼 수 없습니다. 당신의 교수님에게 어떤 일이 일어났는지 말하고 1개 또는 2개의 대안을 제시하세요.	Chào thầy/cô ạ. Em xin nói về bài kiểm tra hôm nay ạ. Em rất xin lỗi vì em không thể đến lớp để làm bài kiểm tra ngày hôm nay ạ. Em bị ốm nặng từ tối hôm qua, hiện đang nhập viện rồi ạ. Thế em có thể làm bài kiểm tra vào ngày khác được không ạ? Hay là em có thể thay thế kiểm tra bằng báo cáo được không ạ? Em xin ý kiến của thầy/cô ạ. 안녕하세요. 제가 오늘 시험에 대해 말씀드려요. 죄송하지만 제가 오늘 시험을 보기 위해 수업에 갈 수 없습니다. 제가 어제 저녁부터 심하게 아파서 지금 병원에 입원해 있습니다. 그러면 제가 다른 날 시험을 볼 수 있을까요? 아니면 레포트로 시험을 대체할 수 있을까요? 교수님의 의견을 청합니다.

회의에 참석하지 못하는 상황	설명
Có một vấn đề mà bạn phải giải quyết. Bạn bị bỏ lỡ một cuộc họp quan trọng với khách hàng vì xe của bạn bị hỏng. Hãy gọi điện thoại cho khách hàng của bạn để giải thích những gì đã xảy ra và đề xuất một hoặc hai giải pháp. 당신이 해결해야 하는 문제가 하나 있습니다. 당신은 차가 고장 나서 고객과의 중요한 회의를 놓쳤습니다. 고객에게 전화를 해서 어떤 일이 일어났는지 설명하고 1개 또는 2개의 대안을 제시하세요.	A-lô, chào anh/chị ạ. Tôi là (이름을 넣으세요) đây ạ. Tôi rất xin lỗi, tôi không thể tham gia cuộc họp ngày hôm nay. Trên đường đến nơi hẹn với anh/chị, bất ngờ xe của tôi bị hỏng. Tôi đã gọi cho công ty bảo hiểm mà họ nói là một tiếng sau họ mới đến được. Thế chúng ta thay đổi lịch trình cuộc họp ngày hôm nay sang ngày khác được không? Hay là nhân viên khác thay tôi tham gia cuộc họp ngày hôm nay được không? Theo anh/chị thì cách nào tốt hơn ạ? 여보세요. 안녕하세요. 저는 _____ 입니다. 정말 죄송한데 오늘 회의에 참석할 수 없습니다. 당신과 약속 장소로 가는 길에 갑자기 제 차가 고장이 났습니다. 보험사에 전화 했는데 한 시간 후에야 그들이 올 수 있다고 하네요. 그러면 저희 오늘 회의 일정을 다른 날로 변경할 수 있을까요? 아니면 저를 대신한 다른 직원이 오늘 회의에 참석할 수 있을까요? 어떤 방법이 더 좋으시나요?

영화표를 잘못 구매한 상황	설명
Có một vấn đề mà bạn phải giải quyết. Bạn phát hiện ra mình đã mua nhầm vé xem phim ở rạp chiếu phim. Hãy nói với nhân viên quầy bán vé về tình huống của bạn và đưa ra một hoặc hai giải pháp.	Chào anh/chị ạ. Tôi mua nhầm vé xem phim rồi. Tôi định xem bộ phim <Người sắt> lúc 3 giờ chiều nay. Nhưng tôi đã mua nhầm vé lúc 5 giờ. Anh/chị có thể giúp tôi thay đổi vé được không? Hay là anh/chị giúp tôi trả lại vé lúc 5 giờ nhé. Tôi sẽ mua lại vé lúc 3 giờ.
당신이 해결해야 하는 문제가 하나 있습니다. 당신은 영화관에서 영화표를 잘못 샀다는 것을 알아차렸습니다. 매표소 직원에게 당신의 상황을 말하고 1개 또는 2개의 대안을 제시하세요.	안녕하세요. 제가 영화표를 잘못 샀네요. 저는 오늘 오후 3시 〈아이언맨〉 영화를 보려고 했어요. 그런데 제가 5시 표를 잘못 샀습니다. 표 바꾸는 것을 도와주실 수 있나요? 아니면 5시 표 환불하는 것을 도와주세요. 제가 3시 표를 다시 살게요.

항공편이 취소된 상황	설명
Có một vấn đề mà bạn phải giải quyết. Khi bạn đến sân bay, bạn nhận ra rằng chuyến bay của mình đã bị huỷ. Thêm vào đó, tất cả các chuyến bay khác đã hết chỗ rồi. Hãy giải thích tình huống của bạn cho nhân viên công ty du lịch và đưa ra một hoặc hai giải pháp.	Chào anh/chị ạ. Chuyến bay ngày hôm nay của tôi bị huỷ mà tôi mới biết khi đến sân bay. Anh/chị có thể xử lý giúp tôi được không? Theo tôi, thay đổi chuyến bay tối nay hay là trả lại vé giúp tôi cũng được. Và lại cho tôi biết lệ phí về thay đổi hoặc trả lại nhé.
당신이 해결해야 하는 문제가 하나 있습니다. 당신이 공항에 도착했을 때 당신의 항공편이 취소되었다는 걸 알았습니다 또한 다른 모든 비행기편이 매진되었습니다. 당신의 상황을 여행사 직원에게 설명하고 1개 또는 2개의 대안을 제시하세요.	안녕하세요. 저의 오늘자 항공편이 취소가 됐는데 저는 공항에 도착했을 때 알았어요. 저를 도와서 처리해주실 수 있나요? 오늘 저녁 항공편으로 바꾸던지 아니면 저에게 비행기표를 환불해 주셔도 됩니다. 또 변경 혹은 환불에 대한 수수료를 알려주세요.

구입한 상품에 문제가 있는 상황	설명

Có một vấn đề mà bạn phải giải quyết. Bạn đã mua một món hàng gì đó. Sau khi về nhà, bạn phát hiện ra món hàng mới mua của bạn bị hư hỏng. Hãy gọi điện thoại cho cửa hàng để giải thích những gì đã xảy ra và đưa ra một hoặc hai giải pháp.

당신이 해결해야 하는 문제가 하나 있습니다. 당신은 어떤 물건을 하나 구입했습니다. 집에 돌아와서 당신이 막 구매한 물건이 고장 났다는 것을 알아차렸습니다. 가게에 전화해서 무슨 일이 생겼는지 설명하고 1개 또는 2개의 대안을 제시하세요.

A-lô, chào anh/chị ạ. Tôi là (이름을 넣으세요) đây ạ. Lúc nãy tôi đã mua bàn phím ở cửa hàng đấy. Sau khi về nhà tôi đã kết nối với máy tính của tôi nhưng bàn phím này không kết nối được. Tôi thấy nó dường như đã bị hỏng trước khi sử dụng. Tôi muốn đổi hàng khác hoặc trả lại.

여보세요. 안녕하세요. 저는 _____ 입니다. 아까 제가 그쪽 가게에서 키보드를 샀습니다. 집에 와서 제 컴퓨터랑 연결해봤는데 이 키보드가 연결이 안 됩니다. 제가 보기에 아마 사용하기 이전에 고장 났던 거 같아요. 저는 다른 물건으로 교환이나 환불을 원해요.

친구 파티를 도와줄 수 없는 상황	설명

Có một vấn đề mà bạn phải giải quyết. Bạn của bạn định tổ chức bữa tiệc tối nay nên bạn đã hẹn rằng sẽ giúp chuẩn bị bữa tiệc đó. Nhưng bạn có việc đột xuất nên không có thời gian để giúp bạn của bạn. Hãy gọi điện thoại cho bạn của bạn để giải thích tình huống và đưa ra một hoặc hai giải pháp.

당신이 해결해야 하는 문제가 하나 있습니다. 당신의 친구가 오늘 저녁에 파티를 열 예정이라서 당신은 그 파티 준비를 돕겠다고 약속했습니다. 하지만 당신은 급한 일이 생겨서 당신의 친구를 도울 시간이 없습니다. 당신의 친구에게 전화해서 상황을 설명하고 1개 또는 2개의 대안을 제시하세요.

A-lô, chào bạn ạ. Mình là (이름을 넣으세요) đây. Mình xin lỗi hôm nay mình phải làm việc cả sáng và chiều nên không có thời gian để giúp bạn chuẩn bị bữa tiệc hôm nay. Mình đã hỏi bạn Mi-na thay mình giúp bạn rồi và bạn ấy đã đồng ý. Nếu được thì bạn Mi-na sẽ đến giúp bạn nhé! Một lần nữa mình xin lỗi và nếu kết thúc sớm thì mình sẽ đến nhà bạn ngay giúp bạn nhé!

여보세요. 안녕, 친구야. 나 _____ 야. 미안한데 오늘 내가 아침이랑 오후 내내 일을 해야 해서 오늘 너를 도와 파티 준비를 할 시간이 없네. 내가 미나한테 나 대신 너를 도울 수 있는지 물어봤고 그 친구가 동의했어. 만약 가능하면 미나가 너를 도와주러 갈 거야! 한 번 더 미안하고 만약 일찍 끝나면 내가 너희 집으로 바로 가서 너를 도울게!

OPIc
베트남어
START

실전 모의고사

	유형	질문
1	자기소개	Giờ này, chúng ta hãy bắt đầu cuộc phỏng vấn nhé. Hãy kể cho tôi nghe một chút về bản thân bạn. 이제 인터뷰를 시작하겠습니다. 자신에 대해 간단하게 말해주세요.
2	거주지 (1)	Trong bản khảo sát, bạn nói rằng bạn đang sống ở nhà riêng hoặc căn hộ chung cư. Hãy miêu tả về ngôi nhà của bạn. Trông bên ngoài nhà bạn thế nào? Bên trong nhà có những phòng nào? Hãy miêu tả thật chi tiết. 당신은 설문에서 단독주택 혹은 아파트에서 산다고 했습니다. 당신의 집에 대해 묘사하세요. 집의 외관이 어떻게 생겼나요? 집 내부에 어떤 방들이 있나요? 상세히 묘사하세요.
3	거주지 (2)	Để giữ nhà cửa sạch sẽ, bạn thường làm những việc nhà nào? Bạn hãy cho tôi biết về những việc mà bạn thường làm để giữ sạch các phòng trong nhà bạn. 집을 깨끗하게 유지하기 위해서 당신은 어떤 집안일들을 하나요? 당신의 집의 각 방을 깨끗하게 유지하기 위해 당신이 주로 하는 일에 대해 저에게 알려주세요.
4	거주지 (3)	Hãy nói cho tôi biết về ngôi nhà mà bạn đã sống khi bạn còn bé. So với ngôi nhà cũ thì ngôi nhà hiện tại bạn đang sống có gì khác? Có điểm gì giống nhau và khác nhau? 저에게 당신이 어렸을 때 살았던 집에 대해 말해주세요. 옛날 집에 비해 지금 당신이 살고 있는 집은 어떻게 다른가요? 공통점과 차이점은 무엇인가요?
5	자유시간 (1)	Ở nước bạn, người ta thường đi đâu vào thời gian rảnh rỗi? Ví dụ, người ta thường đi núi hoặc bãi biển v.v… Hãy kể cho tôi về những nơi mà người ta đến lúc rảnh rỗi ở nước bạn. 당신의 나라에서 사람들은 자유 시간에 주로 어디에 가나요? 예를 들어 그들은 산 또는 해변에 가나요? 당신의 나라에서 자유 시간에 사람들이 가는 장소들에 대해 저에게 말해주세요.
6	자유시간 (2)	Bạn có thể cho tôi biết về những gì bạn đã làm vào thời gian rảnh rỗi vừa qua không? Đó là bao giờ? Bạn đã làm gì? Bạn đã có thời gian rảnh rỗi với ai? 지난 자유시간에 당신이 했던 일들에 대해 저에게 말해줄 수 있나요? 그것은 언제였나요? 당신은 무엇을 했나요? 당신은 누구와 자유시간을 보냈나요?

7	자유시간 (3)	Bạn hãy cho tôi biết về thời gian rảnh rỗi của bạn trước đây và bây giờ. Trước đây bạn có nhiều thời gian rảnh rỗi không? Còn bây giờ thì có nhiều thời gian rảnh rỗi hơn so với trước đây không? Hãy kể về thời gian rảnh rỗi của bạn từ trước đến nay xem có sự thay đổi gì. 당신의 예전과 지금의 자유시간에 대해 말해주세요. 예전에 당신은 자유시간이 많았나요? 그리고 지금은 예전보다 자유시간이 예전에 비해 많은가요? 예전부터 지금까지 당신의 자유시간이 어떤 변화가 있는지 말해주세요.
8	영화 보기 (1)	Trong bản khảo sát, bạn nói rằng bạn thích xem phim. Hãy cho tôi biết bạn thích thể loại phim gì và lý do tại sao bạn thích thể loại phim đó. 설문에서 당신은 영화 보는 것을 좋아한다고 했습니다. 가장 좋아하는 영화 장르는 무엇이고 왜 그 장르를 좋아하나요?
9	영화 보기 (2)	Bạn thường đi xem phim với ai? Vì sao bạn thường đi xem phim với những người đó? Trước khi xem phim bạn thường làm gì? Sau khi xem phim, bạn thường làm gì? Hãy nói về những hoạt động của bạn khi đi xem phim. 당신은 주로 누구와 함께 영화를 보러 가나요? 왜 당신은 주로 그 사람들과 영화를 보러 가나요? 영화를 보기 전에 당신은 주로 무엇을 하나요? 영화를 본 후에 당신은 주로 무엇을 하나요? 영화를 보러 갈 때 당신의 활동들에 대해 말해주세요.
10	영화 보기 (3)	Hãy kể cho tôi nghe về một trải nghiệm đáng nhớ mà bạn đã có khi bạn đi xem phim. Chuyện gì đã xảy ra? Những điều nào làm cho việc đi xem phim đó trở nên đáng nhớ? 영화 보러 갔을 때 겪었던 기억에 남는 경험에 대해서 말해주세요. 무슨 일이 일어났나요? 어떤 점들이 그 영화 보러 갔던 일을 기억에 남도록 만들었나요?
11	롤플레이 (1)	Tôi sẽ cho bạn một tình huống để diễn xuất. Bạn đang ở một trung tâm thương mại để mua tivi mới. Hãy hỏi nhân viên bán hàng ba hoặc bốn câu hỏi về tivi bạn muốn mua. 나는 연기하기 위한 상황 한 개를 당신에게 제시하겠습니다. 당신은 새 TV를 구매하기 위해 한 백화점에 있습니다. 당신이 구매하고 싶은 TV에 대해 판매원에게 3개 혹은 4개의 질문을 해주세요.

12	롤플레이 (2)	Có một vấn đề mà bạn phải giải quyết. Bạn đã mua cái tivi mới. Sau khi về nhà, bạn phát hiện ra cái tivi mới mua của bạn bị hỏng. Hãy gọi điện thoại cho cửa hàng để giải thích những gì đã xảy ra và đưa ra một hoặc hai giải pháp. 당신이 해결해야 하는 문제가 하나 있습니다. 당신은 새 TV를 구입했습니다. 집에 돌아와서 당신이 막 구매한 TV가 고장 났다는 것을 알아차렸습니다. 가게에 전화해서 무슨 일이 생겼는지 설명하고 1개 또는 2개의 대안을 제시하세요.
13	쇼핑하기- 롤플레이 연계 주제	Hãy kể cho tôi nghe về một trải nghiệm đáng nhớ mà bạn đã có khi bạn đi mua sắm. Chuyện gì đã xảy ra? Những điều nào làm cho việc đi mua sắm đó trở nên đáng nhớ? 쇼핑하러 갔을 때 겪었던 기억에 남는 경험에 대해서 말해주세요. 무슨 일이 일어났나요? 어떤 점들이 그 쇼핑하러 갔던 일을 기억에 남도록 만들었나요?
14	공원 가기	Trong bản khảo sát, bạn nói rằng bạn thích đến công viên. Hãy nói cho tôi nghe về công viên mà bạn thường xuyên đến. Công viên đó trông như thế nào? Vì sao bạn thích công viên đó? 설문에서 당신은 공원 가기를 좋아한다고 했습니다. 당신이 자주 가는 공원에 대해 저에게 말해주세요. 그 공원은 어떻게 생겼나요? 왜 당신은 그 공원을 좋아하나요?
15	롤플레이 (14번 연계 문제)	Tôi thích đi công viên. Bạn hãy hỏi tôi ba hoặc bốn câu hỏi về hoạt động này. 저는 공원에 가는 것을 좋아합니다. 이 활동에 대해 3개 혹은 4개의 질문을 해주세요.

실전 모의고사 2회

	유형	질문
1	자기소개	Giờ này, chúng ta hãy bắt đầu cuộc phỏng vấn nhé. Hãy kể cho tôi nghe một chút về bản thân bạn. 이제 인터뷰를 시작하겠습니다. 자신에 대해 간단하게 말해주세요.
2	가구/가전 (1)	Hãy nói về những đồ điện gia dụng trong nhà bạn. Đồ đ điện gia dụng yêu thích của bạn là gì? Bạn sử dụng nó để làm gì? Hãy nói thật chi tiết. 당신의 집에 가전들에 대해 말해주세요. 당신의 좋아하는 가전은 무엇인가요? 당신은 무엇을 위해 그것을 사용하나요? 아주 상세히 말해주세요.
3	가구/가전 (2)	Trong nhà bạn có những loại đồ điện gia dụng nào? Chúng có những đặc điểm gì? 당신의 집에는 어떤 종류의 가전이 있나요? 그것들은 어떤 특징이 있나요?
4	가구/가전 (3)	Bạn đã bao giờ có vấn đề về đồ điện gia dụng mà bạn mua chưa? Nó đã bị hỏng hay có vết bẩn? Chuyện gì đã xảy ra và bạn đã làm thế nào? 당신은 당신이 구매한 가구/가전에 관한 문제가 있었던 적이 있나요? 그것은 고장이 났나요? 아니면 얼룩이 생겼나요? 무슨 일이 일어났고 당신은 어떻게 했나요?
5	거주지 (1)	Trong nhà bạn, bạn thích phòng nào nhất? Vì sao bạn thích phòng đó nhất? Hãy mô tả thật chi tiết về phòng mà bạn thích nhất trong nhà mình. 당신의 집에서 당신은 어떤 방을 제일 좋아하나요? 왜 당신은 그 방을 제일 좋아하나요? 당신의 집에서 당신이 제일 좋아하는 방에 대해 상세히 묘사하세요.
6	거주지 (2)	Tôi muốn biết về những việc mà bạn thường làm khi bạn ở nhà. Bạn thường làm những công việc nào khi ở nhà vào các ngày trong tuần? Còn những hoạt động nào bạn thường làm khi ở nhà vào cuối tuần? Hãy nói thật chi tiết. 당신이 집에 있을 때 당신이 주로 하는 일들에 대해 알고 싶습니다. 당신은 주중에 집에 있을 때 주로 어떤 일들을 하나요? 그리고 당신은 주말에 집에 있을 때 주로 어떤 활동들을 하나요? 자세히 말해주세요.

7	거주지 (3)	Hãy nói cho tôi biết về những thay đổi của nhà bạn. Nhà của bạn có những sự thay đổi gì và vì sao bạn muốn thay đổi như vậy? Nhà bạn trông như thế nào sau khi thay đổi? Cho tôi biết thật chi tiết.
		당신의 집의 변화에 대해 저에게 말해주세요. 당신의 집은 어떤 변화들이 있었고 왜 당신은 그렇게 바꾸고 싶었나요? 바꾼 후에 당신의 집은 어때 보였나요? 상세히 알려주세요.
8	공원 가기 (1)	Trong bản khảo sát, bạn nói rằng bạn thích đến công viên. Hãy nói cho tôi nghe về công viên mà bạn thường xuyên đến. Công viên đó trông như thế nào? Vì sao bạn thích công viên đó?
		설문에서 당신은 공원 가기를 좋아한다고 했습니다. 당신이 자주 가는 공원에 대해 저에게 말해주세요. 그 공원은 어떻게 생겼나요? 왜 당신은 그 공원을 좋아하나요?
9	공원 가기 (2)	Bạn thường đến công viên vào ngày nào? Bạn thường làm gì ở công viên? Với ai? Hãy kể cho tôi về hoạt động điển hình trong ngày của bạn ở công viên từ khi bắt đầu đến khi kết thúc.
		당신은 주로 언제 공원에 갑니까? 당신은 주로 공원에서 무엇을 하나요? 누구와 하나요? 시작부터 끝까지 당신의 공원에서의 하루 중 전형적인 활동에 대해 말해주세요.
10	공원 가기 (3)	Hãy kể cho tôi nghe về một trải nghiệm đáng nhớ mà bạn đã có khi ở công viên. Nó có thể là điều gì đó vui hoặc bất ngờ xảy ra. Điều đó xảy ra ở đâu, như thế nào, lúc đó bạn đã ở với ai?
		공원에서 겪었던 기억에 남는 경험에 대해서 말해주세요. 그것은 즐거웠거나 혹은 예상치 못한 일이 발생한 것일 수 있습니다. 그 일은 어디에서 일어났고 어떻게 되었고 그때 당신은 누구와 있었나요?
11	롤플레이 (1)	Tôi sẽ cho bạn một tình huống để diễn xuất. Bạn đang ở một quán cà phê nhưng đồ uống yêu thích của bạn không có trong thực đơn. Hãy hỏi nhân viên quán cà phê ba hoặc bốn câu hỏi về thực đơn.
		저는 연기하기 위한 상황 한 개를 당신에게 제시하겠습니다. 당신은 지금 한 카페에 있는데 당신이 좋아하는 음료가 메뉴에 없습니다. 메뉴에 대해 카페 직원에게 3개 혹은 4개의 질문을 해주세요.

12	롤플레이 (2)	Có một vấn đề mà bạn phải giải quyết. Bạn phát hiện ra mình đã gọi nhầm loại cà phê khác ở quán cà phê. Hãy nói với nhân viên pha cà phê về tình huống của bạn và đưa ra một hoặc hai giải pháp. 당신이 해결해야 하는 문제가 하나 있습니다. 당신은 카페에서 다른 커피 종류로 잘못 주문한 것을 알아차렸습니다. 카페 직원에게 당신의 상황을 말하고 1개 또는 2개의 대안을 제시하세요.
13	카페- 롤플레이 연계 주제	Hãy kể cho tôi nghe về một trải nghiệm đáng nhớ mà bạn đã có khi bạn đi đến quán cà phê. Chuyện gì đã xảy ra? Những điều nào làm cho việc đi đến quán cà phê đó trở nên đáng nhớ? 카페에 갔을 때 겪었던 기억에 남는 경험에 대해서 말해주세요. 무슨 일이 일어났나요? 어떤 점들이 그 카페에 갔던 일을 기억에 남도록 만들었나요?
14	악기 연주하기	Trong bản khảo sát, bạn nói rằng bạn chơi nhạc cụ. Bạn chơi loại nhạc cụ nào? Vì sao bạn thích chơi nhạc cụ đó? Hãy nói thật chi tiết. 당신은 설문에서 악기를 연주한다고 했습니다. 당신은 어떤 종류의 악기를 연주하나요? 왜 당신은 그 악기를 연주하는 것을 좋아하나요? 아주 상세히 말해주세요.
15	롤플레이 (14번 연계 문제)	Tôi chơi đàn vĩ cầm trong một dàn nhạc. Bạn hãy hỏi tôi ba hoặc bốn câu hỏi về hoạt động này. 저는 한 오케스트라에서 바이올린을 연주합니다. 이 활동에 대해 3개 혹은 4개의 질문을 해주세요.

실전 모의고사 3회

	유형	질문
1	자기소개	Giờ này, chúng ta hãy bắt đầu cuộc phỏng vấn nhé. Hãy kể cho tôi nghe một chút về bản thân bạn. 이제 인터뷰를 시작하겠습니다. 자신에 대해 간단하게 말해주세요.
2	건강(1)	Bạn có thể nói về một người khỏe mạnh mà bạn biết không? Anh ấy hoặc cô ấy trông như thế nào? Anh ấy hoặc cô ấy thường ăn những món ăn nào? 당신이 아는 건강한 사람에 대해 말해줄 수 있나요? 그 혹은 그녀는 어떻게 생겼나요? 그 혹은 그녀는 보통 어떤 음식들을 먹나요?
3	건강(2)	Bạn thường làm gì để khỏe mạnh? Bạn thường tập thể dục gì để giữ gìn sức khỏe. 당신은 주로 건강하기 위해 무엇을 하나요? 당신은 보통 건강을 지키기 위해 어떤 운동을 하나요?
4	건강(3)	Bạn đã bao giờ phải bỏ làm việc gì đó vì sức khỏe chưa? Việc mà bạn phải từ bỏ là gì? 당신은 건강을 위해 무엇인가를 끊은 적이 있나요? 당신이 포기해야 했던 일은 무엇인가요?
5	회사(1)	Trong bản khảo sát, bạn nói là bạn đang đi làm ở công ty. Hãy miêu tả về công ty của bạn. Tên công ty là gì? Công ty của bạn nằm ở đâu? Hãy nói thật chi tiết. 설문에서 당신은 회사에 다니고 있다고 했습니다. 당신의 회사에 대해 묘사하세요. 회사의 이름은 무엇입니까? 당신의 회사는 어디에 위치합니까? 아주 상세히 말해주세요.
6	회사(2)	Công ty của bạn sản xuất sản phẩm hay cung cấp dịch vụ nào? Hãy kể cho tôi nghe về sản phẩm hoặc dịch vụ của công ty bạn. 당신의 회사는 제품을 생산하나요? 아니면 어떤 서비스를 제공하나요? 당신 회사의 제품 혹은 서비스에 대해 말해주세요.
7	회사(3)	Người ta thường làm nhiều việc khác nhau trong giờ nghỉ trưa. Bạn thường làm gì trong giờ nghỉ trưa? 사람들은 점심시간에 다양한 많은 일을 합니다. 당신은 점심시간에 주로 무엇을 하나요?

8	쇼핑하기 (1)	Trong bản khảo sát, bạn nói rằng bạn thường đi mua sắm. Bạn hãy kể cho tôi về cửa hàng mà bạn thường đi. Cửa hàng đó nằm ở đâu? Cửa hàng đó bán những gì? Vì sao bạn thường đi đến cửa hàng đó để mua sắm?
		설문에서 당신은 자주 쇼핑하러 간다고 했습니다. 당신이 자주 가는 상점에 대해 말해 보세요. 그 상점은 어디에 있나요? 그 상점은 무엇들을 파나요? 왜 그 상점에 자주 쇼핑하러 가나요?
9	쇼핑하기 (2)	Bạn đã đi mua sắm khi nào trong lần gần đây nhất? Bạn đã đi mua sắm ở đâu? Mua những gì? Bạn đã đi với ai? Hãy nói thật chi tiết về những hoạt động bạn đã làm khi bạn đi mua sắm từ đầu đến cuối.
		최근에 당신은 언제 쇼핑하러 갔나요? 당신은 어디에 쇼핑하러 갔나요? 무엇들을 구매 했나요? 당신은 누구와 함께 갔나요? 당신이 쇼핑하러 갔을 때 당신이 했던 활동을 처 음부터 끝까지 아주 상세하게 말해보세요.
10	쇼핑하기 (3)	Hãy kể cho tôi nghe về một trải nghiệm đáng nhớ mà bạn đã có khi bạn đi mua sắm. Chuyện gì đã xảy ra? Những điều nào làm cho việc đi mua sắm đó trở nên đáng nhớ?
		쇼핑에 갔을 때 겪었던 기억에 남는 경험에 대해서 말해주세요. 무슨 일이 일어났나요? 어떤 점들이 그 쇼핑간 것을 기억에 남도록 만들었나요?
11	롤플레이 (1)	Tôi muốn cho bạn một tình huống để diễn xuất. Bạn định xem phim với bạn của bạn. Hãy gọi điện thoại cho rạp chiếu phim để hỏi ba hoặc bốn câu hỏi về bộ phim định xem và việc mua vé xem phim đó.
		저는 연기하기 위한 상황 한 개를 당신에게 제시하고 싶습니다. 당신은 친구와 영화를 보러 갈 예정입니다. 볼 영화 및 그 영화표를 구매하는 것에 대해 3개 혹은 4개의 질문 을 하기 위해 영화관에 전화해보세요.
12	롤플레이 (2)	Có một vấn để mà bạn phải giải quyết. Bạn phát hiện ra mình đã mua nhầm vé xem phim ở rạp chiếu phim. Hãy nói với nhân viên quầy bán vé về tình huống của bạn và đưa ra một hoặc hai giải pháp.
		당신이 해결해야 하는 문제가 하나 있습니다. 당신은 영화관에서 영화표를 잘못 샀다는 것을 알아차렸습니다. 매표소 직원에게 당신의 상황을 말하고 1개 또는 2개의 대안을 제시하세요.

13	영화 보기- 롤플레이 연계 주제	Hãy kể cho tôi nghe về một trải nghiệm đáng nhớ mà bạn đã có khi bạn đi xem phim. Chuyện gì đã xảy ra? Những điều nào làm cho việc đi xem phim đó trở nên đáng nhớ? 영화 보러 갔을 때 겪었던 기억에 남는 경험에 대해서 말해주세요. 무슨 일이 일어났나요? 어떤 점들이 그 영화 보러 갔던 일을 기억에 남도록 만들었나요?
14	명절	Hãy kể cho tôi nghe về các ngày lễ của nước bạn. Ngày lễ đặc biệt ở nước bạn có những gì? 당신의 나라의 명절들에 대해 말해주세요. 당신의 나라의 특별한 명절은 무엇이 있나요?
15	롤플레이 (14번 연계 문제)	Nước tôi cũng có nhiều ngày lễ đặc biệt. Bạn hãy hỏi tôi ba hoặc bốn câu hỏi về những ngày lễ đặc biệt ở nước tôi. 우리나라도 특별한 명절이 많이 있습니다. 우리나라의 특별한 명절들에 대해 3~4개 질문하세요.

외국어 출판 40년의 신뢰
외국어 전문 출판 그룹
동양북스가 만드는 책은 다릅니다.

40년의 쉼 없는 노력과 도전으로 책 만들기에 최선을 다해온 동양북스는
오늘도 미래의 가치에 투자하고 있습니다.
대한민국의 내일을 생각하는 도전 정신과 믿음으로 최선을 다하겠습니다.

📖 동양북스

📖 동양북스 추천 교재

일본어 교재의 최강자, 동양북스 추천 교재

회화 코스북

일본어뱅크 다이스키
STEP 1·2·3·4·5·6·7·8

일본어뱅크
좋아요 일본어 1·2·3·4·5·6

일본어뱅크 도모다찌
STEP 1·2·3

분야서

일본어뱅크
좋아요 일본어 독해 STEP 1·2

일본어뱅크
일본어 작문 초급

일본어뱅크
사진과 함께하는
일본 문화

일본어뱅크
항공 서비스 일본어

가장 쉬운 독학
일본어 현지회화

수험서

일취월장 JPT
독해·청해

일취월장 JPT
실전 모의고사 500·700

일단 합격하고 오겠습니다
JLPT 일본어능력시험
N1·N2·N3·N4·N5

일단 합격하고 오겠습니다
JLPT 일본어능력시험
실전모의고사 N1·N2·N3·N4/5

단어·한자

특허받은
일본어 한자 암기박사

일본어 상용한자 2136
이거 하나면 끝!

일본어뱅크
좋아요 일본어 한자

가장 쉬운 독학
일본어 단어장

일단 합격하고 오겠습니다
JLPT 일본어능력시험
단어장 N1·N2·N3

중국어 교재의 최강자, 동양북스 추천 교재

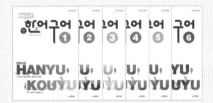

중국어뱅크 북경대학 신한어구어
1·2·3·4·5·6

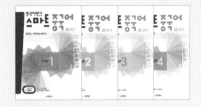

중국어뱅크 스마트중국어
STEP 1·2·3·4

중국어뱅크 집중중국어
STEP 1·2·3·4

중국어뱅크
뉴! 버전업 사진으로
보고 배우는 중국문화

중국어뱅크
문화중국어 1·2

중국어뱅크
관광 중국어 1·2

중국어뱅크
여행실무 중국어

중국어뱅크
호텔 중국어

중국어뱅크
판매 중국어

중국어뱅크
항공 실무 중국어

정반합 新HSK
1급·2급·3급·4급·5급·6급

일단 합격 新HSK 한 권이면 끝
3급·4급·5급·6급

버전업! 新HSK
VOCA 5급·6급

가장 쉬운 독학
중국어 단어장

중국어뱅크
중국어 간체자 1000

특허받은
중국어 한자 암기박사

📖 동양북스 추천 교재

기타외국어 교재의 최강자, 동양북스 추천 교재

중고급 학습

첫걸음 끝내고 보는
프랑스어
중고급의 모든 것

첫걸음 끝내고 보는
스페인어
중고급의 모든 것

첫걸음 끝내고 보는
독일어
중고급의 모든 것

첫걸음 끝내고 보는
태국어
중고급의 모든 것

첫걸음 끝내고 보는
베트남어
중고급의 모든 것

단어장

버전업! 가장 쉬운
프랑스어 단어장

버전업! 가장 쉬운
스페인어 단어장

버전업! 가장 쉬운
독일어 단어장

가장 쉬운 독학
베트남어 단어장

여행회화

NEW 후다닥
여행 중국어

NEW 후다닥
여행 일본어

NEW 후다닥
여행 영어

NEW 후다닥
여행 독일어

NEW 후다닥
여행 프랑스어

NEW 후다닥
여행 스페인어

NEW 후다닥
여행 베트남어

NEW 후다닥
여행 태국어

수험서·교재

한 권으로 끝내는 DELE
어휘·쓰기·관용구편 (B2~C1)

수능 기초 베트남어
한 권이면 끝!

버전업!
스마트 프랑스어

일단 합격하고 오겠습니다
독일어능력시험
A1 · A2 · B1 · B2